ഗ്രീൻ ബുക്സ്

ചാരമായ ചരിത്രം

ഖദീജ മർവാസി

മൊറോക്കോ അറബി എഴുത്തുകാരി.
മനുഷ്യാവകാശ പ്രവർത്തക. അദ്ധ്യാപിക.
1961-ൽ മർറാകശിൽ ജനിച്ചു.
കെനീത്രയിലെ ഇബ്നു തുഫൈൽ സർവകലാശാലയിലെ
ഭാഷാ-സാഹിത്യ വിഭാഗം അദ്ധ്യാപിക.
Moroccan Organization for Human Rights, Mediator
for the Study of Democracy and Human Rights തുടങ്ങിയ
മനുഷ്യാവകാശ സംഘടനകളുടെ സ്ഥാപകാംഗം.
കസാബ്ലാങ്കയിലെ Africa Orient Publishers
2000-ൽ പ്രസിദ്ധീകരിച്ച History of Ash എന്ന
അറബി നോവലാണ് പ്രധാന സാഹിത്യ കൃതി.
1960-1980 കാലയളവിൽ മൊറോക്കോയിൽ അരങ്ങേറിയ
രാഷ്ട്രീയ അടിച്ചമർത്തലുകളുടെ കഥ പറയുന്ന
പ്രിസൺ നറേറ്റീവ് വിഭാഗത്തിൽപ്പെട്ട ഈ നോവലിന്റെ
ഇംഗ്ലീഷ് പരിഭാഷ 2024-ലെ മികച്ച 100 ആഫ്രിക്കൻ
പുസ്തകങ്ങളിൽ ഒന്നായി തിരഞ്ഞെടുക്കപ്പെട്ടിട്ടുണ്ട്.

ഡോ. എൻ. ഷംനാദ് : തിരുവനന്തപുരം യൂണിവേഴ്സിറ്റി
കോളേജിലെ അറബി വിഭാഗം അദ്ധ്യാപകൻ.
2019ലെ ഖത്തർ ഗവൺമെന്റിന്റെ വിവർത്തനത്തിനുള്ള
അന്തർദ്ദേശീയ പുരസ്കാരമായ Hamad Award for
Translation & International Understanding ലഭിച്ചു.
ആധുനിക അറബി എഴുത്തുകാരായ നജീബ് മഹ്ഫൂസ്
(ഈജിപ്ത്), ഹുദാ ബറകാത്ത് (ലെബനോൺ),
സിനാൻ അൻതൂൺ (ഇറാഖ്), സമർ യസ്ബക് (സിറിയ),
ഖാലിദ് ഖലീഫ (സിറിയ), ഹബീബ് സാലിമി (ടുണീഷ്യ),
യൂസുഫ് ഫാദിൽ (മൊറോക്കോ), റഷാ അദ്‌ലി (ഈജിപ്ത്),
ആദിൽ കാമിൽ (ഈജിപ്ത്), അശ്‌റഫ് അശ്‌മാവി (ഈജിപ്ത്)
എന്നിവരുടെ പതിമ്മൂന്ന് അറബി നോവലുകളുടെ നേരിട്ടുള്ള
മലയാള വിവർത്തനങ്ങൾ ഗ്രീൻ ബുക്സ് പ്രസിദ്ധീകരിച്ചിട്ടുണ്ട്.
ഇമെയിൽ : shamnadmail@gmail.com

നോവൽ

ചാരമായ ചരിത്രം

ഖദീജ മർവാസി

അറബിയിൽ നിന്ന് നേരിട്ടുള്ള വിവർത്തനം

ഡോ. എൻ. ഷംനാദ്

ഗ്രീൻ ബുക്സ്

green books private limited
gb building, civil lane road, ayyanthole,
thrissur- 680 003, kerala, ph: +91 487-2381066, 2381039
website: www.greenbooksindia.com
e-mail: info@greenbooksindia.com

branches:
thrissur 0487-2422515
thiruvananthapuram 0471-2335301
calicut 0495 4854662

original arabic title
سيرة الرّماد
novel
by
khadija marouazi

english
history of ash

malayalam
charamaya charithram

translated by
dr. n. shamnad

first published october 2024

منحة الترجمة
Translation Grant
صندوق منحة الشارقة للترجمة
Sharjah Translation Grant Fund

cover design : rajesh chalode

printed in india
repro india ltd

isbn : 978-81-979420-8-2

₹ 340.00
GBPL/1394/2021

മുഖക്കുറി

സമകാലലോകത്തിൽ ഏറ്റവും ഭീകരമായി സംഭവിക്കുന്ന പീഡനങ്ങളും ദുരിതങ്ങളും അനുഭവിക്കുന്ന മനുഷ്യരുടെ ചരിത്രം ഖദീജ മർവാസി ആവിഷ്കരിക്കുമ്പോൾ അത് ലോക ചരിത്രത്തിന്റെ ഒരു ഭാഗമായി മാറുന്നു. നീണ്ട ഇരുപതു വർഷം ഗർബിയ്യയിലെ സെൻട്രൽ ജയിലിൽ കഴിയേണ്ടി വരുന്ന മൗലീന്റെ അനുഭവങ്ങളാണ് നോവലിന്റെ ആദ്യഭാഗം. ശകാരിമിലെ മുനിസിപ്പൽ ജയിലിലും പേരറിയാത്ത രഹസ്യ ത്തടവറയിലും കഴിയേണ്ടിവന്ന സുഹൃത്തു കൂടിയായ ലൈല യുടെ വേദനാജനകമായ അനുഭവങ്ങളാണ് രണ്ടാംഭാഗത്ത്. പുരുഷന്മാരുടെയും സ്ത്രീകളുടെയും ജയിലുകളിലെ ഇരുളും വെളിച്ചവും കലർന്ന കണ്ണീരിന്റെയും ചെറുപുഞ്ചിരിയുടെയും ഒട്ടനേകം നേർസാക്ഷ്യങ്ങളാണ് ഖദീജ മർവാസി വായന ക്കാർക്ക് മുന്നിൽ അനാവരണം ചെയ്യുന്നത്. മനുഷ്യാവകാശ പ്രവർത്തകയും സർവ്വകലാശാലാ അദ്ധ്യാപികയും എഴുത്തു കാരിയുമായ ഖദീജ മർവാസിയുടെ 'ചാരമായ ചരിത്രം' എന്ന നോവൽ ഗ്രീൻ ബുക്സിന് പ്രസിദ്ധീകരിക്കാൻ സാധിച്ചതിൽ അനല്പമായ ചാരിതാർത്ഥ്യമുണ്ട്.

എഡിറ്റർ

ആമുഖം

മനുഷ്യാവകാശപ്രവർത്തക, സർവ്വകലാശാലാ അദ്ധ്യാപിക, എഴുത്തുകാരി എന്നീ നിലകളിൽ ശ്രദ്ധേയയായ മൊറോക്കൻ വ്യക്തിത്വമാണ് ഖദീജ മർവാസി. 1961-ൽ മർറാക്കശിൽ ജനിച്ച മർവാസി മൊറോക്കോയിലെ കെനീത്രയിലുള്ള ഇബ്നു ത്വുഫൈൽ യൂണിവേഴ്സിറ്റിയിലെ ഭാഷാ, സാഹിത്യവിഭാഗത്തിൽ അദ്ധ്യാപികയാണ്. 'മൊറോക്കൻ ഓർഗനൈസേഷൻ ഫോർ ഹ്യൂമൻ റൈറ്റ്സ്', 'മീഡിയേറ്റർ ഫോർ ദി സ്റ്റഡി ഓഫ് ഡെമോക്രസി ആന്റ് ഹ്യൂമൻ റൈറ്റ്സ്' പോലുള്ള ഒട്ടനേകം മനുഷ്യാവകാശസംഘടനകളുടെ സ്ഥാപകാംഗങ്ങളിൽ ഒരാളായ ഖദീജ മർവാസിയുടെ പ്രധാന പ്രവർത്തനമേഖല മൊറോക്കോയിലെ മനുഷ്യാവകാശരംഗമാണ്.

1961 മുതൽ 1999 വരെ മൊറോക്കോ ഭരിച്ച ഹസൻ രണ്ടാമൻ രാജാവിന്റെ കാലം ആ രാജ്യത്തിന്റെ മനുഷ്യാവകാശ ചരിത്രത്തിലെ കറുത്ത താളുകളായിരുന്നു. എഴുപതുകളിൽ ഭരണകൂടത്തെ അട്ടിമറിക്കാനായി നടന്ന പട്ടാള അട്ടിമറി ശ്രമങ്ങളെത്തുടർന്ന് ജനാധിപത്യപ്രവർത്തകർക്കെതിരെ കിരാതവാഴ്ചയാണ് അരങ്ങേറിയത്. 'Years of Lead' എന്നറിയപ്പെടുന്ന 1970–1980 കാലം രഹസ്യപ്പൊലീസിനെയും പട്ടാളത്തെയും ഉപയോഗിച്ച് ജനത്തെ കൊല്ലാക്കൊല ചെയ്ത കാലമായിരുന്നു. ഭരണകൂടത്തിനെതിരെ പ്രക്ഷോഭങ്ങളിൽ പങ്കെടുത്തു എന്ന് കുറ്റമാരോപിച്ച് ആയിരങ്ങളെയാണ് രഹസ്യപ്പൊലീസുകാർ തട്ടിക്കൊണ്ടുപോയി രഹസ്യത്തടവറയിൽ അടയ്ക്കുകയും കിരാതപീഡനങ്ങൾക്കിരയാക്കുകയുമൊക്കെ ചെയ്തത്. ഇരുപതാംനൂറ്റാണ്ടിന്റെ അവസാന പതിറ്റാണ്ടിൽ മനുഷ്യാവകാശ സംഘടനകളുടെ പ്രവർത്തനങ്ങൾ ഊർജ്ജിതമായതോടെയാണ് രാജ്യത്തെ പൗരാവകാശപ്രവർത്തകരുടെ ജീവിതം കുറച്ചെങ്കിലും ഭേദപ്പെട്ടത്.

ഇരുപത്തിയൊന്നാം നൂറ്റാണ്ടിന്റെ ആരംഭം മുതൽ പഴയ രാഷ്ട്രീയത്തടവുകാർ തങ്ങളനുഭവിച്ച തടങ്കൽ അനുഭവങ്ങൾ വിവരിച്ചുകൊണ്ട് ഒട്ടനേകം പ്രിസൺ നരേറ്റീവുകൾ പ്രസിദ്ധീകരിക്കുവാൻ തുടങ്ങി. മൊറോക്കൻ നോവലിസ്റ്റ് യൂസുഫ് ഫാദിലിന്റെ 'ത്വാഇർ അസ്റഖ് നാദിർ യഹ്‌ലുകു മഈ' (A Rare Blue Bird flies with me) എന്ന 2013-ൽ പുറത്തിറങ്ങിയ നോവൽ മൊറോക്കൻ പ്രിസൺ ലിറ്ററേച്ചറിലെ ശ്രദ്ധേയമായ കൃതിയാണ്. ഈജിപ്തിലെ നവാൽ സഅദാവിയുടെ 'മുദക്കിറാതീ ഫീ സിജ്നിന്നിസാ' (Memoirs from the Women's Prison), സൽവാ ബകറിന്റെ 'അൽ-അറബതുൽ ദഹബിയ്യ' (The Golden Chariot) തുടങ്ങിയ തടങ്കൽ സാഹിത്യകൃതികളെപ്പോലെ ഏറെ ചർച്ചചെയ്യപ്പെട്ട രചനയാണ് ഖദീജ മർവാസിയുടെ 'സീറത്ത് അൽ-റമാദ്'.

കസാബ്ലാങ്കയിലെ ആഫ്രിക്ക-ഓറിയന്റ് പബ്ലിഷേഴ്സ് 2000ൽ പ്രസിദ്ധീകരിച്ച 'സീറത്ത് അൽ-റമാദ്' എന്ന നോവൽ മാത്രമാണ് മർവാസിയുടെ ഏക സാഹിത്യകൃതി. 1960 മുതൽ 1980കൾ വരെയുള്ള രാഷ്ട്രീയ അടിച്ചമർത്തലുകളുടെയും രഹസ്യത്തടങ്കൽപാളയങ്ങളിലെ കൊടിയ പീഡനങ്ങളുടെയും കഥ പറയുന്ന ഈ നോവലാണ് മർവാസിയെ മൊറോക്കോയ്ക്ക് അകത്തും പുറത്തും ഏറെ പ്രശസ്തയാക്കിയത്.

ഏതാണ്ട് ഒരേകാലത്ത് മൊറോക്കോയിലെ ജയിലുകളിൽ അടയ്ക്കപ്പെട്ട മൗലീൻ യസീദി, ലൈല എന്നീ രണ്ട് ഇടതുപക്ഷ രാഷ്ട്രീയ ആക്ടിവിസ്റ്റുകളുടെ ജയിലനുഭവവിവരണമാണ് ഈ കൃതി. ഏറെക്കാലം ഫ്രഞ്ചുകാരുടെ കോളനിയായിരുന്ന മൊറോക്കോ പിന്നീട് അതിലും കൊടിയ മനുഷ്യാവകാശ ധ്വംസനങ്ങൾക്കാണ് അറുപതുകൾ മുതൽ സാക്ഷിയായത്. ഭരണകൂടത്തെ വിമർശിക്കുന്ന ലഘുലേഖകൾ അച്ചടിച്ച് വിതരണം ചെയ്യുന്ന രഹസ്യസംഘടനയിൽ അംഗമായിരുന്ന മൗലീൻ അടക്കമുള്ള നൂറിൽപരം ആക്ടിവിസ്റ്റുകളെയാണ് രാജാവിന്റെ കിങ്കരന്മാരായ രഹസ്യപ്പൊലീസുകാർ തട്ടിക്കൊണ്ടുപോയി രഹസ്യത്തടവറകളിൽ പാർപ്പിച്ച് മാസങ്ങളോളം പീഡിപ്പിച്ചത്. പിന്നീട് ഭരണകൂടത്തെ അട്ടിമറിക്കാനായി വിദേശശക്തികൾക്കൊപ്പം ചേർന്ന് ഗൂഢാലോചന നടത്തിയെന്ന് ആരോപിച്ച് അവരെ രാജ്യത്തെ വിവിധ ജയിലുകളിലടച്ചു.

നീണ്ട ഇരുപതു വർഷം ഗർബിയ്യയിലെ സെൻട്രൽ ജയിലിൽ കഴിയേണ്ടിവരുന്ന മൗലീന്റെ അനുഭവവിവരണങ്ങളാണ് നോവലിന്റെ ആദ്യഭാഗം. ശകാരിമിലെ മുനിസിപ്പൽ ജയിലിലും

പേരറിയാത്ത രഹസ്യത്തടവറയിലും കഴിയേണ്ടിവന്ന സുഹൃത്തുകൂടിയായ ലൈലയുടെ വേദനാജനകമായ അനുഭവങ്ങളാണ് രണ്ടാംഭാഗത്ത് വിവരിക്കുന്നത്. പുരുഷന്മാരുടെയും സ്ത്രീകളുടെയും ജയിലുകളിലെ ഇരുളും വെളിച്ചവും കലർന്ന കണ്ണീരിന്റെയും ചെറുപുഞ്ചിരിയുടെയും ഒട്ടനേകം നേർസാക്ഷ്യങ്ങളാണ് ഖദീജ മർവാസി വായനക്കാർക്ക് മുന്നിൽ അനാവരണം ചെയ്യുന്നത്.

കൊടുംകുറ്റവാളികളേക്കാൾ ക്രൂരമായി രാഷ്ട്രീയത്തടവുകാരെ കിരാതമായ പീഡനങ്ങൾക്ക് ഇരയാക്കുന്ന രഹസ്യപ്പൊലീസുകാർ സ്ത്രീതടവുകാരോട് ചെയ്യുന്ന ക്രൂരതകൾ സമാനതകളില്ലാത്തവയാകും. വധശിക്ഷയ്ക്ക് വിധിക്കപ്പെട്ട തടവുകാരനെ സന്ദർശിച്ച് അയാളുടെ കേസിനെക്കുറിച്ച് ചികഞ്ഞന്വേഷിച്ചു, വിദേശ റേഡിയോ പരിപാടി കേട്ടു തുടങ്ങിയ കുറ്റങ്ങൾ ചെയ്തുവെന്ന് ആരോപിച്ചുപോലും നൂറുകണക്കിന് യുവാക്കളെ തുറുങ്കിലടച്ച കഥകളാണ് മൗലീനും ലൈലയും ചേർന്ന് പങ്കുവയ്ക്കുന്നത്. രാഷ്ട്രീയവും ജീവിതവും പ്രണയവും സ്വപ്നങ്ങളുമൊക്കെ അവർ കാണുന്നത് ജയിലിന്റെ അഴികൾക്കിടയിലൂടെയായിരിക്കും.

ഭൂതകാലവും വർത്തമാനവും വേർതിരിച്ചറിയാനാകാത്ത വിധത്തിലുള്ള നോൺ-ലീനിയാർ ആഖ്യാനമാണ് നോവലിനുള്ളത്. മലപോലെ തലയുയർത്തി നിൽക്കുന്ന സ്ത്രീകഥാപാത്രങ്ങളാണ് ഈ കൃതിയുടെ ഏറ്റവും വലിയ നട്ടെല്ല്. ഒരായുസ്സ് മുഴുവൻ ഭർത്താവോ കാമുകനോ ആയ തടവുകാരനു വേണ്ടി കണ്ണിലെണ്ണയൊഴിച്ച് കാത്തിരിക്കുന്ന സ്ത്രീകൾ. നിങ്ങളുടെ സ്ഥാനത്ത് ഞങ്ങളാണ് തടവിൽ കഴിഞ്ഞിരുന്നതെങ്കിൽ ഇതുപോലെ ഞങ്ങൾക്കായി കാത്തിരിക്കുമായിരുന്നോ എന്ന അവരുടെ ചോദ്യത്തിനു മുന്നിൽ പുരുഷന്മാരായ തടവുകാർക്ക് ഉത്തരംമുട്ടുന്നത് കാണാം. പുതിയ കാലത്തെ ലൈലയും സുആദും നസ്ഹായുമൊക്കെ മാത്രമല്ല, പഴയ തലമുറയിലെ ലല്ലാ ഐശയും ലല്ലാ ശരീഫയും പോലുള്ള കഥാപാത്രങ്ങൾപോലും തീപ്പൊരികൾ തന്നെയാണ്.

അമേരിക്കയിലെ ന്യൂയോർക്ക് സിറ്റി യൂണിവേഴ്സിറ്റിയിലെ അലക്സാണ്ടർ ഇ. എലിൻസൺ History of Ash എന്ന പേരിൽ ഇംഗ്ലീഷ് പരിഭാഷ നിർവ്വഹിച്ചതോടുകൂടിയാണ് ഈ നോവൽ കൂടുതൽ ചർച്ച ചെയ്യപ്പെടാൻ തുടങ്ങിയത്. The New Arab മീഡിയാ സ്ഥാപനം 2023-ലെ ഏറ്റവും മികച്ച പത്ത് പുസ്തകങ്ങളിലൊന്നായി History of Ashനെ

തെരഞ്ഞെടുക്കുകയുണ്ടായി. 2024-ലെ EBRD ലിറ്ററേച്ചർ പ്രൈസിനായി ഷോർട്ട്ലിസ്റ്റ് ചെയ്യപ്പെട്ട ഈ നോവലിനെ മികച്ച നൂറ് ആഫ്രിക്കൻ പുസ്തകങ്ങളിലൊന്നായി Brittle Peper ലിറ്റററി മാഗസിൻ തെരഞ്ഞെടുത്തിട്ടുമുണ്ട്.

ഖദീജ മർവാസിയുടെ 'സീറത്ത് അൽ-റമാദി'ന്റെ അറബിയിൽനിന്ന് നേരിട്ടുള്ള മലയാള വിവർത്തനമാണ് 'ചാരമായ ചരിത്രം' എന്ന ഈ പുസ്തകം.

ഡോ. എൻ. ഷംനാദ്

ഭാഗം ഒന്ന്

ഗർബിയ്യാ, ശുഭദിനം

ഒന്ന്

കടൽ... കടൽ തന്നെ.... കടലല്ലാതെ മറ്റൊന്നുമല്ല. ഞാൻ ഇനി അതിന് നേർക്ക് മാത്രമേ പോകുകയുള്ളൂ. കഴിഞ്ഞ ഇരുപത് വർഷക്കാലമായി മനസ്സ് തുടിക്കുന്നത് അതിനായി മാത്രമാണ്. ഇല്ല... ജയിലിന്റെ ഗെയ്റ്റി ലേക്ക് ഞാനിനി തിരിഞ്ഞുനോക്കില്ലതന്നെ. മമ്മ എപ്പോഴെല്ലാം കാണാൻ വന്നിട്ടുണ്ടോ അപ്പോഴെല്ലാം ഇക്കാര്യം പറഞ്ഞ് നിർബന്ധിക്കുമായിരുന്നു. ഇനി നേരിട്ട് വരാൻ പറ്റാതായാൽ ജയിലിൽ എന്നെ കാണാനെത്തുന്ന ലൈല വഴിയോ മറ്റു സുഹൃത്തുക്കൾവഴിയോ ആ വാക്കുകൾ എന്നെ ത്തേടിയെത്തും. "മൗലീനേ, ജയിലിന് നേർക്ക് തിരിഞ്ഞുനോക്കരുതേ... അവിടേക്കിനിയും പോകേണ്ടിവരരുതേ... ഇതാണെന്റെ ആഗ്രഹം... ജയി ലിന്റെ ഗെയ്റ്റിന് നേർക്ക് തിരിഞ്ഞുനോക്കരുതേ."

മനസ്സിനെ വർഷങ്ങളോളം അലട്ടിയ അവരുടെ വാക്കുകൾ പിന്നെയും കേൾക്കാം:

"ഞാൻ ജീവനോടെ ഉണ്ടെങ്കിലോ ഇല്ലെങ്കിലോ തന്നെയും നീ ജയി ലിന്റെ ഗെയ്റ്റിന് നേർക്ക് തിരിഞ്ഞുനോക്കരുത്. മുന്നോട്ടുതന്നെ പോകണം. ജയിലിന് നേർക്ക് തിരിഞ്ഞുനോക്കരുതേ. അവിടേക്കിനിയും പോകേണ്ടിവരരുതേ..."

പക്ഷേ ഇരുപത് വർഷക്കാലം ജയിലിലെ കോൺക്രീറ്റ് ഇടനാഴി കൾക്കുള്ളിൽ മാത്രം ചെലവിട്ടൊരാളുടെ ആയുസ്സിൽ ഇനി എന്താണ് അവശേഷിക്കുന്നത്? തടവറയുടെ ഈർപ്പമുള്ള ചുമരുകളും തുരുമ്പ് പിടിച്ച ജയിലഴികളുമൊക്കെ കവർന്നെടുത്ത ഇരുപത് വർഷങ്ങൾ. തട വറയിൽനിന്നും നമ്മെ നേരെ വലിച്ചെറിയുന്നത് ആശുപത്രിമുറിയിലേ ക്കായിരിക്കും. പിന്നെ എന്താണ് ആയുസ്സിൽ അവശേഷിക്കുന്നത്? ജീവിതകാലം മുഴുവൻ അവയെക്കുറിച്ച് അയവിറക്കാമെന്നല്ലാതെ എന്താണ്? തടവറയുടെ ചുമരുകൾ അവയുടെ വിഷമാണ് നമ്മിൽ വിത്തു പാകിയത്. പതിയെ ആ വ്യഥകൾ നമ്മിൽ പിടിമുറുക്കുകയും ചെയ്യും.

ഞാനെന്തായാലും ജയിൽ ഗെയ്റ്റിനുനേരെ തിരിഞ്ഞുനോക്കാതെ മുന്നോട്ടുതന്നെ നീങ്ങും. കടലിന് നേർക്ക്. മമ്മ ആവശ്യപ്പെട്ട ഒരു ആഗ്ര ഹവും സാധിച്ചുകൊടുക്കുവാൻ കാലം എന്നെ അനുവദിച്ചിട്ടേയില്ല. പക്ഷേ

അവരുടെ ഈ ആഗ്രഹം ഞാൻ സഫലമാക്കിക്കൊടുക്കുകതന്നെ ചെയ്യും. അതിനാൽ ഞാൻ തിരിഞ്ഞുനടക്കുകയേ ഇല്ല. പക്ഷേ, കടലിലേക്ക് പോകാനുള്ള വഴി ഏതാണെന്ന് എങ്ങനെയാണ് അറിയുക?

ആ തണുത്തുറഞ്ഞ, കൂരിരുട്ടുള്ള രാത്രിയിൽ ഗർബിയ്യയിലേക്ക് കൊണ്ടുവന്നപ്പോൾ, ഞങ്ങളെ നേരെ പ്രവേശിപ്പിച്ചത് അവിടത്തെ തടവറയ്ക്കുള്ളിലേക്കായിരുന്നു. അല്ലാതെ സാധാരണ മനുഷ്യരുള്ള ഇടത്തേക്കായിരുന്നില്ല. തെരുവുകൾക്ക് പകരം ഞങ്ങളെ വരവേറ്റത് കാരാഗൃഹമായിരുന്നു. ഇരുപത്തിയൊന്ന് ദിവസങ്ങളിലായി വിവിധ സംഘങ്ങളായാണ് ഞങ്ങൾ ഗർബിയ്യയിൽ എത്തിച്ചേർന്നത്. ആരും ശ്രദ്ധിക്കാതിരിക്കാനായി ഞങ്ങളെ കൊണ്ടുവന്നതൊക്കെയും ഇരുളിന്റെ മറപറ്റിയായിരുന്നു. അപ്പോൾ പിന്നെ കടലിലേക്കുള്ള വഴിയേതാണെന്ന് ഞാൻ എങ്ങനെയാണ് അറിയുക? വഴിതെറ്റിയലയുന്നവർക്ക് വടക്കുനോക്കിയന്ത്രമായി കവിത മാറുമെന്ന് കേട്ടിട്ടുണ്ട്. ഒരിക്കൽ സ്വലാഹ് ചൊല്ലിയ കവിത ഓർത്തുപോകുന്നു.

‘തടവറ,
ശ്മശാനം,
ഒരു തടവറയിൽനിന്നും
മറ്റൊരു തടവറയിലേക്ക് ഞാൻ കുതിച്ചുകൊണ്ടേയിരിക്കും.’

കടൽ കൈപ്പിടിയിൽനിന്നും എത്രയോ അകലെയായിരിക്കുമ്പോഴാണ് സ്വലാഹ് ഈ കവിത ചൊല്ലുന്നത്. രണ്ട് ചുവടുകൾ കൂടി മുന്നോട്ട് വച്ചപ്പോഴേക്കും കുന്നിൻചെരുവിലൊരു ശ്മശാനം നീണ്ടുനിവർന്ന് കിടക്കുന്നത് കണ്ടു. തിമിംഗലത്തിന്റെ ഉദരത്തിൽ കുടുങ്ങിപ്പോയ യോനാ പ്രവാചകനെപ്പോലെ ഞങ്ങളാകട്ടെ ഒരു പീഠഭൂമിയിലായിരുന്നു. പക്ഷേ ഇത്തരമൊരു സ്ഥലത്തിന്റെ ഭൂമിശാസ്ത്രത്തെക്കുറിച്ച് ഈ സ്വലാഹ് എങ്ങനെയായിരിക്കും മനസ്സിലാക്കിയിട്ടുണ്ടാവുക? ജയിലിൽനിന്നും ആശുപത്രിയിലേക്ക് കൊണ്ടുപോകുമ്പോൾ ഞങ്ങളുടെ കൂട്ടത്തിൽ ജയിൽവാനിന്റെ കണ്ണാടിയോട് മുഖം ഏറ്റവും ചേർത്തുപിടിച്ചത് അയാളായിരുന്നു. നഷ്ടപ്പെട്ടുപോയ കളിപ്പാട്ടം ഏതുവിധേനയും തിരിച്ചുപിടിച്ചേ തീരൂ എന്ന വാശിയോടെ വാനിൽനിന്നും പുറത്തേക്ക് നോക്കിയിരിക്കുകയായിരുന്നു സ്വലാഹ്. കല്ലെടുത്തെറിഞ്ഞാൽ എത്തുന്ന ദൂരത്ത് തന്റെ കളിപ്പാട്ടം കണ്ടതുപോലെയിരിക്കുകയാണ് അയാൾ. അങ്ങനെ അവിടെ പറ്റിച്ചേർന്നിരിക്കുന്നതിനിടയിൽ ആരുടെയോ മൃതദേഹം കൊണ്ടുപോകുന്ന കാഴ്ച കണ്ടിട്ടുണ്ടാകും. അപ്പോഴായിരിക്കും ജയിലിന് അടുത്തൊരു ശ്മശാനം ഉണ്ടായിരിക്കാമെന്ന് അയാൾ ഊഹിച്ചിട്ടുണ്ടാവുക.

എന്നാൽ കടലിന്റെ കാര്യം അങ്ങനെയല്ല. ആർക്കും അതിനെ അറിയാതിരിക്കില്ല. ആ തിരമാലകളിൽ തട്ടി പ്രതിഫലിക്കുന്ന കണ്ണഞ്ചിപ്പിക്കുന്ന പ്രകാശം എന്റെ കണ്ണുകളിലേക്കുതന്നെയാണ് പതിച്ചിരുന്നത്. ശിശിരകാലത്തും ശൈത്യകാലത്തും ആ കടൽ തന്നെയായിരുന്നു എന്റെ

കൂട്ട്. തടവറയുടെ വാതിലിലേക്ക് തന്നെയായിരുന്നു അതിന്റെ തിരമാലകൾ വന്നലച്ചുകൊണ്ടിരുന്നത്. എന്റെ നാട്ടിലെ എല്ലാ സുന്ദരമായ വസ്തുക്കളുടെയും കാര്യം ഇതുപോലെതന്നെയാണ്. മാറ്റൊലികളും തുരുമ്പുമൊക്കെ ആയേ പലതും നമുക്ക് ലഭിക്കുകയുള്ളൂ. കടലുമായുള്ള എന്റെ ബന്ധം എങ്ങനെയാണ് ആരംഭിച്ചതെന്നറിയില്ല. പക്ഷേ ജയിലിൽനിന്ന് പുറത്തിറങ്ങുന്നതിന് മുമ്പുതന്നെ ഒരു കാര്യം തീർച്ചയായിരുന്നു. വേനൽക്കാലത്ത് താൻ കവർന്നുകൊണ്ടുപോയ മൃതദേഹങ്ങളൊക്കെയും കരയിലേക്ക് പുറന്തള്ളുന്നതുവരെ എനിക്ക് ആ കടലിനെ ഇഷ്ടപ്പെടാനേ സാധിക്കില്ല. എങ്കിൽ ശിശിരകാലത്ത് ഞാൻ അതിനായി സ്വയം സമർപ്പിക്കും. ശൈത്യകാലത്ത് ഒപ്പമിരുന്ന് സല്ലപിക്കും.

സെൻട്രൽ ജയിലിലെ ഇരുപത് വർഷങ്ങൾക്കിടയിലെപ്പോഴും കടൽ അതിന്റെ സർവ്വശക്തിയോടുംകൂടി സാന്നിദ്ധ്യം അറിയിച്ചിരുന്നു. പ്രത്യേകിച്ച് ശൈത്യം അതിന്റെ കൂർത്തമുള്ളുകൾ അസ്ഥികളിലേക്ക് കുത്തിയിറക്കിയ കാലങ്ങളിൽ. രാത്രികളിൽ അത് ആത്മാർത്ഥസുഹൃത്തിനെപ്പോലെ ഒപ്പമുണ്ടായിരുന്നു. ആ തീർത്തും വന്യമായ സ്ഥലത്തെ നിശ്ശബ്ദത ആവരണം ചെയ്യുന്ന നേരങ്ങളിൽ പ്രത്യേകിച്ചും. മന്ത്രിക്കുന്നതുപോലെയാകും അത് പതിയെ കടന്നെത്തുക: കൈയെത്തുംദൂരത്ത് പെണ്ണായി പിറന്നവരെയാരെയും കിട്ടാതിരുന്ന ദിനങ്ങളിൽ ആ കടലൊരു പെണ്ണ് തന്നെയായിരുന്നു. അവിടവിടെയായി ചാറ്റൽമഴ മാത്രമേയുള്ളൂ എന്നെ സ്വീകരിക്കാനായി. അംഗസ്നാനം ചെയ്യുന്ന മാനസികാവസ്ഥയിൽ ആ ചാറ്റൽമഴത്തുള്ളികളെ ഏറ്റുവാങ്ങാനായി ഞാൻ മുഖം ആകാശത്തേക്ക് ഉയർത്തിപ്പിടിക്കും.

ജയിൽ വാർഡനെ ചെന്ന് കാണുവാനായി ഉത്തരവ് കിട്ടിയ ദിവസം. ഇരുപതാണ്ട് നീണ്ട എന്റെ തടവുകാലം അവസാനിക്കാറായിരിക്കുന്നു. എന്നാൽ ഒരാഴ്ച മുമ്പ് എന്നെ വിട്ടയയ്ക്കാനുള്ള അവരുടെ തീരുമാനം കേട്ടതും ശരിക്കും അമ്പരന്നുപോയി. ഇങ്ങനെ നേരത്തേ മോചിപ്പിക്കുകയാണെങ്കിൽ ജയിലിന്റെ ഗെയ്റ്റിനരികിൽ എന്നെ സ്വീകരിക്കാനായി ലൈല ഉണ്ടാകില്ലെന്നത് ശരിയാണ്. പത്രക്കാരെയും ഞങ്ങളുടെ പഴയ സഖാക്കളെയും പിന്നെ അവർ ഒരുക്കാനിടയുള്ള സ്വീകരണത്തെയുമൊക്കെ ഒഴിവാക്കാനാണ് ഇത്തരത്തിൽ മുന്നറിയിപ്പില്ലാതെ നേരത്തേ വിട്ടയയ്ക്കുന്നത്. പക്ഷേ എത്ര തന്ത്രപരമായി തയ്യാറാക്കിയ നടപടിക്രമങ്ങളാണെങ്കിലും ശരിതന്നെ, ഇവരുടെ പദ്ധതികളൊക്കെ നിലക്കടല പോലെ പൊട്ടിപ്പിളരുകയേ ഉള്ളൂ. തങ്ങളുടെ പ്രിയപ്പെട്ടവരുടെ മോചനവും പ്രതീക്ഷിച്ച് നിശ്ചിത തീയതിക്കും ആഴ്ചകൾക്കു മുമ്പുതന്നെ കുടുംബാംഗങ്ങളും സുഹൃത്തുക്കളും പത്രപ്രവർത്തകരുമൊക്കെ ജയിലിന്റെ കവാടത്തിന് മുന്നിൽ കാത്തുനില്പുണ്ടാകും.

എന്നാൽ പതിവുപോലെ ജയിൽസന്ദർശനത്തിനെത്തുന്ന ലൈലയ്ക്ക് മാത്രം എന്നെ കാണാനാകില്ല. അവൾ വരുമ്പോൾ ഞാനിവിടെ കാണില്ല. കടലിനോടുള്ള എന്റെ പ്രണയത്തെക്കുറിച്ച് അവൾക്കായിരിക്കും ഏറ്റവും നന്നായി അറിയാവുന്നത്. സന്ദർശനം കഴിഞ്ഞ്

ജയിലിന്റെ ഇടനാഴിയിലൂടെ തിരികെപ്പോകുമ്പോഴും അവളുടെ ചോദ്യം പിന്നാലെ കൂടുന്നതുപോലെ തോന്നും:

"എന്നെയാണോ കടലിനെയാണോ ഏറ്റവും ഇഷ്ടം?"

"നിങ്ങൾ രണ്ടുപേരെയും ഒരുപോലിഷ്ടമാണ്."

"ഓഹോ, അങ്ങനെയാണെങ്കിൽ ഇനി ഞാൻ വരുന്നില്ല. കടൽ നിങ്ങളെ വന്ന് കാണട്ടെ സ്ഥിരമായി."

അന്നേരം ഞാനവളുടെ ഇരുകൈപ്പത്തികളും മുറുകെപ്പിടിക്കും. പിന്നെ വർഷങ്ങൾ നീണ്ട ദാഹം നിറഞ്ഞ ഊഷ്മളതയോടെ ആ കൈകളെ എന്റെ നെഞ്ചോടു ചേർത്തുവയ്ക്കും. ലൈലയ്ക്കറിയില്ല, അവളെക്കൂടാതെ എനിക്ക് കടലിനെ ഒരിക്കലും പ്രണയിക്കാനാകില്ലെന്ന്. ഒരു നനുത്ത സ്പർശമാണ് ലൈലയ്ക്കെപ്പോഴും. എപ്പോഴൊക്കെ ജയിലിൽ സന്ദർശിക്കാനെത്തുന്നുവോ, അപ്പോഴൊക്കെയും ഞാനവളെ കെട്ടിപ്പുണരും. പിന്നെ കടലിന്റെ ഗന്ധം പേറുന്ന അവളുടെ കാർക്കൂന്തലിൽ ചുംബിക്കും.

കടൽത്തീരത്തിന് നേരെ നടക്കുന്നതിനിടയിൽ ചാറ്റൽമഴത്തുള്ളികൾ നേരെ മുഖത്തേക്ക് പതിച്ചുകൊണ്ടേയിരുന്നു. ഒപ്പം ലൈല ഉണ്ടായിരുന്നെങ്കിൽ, മാർബിൾപോലെയുള്ള അവളുടെ കഴുത്തിൽ പതിക്കുന്ന ഈ മഴത്തുള്ളികളെ കാണുമ്പോൾ മുത്തുമാലയിലെ രത്നക്കല്ലുകൾപോലെ തോന്നിയേനേ.

തീരത്തെത്തിയതും മണലിലൊരു ചെറുകുന്നുണ്ടാക്കി അതിന്മേൽ ചാരിയിരുന്നു. പിന്നെ അതിനെ മുന്നോട്ടും പിന്നോട്ടും ചലിപ്പിച്ചു. എന്നാൽ ആദ്യം വീശിയടിച്ചുവന്ന തിരമാലയിൽതന്നെ ആ മണൽക്കൂനയും കൂടെ ഒലിച്ചുപോയി. അതു കണ്ടതും തളർന്നുപോകുന്നതുപോലെ തോന്നി. വീണ്ടും മണൽക്കൂനയുണ്ടാക്കാൻ നോക്കിയെങ്കിലും ആദ്യശ്രമത്തിലേതുപോലെ വിജയിച്ചില്ല. മണലിൽ പകുതി മുങ്ങിക്കിടക്കുന്ന മുത്തുച്ചിപ്പി കണ്ടതും അരികിലേക്ക് കുനിഞ്ഞ് ചെന്നു. കൈയിലെടുത്ത് മണൽ തുടച്ചുകളഞ്ഞശേഷം മൂക്കിനടുത്തേക്ക് അടുപ്പിച്ചു. അതിനന്നേരം ലൈലയുടെ ഗന്ധമായിരുന്നു ഉണ്ടായിരുന്നത്. വെള്ളത്തിൽ മുങ്ങിത്താഴുന്ന വൻ ശ്വാസം പിടിക്കാനായി പൊങ്ങിവരുന്നതുപോലെയാണ് ഞാൻ പിന്നെയും പതിയെയാണെങ്കിൽകൂടിയും ആ മുത്തുച്ചിപ്പിയെ മണത്തുനോക്കിക്കൊണ്ടിരുന്നത്. ഒരിക്കൽകൂടി പറ്റിപ്പിടിച്ചിരുന്ന മണൽത്തരികൾ തുടച്ചുമാറ്റിയശേഷം ഞാൻ ആ മുത്തുച്ചിപ്പിയെ ചെവിയോടു ചേർത്ത് പിടിച്ചുനോക്കി. പതിയെ പലതവണ അമർത്തിനോക്കി. പെട്ടെന്നാണ് ഉച്ചത്തിലൊരു ശബ്ദം കേട്ടത്. മരത്തടിയിൽ ഉരസുന്നതുപോലൊരു ശബ്ദമായിരുന്നു അത്. അല്ല, ഇലകളിൽ ഉരസുന്നതുപോലൊരു ഒച്ച. ഒപ്പം എന്റെ ശരീരത്തിന്റെ ഭാരം കൂടുന്നതുപോലെയും തോന്നാൻ തുടങ്ങി. പതിയെ താഴ്ന്നുകിടന്നു നോക്കി. ചുടുരക്തം ചെവിയിലേക്ക് ഒഴുകിപ്പരക്കുന്നതുപോലെ തോന്നുന്നു. എന്നെ പുണരാൻ തീരത്തെ മണലിനെ അനുവദിച്ചുകൊടുത്തു. മുത്തുച്ചിപ്പിയിൽനിന്നും പുറത്തേക്ക്

വരുന്ന പ്രതിധ്വനി ഇപ്പോഴും ചെവിക്കുള്ളിൽ മുഴങ്ങുകയാണ്. നഷ്ട പ്പെട്ടുപോയ വർഷങ്ങളുടെ പ്രതിധ്വനിയല്ലാതെ മറ്റൊന്നുമായിരുന്നില്ല അത്. പക്ഷേ സ്വന്തം ദേഹം മാത്രം എന്നിൽനിന്നും അകലെയാണ് കിട ന്നിരുന്നത്.

കൈകൾ, അല്ലെങ്കിൽ വിരലുകൾ കാലിനോട് ചേർത്തുവച്ചുനോക്കി. പക്ഷേ അവ എന്റേതുതന്നെയാണെന്ന് മാത്രം പറയാനാകുന്നില്ല. കാലു കളും തുടകളും അരയുമൊക്കെ ഉണങ്ങി മരവിച്ചുപോയതുപോലെ. ഈ മരവിപ്പാണ് എന്നെ ഏറ്റവും അലോസരപ്പെടുത്തിയിരുന്നത്. എപ്പോ ഴൊക്കെ ശരീരത്തിന്റെ ഏതെങ്കിലും ഭാഗത്ത് സ്പർശിച്ച് നോക്കിയിട്ടു ണ്ടോ അപ്പോഴൊക്കെയും തോന്നിയിട്ടുള്ളത് നനഞ്ഞൊരു തടിക്കഷണ ത്തിലാണ് തൊട്ടിരിക്കുന്നതെന്നായിരിക്കും. മൂന്നാംപക്കം മൂടൽമഞ്ഞ് വിട്ടൊഴിഞ്ഞപ്പോഴാണ് ഞാൻ ജീവനുള്ളൊരു പ്രേതം മാത്രമാണെന്ന യാഥാർത്ഥ്യം ബോധ്യമായത്. പേടിപ്പിക്കുന്നവിധം വിളറി വെളുത്തിരുന്നു ദേഹമാസകലം. എന്റെ കണ്ടെത്തലുകളൊക്കെയും അപ്പോഴും അസ്ഥിര മായിരുന്നു.

തടവറയിൽ പീഡനങ്ങളേറ്റ് ഞാൻ തകർന്നുകൊണ്ടേയിരുന്നു. പക്ഷേ എല്ലായ്പ്പോഴും ഒരു മയക്കത്തിന്റെ പിടിയിലമരാനായിരുന്നു യോഗം. അതിൽനിന്നുണരുമ്പോൾ ദേഹത്ത് സ്പർശിച്ചുനോക്കും. അപ്പോഴേക്കും പഴയ തകർച്ച തിരികെയെത്തും. വീണ്ടും മയക്കത്തിലേക്ക് വഴുതിവീഴും. കാർഡ്ബോർഡ് നിവർത്തിവച്ചാണ് കിടക്കുന്നത്. അതിന് കീഴിൽനിന്ന് എന്തോ ചുരണ്ടുന്ന ശബ്ദം കേട്ടുകൊണ്ടാണ് മയക്കം വിട്ടുണരുന്നത്. ആ ശബ്ദം നിലയ്ക്കുന്നതേയില്ല. കിടക്കയുടെ അടിയിൽ നിന്നുയരുന്ന ശബ്ദം നേരേ ചെവിയിലാണ് വന്നലയ്ക്കുന്നത്. ചാടി എഴുന്നേറ്റയുടനെ കാർഡ്ബോർഡ് വലിച്ചെടുത്ത് കുടഞ്ഞുനോക്കി. ചുരണ്ടുന്നതായി ശബ്ദ മുണ്ടാക്കുന്ന വസ്തു അതിന്റെ മടക്കുകൾക്കിടയിലെങ്ങാനും ഉണ്ടെങ്കിൽ നിലത്തേക്ക് വീഴട്ടെ. നിലത്ത് കുത്തിയിരുന്ന് തടവറയ്ക്കുള്ളിലെ ചുവരു കളിൽ കണ്ട ദ്വാരങ്ങളിലേക്ക് ഉറ്റുനോക്കി. അപ്പോഴാണ് വലത് കോണി ലൊരു പൊത്ത് കാണുന്നത്. എതിർവശത്തേക്ക് കുതിച്ചശേഷം സൂക്ഷിച്ചു നോക്കി. പെട്ടെന്നാണ് മിന്നൽവേഗത്തിൽ ആ പൊത്തിനുള്ളി ലേക്ക് ഒരു വാൽ അപ്രത്യക്ഷമാകുന്നത് കണ്ടത്. ശ്വാസമടക്കിപ്പിടിച്ച് തുറിച്ചുനോക്കിയപ്പോൾ അതാ, പുറത്തേക്ക് നീളുന്നു ഒരു തല. അതൊരു എലിയായിരുന്നു.

അവശേഷിച്ച സർവ്വശക്തിയും സംഭരിച്ചുകൊണ്ട് ഞാൻ ജയിലിന്റെ വാതിലിന് നേർക്ക് കുതിച്ചു. ശേഷം അഴികളിൽ ആഞ്ഞിടിച്ചു. ഉറക്കെ നിലവിളിക്കാൻ തുടങ്ങിയതോടെ 'ഹാജി' എന്ന് വിളിക്കപ്പെടുന്ന ജയി ലർമാരിലൊരാൾ ഓടിയെത്തി. അയാൾ എന്റെ സെല്ലിന്റെ താക്കോൽ പരതുന്നതിനിടയിൽ, ഞാനെന്താണ് പറയാൻ പോകുന്നതെന്ന് അയാൾക്കോ അയാളോട് എന്താണ് പറയേണ്ടതെന്ന് എനിക്കോ ശരിക്കു മറിയാത്ത അവസ്ഥയിലായിരുന്നു. കക്കൂസിൽ പോകണമെന്ന എന്റെ ആവശ്യം കേട്ടതും അയാൾ ശരിക്കും അമ്പരന്നുപോയി.

സെല്ലിന്റെ പൂട്ടിനുള്ളിലേക്ക് അയാൾ താക്കോൽ തിരുകുന്നതിന് മുമ്പുവരെയും ആ എലിയുടെ ശല്യമകറ്റിത്തരണമെന്നും അതിനെ കണ്ട പൊത്ത് സിമന്റ് പൂശി അടച്ചുതരണമെന്നുമല്ലാതെ മറ്റൊന്നും ആവശ്യപ്പെടുവാനുള്ള പദ്ധതിയേ എനിക്കില്ലായിരുന്നു. കക്കൂസിലേക്ക് പോകണമെന്ന് പറയാൻ തോന്നിയത് എന്തുകൊണ്ടാണെന്ന് മനസ്സിലാകുന്നതേയില്ല.

"കക്കൂസിൽ പോകാൻ മാത്രമേ നിന്നെയൊക്കെക്കൊണ്ട് കൊള്ളാവൂ. പടച്ചോനെക്കരുതി മലത്തിന് പകരം നീയൊക്കെ വായ് തുറന്ന് വല്ലതും പറഞ്ഞിരുന്നെങ്കിൽ നിങ്ങൾക്കും ഞങ്ങൾക്കുമൊക്കെ നല്ലതായിരുന്നു."

സെല്ലിന്റെ വാതിൽ തുറന്നുതരുന്നതിനിടയിൽ ജയിലർ പറഞ്ഞതിങ്ങനെയായിരുന്നു. സത്യം പറഞ്ഞിരുന്നെങ്കിൽ, എന്റെ ഏറ്റവും വലിയ ദൗർബല്യത്തെ സംബന്ധിച്ച രഹസ്യം വെള്ളിത്താലത്തിൽവച്ച് ഞാനവർക്ക് സമ്മാനിക്കുന്നതിന് തുല്യമായേനേ. എന്നെ പാർപ്പിച്ചിരിക്കുന്ന സെല്ലിനും കക്കൂസിനുമിടയിൽ കുറച്ച് ദൂരമുണ്ട്. അവിടേക്ക് നടക്കുന്നതിനിടയിൽ ഇരുവശത്തുമുള്ള സെല്ലുകൾ കാണാം. വേഗത്തിൽ നടക്കാനായി ജയിലറുടെ ലാത്തി മുതുകിൽ തട്ടുന്നുണ്ട്. കക്കൂസിന്റെ വാതിൽ തള്ളിത്തുറന്ന് അകത്തേക്ക് കയറി. പാന്റ്സിന്റെ കുടുക്കഴിച്ച്, അല്പം ബുദ്ധിമുട്ടിയാണ് മൂത്രമൊഴിച്ചത്. ശരിക്കും മൂത്രമൊഴിക്കാൻ തോന്നിയതൊന്നുമില്ലായിരുന്നു. സെല്ലിലേക്ക് തിരിച്ചുപോകുന്നത് അല്പം വൈകിക്കണം എന്നു മാത്രമേ എന്റെ മനസ്സിലിപ്പോഴുള്ളൂ. അല്പസമയം ഇവിടെ ചുറ്റിപ്പറ്റി നിന്നാൽ ആ എലി പൊത്തിൽ നിന്നിറങ്ങി എങ്ങോട്ടെങ്കിലും അപ്രത്യക്ഷമാകാനിടയുണ്ട്. പക്ഷേ ആ പൊത്തിനുള്ളിൽനിന്ന് വേറെയും എലികൾ പുറത്തുവരാൻ ഇടയുമുണ്ട്. ദൈവമേ... എന്തായാലും സംയമനം പാലിച്ചേ തീരൂ. പിടിച്ചുനിൽക്കാൻ ശ്രമിക്കണം. കക്കൂസിന്റെ വാതിലിൽ രണ്ടു തവണ ലാത്തികൊണ്ട് അടിക്കുന്നതിനിടയിൽ ജയിലർ അലറി:

"വേഗമാകട്ടെടാ... നിനക്കെന്താ മലബന്ധം പിടിപെട്ടോ?"

പാന്റ്സിന്റെ ബട്ടൺ തിരികെ ഇട്ട് തൊണ്ടയനക്കിക്കൊണ്ട് ഞാൻ പുറത്തേക്കിറങ്ങിവന്നു. സെല്ലിലേക്ക് തിരികെ പോകാനായി ജയിലറുടെ മുന്നിൽ നീങ്ങുമ്പോൾ ഞാൻ വളരെപ്പതിയെയാണ് നടന്നത്. എന്നെ സെല്ലിനകത്തേക്ക് തള്ളിക്കയറ്റിയശേഷം വാതിലടച്ചുപൂട്ടി അയാൾ സ്ഥലം വിട്ടു. എന്നാൽ വാതിലിന് പുറംചാരി, കാൽവിരലുകളിൽ ഊന്നി അന്തിച്ചുനിൽക്കാനേ എനിക്കായുള്ളൂ. എതിർമൂലയിലുള്ള പൊത്തിലേക്കുതന്നെ ഉറ്റുനോക്കി. വെള്ളിയും ചാരവും നിറങ്ങളിലുള്ള ആ ജീവികാരണം വർഷങ്ങൾക്കിപ്പുറം വീണ്ടും കൺകെട്ടുകളിയിൽ ഏർപ്പെടുവാൻ നിർബന്ധിതനായിരിക്കുകയാണ് ഞാനിപ്പോൾ.

ചെറുപ്പത്തിൽ ഇത്തരത്തിൽ ഒളിച്ചുകളിക്കുവാൻ കുട്ടികൾ എന്നെ നിർബന്ധിക്കുമായിരുന്നു. അങ്ങനെ എന്റെ മുഖം മൂടിക്കെട്ടിക്കഴിഞ്ഞാലുടൻ ഒപ്പമുള്ള കുട്ടികൾ കമ്പിളിത്തുണ്ടോ ചെറിയ തുണിക്കഷ്ണങ്ങളോ ചുരുട്ടി എന്റെ മുഖത്തേക്ക് എറിയും.

“എടാ മൗലീനേ, അതാ എലി... എലി...” ഇങ്ങനെ വിളിച്ചുപറഞ്ഞ ശേഷം അവർ ഓടിമറയും. ഞാനാകട്ടെ ഇതുകേട്ട് പേടിച്ചുവിറച്ച് നിലത്ത് കാലുറച്ച് നിൽക്കാതെ ചാടിക്കൊണ്ടേയിരിക്കും. ഒപ്പം ഉറക്കെ നിലവിളിക്കുകയും കരയുകയും ചെയ്യും. പിന്നീട് എന്റെ നേർക്ക് എറിഞ്ഞ വസ്തു ശരിക്കും എന്താണെന്ന് മനസ്സിലാകുമ്പോൾ, കൈയിലൊരു കല്ലുമെടുത്തുകൊണ്ട് തെരുവോരങ്ങളിലൂടെ അലറിവിളിച്ചുകൊണ്ട് ഞാനവരെ ഓടിക്കും. അവരുടെ വലയിൽ വീണ്ടും അകപ്പെടുന്നതുവരെ ഈ അവസ്ഥ തുടർന്നുകൊണ്ടേയിരിക്കും. കൺകെട്ടാനുള്ള തന്റെ ഊഴമെത്തുമ്പോൾ യൂസുഫിന്റെ നിർബന്ധത്തിന് വഴങ്ങിയായിരിക്കും ഞാൻ വീണ്ടും അവരുടെ ഒപ്പം കളിക്കാൻ കൂടുന്നത്.

ദൈവമേ, ഇത്രയും കാലം കഴിഞ്ഞശേഷം യഥാർത്ഥത്തിലുള്ള എലിയുടെ മുന്നിൽ വന്നുപെട്ടിരിക്കുകയാണ് ഞാൻ. തടവറ, കളികൾക്കു പറ്റിയ ഇടമല്ലെങ്കിലും പഴയ കൺകെട്ടുകളിയിലേർപ്പെട്ടേ തീരൂ എനിക്കിനി. നിന്നുനിന്ന് കാലുകൾ തളർന്നിരിക്കുന്നു. എലിയുടെ തുമ്പുപോലും കാണാനുമില്ല. കാർഡ് ബോർഡ് ഷീറ്റ് സെല്ലിന്റെ വാതിലിനരികിലേക്ക് നീക്കിയിട്ടു. അപ്പോൾ പൊത്തിൽനിന്നും പരമാവധി ദൂരത്തേക്ക് മാറിക്കിടക്കാനാകും. പക്ഷേ ഇത് കണ്ടാൽ ജയിലറിൽ സംശയം സൃഷ്ടിക്കും. അതിനാൽ കാർഡ് ബോർഡ് ഷീറ്റ് സെല്ലിന്റെ മധ്യഭാഗത്തേക്ക് നീക്കി ഇട്ടശേഷം അല്പനേരം നിവർന്നുകിടന്നുനോക്കി. പക്ഷേ വെള്ളിയും ചാരവും നിറങ്ങൾ കലർന്ന ആ എലിയുടെ ദൃശ്യം മാത്രം മനസ്സിൽനിന്ന് മായുന്നതേയില്ല. അതിന്റെ കുഞ്ഞ് ശരീരത്തെ എന്റേതുമായി താരതമ്യം ചെയ്ത് സംയമനം വീണ്ടെടുക്കാൻ ശ്രമിച്ചുനോക്കി. രഹസ്യപ്പൊലീസുകാർ എന്റെ ശരീരത്തെ എത്രമാത്രമാണ് പീഡിപ്പിച്ചത്. അതുമായി താരതമ്യം ചെയ്യുമ്പോൾ ഈ കുഞ്ഞുജീവി എന്തു ചെയ്യാനാണ്? പീഡകന്മാരുടെ മർദ്ദനങ്ങളൊക്കെ സഹിച്ച ഞാൻ ഈയൊരു എലിയുടെ മുന്നിൽ മുട്ടുകുത്തുമെന്നാണോ? ഇല്ല, ഒരിക്കലുമില്ല. നടക്കാത്ത കാര്യമാണത്. കണ്ണുകൾ മുറുകെയടച്ച് കിടക്കുന്നതിനിടയിൽ വെറുതേയാണെങ്കിൽകൂടിയും ആ എലിയെ സംബന്ധിച്ച ചിന്ത മനസ്സിൽനിന്ന് തുരത്തുവാൻ ശ്രമിച്ചുകൊണ്ടേയിരുന്നു.

പിന്നെയുള്ള മൂന്നു ദിവസങ്ങളിൽ തിരിഞ്ഞും മറിഞ്ഞും കിടന്നതേയുള്ളൂ. താക്കോൽക്കൂട്ടത്തിന്റെ അനക്കം, സഖാക്കളിലൊരാൾ കക്കൂസിലേക്ക് പോകുന്ന ശബ്ദം, മറ്റൊരാൾ വേദന സഹിക്കാതെ കരയുന്നത്. ഇങ്ങനെ ഏതു ശബ്ദം കേട്ടാലും ഞാൻ ചാടി എഴുന്നേറ്റിരിക്കും. ചെറിയൊരു ശബ്ദം പോലും മതി ഉണരാൻ. അതോടെ ജയിൽമുറി തീർത്തും മ്ലാനമായി മാറി. കണ്ണുകൾ തുറന്നിരുന്നിരുന്ന് കൺപോളകൾ വീർത്തുവന്നു. ചിലപ്പോൾ ആ എലിയെ വീണ്ടും കണ്ടാലോ എന്ന് മനസ്സ് പറയാൻ തുടങ്ങി. പകൽസമയം കണ്ടപ്പോൾ അതിന് കടുംചാരനിറമായിരുന്നു. ചിലപ്പോൾ ആദ്യം കണ്ട എലിയാകില്ല. അത് സ്ഥലം വിട്ടശേഷം പകരം മറ്റേതെങ്കിലും എലി വന്നതാകാം. ആർക്കറിയാം? ഈ തടവറയിലെത്തിയശേഷം പ്രഭാതങ്ങളെ ശ്രദ്ധിച്ചിട്ടില്ല. എന്നാൽ വെള്ളിയും

ചാരവും നിറങ്ങളുമുള്ള ആ എലി വന്നശേഷമാണ് ഞാൻ പ്രഭാതത്തെ കണ്ടെത്താൻ നിർബന്ധിതനായത്. അല്ലെങ്കിൽ അങ്ങനെയൊരു നേര മുണ്ടെന്ന് തോന്നാൻ തുടങ്ങിയത്. കാരണം നേരം വെളുക്കാൻ ഞാൻ ശരിക്കും കാത്തിരിക്കുകയായിരിക്കും. അപ്പോഴേ ആ പൊത്ത് നേരേ ചൊവ്വേ കാണാനാകൂ. എലിയുടെ വരവും പോക്കും നിരീക്ഷിക്കാനും അപ്പൊഴേ കഴിയുകയുമുള്ളൂ.

അങ്ങനെ ഇരിക്കവെയാണ് ഒരു ദിവസം രാവിലെ നിലത്തേക്ക് നീണ്ടിരുന്ന എന്റെ കൈയിലൂടെ എന്തോ സ്പർശിച്ച് കടന്നുപോയതുപോലെ തോന്നിയത്. നിലവിളിച്ചുകൊണ്ട് ഞാൻ ചാടി എഴുന്നേറ്റു. പക്ഷേ എലിയെ പുറത്തൊന്നും കണ്ടതുമില്ല. പിന്നെ കാണുന്നത് ജയിലർ സെല്ലിന്റെ വാതിൽ തുറക്കുന്നതാണ്. ഒപ്പം രണ്ട് രഹസ്യപ്പൊലീസുകാരുമുണ്ട്. അവരെന്നെ കണ്ണുകൾ കെട്ടി അടുത്ത 'സൽക്കാര'ത്തിനായി പുറത്തേക്ക് വലിച്ചിഴച്ചു കൊണ്ടുപോയി. കക്കൂസിൽ പോകണമെന്നൊന്നും ഞാൻ ആവശ്യപ്പെട്ടിരുന്നില്ല. പീഡനച്ചടങ്ങുകൾ വീണ്ടും തുടങ്ങുന്നതിനെക്കുറിച്ചും ഞാൻ ചിന്തിച്ചിരുന്നില്ല.

രഹസ്യജയിലിലും കരുതൽ തടങ്കൽപാളയത്തിലുമായി രണ്ടു വർഷത്തിലേറെക്കാലമായിരുന്നു ഞങ്ങളെ തടവിലിട്ടിരുന്നത്. ജുഡീഷ്യൽ പൊലീസുകാർ പബ്ലിക് പ്രോസിക്യൂഷൻ ഓഫീസിലേക്കും അന്വേഷണ കോടതി ജഡ്ജിയുടെ അരികിലേക്കും ഞങ്ങൾക്ക് പാറാവു വരും. അവരുടെ സിഗരറ്റുകൾ കുത്തിയണയ്ക്കാനും ചാട്ടവാറുകൾ പ്രയോഗിച്ചു നോക്കാനുമുള്ള ഇടമായിരുന്നു ഞങ്ങളുടെ ദേഹങ്ങൾ. ഈ ജയിലിലേക്ക് ഞങ്ങളെ മാറ്റി മൂന്നു മാസം പിന്നിട്ടപ്പോൾ ജയിൽ ഡോക്ടർ പറഞ്ഞതോർക്കുന്നു, ഇത്രയും കാലമായിട്ടും ഞങ്ങൾ ഒമ്പത് തടവുകാരുടെ മുറിവുകൾ മാത്രമെന്താണ് ഉണങ്ങാത്തതെന്ന് അദ്ദേഹത്തിന് മനസ്സിലാകുന്നതേയില്ലെന്ന്. അതേസമയം ഞങ്ങളുടെ സഖാക്കളായ മറ്റു തടവുകാരുടെയൊക്കെ ശരീരത്തിലെ രക്തസ്രാവം നിലയ്ക്കുകയും മുറിവുകളൊക്കെ ഏതാണ്ട് ഉണങ്ങുകയും ഭേദമാകുകയുമൊക്കെ ചെയ്തിരുന്നു.

ഈ ഒമ്പതുപേരുടെ പേരുകൾ എന്തൊക്കെയാണെന്ന് ഡോക്ടറോട് തിരക്കി. പേരുകൾക്കു പകരം അക്കൂട്ടത്തിൽനിന്ന് നാലുപേരുടെ ജയിൽ നമ്പറാണ് അദ്ദേഹം പറഞ്ഞത്; 11, 33, 78, 104. കസാബ്ലാങ്കയിലെ രഹസ്യ തടവറയായ ദർബ് മൗലാ അലി ശരീഫ് ജയിലിൽ കഴിയാൻ തുടങ്ങി രണ്ടു വർഷമായിട്ടും ഞങ്ങൾ തടവുകാർക്ക് പേര് വഴിയോ നമ്പർ വഴിയോ ഒന്നും പരിചയപ്പെടാൻ സാധിച്ചിരുന്നില്ല. തടവുകാർ പരസ്പരം അറിയാതിരിക്കാനായി ഞങ്ങളെ ഇടപഴകാൻ അനുവദിക്കാതെ, നിരന്തരം ഒരു തടങ്കൽപാളയത്തിൽനിന്നും മറ്റൊന്നിലേക്ക് മാറ്റിക്കൊണ്ടേയിരിക്കുന്നതായിരുന്നു പതിവ്. ഇക്കൂട്ടത്തിൽ എനിക്കറിയാവുന്ന ഏക കാര്യം പതിനൊന്നാം നമ്പർ തടവുകാരൻ സ്വലാഹ് റിബായിയാണ് എന്നതായിരുന്നു. ആദ്യത്തെ ആറുമാസക്കാലം അയാൾ എന്റെ സമീപത്തെ സെല്ലിലായിരുന്നു കഴിഞ്ഞിരുന്നത്.

എന്റെ നമ്പർ എപ്പോഴൊക്കെ വിളിക്കുന്നുവോ, അപ്പോഴൊക്കെ അടുത്ത നമ്പർ അയാളുടേതായിരിക്കുമെന്ന് അറിയാമായിരുന്നു. രഹസ്യ പ്പൊലീസുകാരുടെ പീഡനങ്ങൾ അല്പം ശമിക്കുന്ന രാത്രികാലങ്ങളിൽ കണ്ണുകൾ കെട്ടി കൈകാലുകൾ ബന്ധിച്ചിരുന്നെങ്കിൽപോലും ഞങ്ങൾ പരസ്പരം പുറംതിരിഞ്ഞ് ചേർന്നിരിക്കും. എന്റെ നമ്പർ എത്രയാണെന്ന് സ്വലാഹ് തിരക്കി. 'ഞാൻ 33 നമ്പർ, പേര് മൗലീൻ യസീദി' എന്ന് പറഞ്ഞപ്പോൾ അയാൾ പൊട്ടിച്ചിരിച്ചു. തന്റെ നമ്പർ 11 ആണെന്നും പേര് സ്വലാഹ് റിബായി എന്നാണെന്നും പറഞ്ഞു. നമ്മൾ ഒരേ സംഘടനയിൽ അംഗമാണെന്ന് കൂടി അയാൾ കൂട്ടിച്ചേർത്തു. ഞങ്ങൾക്കൊപ്പം ഈ തട വറയിലുള്ള മറ്റ് ഏഴ് തടവുകാർ കൂടി 'ഫതാഹുൽ ഇൽമി' സംഘടന യിൽ അംഗങ്ങളാണത്രെ.

എനിക്ക് സ്വലാഹിനെ നല്ല പരിചയമില്ലായിരുന്നു. എങ്കിലും ഫിലോ സഫി വിദ്യാർത്ഥിയായിരുന്ന ഇങ്ങനെയൊരാൾ സംഘടനയിൽ അംഗ മായിരുന്നു എന്നു കേട്ടിട്ടുണ്ട്. പക്ഷേ കവിത മാത്രമായിരുന്നു അയാ ളുടെ ഹൃദയധമനികളെ ശാന്തമാക്കി നിർത്തിയിരുന്നത്. സർവ്വകലാശാല യിൽ നടന്നൊരു പ്രക്ഷോഭത്തിനിടയ്ക്ക് സ്വലാഹ് കവിത ചൊല്ലുന്നത് കണ്ടിട്ടുണ്ട്. പക്ഷേ അന്നേരത്തെ സംക്ഷോഭാവസ്ഥ കാരണം അയാൾക്ക് പെട്ടെന്ന് കവിത നിർത്തേണ്ടിവന്നു. പ്രണയത്തേയും മൂവന്തിശോഭ യേയും പറവകളേയും സംബന്ധിച്ച കവിതകൾ കേൾക്കാൻ പറ്റിയ മാന സികാവസ്ഥയിലായിരുന്നില്ല അവിടെയാരുംതന്നെ. അലറിവിളിക്കുന്ന മുദ്രാവാക്യങ്ങളായിരുന്നു ഏവരുടെയും രക്തത്തിലന്നേരം അലിഞ്ഞു ചേർന്നിരുന്നത്. ആ ജ്വരസമാനമായ അവസ്ഥയിൽതന്നെയാണ് കവിത പോലും പിറവികൊള്ളുന്നത്. എന്നാൽ വിസിലടിയും ആക്രോശവും നിറഞ്ഞുനിൽക്കുന്ന അന്തരീക്ഷത്തിൽ സ്വലാഹ് വിയർത്തുകുളിച്ചാണ് പ്രസംഗപീഠത്തിൽനിന്ന് താഴേക്കിറങ്ങിവന്നത്. വേലിയേറ്റം വേലിയേറ്റ ത്തിനോടേ ചെവി നൽകുകയുള്ളൂ. ആരവങ്ങൾക്ക് മാത്രമേ അവിടെ സ്ഥാനമുണ്ടായിരുന്നുള്ളൂ. പൊലീസ് സ്റ്റേഷനിൽ വച്ച് പരിചയപ്പെട്ടപ്പോൾ ഞാൻ ഇക്കാര്യം അയാളോടു പറഞ്ഞു. ഞങ്ങൾ ഇരുവരും പൊട്ടിച്ചിരി ക്കുകയും ചെയ്തു. അന്നേരം സ്വലാഹ് പറഞ്ഞു.

"സഹോദരാ, ന്യായമായ ആശയങ്ങൾക്കായി വാദമുയർത്താനെ ത്തിയ ആ ആൾക്കൂട്ടം കരുതിയത് പ്രണയമൊക്കെ നിസ്സാരമാണെന്നാ യിരിക്കും. എന്നാൽ അവർ പ്രണയത്തിന്റെ അർത്ഥമെന്താണെന്ന് വലിയ ആശയങ്ങളെ പുണരുന്നതിന് മുമ്പ് മനസ്സിലാക്കിയിരുന്നെങ്കിൽ ഇതൊന്നുംതന്നെ സംഭവിക്കില്ലായിരുന്നു."

"പക്ഷേ നടന്നതിനോ ഇപ്പോൾ നടക്കുന്നതിനോ ഒന്നുംതന്നെ പ്രണ യവുമായി ഒരു ബന്ധവുമില്ലല്ലോ? സർവ്വതും അധികാരവുമായല്ലേ ബന്ധ പ്പെട്ട് കിടക്കുന്നത്? സർക്കാർ നിരന്തരമെന്നോണം എന്നെ അടിച്ച മർത്താനും തടങ്കലിൽ വയ്ക്കാനും തുനിഞ്ഞുകൊണ്ടിരിക്കുമ്പോൾ ഒരു

സ്ത്രീയോടോ കവിയോടോ സുഹൃത്തിനോടോ സഖാവിനോടോ പ്രണയ മുണ്ടായിട്ട് എന്ത് മാറ്റമാണ് സംഭവിക്കാനുള്ളത്? സ്നേഹത്തെക്കുറിച്ചാ ണെങ്കിൽ അതാദ്യം മനസ്സിലാക്കേണ്ടത് അവരാണ്. രഹസ്യപ്പൊലീസു കാരും അധികാരിവർഗവും. സ്നേഹത്തിന് വേണ്ടിയുള്ള നിങ്ങളുടെ ആഹ്വാനം അവരുടെ മുന്നിലാണ് അവതരിപ്പിക്കേണ്ടത്, ഞങ്ങളോടേ യല്ല."

"പക്ഷേ നമുക്കും ആവശ്യമുണ്ട് അത്തരമൊരു ശിക്ഷണം. ശാഖാ പരമായ കാര്യങ്ങളിൽ നമുക്കിടയിലുണ്ടാകുന്ന അഭിപ്രായ വ്യത്യാസ ങ്ങളും പരസ്പരം ആയുധമെടുക്കുന്ന അളവോളം അവ ചർച്ചകളുടെ മുഖ്യബിന്ദുക്കളായി മാറുകയും ചെയ്യുന്ന കാര്യമോർക്കുമ്പോൾ നമുക്ക് സ്നേഹത്തിന്റെ നല്ല ദാരിദ്ര്യമുണ്ടെന്ന് ഞാൻ പറയും. ദൈവമാണേ സത്യം, നമുക്ക് സ്നേഹത്തിന്റെ നല്ല കുറവുണ്ട്. ഒപ്പം മറ്റ് പല വസ്തു ക്കളുമുണ്ടെന്നതും മറക്കുന്നില്ല."

ഇതിനാലൊക്കെത്തന്നെ പതിനൊന്നാം നമ്പർ തടവുകാരനെക്കുറിച്ച് ഡോക്ടർ സംസാരിച്ചയുടനേ ഞാൻ ചിരിച്ചുപോയി. എന്താണ് ചിരിക്കാ നുള്ള കാരണമെന്ന് അദ്ദേഹത്തിന് മനസ്സിലായിരിക്കില്ല. "പ്രണയത്തിന്റെ അക്ഷരമാലകൾ ഇനി ഞങ്ങളെ എപ്പോഴും നിങ്ങൾക്ക് പഠിപ്പിക്കാമല്ലേ, സ്വലാഹേ. ചുറ്റികയും ആണിയും തമ്മിലുള്ള പ്രണയം, പ്രണയം: യാഥാർത്ഥ്യവും സാധ്യതകളും, ആറ് ദിവസങ്ങൾക്കുള്ളിൽ എങ്ങനെ പരസ്പരം പ്രണയിക്കാം തുടങ്ങിയ ഏത് വിഷയത്തെക്കുറിച്ചും നിങ്ങൾ ക്കിനി വാതോരാതെ സംസാരിക്കാം, അല്ലേ?"

ഞങ്ങൾ ഒമ്പത് തടവുകാരുടെ കാര്യത്തിൽ മാത്രം ചോദ്യം ചെയ്യലു കൾ നിർബാധം തുടർന്നതെന്തുകൊണ്ടാണെന്ന് എനിക്ക് മനസ്സിലായതേ യില്ല. ദിവസവും നാല് മണിക്കൂറിലധികം നേരമായിരുന്നു പീഡനപർവ്വ ങ്ങൾ നീണ്ടുനിന്നത്. എന്നാൽ അവർക്ക് എപ്പോഴും ചോദിക്കാനുണ്ടായി രുന്നത് ഒരേ ചോദ്യമായിരുന്നു. പല രൂപങ്ങളിൽ തിരിച്ചും മറിച്ചും ചോദി ക്കുമായിരുന്നു എന്നു മാത്രം. കാര്യങ്ങളുടെ അടിത്തട്ടുവരെ ചുഴ്ന്നെടു ക്കുകയായിരുന്നു അവരുടെ ലക്ഷ്യം. വേരുകളെക്കുറിച്ചും പദ്ധതിയിട്ട ലക്ഷ്യങ്ങളെക്കുറിച്ചും അറിയണമത്രേ. ഈ ഘട്ടത്തിലെത്തിയപ്പോൾ ചോദ്യംചെയ്യലിന്റെ രീതി ഒരു പ്രത്യേക വിഷയത്തിലേക്ക് തിരിഞ്ഞു.

ഖിദാ പ്രദേശത്തെ മൊറോക്കോയുമായി കൂട്ടിച്ചേർക്കുന്നതിനോട് ഞങ്ങളുടെ സംഘടനയ്ക്ക് അനുകൂല അഭിപ്രായമായിരുന്നോ എന്നാണ് അറിയേണ്ടത്. ഞങ്ങളുടെ വിചാരണയുടെതന്നെ കേന്ദ്രബിന്ദുവായി പിന്നീട് മാറിയ വിഷയമായിരുന്നു ഇത്. എന്നാൽ ആദ്യഘട്ടത്തിൽ ഞങ്ങ ളുടെ സംഘടനയ്ക്കും ഈ വിഷയത്തിൽ ഒരു ഏകാഭിപ്രായം ഇല്ലായി രുന്നു. ഞങ്ങൾ അറസ്റ്റ് ചെയ്യപ്പെടുന്നതുവരെ ഈ വിഷയം സംഘടന ഔദ്യോഗികമായോ അല്ലാതെയോ ചർച്ച ചെയ്തിരുന്നില്ല. അതേസമയം തുടക്കംമുതലേതന്നെ ഈ വിഷയത്തിൽ ഞങ്ങൾക്കെതിരെ പൊതുജ നാഭിപ്രായത്തെയും ദേശീയവാദി പാർട്ടികളെയും തിരിച്ചുവിടാനുള്ള

ശ്രമങ്ങൾ ആരംഭിച്ചിരുന്നു. മേൽപറയപ്പെട്ട പ്രദേശത്തെ രാജ്യത്തോട് കൂട്ടിച്ചേർക്കുക എന്ന് പറയുന്നത് പരിപാവനമായൊരു വിഷയമായിട്ടായിരിക്കും മിക്കവരും കാണുന്നത്.

ഭിന്നിപ്പിന്റെ ശക്തികളുടെ ഇടപെടലുകൾ കാരണം ഇക്കാര്യത്തിലൊരു ആശയക്കുഴപ്പവും മെല്ലെപ്പോക്കും ഉണ്ടാകുമെന്നത് തീർച്ചയാണ്. നിരക്ഷരതയും തൊഴിലില്ലായ്മയും ഇല്ലാതാക്കുന്നതുമായി ബന്ധപ്പെട്ട് ഞങ്ങൾ നടത്തിവന്നിരുന്ന ക്യാമ്പെയിനുകൾ സൃഷ്ടിച്ച ഘടകങ്ങൾക്കൊപ്പം പുതിയൊരു സാഹചര്യം കൂടി ഇതു കാരണം രൂപപ്പെടുവാൻ തുടങ്ങി. ഞങ്ങളുടേതുപോലുള്ള സാംസ്കാരിക-വിദ്യാഭ്യാസ പ്രസ്ഥാനങ്ങളിൽ ചേർന്ന് പ്രവർത്തിക്കുക എന്നത് ഖിദാ മേഖലയെ രാജ്യത്തോട് കൂട്ടിച്ചേർക്കേണ്ടതില്ല എന്നാണ് അർത്ഥമാക്കുന്നതെന്ന് പ്രചരിപ്പിക്കപ്പെടുകയും ചെയ്തു. അതോടുകൂടി ഭരണകൂടത്തെ അട്ടിമറിക്കാനുള്ള ശ്രമവും അതുമായി ബന്ധപ്പെട്ട ഗൂഢാലോചനയുമൊക്കെ നിസ്സാരമായി സ്ഥാപിക്കാനാകുന്ന കേസുകളായി മാറി. വെറും തൂലിക കൊണ്ടുപോലും ഭരണകൂടത്തെ അട്ടിമറിക്കാമെന്ന് വാദിക്കും.

തന്റെ മകൻ ഖാലിദിനെതിരെ പത്തു വർഷത്തെ തടവ് വിധിക്കപ്പെട്ടപ്പോൾ ലല്ലാ ഐശ ജഡ്ജിക്ക് നേരെ പൊട്ടിത്തെറിച്ചത് ഓർത്തുപോകുന്നു:

"എന്തന്യായമാണിത്. എന്റെ മോന് വെറും പതിനാറ് വയസ്സല്ലേയുള്ളൂ?"

"അവൻ ഭരണകൂടത്തെ അട്ടിമറിക്കാൻ ശ്രമിച്ചു."

"പേനകൊണ്ട് എങ്ങനെയാണ് ഒരു ഭരണകൂടത്തെ അട്ടിമറിക്കുന്നത്? എന്റെ മോന്റെയും ഈ പാവം ചെറുപ്പക്കാരുടെയും കാര്യമെടുത്താൽ, അവരുടെ വീടുകളിൽനിന്ന് പേനയും കടലാസും പുസ്തകങ്ങളും പത്രങ്ങളും മാസികകളുമല്ലാതെ മറ്റെന്താണ് നിങ്ങൾ കണ്ടുകെട്ടിയിട്ടുള്ളത്. ഭരണകൂടങ്ങളെ അട്ടിമറിക്കാൻ വെടിയുണ്ടകൾക്കല്ലേ പറ്റൂ?"

കനത്ത സുരക്ഷാവലയത്തിൽ അമർന്നിരുന്ന ആ കോടതിമുറിയിൽ നിന്ന് ലല്ലാ ഐശ പൊട്ടിത്തെറിച്ചു. അവസാനം അവർ ബോധമറ്റ് നിലത്തേക്ക് വീണു.

ഞങ്ങളുടെ കൂട്ടത്തിൽ ഏറ്റവും പ്രായം കുറഞ്ഞ തടവുകാരനായിരുന്നു ഖാലിദ്. ഹൈസ്കൂളിൽ പഠിക്കുന്നതേ ഉണ്ടായിരുന്നുള്ളൂ. കുഴപ്പം പിടിച്ച കേസായിരുന്നു അവന്റേത്. മനുഷ്യാവകാശലംഘനങ്ങളുടെ ഏറ്റവും വലിയ ഉദാഹരണമായാണ് പ്രതിഭാഗം അവനെതിരെയുള്ള കേസ് ഉയർത്തിക്കാട്ടിയത്. പ്രായപൂർത്തിയാകാത്ത വ്യക്തിയായതിനാൽ ഖാലിദിനെ മാത്രമെങ്കിലും മോചിപ്പിക്കണമെന്ന് പ്രതിഭാഗം ശക്തമായി വാദിച്ചു. എന്നാൽ കോടതി അത് പരിഗണിച്ചതേയില്ല. അങ്ങനെയാണെങ്കിൽ ഖാലിദിനെ കുട്ടികൾക്കുള്ള പ്രത്യേക ജയിലിലേക്ക് മാറ്റാനും പ്രത്യേകമായി വിചാരണ ചെയ്യാനുമാണ് പ്രതിഭാഗം വക്കീൽ പിന്നീട്

വാദിച്ചത്. അപ്പോഴാണ് ഉന്നത അധികാരകേന്ദ്രങ്ങളിൽനിന്ന് ആ ഉത്തരവ് കോടതിയെ തേടിയെത്തുന്നത്. ഞങ്ങൾക്കെതിരെയുള്ള എല്ലാ കേസുകളും ഒരുമിച്ചൊരു ഫയലായേ വിചാരണ ചെയ്യാവൂ എന്ന്. പക്ഷേ തന്നെ കുട്ടികൾക്കുള്ള ജയിലിലേക്ക് മാറ്റേണ്ടതില്ലെന്നാണ് ഖാലിദ് വാദിച്ചത്. ഒപ്പം തടവിലാക്കപ്പെട്ട മറ്റു സഖാക്കൾക്കൊപ്പം തന്നെയും വിചാരണ ചെയ്താൽ മതിയത്രേ. കോടതിയെ നോക്കി ഉറച്ച സ്വരത്തിൽ അവൻ പറഞ്ഞതിങ്ങനെയാണ്:

"നിങ്ങൾ എന്നെ എവിടേക്ക് കൊണ്ടുപോയാലും ശരിതന്നെ, ഞാനിവിടെ എന്തിനാണോ എത്തിപ്പെട്ടത് അത്തരമൊരു വിദ്യാഭ്യാസമേ എനിക്കാവശ്യമുള്ളൂ."

ഖാലിദിന് തീരെ പൊക്കമില്ലായിരുന്നു. ജഡ്ജിയുടെ പോഡിയത്തിനരികിൽ നിൽക്കുകയായിരുന്ന അവനെ നേരേചൊവ്വേ കാണാൻ സാധിക്കാത്തതിനാൽ, ഈ ആക്രോശമൊക്കെ നടത്തുന്നതാരെന്ന് കാണാനായി ജഡ്ജിക്ക് എത്തിനോക്കേണ്ടിവന്നു.

ഖാലിദ് പറഞ്ഞുതീർക്കുന്നതിന് മുമ്പുതന്നെ പ്രതിക്കൂട്ടിൽ നിൽക്കുകയായിരുന്ന ഞങ്ങൾ ഉറക്കെ വിപ്ലവഗാനങ്ങൾ ആലപിക്കാൻ തുടങ്ങി. സ്വന്തം അവകാശങ്ങൾക്കുവേണ്ടി ശബ്ദമുയർത്താറുള്ളപ്പോൾ ഇത്തരത്തിൽ ഗാനങ്ങൾ ആലപിക്കുന്നത് ഞങ്ങളുടെ രീതിയായിരുന്നു. ഇത് സ്വാഭാവികമായും പബ്ലിക് പ്രോസിക്യൂഷൻ വക്കീലിനെ ചൊടിപ്പിച്ചു. കേസ് നടപടികൾ മാറ്റിവയ്ക്കണമെന്ന് അയാൾ കോടതിയോട് ആവശ്യപ്പെട്ടു. എന്നാൽ ഇത് കൂടുതൽ മുദ്രാവാക്യങ്ങൾ ഉയർത്താനാണ് ഞങ്ങളെ പ്രേരിപ്പിച്ചത്. മുദ്രാവാക്യം മുഴക്കുന്നതും കൈയടിക്കുന്നതും ബഹളമുണ്ടാക്കുന്നതുമായ ഇത്തരം പ്രവൃത്തികളൊന്നുംതന്നെ കോടതിയിൽ അനുവദിക്കില്ലെന്ന് ജഡ്ജി ഞങ്ങൾക്ക് മുന്നറിയിപ്പ് നൽകി. ഇതുകേട്ടതും പ്രതിഭാഗത്തെ ഒരു വക്കീൽ ഇടപെട്ടു:

"ന്യായമായ കാര്യത്തിലുള്ള വിചാരണയാണ് നടക്കുന്നതെങ്കിൽ ബഹുമാനപ്പെട്ട ജഡ്ജിയുടെ വാക്കുകൾക്കനുസരിച്ച് നാം പെരുമാറിയേനേ. പക്ഷേ നാം ഇപ്പോൾ തീർത്തും അന്യായമായൊരു വിചാരണയിലാണ്. സ്വന്തം അഭിപ്രായം തുറന്നുപറഞ്ഞതിന്റെ പേരിൽ എങ്ങനെയാണ് ചെറുപ്പക്കാരായ ഇവർക്കെതിരെ വിധി പ്രഖ്യാപിക്കാനാകുന്നത്? വസന്തമെന്നൊരു കാലം ഒപ്പമുണ്ടായതിന്റെ പേരിൽ ഒരു വർഷത്തെ വിചാരണ ചെയ്യുന്നതുപോലെയല്ലേ ഇത്? അല്ലെങ്കിൽ പൂക്കൾ വിരിഞ്ഞതിന്റെ പേരിൽ വസന്തത്തോട് കണക്കു ചോദിക്കുന്നതുപോലെ?"

ഈ വാദം കേട്ടയുടനെ ഞങ്ങൾ വിചാരണത്തടവുകാർ വീണ്ടും ഉച്ചത്തിൽ മുദ്രാവാക്യം മുഴക്കാനും വിപ്ലവഗാനങ്ങൾ ആലപിക്കാനും തുടങ്ങി. ഞങ്ങൾക്കെതിരെയുള്ള മനുഷ്യാവകാശ ധ്വംസനങ്ങളെ തള്ളിപ്പറഞ്ഞുകൊണ്ടും പ്രതിഭാഗത്തിന്റെ കഴിവുകൾ വാഴ്ത്തിക്കൊണ്ടുമായിരുന്നു ഞങ്ങൾ ശബ്ദമുയർത്തിയത്.

കേസ് നടപടികൾ കേൾക്കാനായി നിയമിക്കപ്പെട്ട ജഡ്ജിക്കാവട്ടെ ക്രിമിനൽ വിചാരണകളിൽ പങ്കെടുത്തതിൽ മുൻപരിചയമേ ഇല്ലാത്ത വ്യക്തിയായിരുന്നു. സിവിൽ വ്യവഹാരങ്ങൾ മാത്രം കൈകാര്യം ചെയ്യുന്ന കോടതികളിലേ അയാൾ ജഡ്ജിയായിരുന്നിട്ടുള്ളൂ. അങ്ങനെയുള്ളൊരാളെ ഇത്തരമൊരു ദൗത്യം ക്രിമിനൽ കോടതി എന്തിനാണ് നൽകിയതെന്ന ചോദ്യമാണ് ഏവരുടേയും മനസ്സിലുയർന്നത്. കോടതി നടപടിക്രമങ്ങൾ ആരംഭിക്കുകയും ബന്ധപ്പെട്ട കക്ഷികൾ ഹാജരായി എന്ന് ഉറപ്പു വരുത്തുകയും ചെയ്തശേഷം കോടതി ഗുമസ്തൻ ഞങ്ങളുടെ കേസ് വായിക്കാൻ തുനിഞ്ഞതും ഈ ജഡ്ജി അത് വിലക്കി. ധാരാളം പേജുകളുള്ള കുറ്റാരോപണപത്രം വായിക്കുന്നത് സമയം പാഴാക്കുമത്രേ. അതോടെ ഈ ജഡ്ജിയെത്തന്നെ ഞങ്ങളുടെ കോടതിയിൽ നിയമിച്ചത് വിചാരണ നടപടികൾ അങ്ങേയറ്റം വഷളാക്കുവാൻ തന്നെയാണെന്ന് ഏവർക്കും ബോധ്യമായി.

ഖിദാ മേഖലയെ രാഷ്ട്രത്തോട് കൂട്ടിച്ചേർക്കുന്നത് സംബന്ധിച്ച എന്റെ നിലപാട് ചോദ്യം ചെയ്യുന്നതിനൊപ്പം പീഡകന്മാരുടെ അടയാളങ്ങൾ ശരീരത്തിൽ രക്തച്ചാലുകൾ തീർക്കാനും തുടങ്ങി. കൈകാൽമുട്ടുകളിലും ജനനേന്ദ്രിയത്തിലുമൊക്കെ വൈദ്യുതികൊണ്ട് ഷോക്കേല്പിക്കാനും സിഗരറ്റ് കത്തിച്ച് പൊള്ളിക്കാനും തുടങ്ങി. പക്ഷേ അപ്പോഴൊക്കെയും എന്റെ ശ്രദ്ധ ആ എലിയെക്കുറിച്ചായിരുന്നു. അത് സെല്ലിലെ പൊത്തിനുള്ളിലേക്ക് കയറിപ്പോയിരിക്കുമോ? ഇതാദ്യമായിട്ടായിരിക്കും പീഡനങ്ങൾ അരങ്ങേറുമ്പോഴും ഞാൻ അക്കാര്യം മറന്ന് വേറൊരു കാര്യത്തിൽ ആകുലപ്പെടുന്നത്. അവരുടെ ചോദ്യങ്ങൾക്കെല്ലാം എന്റെ മറുപടികൾ പേരിന് മാത്രമായി മാറി.

"ഖിദാ മേഖലയെ രാജ്യത്തോട് കൂട്ടിച്ചേർക്കുന്ന വിഷയത്തിൽ നിന്റെ രഹസ്യസംഘടനയ്ക്ക് യോജിപ്പായിരുന്നോ അല്ലയോ?"

"ആഭ്യന്തരമായ കാര്യങ്ങൾ മാത്രം ശ്രദ്ധിച്ച് ഞങ്ങൾ പ്രവർത്തനം തുടങ്ങിയിട്ടേ ഉണ്ടായിരുന്നുള്ളൂ. സംഘടനയുടെ സിദ്ധാന്തങ്ങളെയും നയനിലപാടുകളെക്കുറിച്ചുമുള്ള ചർച്ചകളേ ഞങ്ങൾക്കിടയിൽ നടന്നിരുന്നുള്ളൂ. ഇക്കാര്യത്തെക്കുറിച്ച് ആരും സംസാരിച്ചു കേട്ടിട്ടില്ല."

"നായിന്റെ മോനേ. നിരക്ഷരത നിർമ്മാർജ്ജനം, തൊഴിലാളികളെ സംഘടിപ്പിക്കൽ, പോസ്റ്ററുകളും ലഘുലേഖകളും പുറത്തിറക്കൽ... ഇവയൊക്കെയാണോടാ നിന്റെയൊക്കെ നയനിലപാട് ചർച്ചകൾ? വായ് തുറന്ന് സത്യം പറഞ്ഞോ തെമ്മാടീ, അല്ലെങ്കിൽ നിന്റെ എല്ലുകൾ ഒന്നൊന്നായി ഒടിക്കും ഞാൻ."

അടുത്ത നിമിഷം ചോദ്യം ചെയ്യുന്നയാൾ എന്റെ മുഖത്ത് ആഞ്ഞടിച്ചു. മൂക്കിൽനിന്ന് ചുടുരക്തം താഴേക്കൊഴുകാൻ തുടങ്ങി. പീഡനങ്ങൾ അരങ്ങേറുമ്പോൾ ഇത്തരത്തിൽ മൂക്കിൽനിന്ന് രക്തമൊഴുകുന്നത് എനിക്ക് പതിവാണ്. അടുത്ത നിമിഷം അയാളുടെ കൈയിലിരിക്കുന്ന

ചാട്ടവാർ നിലത്ത് ആഞ്ഞടിക്കുന്ന ശബ്ദം കേട്ടു. പിന്നാലെ അയാൾ അലറുന്നതും കേട്ടു:

“ഈ നായയെ വലിച്ചിഴച്ചുകൊണ്ടുപോകൂ. ഇവനെക്കൊണ്ടൊന്നും ഒരു ഗുണവുമില്ല.”

രഹസ്യപ്പൊലീസുകാർ സെല്ലിൽനിന്നും പുറത്തേക്കിറങ്ങിയതും ജയിലർ ഓടിവന്നു. ഇരുകൈകളിലും പിടിച്ച് അയാൾ എന്നെ പുറത്തേക്ക് വലിച്ചിഴച്ചുകൊണ്ടുപോയി. എനിക്കാണെങ്കിൽ എവിടെയെങ്കിലും കുറേ സമയം കൂടി പിടിച്ചുനിന്നാൽ മതിയെന്നായിരുന്നു. മുഷിഞ്ഞ ഗന്ധമുള്ള കക്കൂസിനുള്ളിലോ ചാട്ടവാറുകളും പീഡനങ്ങളും കാത്തിരിക്കുന്ന ചോദ്യം ചെയ്യൽ മുറികളിലോ, അല്ലെങ്കിൽ ഇപ്പോൾ വലിച്ചിഴച്ചുകൊണ്ടുപോകുന്ന ജയിലിന്റെ ഇടനാഴിയിലോ... എവിടെ ആയിരുന്നാലും കുഴപ്പമില്ല. ആ പൊത്തുള്ള സ്വന്തം സെല്ലിലേക്ക് തിരിച്ചുപോകുന്നത് പരമാവധി വൈകിപ്പിച്ചാൽ മതിയായിരുന്നു. അവിടെ എന്നെയും കാത്തിരിക്കുന്ന എലിയെക്കുറിച്ചോർത്തായിരുന്നു ശരിക്കും ഭയന്നിരുന്നത്.

ചോദ്യം ചെയ്യൽ മുറിയിലേക്ക് കടന്നുചെല്ലുമ്പോഴുള്ള ഭീതിയേ ആയിരുന്നില്ല സ്വന്തം സെല്ലിനുള്ളിലേക്ക് കയറുമ്പോൾ എന്റെ മനസ്സിലുണർന്നത്. അകത്തേക്ക് വലിച്ചുകൊണ്ടുവന്ന് തള്ളിയപ്പോൾ നിയന്ത്രിക്കാനാകാത്തവിധത്തിൽ വിറയ്ക്കുകയായിരുന്നു ശരീരമാസകലം. “മമ്മാ... എന്റെ മമ്മാ... വന്നു നോക്കുന്നില്ലേ, നിങ്ങളുടെ പൊന്നുമോന്റെ അവസ്ഥ ഇപ്പോഴെന്താണെന്ന്?”

ജയിലർ സെല്ലിന്റെ വാതിൽ തിരികെയടയ്ക്കുമ്പോൾ ശ്വാസം മുട്ടുന്ന സ്വരത്തിൽ ഞാനെന്തൊക്കെയോ പിച്ചും പേയും പറയുകയായിരുന്നു. ഇപ്പോൾ കഴിഞ്ഞ പീഡനം വെറും ഒട്ടകത്തിന്റെ അത്രയേ വരൂ, എന്നാൽ ഈ എലിയൊരു ആനയാണ് എന്നോ മറ്റോ ആയിരിക്കും ഞാൻ പിറുപിറുത്തിട്ടുണ്ടാവുക. എലിയോടുള്ള എന്റെ ഭീതിയും അതിന്റെ മുന്നിലുള്ള കീഴടങ്ങലും ഈ രഹസ്യപ്പൊലീസുകാർ എങ്ങാനും തിരിച്ചറിഞ്ഞിരുന്നെങ്കിൽ ലോകമാകമാനമുള്ള രഹസ്യാന്വേഷണ വിഭാഗങ്ങൾക്ക് അതൊരു ആഘോഷമായി മാറിയേനെ. ഈ രഹസ്യാന്വേഷണവിഭാഗങ്ങളുടെ ഉന്നത സമിതികൾ തടവുകാരുടെ ദൗർബല്യങ്ങൾ വിലയിരുത്താനും ചൂഷണം ചെയ്യാനും അത്യാവശ്യം വേണ്ട പരിശീലനപരിപാടികൾ തങ്ങളുടെ വിവിധ യൂണിറ്റുകൾക്കായി ആവിഷ്കരിച്ചേനേ.

തടിപ്പണിക്കാരനായിരുന്ന ഹൈദാവിയെന്ന മനുഷ്യനെ കുട്ടികളായ ഞങ്ങൾ അലോസരപ്പെടുത്തിയിരുന്നത് ഓർമ്മ വരുന്നു. “എടാ തേനേ” എന്ന് അയാളുടെ മുഖത്തുനോക്കി വിളിച്ചുപറഞ്ഞശേഷം ഞങ്ങൾ ഓടി മറയും. അതുപോലെതന്നെ തെരുവിൽ അലഞ്ഞുനടക്കുന്ന അബ്ദുൽ ഗനിയെ കക്ഷത്തിലും വയറിലുമൊക്കെ ഇക്കിളിയിട്ട് വാതോരാതെ ചിരിപ്പിക്കാനും ഞങ്ങൾക്ക് കഴിഞ്ഞിരുന്നു. എന്റെ കാര്യത്തിലാണെങ്കിൽ വെറുമൊരു എലിയെ ദേഹത്തേക്ക് എടുത്തെറിഞ്ഞാൽ മതി. അതെന്നെ ഏതറ്റംവരെ കൂട്ടിക്കൊണ്ടുപോകുമെന്നൊന്നും പറയാനേ സാധിക്കില്ല.

ഈ കാര്യങ്ങളെക്കുറിച്ചൊക്കെ മനസ്സിനകത്ത് ആലോചിച്ചുകൊണ്ടേയിരുന്നപ്പോഴാണ് ഒരു കാര്യം ശ്രദ്ധിച്ചത്. സെല്ലിനകത്ത് എത്തിയത് മുതലേ ഞാൻ നിൽക്കുകതന്നെയാണ്. അതോടെ നിലത്തേക്ക് ഇരുന്നു. കാലുകൾ മുന്നിലേക്ക് നീട്ടിവച്ച് കൈകൾ നിലത്ത് കുത്തി ചുമരിൽ ചാരി ഇരുന്നു. അല്പം കഴിഞ്ഞതും ഒരു ചലനം കണ്ണിൽപ്പെട്ടതും ചാടി എഴുന്നേറ്റു. പൊത്തിന് നേർക്ക് തുറിച്ചുനോക്കുമ്പോൾ അസ്ത്രങ്ങൾ പോലെയായിരുന്നു എന്റെ കണ്ണുകളന്നേരം. പിന്നീട് പതിയെ നിലത്ത് പതുങ്ങിയിരുന്നു. ആട്ടിൻകൂട്ടിലേക്ക് ചെന്നായ കടന്നുകയറാൻ ഇടയുണ്ടെന്ന് ഭയന്ന് ജാഗരൂകനായി നിൽക്കുന്ന ആട്ടിടയനെപ്പോലെ അനങ്ങാതെ ഇരുന്നു.

അവസാനം എലി പ്രത്യക്ഷപ്പെട്ടു. പക്ഷേ അതിനെ ധൈര്യത്തോടെ നേരിടാനുള്ള ശേഷി മാത്രം എനിക്കുണ്ടായിരുന്നില്ല. ഇനി ധൈര്യമുണ്ടെന്ന് പറഞ്ഞാൽപോലും അതിനെ ചവിട്ടിത്തുരത്താൻ എന്റെ കാലുകളിൽ ചെരുപ്പൊന്നുമില്ലല്ലോ? അതുകാരണം ഇരുന്നയിടത്തുതന്നെ പതുങ്ങിയിരുന്നതേയുള്ളൂ. പൊത്തിൽനിന്നും പുറത്തിറങ്ങിവന്ന എലി അല്പസമയം അവിടെ ചുറ്റിപ്പറ്റി നിന്നു. പക്ഷേ ആദ്യതവണ കണ്ടതുപോലെ വെള്ളിയും ചാരവും നിറങ്ങൾ കലർന്ന ചർമ്മമുള്ള എലിയായിരുന്നില്ല ഇത്. എന്റെ ചെറിയ ചലനംപോലും അറിയരുതെന്ന് കരുതി ശ്വാസം അടക്കിപ്പിടിച്ചു നിന്നു. സാന്നിധ്യമറിഞ്ഞാൽ അത് തന്റെ പഴയ നിറം വീണ്ടെടുത്ത് എന്റെ നേർക്ക് തിരിയാനിടയുണ്ട്.

എലി പൊത്തിനരികിൽനിന്നും സെല്ലിന്റെ മധ്യഭാഗത്തേക്ക് പതിയെ നടന്നുവന്നു. ഇത്രയുംകാലം വളരെ കുടുസ്സായൊരു മുറിയാണ് ഈ സെല്ലെന്നാണ് തോന്നിയിരുന്നത്. എന്നാൽ ഇപ്പോഴിതാ അതിന് വിവിധ മൂലകളും മധ്യത്ത് ആവശ്യത്തിന് സ്ഥലവുമൊക്കെ ഉള്ളതായി തോന്നുന്നു. സെല്ലിന്റെ മധ്യത്തെത്തിയതും അത് പെട്ടെന്ന് നിന്നു. ശ്വാസംപിടിച്ച് നിശ്ശബ്ദനായി അനങ്ങാതെ ഇരിക്കുമ്പോൾ എലി ചലിക്കുന്നത് പ്രതീക്ഷിക്കുകയായിരുന്നു എന്റെ മനസ്സ്. പക്ഷേ എലി അവിടെ നിന്ന് അനങ്ങിയതേയില്ല. ഒരു വൃത്തം വരച്ചിട്ടെന്നവണ്ണം അതിന് മധ്യത്തിലിരിക്കുന്ന എലിയെ കണ്ടപ്പോൾ അത് യോഗയോ മറ്റോ ചെയ്യുന്നതുപോലെയാണ് തോന്നിയത്.

ശ്വാസം പിടിച്ചിരുന്ന് ആ കാഴ്ച കാണുമ്പോൾ എനിക്ക് ചിരിപൊട്ടിപ്പോകുമോ എന്ന് തോന്നിപ്പോയി. ഞാനൊരു എലിയുമായി മുഖാമുഖം ഇരുന്നുവെന്ന് കേട്ടാൽ യൂസുഫ് വിശ്വസിക്കുമോ ഇല്ലയോ? അല്പമൊന്ന് ചലിച്ചശേഷം എന്നെ തീരേ പേടിപ്പെടുത്താതെ എലി അതിന്റെ പൊത്തിലേക്കുതന്നെ തിരിച്ചുപോയി. ഓഹ് ദൈവമേ, എന്താണ് ഈ സംഭവിച്ചത്? തിരിച്ചുവരുമോ? എന്നെ തനിച്ചാക്കി പോകുകയാണോ? സത്യത്തിൽ നമുക്ക് സുഹൃത്തുക്കളാകാൻ കഴിയുമോ? മന്ത്രിക്കുന്ന സ്വരത്തിൽ ആ എലിയോട് സംസാരിക്കുകയായിരുന്നു ഞാനന്നേരം.

എനിക്ക് എലികളോടുള്ള ഭയത്തിന്റെ കാരണത്തെക്കുറിച്ചായി അടുത്ത വിവരണം. കുട്ടിയായിരുന്നപ്പോൾ ഗ്രാമത്തിലെ മതപണ്ഡിതനായിരുന്ന എന്റെ പിതാവിനെ ഒരു എലി കടിച്ചു. അദ്ദേഹം ഖുർആൻ പതിപ്പ് സൂക്ഷിക്കുന്ന ഡെസ്കിനകത്തെ ദ്വാരത്തിലേക്ക് കൈ കടത്തിയപ്പോഴായിരുന്നു സംഭവം. വാപ്പ തന്നെയായിരുന്നു എന്നെയും പഠിപ്പിച്ചിരുന്നത്. വിദ്യാർത്ഥികളുടെ കൂട്ടത്തിൽ എന്നെ മുൻബഞ്ചിലായിരുന്നു അദ്ദേഹം ഇരുത്തിയിരുന്നത്. കടിയേറ്റതും വാപ്പ കൈ പുറത്തേക്കെടുത്തു. കൈയിലിരുന്ന ഖുർആനടക്കം ദൂരേക്കെറിഞ്ഞു. വിരലുകളിലൂടെ രക്തം ഇറ്റിറ്റുവീഴുന്നുണ്ടായിരുന്നു. കടിയേറ്റത് അദ്ദേഹത്തിനായിരുന്നെങ്കിലും പേടിച്ചുകരഞ്ഞത് ഞങ്ങൾ കുട്ടികളായിരുന്നു. ബഹളം കേട്ടെത്തിയ സമീപത്തെ പലചരക്ക് കച്ചവടക്കാരൻ ബാജല്ലൂൽ എലിയെ തല്ലിക്കൊന്നു. എന്നു മാത്രമല്ല അതൊരു സാധാരണ എലിയല്ലെന്നും വിഷമുള്ള ജാതിയാണെന്നുകൂടെ അയാൾ പറഞ്ഞു. വാപ്പയുടെ മുഖമാകെ വിളറിപ്പോയിരുന്നു. ഗ്രാമത്തിലെ ക്ലിനിക്കിൽ പോയപ്പോൾ വിഷമുള്ള എലിയാണെന്ന ധാരണ ബലപ്പെട്ടതേയുള്ളൂ.

അന്നുമുതലാണ് ഞാൻ നിന്നെ വെറുക്കാൻ തുടങ്ങിയത്. മുമ്പൊരുനാളും കണ്ടിട്ടില്ലാത്തവിധത്തിൽ വാപ്പയുടെ പ്രസന്നതയാകെ കരിവാളിച്ചുപോയത് കാണേണ്ടിവന്നു. എലി കടിച്ചാൽ വിഷബാധയേൽക്കില്ലെന്ന് പിൽക്കാലത്ത് പഠിച്ച ശാസ്ത്രപാഠങ്ങളൊന്നുംതന്നെ പഴയ ഭീതിയെ ഇല്ലാതാക്കിയില്ല. ചെയ്യേണ്ടതെല്ലാം അതിനകം കാലം ചെയ്തു കഴിഞ്ഞിരുന്നു. സർവ്വഎലികളോടുമുള്ള പകയും ഭീതിയും എന്റെ മനസ്സിൽ രൂഢമൂലമായിത്തീർന്നിരുന്നു അപ്പോഴേക്കും. പക്ഷേ ഇപ്പോൾ നീതികച്ചും മാന്യമായാണ് എന്റെ മുന്നിൽ പ്രത്യക്ഷപ്പെട്ടത്. തീർത്തും വ്യത്യസ്ത ഇനത്തിൽപ്പെട്ട മറ്റേതോ ജീവിയാണെന്നേ തോന്നുകയുള്ളൂ. ചിലപ്പോൾ 1950കളിലെ പഴയ എലികളും ഇപ്പോൾ 1970കളിലെ പുതിയ എലികളും തമ്മിൽ കാര്യമായി വ്യത്യാസമുണ്ടാകാം. ഇരുപതോ കൂടുതലോ വർഷങ്ങൾ ഒരു വ്യക്തിയെ സംസ്കരിക്കാനോ മെരുക്കാനോ ധാരാളമല്ലേ? എന്തുകൊണ്ട് അക്കാര്യം എലികളുടെ കാര്യത്തിലും സംഭവിച്ചുകൂടാ?

ഞാൻ പിന്നെയും ആ എലിയെത്തന്നെ സൂക്ഷിച്ചുനോക്കി. ചെറിയൊരു കുഞ്ഞുപക്ഷിയുടെ ഭാരമേ അതിനുണ്ടാകൂ. അതിന്റെ ചാരനിറം കൂടുതൽ മങ്ങി മണ്ണിന്റേതുപോലെയായിരിക്കുന്നു. ഉപ്പുകല്ലിന്റെ അത്രമാത്രം വലിപ്പമുള്ള കണ്ണുകളുടെ നിറമേതെന്ന് പറയാൻ തന്നെയാകില്ല. ഒരു നേർരേഖയുടെ അവസാനമുള്ള രണ്ട് ബിന്ദുക്കൾപോലെയേ തോന്നൂ വായും മൂക്കുമൊക്കെ കണ്ടാൽ.

“ഇപ്പോൾ മാത്രമാണ് നമുക്കിടയിലുള്ള പ്രശ്നങ്ങളൊക്കെ അപ്രത്യക്ഷമായത്. ചിലപ്പോൾ നമുക്ക് സുഹൃത്തുക്കളായി മാറാനായേക്കും.” എലി അത് ഇരുന്ന സ്ഥാനത്തുനിന്നും അല്പം ചലിച്ചതും ഞാൻ തുടർന്നു:

"ഇല്ല, പരസ്പരം അറിഞ്ഞു, പ്രശ്നങ്ങൾ എല്ലാം അവസാനിച്ചു എന്ന തിനപ്പുറം ഞാൻ നിനക്കൊരു പേരിടും. പറ്റിയൊരു പേര് കണ്ടുപിടി ക്കണം. ശരിയാണ്, നമ്മൾ പരിചയപ്പെട്ടുകഴിഞ്ഞു. പക്ഷേ പരസ്പരം മനസ്സിലാക്കുക എന്നത് കേവലമൊരു ദിവസംകൊണ്ട് തീർന്നുപോകുന്ന കാര്യമല്ല. ഏറ്റവും കുറഞ്ഞത് എന്റെ കാര്യത്തിലെങ്കിലും അങ്ങനെയല്ല. എനിക്ക് നിന്റെ വർഗ്ഗത്തെക്കുറിച്ചറിയാം. മറ്റു ജീവജാലങ്ങൾ ഇല്ലായിരു ന്നെങ്കിൽ നിന്റെ വർഗത്തിന് ജീവനോടെ തുടരാനാകില്ലായിരുന്നു.

പണ്ട് മഹാപ്രളയത്തിന്റെ കാലത്ത് നോഹയുടെ കപ്പൽ പേടകം ജീവികളുടെ കാഷ്ഠംകൊണ്ട് നിറഞ്ഞു. കപ്പലിലുണ്ടായിരുന്ന ആളുകൾ ഇക്കാര്യത്തിൽ നോഹയോട് പരാതിപ്പെട്ടു. അദ്ദേഹം ഉടനെ ആനയുടെ വാലിൽ പിടിച്ച് മുറുക്കി. ഉടനെ ആണും പെണ്ണുമായ രണ്ട് പന്നികൾ താഴേക്ക് വീണത്രെ. അവ മറ്റു ജീവജാലങ്ങളുടെ ചാണകം ഭക്ഷിക്കാൻ തുടങ്ങി. അതിനിടയിലാണ് ആൺപന്നി തുമ്മുന്നത്. അപ്പോഴാണ് ആണും പെണ്ണുമായ നിന്റെ വർഗം രണ്ട് എലികൾ പുറത്തേക്ക് വരു ന്നത്. അതിനർത്ഥമെന്താണ്? ആ പന്നി തുമ്മിയില്ലായിരുന്നെങ്കിൽ നിന്റെ വർഗം ഉണ്ടാകുകതന്നെ ഇല്ലായിരുന്നു എന്നല്ലേ?

ഞാനെന്തായാലും നിനക്ക് പറ്റിയൊരു പേര് കണ്ടെത്തും. അതു പയോഗിച്ച് ആവശ്യമുള്ളപ്പോൾ വിളിക്കാമല്ലോ? പക്ഷേ എന്തു പേരാണ് നിനക്ക് ഇടേണ്ടത്? ഇത്രയും കോലാഹലങ്ങളൊക്കെ ഉണ്ടാക്കിയ നിനക്ക് എന്തു പേര് നൽകിയാലാണ് ശരിയാകുക? എന്തായാലും നമ്മൾ പര സ്പരം കീഴടങ്ങിയല്ലോ? ഏറ്റവും കുറഞ്ഞത് ഞാനെങ്കിലും നിനക്ക് മുന്നിൽ കീഴടങ്ങി എന്നതാണ് നേര്.

കിട്ടിപ്പോയി, കോലാഹലക്കാരൻ എന്നർത്ഥത്തിൽ ഞാൻ നിന്നെ 'ഹൈസ' എന്ന് വിളിക്കും. 'സ്ലിമേൻ ഹൈസ'. ഒരു കുഴപ്പവുമില്ല എന്താ യാലും."

അങ്ങനെയാണ് സ്ലിമേനുമായുള്ള എന്റെ ബന്ധത്തിന് തുടക്കം കുറിക്കുന്നത്. അത് പിന്നീട് പ്രതീക്ഷിക്കാത്ത അതിരുകളോളം വളരു കയും ചെയ്തു. വിചാരണ തുടങ്ങിയതിനുശേഷം ഞങ്ങളെ പഴയ ഒരു ജയിലിലേക്ക് മാറ്റി. പണ്ട് ദേശീയപ്രസ്ഥാനവുമായി ബന്ധപ്പെട്ട തടവു കാരെ പാർപ്പിക്കാനായി ഫ്രഞ്ച് കോളനിശക്തികൾ പണിത ജയിലായി രുന്നു അത്. കാര്യങ്ങൾ ഒരുവിധം ശാന്തമായി മാറിയപ്പോൾ സ്ലിമേൻ തന്റെ പൊത്തിൽനിന്നും പുറത്തേക്കിറങ്ങി വന്നിരുന്നെങ്കിലെന്ന് ഞാൻ കൊതിച്ചുപോയി. എലിയാകട്ടെ ഇടയ്ക്കിടയ്ക്ക് പൊത്തിൽനിന്നും പുറ ത്തേക്ക് വരികയും പിന്നീട് ഉള്ളിലേക്ക് തന്നെ കയറിപ്പോകുകയും ചെയ്തുകൊണ്ടിരുന്നു. വൈകാതെ ഈ സ്ലിമേൻ ഹൈസ ഒരു ചൂടൻ വിഷയമായി മാറി. ഇത് ആരാണെന്നറിയാനായി രഹസ്യപ്പൊലീസുകാർ ഞങ്ങളുടെ സഖാക്കളെയെല്ലാം പലതവണ ചോദ്യം ചെയ്തു.

ഒരു ചോദ്യം ചെയ്യലിനിടയിൽ ആ പേര് എന്റെ നാവിൽനിന്ന് പുറ ത്തേക്ക് വന്നുപോയതാണ് എല്ലാത്തിനും കാരണം. അതോടെ

ദിവസങ്ങൾ നീണ്ട പീഡനങ്ങൾക്ക് ഞാൻ വിധേയനായി. എന്നെ കുറച്ചു ദിവസം കാണാതായാൽ സ്ലിമേൻ തിരിച്ചുവരാത്തവിധം സ്ഥലംവിടുമോ എന്നു കരുതിയാണ് ഞാൻ അവന്റെ പേര് ഉറക്കെ വിളിച്ചത്. അതിന് വേറെന്തെങ്കിലും ഉദ്ദേശ്യമേയില്ലായിരുന്നു. എന്നാൽ ചാട്ടവാറിന് ഒരു നിമിഷം വിശ്രമം ലഭിച്ചതും പീഡകന്മാരിലൊരാൾ എന്റെ മുഖത്ത് നോക്കി അലറിയത് ഇങ്ങനെയായിരുന്നു:

“ആരാണെടാ ഈ സ്ലിമേൻ? നീ പറയുന്നത് കേട്ടല്ലോ? നിന്റെയൊക്കെ സംഘടനയുടെ നേതാവായിരിക്കുമല്ലേ? ഖിദാ പ്രദേശത്തെ രാജ്യത്തോട് കൂട്ടിച്ചേർക്കാനേ പാടില്ലെന്ന പ്രത്യേക രേഖ തയ്യാറാക്കിയത് അവനാണോ? പറയെടാ, ആരാണീ സ്ലിമേനെന്ന്.”

അത്രയും പറഞ്ഞുകഴിഞ്ഞതും അയാളെന്റെ വാരിയെല്ലുകൾക്കിടയിൽ ആഞ്ഞിടിച്ചു. അസ്ഥികൾക്ക് തീ പിടിച്ചതുപോലെയാണ് ആദ്യം തോന്നിയത്. പിന്നീട് തണുത്തുറഞ്ഞതുപോലൊരു മരവിപ്പും. ഞാനാകട്ടെ ‘സ്ലിമേൻ ഹൈസ’ എന്ന് ആവർത്തിച്ചതേയുള്ളൂ.

രഹസ്യപ്പൊലീസുകാർ എന്നെ സെല്ലിലേക്ക് വലിച്ചിഴച്ചുകൊണ്ടുപോയി. പത്രത്തിന്റെ നേരെ മധ്യഭാഗത്തെ ഹെഡ്‌ലൈൻ പോലെ ആ സെല്ലിന്റെ മധ്യഭാഗത്തായി സ്ലിമേൻ ഇരിക്കുന്നത് കണ്ടതും ഞാൻ പുഞ്ചിരിച്ചു. രാജ്യത്തെ രഹസ്യാന്വേഷണ യൂണിറ്റുകളെല്ലാം ഇതിനകം സ്ലിമേന് വേണ്ടിയുള്ള അന്വേഷണം തുടങ്ങിയിട്ടുണ്ടാകും. എന്നാൽ സാക്ഷാൽ സ്ലിമേൻ ഇതാ എന്റെ മുന്നിലിരിക്കുകയുമാണ്. ജീവിച്ചിരിക്കുന്നവരോ മരിച്ചവരോ ആയ ഒരു വ്യക്തിയുമായും സ്ലിമേൻ ഹൈസ എന്ന പേരിന് യാതൊരു ബന്ധവുമില്ലെന്ന് കണ്ടെത്താൻ രഹസ്യപ്പൊലീസ് വിഭാഗത്തിന് ഒന്നൊന്നര ദിവസം വേണ്ടിവന്നു. വെറുമൊരു എലിയുടെ പേരിൽ രാജ്യവ്യാപകമായൊരു ‘മാൻ ഹണ്ടിംഗ്’ നടക്കുമെന്ന് ഞാൻ സ്വപ്നത്തിൽപോലും വിചാരിച്ചില്ല. സ്ലിമേൻ ഹൈസ എന്ന പേരുമായി സാമ്യമുണ്ടെന്ന് തോന്നുന്ന ഇരുപതോളം വേറെ പേരുകളാണ് അവർ എന്നെ കാണിച്ചത്: അഹ്മദ് സ്ലിമേൻ, ആശൂർ സ്ലിമേൻ, സ്ലിമേൻ ഐശ. പക്ഷേ സ്ലിമേൻ ഹൈസയെ മാത്രമേ അറിയൂ എന്നായിരുന്നു എന്റെ മറുപടി.

“നീ അയാളെ കണ്ടിട്ടുണ്ടോ?”

“അതെ. ഒരു നാല് തവണ.”

അവർക്കറിയേണ്ടിയിരുന്നത് സ്ലിമേന്റെ രൂപത്തെ സംബന്ധിച്ചൊരു വിവരണമായിരുന്നു. “ആൾ പൊക്കം കുറവാണ്, മെലിഞ്ഞ ദേഹം, ഭാരക്കുറവ്, മണ്ണിന്റെ നിറമാണ്. കുഞ്ഞു കണ്ണുകൾ. ഗോതമ്പ് മണിയുടെ മാത്രം വലിപ്പമുള്ള വായും മൂക്കും.” ഇതായിരുന്നു ഞാൻ കൊടുത്ത ചിത്രം.

“അയാൾ കണ്ണട ധരിക്കാറുണ്ടോ?”

“അതറിയില്ല. ഞാൻ കണ്ടപ്പോഴൊന്നും കണ്ണട വച്ചതായി കണ്ടിട്ടില്ല. മറ്റു സമയങ്ങളിൽ വായിക്കാനോ മറ്റോ കണ്ണട ഉപയോഗിക്കുമായിരിക്കും.”

“അയാൾ നിങ്ങളെ കാണാനായി തനിച്ചാണോ വന്നത്? അതോ ഒപ്പം ആരെങ്കിലുമുണ്ടായിരുന്നോ?”

“ഞങ്ങൾ തമ്മിൽ കണ്ട നാല് തവണയും ഒപ്പമൊരു സ്ത്രീയുമുണ്ടായിരുന്നു.”

“ഒരേ സ്ത്രീയായിരുന്നോ എപ്പോഴും വന്നത്?”

“അല്ല.”

എന്തായാലും ഈ സ്ലിമേൻ ആരാണെന്ന കാര്യത്തിൽ അവർക്ക് ആകെ അവ്യക്തമായ ചിത്രം മാത്രമാണ് എന്നിൽനിന്ന് ലഭിച്ചത്. അതോടെ എന്നെ ഇക്കാര്യത്തിൽ ചോദ്യം ചെയ്യുന്നതിൽ കാര്യമില്ലെന്ന് കരുതി സ്ലിമേൻ ഹൈസ എന്ന പ്രസ്ഥാനവുമായി ബന്ധപ്പെട്ട നാമത്തിൽ അറിയപ്പെടുന്ന സഖാവിനു വേണ്ടിയുള്ള അന്വേഷണം രഹസ്യപ്പൊലീസ് ആരംഭിച്ചു. ഞങ്ങളെ എല്ലാവരെയും ഒരു സെൽ ബ്ലോക്കിലേക്ക് കൊണ്ടുവന്നപ്പോൾ വിചാരണ തുടങ്ങാൻ പോകുന്നു എന്ന ആശ്വാസമായിരുന്നു പൊതുവിലെല്ലാവർക്കും തോന്നിയത്. പക്ഷേ സ്ലിമേനെ പിരിയേണ്ടിവരുന്നതിനാൽ എന്നെ സംബന്ധിച്ച് അതൊരു ദുഃഖദിനം തന്നെയായിരുന്നു. തന്റെ മാളത്തിലേക്ക് കയറിപ്പോയ അവൻ പിന്നെ തിരികെ വന്നതേയില്ല. തുറന്നുകിടക്കുന്ന സെല്ലിന്റെ വാതിലിലൂടെ പുറത്തേക്ക് കടക്കുമ്പോൾ ഞാൻ തീരേ പതിയെയാണ് കാലുകൾ വച്ചത്. തന്റെ പ്രിയതമയെ കാണാമെന്ന് വാക്കുകൊടുത്തൊരു സ്ഥലത്തെത്തിയ കാമുകൻ, അവിടെ നിൽക്കുന്നത് വിലക്കപ്പെട്ടതാണെന്ന് അറിയിക്കാനെത്തുന്ന സദാചാരപ്പൊലീസിനെ കണ്ട് തിരിഞ്ഞുനോക്കുന്നതുപോലെയായിരുന്നു എന്റെ അവസ്ഥ. സ്ലിമേൻ ഇറങ്ങിവന്നാലോ എന്ന് പ്രതീക്ഷിച്ച് ഞാനപ്പോഴും പൊത്തിലേക്കുതന്നെ തിരിഞ്ഞുനോക്കുന്നുണ്ടായിരുന്നു.

രണ്ട്

ഒരേ സെൽബ്ലോക്കിൽ ഒരുമിച്ച് താമസിപ്പിക്കാൻ തുടങ്ങിയെങ്കിലും ഞങ്ങളുടെ വിചാരണ ആരംഭിക്കുന്നതിന്റെ യാതൊരു ലക്ഷണവും കാണാനില്ലായിരുന്നു. കരുതൽതടങ്കലിലെ സാഹചര്യങ്ങൾ വളരെ വഷളായിരുന്നു. താത്വികമായി നോക്കുകയാണെങ്കിൽ ഞങ്ങൾ വെറും കരുതൽ തടവുകാർ മാത്രമാണ്. കാരണം ഞങ്ങൾക്കെതിരെ കുറ്റം ചുമത്തുകയോ അല്ലെങ്കിൽ നിരപരാധികളാണെന്ന് വിധി പ്രഖ്യാപിക്കുകയോ ചെയ്യേണ്ട ചുമതലയുള്ളവർ അതിനൊന്നിനും തയ്യാറാകുന്നതേയില്ല. ഞങ്ങളോടുള്ള ക്രൂരമായ പെരുമാറ്റത്തിൽനിന്നുതന്നെ അധികാരികൾ എത്ര വെറുപ്പോടെയാണ് ഞങ്ങളെ നോക്കിക്കാണുന്നതെന്ന് മനസ്സിലാകും. കരുതൽ തടവുകാലത്തെ വേറിട്ടുനിർത്തുന്നത് അവിടത്തെ കഠിനമായ സാഹചര്യങ്ങളും തടവുകാരെ സംബന്ധിച്ച രാജ്യത്തെ നിയമങ്ങളും അന്തർദേശീയ വ്യവസ്ഥകളുമൊക്കെ ലംഘിക്കപ്പെടുന്നതും തന്നെയാണ്. അക്കൂട്ടത്തിൽ ഏറ്റവും കടുത്ത മനുഷ്യാവകാശലംഘനം ആരോഗ്യരക്ഷാ സംവിധാനങ്ങളുടെ സമ്പൂർണമായ അസാന്നിധ്യംതന്നെയായിരുന്നു. ഇന്നും ഞങ്ങൾ അനുഭവിച്ചുകൊണ്ടിരിക്കുന്ന മിക്ക രോഗങ്ങൾക്കും കാരണം അക്കാലത്ത് നേരിടേണ്ടിവന്ന ജീവിതസാഹചര്യങ്ങൾ മൂലമുണ്ടായവയാണ്. അഭിഭാഷകർക്ക് ഞങ്ങളെ കാണാനുള്ള അനുമതിപോലും ലഭിച്ചിരുന്നില്ല.

ആറുമാസക്കാലത്തിൽ അധികമാണ് ഞങ്ങൾക്ക് കരുതൽ തടങ്കൽ പാളയത്തിൽ കഴിയേണ്ടിവന്നത്. അതോടെ ഒന്നുകിൽ വിചാരണയ്ക്കായി കോടതിയിൽ ഹാജരാക്കുക, അല്ലെങ്കിൽ മോചിപ്പിക്കുക എന്നീ ആവശ്യങ്ങൾ ഉന്നയിച്ചുകൊണ്ട് ഞങ്ങൾ നിരാഹാരസമരം തുടങ്ങി. ഏഴ് ദിവസം നീണ്ട നിരാഹാരസമരത്തിനൊടുവിൽ വിചാരണ തുടങ്ങാം എന്ന ഉറപ്പ് അവർ ഞങ്ങൾക്ക് നൽകി. എന്നാൽ നീതിന്യായ സംവിധാനങ്ങളെ അധിക്ഷേപിച്ചു എന്നൊരു ആരോപണംകൂടി ഞങ്ങൾക്കെതിരെയുള്ള കുറ്റപത്രത്തിൽ അവർ എഴുതിച്ചേർത്തു. ഞങ്ങളുടെ ആവശ്യങ്ങൾ അംഗീകരിക്കുവാൻ ഇടപെടണമെന്ന് അഭ്യർത്ഥിച്ചുകൊണ്ട് നീതിന്യായവകുപ്പ് മന്ത്രിക്ക് കത്തെഴുതിയതിന്റെ പ്രതികാരമായിരുന്നു ഈ പുതിയ കുറ്റാരോപണം.

അനുഭവിച്ചുകൊണ്ടിരിക്കുന്ന മനുഷ്യാവകാശലംഘനങ്ങളെയാകെ തുറന്നുകാട്ടാനുള്ള അവസരമായിരിക്കും കോടതിവിചാരണ തുടങ്ങുന്ന തോടെ ലഭിക്കുക എന്നായിരുന്നു ഞങ്ങൾ കരുതിയിരുന്നത്. സർവ്വതും തുറന്നുപറയുവാൻ അവസരം ലഭിക്കുമെന്ന് കരുതി തെരുവുകളിൽനിന്ന് അജ്ഞാതരായ സർക്കാർ കിങ്കരന്മാർ ഞങ്ങളെ പിടിച്ചുകൊണ്ട് പോയ തിനെക്കുറിച്ച്... അദ്ധ്യാപകരാണെങ്കിൽ സ്കൂളിൽവച്ച് വിദ്യാർത്ഥികളുടെ മുന്നിൽനിന്നും, അല്ലെങ്കിൽ ജോലി ചെയ്യുന്ന മറ്റിടങ്ങളിൽനിന്നുമൊക്കെ തട്ടിക്കൊണ്ടുപോയതിനെക്കുറിച്ചുമൊക്കെ ഞങ്ങൾക്ക് പറയാനുണ്ട്. പാതിരാത്രിനേരങ്ങളിൽ ഞങ്ങളുടെ വീടുകളിലേക്ക് അതിക്രമിച്ചുകയറു വാൻ അവർക്ക് ഒരു മടിയുമുണ്ടായിരുന്നില്ല. കൂട്ടത്തിൽ ആരെയൊക്കെ പിടികൂടിയോ അവരെയൊക്കെ കണ്ണുകൾ കെട്ടി കൈകാലുകൾ ബന്ധിച്ച് സ്വകാര്യ വാഹനങ്ങൾക്കുള്ളിലേക്ക് തള്ളും. പിന്നീട് അജ്ഞാതമായ ഏതെങ്കിലും തടങ്കൽപാളയത്തിൽ എത്തിച്ചേരുന്നതുവരെ അനുഭവി ക്കേണ്ടിവന്നത് ക്രൂരമായ മർദ്ദനങ്ങളും അധിക്ഷേപങ്ങളുമായിരുന്നു.

കസാബ്ലാങ്കയിലെ ദർബ് മൗലാ അലി ശരീഫ് രഹസ്യതടങ്കൽ പാളയ ത്തിൽ നാല് മാസക്കാലം മുതൽ രണ്ട് വർഷത്തോളം ഞങ്ങൾക്ക് കഴി യേണ്ടിവന്നത് അങ്ങനെയാണ്. എപ്പോഴും അടങ്ങി ഒതുങ്ങി കിടന്നേ മതിയാകുമായിരുന്നുള്ളൂ. ആകെ ഒരുനേരം ലഭിക്കുന്ന ഭക്ഷണം കഴി ക്കുന്ന നേരത്ത് മാത്രമേ എഴുന്നേറ്റിരിക്കുവാൻ ഞങ്ങൾക്ക് അനുവാദ മുണ്ടായിരുന്നുള്ളൂ. അക്കാര്യം എപ്പോഴൊക്കെ ലംഘിക്കുവാൻ ശ്രമി ച്ചുവോ, അപ്പോഴെല്ലാം ക്രൂരമായ ചാട്ടവാറടിയായിരുന്നു ശിക്ഷ. സദാ സമയവും ഞങ്ങളുടെ കണ്ണുകൾ കറുത്ത തുണികൊണ്ട് കെട്ടുകയും കൈകൾ ബന്ധിക്കുകയും ചെയ്തിരുന്നു. കിങ്കരന്മാരുടെ കണ്ണുവെട്ടിച്ച് വല്ലതും പിറുപിറുക്കുന്നതല്ലാതെ ഞങ്ങൾക്ക് പരസ്പരം സംസാരിക്കു വാനുള്ള അനുമതിയില്ലായിരുന്നു.

ഇന്നും മനസ്സിലാകാത്തൊരു കാര്യമുണ്ട്. കുറ്റസമ്മതമൊഴി രേഖ പ്പെടുത്തിയ രേഖയിൽ ഒപ്പിടാനായി രഹസ്യപ്പൊലീസുകാർ എന്തിനാണ് ഞങ്ങളെ മർദ്ദിച്ചിരുന്നത്? അതിൽ എന്താണ് എഴുതിയിരിക്കുന്നത് എന്ന് വായിക്കാൻപോലും കണ്ണുകൾ കെട്ടി കൈകൾ ബന്ധിതരായി ഇരിക്കുന്ന ഞങ്ങൾക്ക് കഴിയില്ലായിരുന്നു. അവർ ഞങ്ങളെക്കൊണ്ട് ബലമായി ഒപ്പിടുവിക്കുകയാണ് ചെയ്യുക. ഞങ്ങളുടെ ഒപ്പുകൾ നോക്കിയാൽ എല്ലാം ഒരുപോലിരിക്കും. പരിശോധിച്ചാൽ ഒറ്റനോട്ടത്തിൽതന്നെ നിങ്ങൾക്ക് മന സ്സിലാകും അതെല്ലാം ഒരേയൊരാളുടെ ഒപ്പാണെന്ന്. ഞങ്ങളെക്കൊണ്ട് ഒപ്പിടുവിക്കുന്ന പൊലീസുകാരന്റെ ഒപ്പ്.

പബ്ലിക് പ്രോസിക്യൂട്ടറുടെ പ്രതിനിധിയുടെ മുന്നിലും അന്വേഷണ കോടതി ജഡ്ജിയുടെ മുന്നിലും ഞങ്ങളെ ഹാജരാക്കിയപ്പോഴുള്ള അവസ്ഥകൾ ഏതാണ്ട് ഒരുപോലെയായിരുന്നു. രഹസ്യത്തടങ്കൽപാളയ ത്തിൽ പീഡനത്തിന് നേതൃത്വം നൽകിയൊരു വ്യക്തിയാണ് ഞങ്ങളെ അവിടേക്ക് കൂട്ടിക്കൊണ്ടുപോയത്. പബ്ലിക് പ്രോസിക്യൂഷന്റെ അന്വേ ഷണമൊക്കെ വെറും പ്രഹസനമായിരുന്നു. ഞങ്ങളുടെ പേരും ജോലിയും

വിലാസവും ചോദിച്ചുകൊണ്ട് തുടങ്ങി. അവസാനിച്ചതാകട്ടെ, പൊലീസ് ഇൻവെസ്റ്റിഗേഷൻ റിപ്പോർട്ടിൽ എഴുതിച്ചേർത്ത ഞങ്ങൾക്ക് സങ്കല്പിക്കാൻപോലും കഴിയാത്ത ആരോപണങ്ങൾ വായിച്ചുകേൾപ്പിച്ചുകൊണ്ടാണ്.

അന്വേഷണ കോടതി ജഡ്ജിയുടെ മുന്നിൽ ഹാജരാക്കിയപ്പോഴും ഇതേ അവസ്ഥതന്നെയായിരുന്നു. ആകെയുണ്ടായ വ്യത്യാസം തന്റെ ചോദ്യങ്ങൾക്ക് എപ്പോൾ മറുപടി നൽകണമെന്ന് തീരുമാനിക്കാനുള്ള സ്വാതന്ത്ര്യമുണ്ടെന്ന് പറഞ്ഞതാണ്. അത് വേണമെങ്കിൽ അപ്പോൾതന്നെയാകാം. അല്ലെങ്കിൽ ഞങ്ങളുടെ അഭിഭാഷകരുടെ സാന്നിധ്യത്തിലുമാകാം. അവിടെനിന്നിറങ്ങിയ ഉടനെ ഞങ്ങളെ വീണ്ടും കണ്ണുകൾ കെട്ടി, കൈകൾ ബന്ധിച്ച് വാഹനത്തിൽ കയറ്റി രഹസ്യജയിലിലേക്ക് കൊണ്ടുപോയി.

മുങ്ങിത്താഴാൻ പോകുന്ന നേരത്ത് പിടിച്ചുതൂങ്ങാൻ കിട്ടുന്നൊരു കച്ചിത്തുരുമ്പായിട്ടായിരുന്നു ഞങ്ങൾ വിചാരണയെ കണ്ടിരുന്നത്. പക്ഷേ സ്പഷ്ടവും യാദൃച്ഛികവും ഉപരിപ്ലവവുമായ പ്രതിഭാഗത്തിന്റെ സർവ്വവാദങ്ങളും ജഡ്ജി തള്ളിക്കളഞ്ഞതേയുള്ളൂ. പലപ്പോഴും ഞങ്ങളുടെ ബൗദ്ധികമായ നിലപാടുകൾപോലും ചോദ്യം ചെയ്യപ്പെട്ടു. കൂട്ടത്തിലെ അഹ്മദ് ശൂഫാനെ ചോദ്യം ചെയ്തത് വിദേശ റേഡിയോ പ്രോഗ്രാമുകൾ എന്തിന് കേട്ടു എന്നതിനെക്കുറിച്ചായിരുന്നു. 'ഫ്രാൻസ് ഇന്റർ' റേഡിയോ സംപ്രേക്ഷണം ചെയ്ത ഖിദാ മേഖലയെ സംബന്ധിച്ച ഒരു സിമ്പോസിയം ശ്രവിച്ചു എന്ന ആരോപണം പൊലീസുകാർ കുറ്റപത്രത്തിൽ എഴുതിച്ചേർത്തതായിരുന്നു കാരണം. രഹസ്യസംഘടനകൾ രൂപീകരിച്ചു, പ്രകടനം നടത്താൻ പ്രേരിപ്പിക്കുംവിധമുള്ള ലഘുലേഖകൾ അച്ചടിച്ചു വിതരണം ചെയ്തുതുടങ്ങിയ ആരോപണങ്ങളാണ് ഞങ്ങൾക്കെതിരെ ആരോപിച്ചിരുന്നതെങ്കിലും കുറ്റപത്രത്തിൽ ഇവയെല്ലാം കൊടിയ ക്രിമിനൽകുറ്റങ്ങളായാണ് വാദിക്കപ്പെട്ടത്. എന്നാൽ ഞങ്ങളുടെ കേസ്ഫയലിലെ മുഖ്യആരോപണങ്ങൾ വേറെയായിരുന്നു. ഭരണകൂടത്തെ അട്ടിമറിക്കാൻ ശ്രമിച്ചു, രാജ്യസുരക്ഷയെ തകിടംമറിക്കാൻ ഗൂഢാലോചന നടത്തി എന്നിവയായിരുന്നു ആ കുറ്റങ്ങൾ.

പട്ടാളത്തിന്റെയും പൊലീസിന്റെയും വിവിധ സേനാവിഭാഗങ്ങളുടെ നേതൃത്വത്തിലുള്ള ശക്തമായ ബാരിക്കേഡായിരുന്നു കോടതിക്ക് ചുറ്റും തീർത്തിരുന്നത്. അത് കോടതി കൂടിയ മുറിക്കുള്ളിലേക്ക് വരെ നീണ്ടു. കോടതി നടപടികൾ വീക്ഷിക്കുവാൻ ഞങ്ങളുടെ കുടുംബാംഗങ്ങളായ വളരെ കുറച്ചുപേരെ മാത്രമാണ് അനുവദിച്ചത്. അതേസമയം പൊലീസുകാർക്ക് തോന്നിയതുപോലെ കടന്നുവരുവാനും പുറത്തുപോകാനുമുള്ള സ്വാതന്ത്ര്യമുണ്ടായിരുന്നു. വളരെ കുടുസ്സായൊരു മുറിയിലായിരുന്നു കോടതി കൂടിയിരുന്നത്. മിക്കയിടവും പൊലീസ് കൈയടക്കിയതിനാൽ ഞങ്ങളുടെ അഭിഭാഷകർക്ക് തങ്ങളുടെ ഇരിപ്പിടത്തിലെത്താൻതന്നെ നന്നേ കഷ്ടപ്പെടേണ്ടിവന്നു. ഇതു കൂടാതെയാണ് കോടതി ഹാളിന്റെ

താഴെയുള്ള മുറി ക്യാമറാകേബിളുകളുകളും മറ്റും സ്ഥാപിക്കാനായി അവർ കൈയടക്കിയത്. പ്രതിഭാഗത്തെ ഹാജരാക്കിയ കൂട്ടിൽനിന്നു കൊണ്ട് ഞങ്ങൾ പറയുന്ന കാര്യങ്ങൾ റെക്കോർഡ് ചെയ്യാനായിരുന്നു ക്യാമറകൾ സ്ഥാപിച്ചത്.

അങ്ങനെ വിചാരണ ആരംഭിച്ചു. അവസാനം ഞങ്ങൾക്കെതിരെ കഠിനശിക്ഷകളാണ് കോടതി വിധിച്ചത്. കഠിനതടവ് മുതൽ അഞ്ച് വർഷം വരെ തടവ്. ഞാനടക്കം അറുപത് തടവുകാർക്ക് ഇരുപത് വർഷം തടവാണ് വിധിച്ചത്. ഇരുപത് പേർക്ക് മുപ്പത് വർഷവും പത്തു പേർക്ക് ആജീവനാന്ത തടവും. ബാക്കിയുള്ളവർക്ക് ലഭിച്ചതാകട്ടെ അഞ്ച് മുതൽ പത്തുവർഷംവരെ തടവുമായിരുന്നു.

ഈ കടുത്ത ശിക്ഷാവിധികേട്ട് അന്തം വിട്ടുനിൽക്കാനേ ഞങ്ങൾക്കായുള്ളൂ. അതിനേക്കാൾ പരിതാപകരമായിരുന്നു ഞങ്ങളുടെ കുടുംബാംഗങ്ങളുടെ അവസ്ഥ. ജയിലിനുള്ളിൽ അടയ്ക്കപ്പെട്ടതും കുടുംബാംഗങ്ങളുമായി നേരിട്ട് സംസാരിക്കുവാൻ അനുമതി നിഷേധിച്ചതുമൊക്കെ മറ്റൊരു യുദ്ധത്തിൽ ഏർപ്പെടുന്ന പ്രതീതിയാണ് ഞങ്ങളിൽ സൃഷ്ടിച്ചത്. സന്ദർശകമുറിയിൽ ഇരിക്കുന്ന ബന്ധുക്കളോട് ഞങ്ങൾക്ക് സംസാരിക്കണമെങ്കിൽ മൂന്ന് നിരയിൽ സ്ഥാപിച്ച ബാരിക്കേഡിന് പിന്നിൽനിന്നേ സാധിക്കുമായിരുന്നുള്ളൂ.

ജയിലിൽ ഞങ്ങളുടെ അവസ്ഥ അങ്ങേയറ്റം ദയനീയമായിരുന്നു. പഴകിയ കീറിപ്പറിയാറായ യൂണിഫോം ധരിപ്പിച്ച് ഒരു പ്രത്യേക വിംഗിൽ ഞങ്ങളെ എല്ലാവരെയും കുത്തിനിറയ്ക്കുകയായിരുന്നു. നിരന്തരമായി ചാട്ടയ്ക്കടിക്കുക, വെള്ളത്തിൽ മുക്കി ശ്വാസം മുട്ടിക്കുക, സിഗരറ്റ് കൊണ്ട് പൊള്ളിക്കുക, ഇലക്ട്രിക് ഷോക്ക് ഏല്പിക്കുക തുടങ്ങിയ ശിക്ഷകൾ നിരന്തരമായി നടത്തിക്കൊണ്ടേയിരിക്കണമെന്ന പ്രത്യേക നിർദ്ദേശം മുകളിൽനിന്നും ജയിലധികൃതർക്ക് ലഭിച്ചിരുന്നു എന്നാണ് തോന്നിയിട്ടുള്ളത്. ജീവിതകാലം മുഴുവൻ നീണ്ടുനിൽക്കുന്ന മറക്കാനാകാത്ത അപമാനമാണ് അവിടെ ഞങ്ങൾക്കെതിരെ അരങ്ങേറിയത്.

മൂന്നു ദിവസത്തോളം ഞങ്ങൾക്ക് ഉറങ്ങാൻതന്നെ സാധിച്ചില്ല. സാഹചര്യങ്ങൾ പലവിധത്തിൽ പരിശോധിച്ചശേഷം ഞങ്ങളൊരു തീരുമാനമെടുത്തു. നിരാഹാരസമരം നടത്തുക. അതെങ്ങനെയാണ് വേണ്ടതെന്ന കാര്യത്തിൽ അഭിപ്രായവ്യത്യാസം ഉണ്ടായിരുന്നില്ല. ചീർപ്പിന്റെ പല്ലുകളെന്നതുപോലെയാണ് ആ സെൽ ബ്ലോക്കിൽ ഞങ്ങളെ കുത്തിനിറച്ചിരുന്നത്. എണ്ണിയാലൊടുങ്ങാത്ത അപമാനങ്ങളുടെ പരമ്പരയാണ് ഞങ്ങൾ അനുഭവിച്ചുകൊണ്ടിരിക്കുന്നത്. അന്യായമായ കോടതിവിധിയുടെ കയ്പ് തൊണ്ടയിൽനിന്ന് മാറുന്നതേയില്ല. ഇവയോടൊക്കെയുള്ള പ്രതിഷേധമായി ഞങ്ങൾ ഏവരും അനിശ്ചിതകാലത്തേക്ക് നിരാഹാര സമരം ആരംഭിച്ചു.

ജൂണിലെ ഒരു ദിവസമായിരുന്നു സമരം ആരംഭിക്കുന്നത്. സാഹചര്യങ്ങൾ ഒട്ടുംതന്നെ അനുകൂലമായിരുന്നില്ല. കല്ലുപോലിരിക്കുന്ന

പയർകഞ്ഞിയാണ് ജയിലധികൃതർ മുന്നിൽ കൊണ്ടുവച്ചത്. എന്നാൽ അത് കഴിക്കാതെ ആവേശത്തോടെ വിപ്ലവഗാനങ്ങൾ ആലപിക്കാനും മുദ്രാവാക്യം മുഴക്കാനുമാണ് ഞങ്ങൾ ശ്രമിച്ചത്. ശരിക്കും നിരാഹാര സമരം നടക്കുകയാണോ എന്നറിയാനായി കുറച്ചു സമയം കഴിഞ്ഞപ്പോൾ അവർ ഭക്ഷണപാത്രങ്ങൾ തിരികെ എടുത്തുകൊണ്ടുപോയി.

ഞങ്ങൾ പത്ത് സഖാക്കൾ ചേർന്ന് ഒരു ചർച്ചാസമിതി രൂപീകരിച്ചു. നിരാഹാരം തുടങ്ങി മൂന്ന് ആഴ്ചയായപ്പോൾ 'കമാൻഡർ' എന്ന് വിളിക്കുന്ന ജയിലറിന്റെ അരികിലേക്ക് ഞങ്ങളെ കൂട്ടിക്കൊണ്ടുപോയി. ഞങ്ങളുടെ മുഖത്ത് നോക്കി അയാൾ അലറി:

"പത്തെണ്ണത്തിനോടും ഒരൊറ്റ കാര്യമേ പറയാനുള്ളൂ."

ഗുണപരമായ യാതൊരു ഫലവും ആ കൂടിക്കാഴ്ച സൃഷ്ടിച്ചതേയില്ല. അരമണിക്കൂറോളം ആ മനുഷ്യൻ ഒരൊറ്റ കാര്യം മാത്രമാണ് ആവർത്തിച്ചുകൊണ്ടിരുന്നത്:

"നിരാഹാരം നിർത്തിയേ പറ്റൂ."

എന്നാൽ ഞങ്ങൾ സമരം അവസാനിപ്പിക്കില്ലെന്ന നിലപാടിൽ ഉറച്ചു നിന്നതേയുള്ളൂ. അതോടെ അയാൾ അലറി:

"ജയിലിൽ കിടന്ന് ചാകട്ടെ ഇവന്മാർ. കൂട്ടിക്കൊണ്ട് പോകൂ ഇവരെ എന്റെ മുന്നിൽനിന്ന്. നാട്ടിൽ ചെറുപ്പക്കാർ ധാരാളം വേറെയുണ്ട്. നിന്നിലൊക്കെ എന്തെങ്കിലും നന്മയുണ്ടായിരുന്നെങ്കിൽ ആജീവനാന്തം നരകിക്കാനായി ഇവിടെക്കൊണ്ടുവന്ന് തള്ളില്ലായിരുന്നല്ലോ? കടന്നുപോകിനെടാ എന്റെ മുന്നിൽനിന്ന്. നീയൊക്കെ ചത്താൽ എനിക്കൊരു പുല്ലുമില്ല."

സെൽ ബ്ലോക്കിലേക്ക് തിരികെയെത്തുമ്പോൾ മറ്റ് സഖാക്കൾ ഞങ്ങളെ കാത്തിരിക്കുകയായിരുന്നു. കമാൻഡറുമായുള്ള കൂടിക്കാഴ്ചയിൽ ഉണ്ടായ കാര്യങ്ങൾ ഞങ്ങൾ അവരോട് പറഞ്ഞു. അതു കേട്ട ശേഷം ഓരോരുത്തരും അവരവരുടെ ഇടങ്ങളിലേക്ക് മടങ്ങിപ്പോയി. ആകെയുള്ള കമ്പിളിപ്പുതപ്പിനുള്ളിലേക്ക് ഓരോരുത്തരും പിൻവലിയാൻ തുടങ്ങി. അപ്പോഴേക്കും രാത്രി ഇരുൾവീഴ്ത്തുവാൻ തുടങ്ങിയിരുന്നു. പകൽ മുഴുവൻ പാടുകയും മുദ്രാവാക്യങ്ങൾ മുഴക്കുകയും ചെയ്തത് കാരണം ഏവരും തീർത്തും ക്ഷീണിതരായിരുന്നു. നേരത്തെതന്നെ എല്ലാവരും ഉറക്കത്തിലേക്ക് വഴുതിവീണു. ക്ഷീണം കാരണം നിരാഹാരത്തിലാണെന്ന കാര്യംപോലും ഞങ്ങൾ മറന്നുപോയിരുന്നു.

നാലാഴ്ച പിന്നിട്ടതോടെ ഞങ്ങളുടെ മുഖങ്ങൾ കൂടുതൽ വിളറുകയും തമ്മിൽ തമ്മിലുള്ള സംഭാഷണം തീരേ കുറയുകയും ചെയ്തു. പകൽനേരങ്ങളിലും അധികസമയവും കിടക്കയിൽനിന്നും എഴുന്നേൽക്കാൻ കഴിയാത്ത അവസ്ഥയിൽ കഴിയുകയായിരുന്നു ഞങ്ങൾ. മിക്കവരും തീർത്തും ക്ഷീണിതരായി. പലർക്കും കനത്ത പനിയും ബാധിക്കാൻ തുടങ്ങി. ജയിൽ കാവൽക്കാരിൽനിന്നും ഞങ്ങളുടെ ബന്ധുക്കൾ

നിരാഹാരവിവരം മനസ്സിലാക്കുകയും ചില പത്രങ്ങളെ വിവരമറിയിക്കുകയും ചെയ്തു. മൊറോക്കൻ രഹസ്യാന്വേഷണവിഭാഗമായ ജനറൽ ഡയറക്ടറേറ്റ് ഓഫ് ടെറിറ്റോറിയൻ സർവൈലൻസിന്റെയും ദർബ് മൗലാ അലി ശരീഫ് ജയിലിലെയും കരുതൽ തടങ്കൽ വിഭാഗത്തിന്റെയുമൊക്കെ രഹസ്യത്തടങ്കൽ പാളയങ്ങളിൽ നേരിടേണ്ടിവന്ന പീഡനങ്ങൾ കവർന്നെടുത്തതിനുശേഷം അവശേഷിച്ച അല്പം ശക്തി മാത്രമായിരുന്നു ഞങ്ങളുടെ ശരീരത്തിലുണ്ടായിരുന്നത്. അതുകൂടിയാണ് ആ വേനൽക്കാലം കവർന്നെടുത്തുകൊണ്ടിരുന്നത്.

നിരാഹാരം നടത്തുന്നവരുടെ മനോബലം തകർക്കുന്നതിനായി ജയിലധികൃതർ ഞങ്ങളെ തമ്മിലകറ്റുകയും ഓരോരുത്തരെയായി ഇരുൾമുറ്റിയ നിലവറ സെല്ലുകളിൽ ഏകാന്തതടവിനായി അടയ്ക്കുകയും ചെയ്തു. എല്ലാ അർത്ഥത്തിലുമുള്ള ഒരു മനശ്ശാസ്ത്രയുദ്ധമാണ് അവർ ഞങ്ങൾക്കെതിരേ പ്രഖ്യാപിച്ചത്. ആവശ്യത്തിന് നിലവറ സെല്ലുകൾ ഇല്ലാത്തതിനാൽ മാറിമാറിയാണ് ഞങ്ങളെ അവയിൽ പാർപ്പിച്ചത്. ഇടയ്ക്ക് കമാൻഡർ അവിടെയെത്തി ഞങ്ങളെ നോക്കി അലറും:

“ഓഹ്, നീയൊക്കെ ഇതുവരെ നിരാഹാരം നിർത്തിയില്ലേ? ദൈവം നിന്റെയൊക്കെ വ്രതം സ്വീകരിക്കട്ടെ. കൂടെയുള്ളവന്മാരൊക്കെ റബാത്തിലെയും സലെയിലും സമയപ്രകാരം കൃത്യം സായാഹ്നപ്രാർത്ഥനയ്ക്കുള്ള നേരമായതും നോമ്പ് മുറിച്ചുകഴിഞ്ഞതറിഞ്ഞില്ലേ?”

ഇത്രയും പറഞ്ഞശേഷം അയാൾ പൊട്ടിച്ചിരിച്ചു. അപ്പോഴേക്കും ജയിലർമാരിലൊരാൾ അരികിലേക്ക് വന്നു. തടവുകാരിലൊരാൾ ഗുരുതരാവസ്ഥയിലാണെന്ന വിവരവുമായാണ് അയാൾ വന്നത്.

“അവൻ ബോധംകെട്ട് കിടക്കുകയാണ് സാർ. ആൾ ചിലപ്പോൾ...”

ആ വാർത്ത ഇടിത്തീപോലെയാണ് തടവുകാരായ ഞങ്ങളെ തേടിയെത്തിയത്. സഖാക്കളായ മറ്റ് തടവുകാരെ അധിക്ഷേപിച്ചുകൊണ്ട് നിൽക്കുകയായിരുന്ന കമാൻഡർക്ക് ഈ വാർത്ത കേട്ടപ്പോഴുള്ള വല്ലായ്മ മറച്ചുപിടിക്കാനായില്ല. പെട്ടെന്നുതന്നെ അയാൾ സെല്ലിൽനിന്നും പുറത്തേക്കിറങ്ങി. ഞങ്ങളാകട്ടെ കൈയിൽ കിട്ടിയ സാധനങ്ങളുപയോഗിച്ച് അവശേഷിക്കുന്ന ദുർബലമായ ശക്തിയോടെ സെല്ലിന്റെ അഴികളിൽ ഇടിക്കാനും ഇടറിയ സ്വരത്തിൽ അലറാനും ശ്രമിച്ചുകൊണ്ടിരുന്നു.

ബോധരഹിതനായി വീണത് ഖാലിദ് ആണെന്ന് വൈകാതെ ഞങ്ങളറിഞ്ഞു. ജയിൽഡോക്ടറുടെ നിർബന്ധത്തിന് വഴങ്ങി അവനെ പുറത്തെ ആശുപത്രിയിലേക്ക് കൊണ്ടുപോയത്രേ. ഖാലിദ് ഗുരുതരാവസ്ഥയിലാണെന്നും ഏതു നിമിഷവും മരണപ്പെടാമെന്നും അറിയിച്ച ഡോക്ടർ അവനെ ആശുപത്രിയിലേക്ക് മാറ്റാത്തപക്ഷം തുടർന്നുണ്ടാവുന്ന പ്രത്യാഘാതങ്ങളിൽ താൻ ഉത്തരവാദിയായിരിക്കില്ലെന്ന് ഭീഷണി മുഴക്കുകയും ചെയ്തത്രേ.

ഞങ്ങൾക്കാണെങ്കിൽ എന്തെങ്കിലും സംസാരിക്കാനോ ഒരു ചെറുവിരൽ അനക്കാനോപോലുമുള്ള ശക്തിയുണ്ടായിരുന്നില്ല. സമ്പൂർണ്ണമായ

തകർച്ചയിലേക്ക് നീങ്ങുകയായിരുന്നു ഏവരും. അതിനർത്ഥം ഞങ്ങൾ പരസ്പരം അവഗണിച്ചുവെന്നല്ല. പകരം ഒരുമിച്ചിരിക്കാനും നഷ്ടങ്ങൾ പങ്കുവയ്ക്കാനും ശ്രമിച്ചു. ഹൃദയം നുറുങ്ങുന്ന വേദനയോടെ കണ്ണീർ വാർത്തു. അന്നു രാത്രി മുഴുവൻ ഖാലിദിന്റെ കാര്യമോർത്ത് ഞങ്ങൾ കരഞ്ഞുകൊണ്ടേയിരുന്നു.

പിന്നീട് ഖാലിദിന്റെ കാര്യത്തിൽ സംഭവിച്ചതുപോലെ ഞങ്ങളോരോരുത്തരും അബോധാവസ്ഥയിലേക്ക് വഴുതിവീഴാൻ തുടങ്ങി. കൂട്ടത്തിൽ അല്പമെങ്കിലും ശക്തി ബാക്കിയുണ്ടായിരുന്നത് സ്വമദ് മഹ്ദാവിക്കായിരുന്നു. ഇഴഞ്ഞിഴഞ്ഞ് അരികിലേക്ക് വന്നശേഷം അയാൾ ഞങ്ങളുടെ നെറ്റികളിൽ നനഞ്ഞ തുണികൾ ചുറ്റിക്കെട്ടിത്തന്നു. മറ്റൊരു പട്ടണത്തിലെ ആശുപത്രിയിലേക്കാണ് ഞങ്ങളെ ജയിലിൽനിന്ന് മാറ്റിയത്. ഗർബിയ്യ ജയിൽ പട്ടണത്തിന്റെ പ്രാന്തപ്രദേശത്തായിരുന്നു. സെൻട്രൽ ജയിൽപോലെ അപൂർവ്വം എടുത്തുപറയാവുന്ന സ്ഥലങ്ങൾ മാത്രമേ അവിടെ ഉണ്ടായിരുന്നുള്ളൂ. അതിനാൽതന്നെ ഞങ്ങളെ തലസ്ഥാനമായ റബാത്തിലെ ആശുപത്രിയിലേക്കാണ് കൊണ്ടുപോയത്.

അബോധാവസ്ഥയിൽ നിന്നുണരാൻ ഞങ്ങൾ എത്ര ദിവസമെടുത്തു എന്നുതന്നെ അറിയില്ല. ബോധം തിരികെക്കിട്ടിയതും ഞങ്ങൾ ആദ്യം ചെയ്തത് ദേഹത്തേക്ക് ഡ്രിപ്പ് നൽകിയിരുന്ന ട്യൂബുകൾ എടുത്തുമാറ്റുക എന്നതായിരുന്നു. അക്കാര്യം ഞങ്ങൾ തീരുമാനിച്ചുറപ്പിച്ചതായിരുന്നു. ഈ യുദ്ധത്തിൽ അടിയുറച്ച് നിന്നേ തീരൂ. ഇത്ര ദൂരം വന്ന സ്ഥിതിക്ക് ഇനിയൊരു തിരിച്ചുപോക്കില്ലതന്നെ. ഒന്നുകിൽ ജീവിതം ലഭിക്കണം. അല്ലെങ്കിൽ രക്തസാക്ഷിത്വം തന്നെ. വലിയ ഔദാര്യങ്ങളല്ല, മറിച്ച് രാഷ്ട്രീയത്തടവുകാർ എന്ന അവകാശമാണ് ഞങ്ങൾക്കു വേണ്ടത്. ആശുപത്രിയിൽ രണ്ട് പ്രത്യേകമുറികളിലാണ് ഞങ്ങളെ അഡ്മിറ്റ് ചെയ്തിരിക്കുന്നതെന്ന് നഴ്സായ ബഹീജ പറഞ്ഞറിഞ്ഞു.

ഖാലിദിനെക്കുറിച്ച് തിരക്കിയപ്പോൾ അവൻ രണ്ടാമത്തെ മുറിയിലുണ്ടെന്ന് മനസ്സിലായി. അല്പാല്പമായി അവൻ ആരോഗ്യം വീണ്ടെടുക്കുന്നുണ്ടത്രേ. ഡോക്ടർമാരും മറ്റ് ആശുപത്രിസ്റ്റാഫുകളും ഞങ്ങളോട് അനുതാപപൂർവ്വമാണ് പെരുമാറിയത്. സദാ പുഞ്ചിരിക്കുന്ന അവരുടെ കണ്ണുകളിൽനിന്ന് ഞങ്ങൾക്കത് വായിച്ചെടുക്കാനും കഴിഞ്ഞിരുന്നു. തൊട്ടടുത്ത മുറിയിൽ കഴിയുന്ന സഖാക്കളെ പോയി കാണുവാൻ ഞങ്ങളെ അനുവദിക്കുമോ എന്ന് ബഹീജയോട് ചോദിച്ചു. പക്ഷേ അവർ സമ്മതിച്ചില്ല. എത്ര നിർബന്ധിച്ചിട്ടും അവർ വഴങ്ങിയതേയില്ല. അതോടെ ഏതു വിധേനയും രാത്രിയുടെ മറപറ്റി അടുത്ത മുറിയിലേക്ക് പോകാൻ തന്നെ ഞങ്ങൾ തീർച്ചയാക്കി, ഇരുമുറികളുടെ മുന്നിൽ കാവൽക്കാരുണ്ടായിരുന്നില്ല. അവരെ നിയമിച്ചിരുന്നത് ആ ബ്ലോക്കിലേക്കുള്ള പ്രവേശന കവാടത്തിൽ മാത്രമായിരുന്നു.

അമ്മയുടെ കണ്ണിൽപ്പെടാതിരിക്കാനായി ജാഗരൂകരായ കുട്ടികളെപ്പോലെയാണ് ഞാനും യൂസുഫ് മൻസൂറും അലി അഹ്റാസും ശബ്ദമുണ്ടാക്കാതെ ഞങ്ങളുടെ മുറിയിൽനിന്നും പുറത്തേക്കിറങ്ങിയത്.

അടുത്ത മുറിയിലേക്ക് പതിയെ കയറുമ്പോൾ അവിടെ നിശ്ശബ്ദത തളം കെട്ടി നിൽക്കുകയായിരുന്നു. അവിടെ കിടക്കുന്ന സഖാക്കളെ ഞെട്ടിക്കാനുദ്ദേശിച്ചാണ് ഞങ്ങൾ പെട്ടെന്ന് മുറിക്കുള്ളിലെ ലൈറ്റ് ഓണാക്കിയത്. പക്ഷേ അവരാരും ഉറങ്ങുകയായിരുന്നില്ലെന്ന് അപ്പോഴാണ് മനസ്സിലായത്. ഏവരുടെയും കണ്ണുകൾ വീർത്ത് ചുവന്നിരിക്കുന്നു. അവിടെ കണ്ട കാഴ്ച ഞങ്ങളെ ശരിക്കും അമ്പരപ്പിച്ചു. നേരേ പോയത് ഖാലിദിന്റെ കിടക്കയിലേക്കായിരുന്നു. അരികത്തെത്തിയതും ഞാൻ അവന്റെ നെറുകയിൽ കൈ ചേർത്ത് പിടിച്ചുനോക്കി. ഇല്ല, വലിയ ചൂടില്ല. പക്ഷേ വിരൽ ചൂണ്ടുമ്പോൾ അവന്റെ കണ്ണുകൾ നിറഞ്ഞുകവിയുന്നുണ്ടായിരുന്നു. കണ്ണുകളിൽ കണ്ട നോട്ടം സൂചിപ്പിക്കുന്നത് അവൻ എന്റെ നേർക്കല്ല വിരൽ ചൂണ്ടുന്നതെന്നാണ്. മുറിയിലുണ്ടായിരുന്ന മറ്റു സഖാക്കൾ കൂടി കരയുന്നത് കണ്ടതും ഞങ്ങൾ അമ്പരന്നുപോയി. എന്തായിരിക്കും സംഭവിച്ചിട്ടുണ്ടാവുക?

അപ്പോഴാണ് മുറിയുടെ മൂലയിൽ ഒരു കിടക്ക ഒഴിഞ്ഞുകിടക്കുന്നത് ശ്രദ്ധിച്ചത്. ഓരോരുത്തരുടെയും മുഖത്തേക്ക് നോക്കി ഞങ്ങൾ തിരക്കി എന്താണ് കുഴപ്പമെന്ന്. അന്നേരം ഗദ്ഗദത്തോടെ ഒഴിഞ്ഞ കിടക്കയിലേക്ക് ചൂണ്ടി ഖാലിദ് പിറുപിറുത്തു:

"സ്വമദ് മഹ്ദാവി..."

"അതെ, സ്വമദിന് എന്തുപറ്റി?"

അതോടെ ഏവരും ഉറക്കെ കരയാൻ തുടങ്ങി.

"പടച്ചവൻ അവന്റെ ആത്മാവിന് ശാന്തി നൽകട്ടെ."

"റബ്ബേ... സ്വമദ്... ഇതെപ്പോഴാണ്... എങ്ങനെ... എന്ത് സംഭവിച്ചു?"

ഇടിവെട്ടേറ്റതുപോലെ ആ വാർത്ത കേട്ട് ഞങ്ങൾ നിലത്തേക്ക് ഇരുന്നുപോയി. സ്വന്തം മുറിയിലേക്ക് തിരിച്ചുചെന്നിട്ടും സ്വമദിന്റെ രക്തസാക്ഷിത്വത്തെക്കുറിച്ച് അവിടെയുണ്ടായിരുന്ന മറ്റ് സഖാക്കളോട് പറയാനുള്ള ധൈര്യം കിട്ടിയില്ല. അല്ലെങ്കിൽത്തന്നെ എന്തു പറഞ്ഞുതുടങ്ങും? അരോഗദൃഢഗാത്രനാണെന്ന് കരുതിയിരുന്ന സ്വമദ് മരണത്തിന് മുന്നിൽ കീഴടങ്ങിയെന്ന് കേട്ടാൽ ആരെങ്കിലും വിശ്വസിക്കുമോ? പക്ഷേ ഞങ്ങളുടെ കണ്ണുകളിലും മനസ്സിലുമുള്ള ദുഃഖം എങ്ങനെയാണ് മറ്റുള്ളവർ കാണാതെ മറച്ചുപിടിക്കുന്നത്? വീർപ്പുമുട്ടിനെ എങ്ങനെ നിയന്ത്രിക്കാനാകും? സ്വമദ്... ഞങ്ങളുടെ കൂട്ടത്തിൽ ഏറ്റവും ശക്തനായിരുന്നു. ഏറ്റവും അവസാനം ആശുപത്രിയിൽ പ്രവേശിക്കപ്പെട്ടതും അയാളായിരുന്നു. എന്നിട്ടും ആദ്യം മരണത്തിന് കീഴടങ്ങിയ് അതേ സ്വമദ് തന്നെ ആയിപ്പോയല്ലോ?

സ്വമദ് മഹ്ദാവിയുടെ രക്തസാക്ഷിത്വം ഞങ്ങളെ സംസാരിക്കാൻ പ്രേരിപ്പിക്കുന്ന പ്രധാന ഘടകമായി മാറി. ഞങ്ങളുടെ ആവശ്യങ്ങൾ ശക്തമായിത്തന്നെ ഉന്നയിക്കുവാൻ തീരുമാനിച്ചു. സ്വമദിനെ നഷ്ടമായത് തീരാനഷ്ടംതന്നെയാണ്. മറ്റൊന്നും അതിന് പകരമാവുകയുമില്ല.

അടിയന്തിരവും അത്യന്താപേക്ഷിതവുമായ ആവശ്യങ്ങൾ എന്തൊക്കെയാണെന്ന കാര്യത്തിൽ ഞങ്ങൾ തമ്മിൽ തീർപ്പിലെത്തി.

"തടവിൽനിന്ന് മോചിപ്പിക്കുക എന്നൊരു ആവശ്യംകൂടി നമ്മുടെ ഡിമാന്റുകളുടെ പട്ടികയിൽ കൂട്ടിച്ചേർത്തേ മതിയാകൂ."

സ്വലാഹ് റിബായി പറഞ്ഞു.

പക്ഷേ ഞങ്ങളുടെ ആവശ്യങ്ങൾ അധികാരികൾ അംഗീകരിച്ചു തരുമോ? എന്തായാലും ഏതു സമയത്തും ബന്ധുക്കൾക്ക് ഞങ്ങളെ സന്ദർശിക്കാനുള്ള അനുമതി ലഭിച്ചു. അതുപോലെ വായിക്കാനും എഴുതാനുമുള്ള പുസ്തകങ്ങളും പത്രങ്ങളും കടലാസും വേണമെന്ന ആവശ്യവും അംഗീകരിക്കപ്പെട്ടു. ബന്ധുക്കളെ കാണാൻ അവസരം ലഭിച്ചപ്പോൾ കുട്ടികളുടെ സന്തോഷമായിരുന്നു ഞങ്ങൾക്ക്. ജയിലിൽ നിരാഹാരം അനുഷ്ഠിക്കുന്ന വേളയിൽ അവർ പുറത്ത് നടത്തിക്കൊണ്ടിരുന്ന പോരാട്ടങ്ങളെക്കുറിച്ച് ഞങ്ങളറിഞ്ഞു. ജയിൽ അധികൃതരും നീതിന്യായമന്ത്രാലയവും മുതൽ ദേശീയവും അന്തർദ്ദേശീയവും അറബ് ലോകത്തുള്ളതുമായ മനുഷ്യാവകാശ പ്രസ്ഥാനങ്ങൾ, പത്രങ്ങൾ, രാഷ്ട്രീയപാർട്ടികൾ വരെയുള്ള സർവ്വവാതിലുകളിലും അവർ മുട്ടിക്കൊണ്ടേയിരുന്നു. വെള്ളിയാഴ്ച പ്രാർത്ഥനയ്ക്കുശേഷം പള്ളികളിൽ പ്രകടനങ്ങൾ സംഘടിപ്പിച്ചു. അവർ നടത്തിയ പോരാട്ടങ്ങളെക്കുറിച്ചറിഞ്ഞപ്പോൾ ശരിക്കും വിശ്വസിക്കാൻതന്നെയായില്ല. ശരിക്കും ഞങ്ങളുടെ ഉമ്മമാരും സഹോദരങ്ങളും പിതാക്കന്മാരും തന്നെയാണോ ഇവർ? സംഘടനാപ്രവർത്തനങ്ങളെക്കുറിച്ചെല്ലാം പണ്ട് ഞങ്ങൾ ഇവരിൽനിന്ന് മറച്ചുപിടിച്ചിരുന്നതാണ്. സർവ്വതും ആരിൽനിന്നാണോ രഹസ്യമാക്കി വച്ചിരുന്നത്, അവരാണിപ്പോൾ ഞങ്ങൾക്കായി കൂറ്റൻ സൈപ്രസ് മരങ്ങളെപ്പോലെ തലയുയർത്തിപ്പിടിച്ചു നിൽക്കുന്നത്.

മറ്റു കുടുംബങ്ങൾക്കൊപ്പം ചേർന്ന് താൻ നടത്തിയ പോരാട്ടങ്ങളെക്കുറിച്ച് കേട്ടപ്പോൾ അതെന്റെ മമ്മ തന്നെയാണോ എന്ന കാര്യത്തിൽ അതിശയം തോന്നും. പൊലീസുമായും ജയിൽഗാർഡുകളുമായും എല്ലാ അർത്ഥത്തിലുള്ള പോരാട്ടത്തിനു തന്നെയാണ് അവർ ഇറങ്ങിത്തിരിച്ചത്. എപ്പോഴൊക്കെ ആരെങ്കിലും എന്നെ 'ജയിൽപുള്ളി' എന്ന് പറയുന്നുവോ, അപ്പോഴെല്ലാം മമ്മ പൊട്ടിത്തെറിക്കും:

"എന്റെ മോൻ ജയിൽപുള്ളിയൊന്നുമല്ല. അവനൊരു രാഷ്ട്രീയത്തടവുകാരനാണ്."

കിടക്കയിൽനിന്ന് എഴുന്നേറ്റ് നടക്കാമെന്നായ ഉടനെതന്നെ ഞങ്ങളെ ആശുപത്രിയിൽനിന്ന് തിരിച്ച് ജയിലിലേക്ക് മാറ്റാനുള്ള ഉത്തരവിറങ്ങി. എന്നാൽ ഞങ്ങളത് ശക്തമായി എതിർത്തു. ഡോക്ടർമാരുടെ എതിർപ്പുകൂടി വന്നതോടെ നാലുമാസക്കാലംകൂടി ഞങ്ങൾ ആശുപത്രിവാർഡിൽ തന്നെ തുടർന്നു.

സ്വമദ് മഹ്ദാവിയുടെ നഷ്ടം അപ്പോഴും ഉണങ്ങാത്ത മുറിവുപോലെ മനസ്സിൽതന്നെ തങ്ങിനിൽപ്പുണ്ടായിരുന്നു. ആശുപത്രിയിൽ നാല്പത്

ദിവസത്തോളം ഞങ്ങൾ സ്വമദിനായി ദുഃഖം ആചരിച്ചു. ഞങ്ങളുടെ കുടുംബങ്ങളും അയാളുടെ വീട്ടിൽ അനുശോചനമറിയിക്കാനായി എത്തിച്ചേർന്നു. രക്തസാക്ഷിത്വവിവരമറിഞ്ഞതും ഞങ്ങളുടെ കുടുംബാംഗങ്ങളും രാജ്യത്തിന്റെ വിവിധ ഭാഗങ്ങളിൽ നിന്നുള്ള സുഹൃത്തുക്കളും സ്വമദിന്റെ മാതാവിന്റെ വീട്ടിലേക്കും തെരുവിലേക്കും ഒഴുകി എത്തിയ വിവരം ലല്ല ഐശ പറഞ്ഞത് കേട്ടു. തെരുവ് നിറഞ്ഞു നീങ്ങുന്ന ഈ മനുഷ്യസാഗരം ഒന്നാകെ സ്വമദിനായാണെന്ന് തിരിച്ചറിഞ്ഞപ്പോൾ അയൽക്കാരൊക്കെയും അതിശയിച്ചുപോയിട്ടുണ്ടാകും.

"അപ്പോൾ സ്വമദ് നല്ലവനാണെന്നർത്ഥം."

അയൽക്കാരിയായൊരു സ്ത്രീ പറഞ്ഞതിങ്ങനെയാണ്. അയൽക്കാരൊക്കെയും തങ്ങൾക്ക് വീടുകൾ തുറന്നുതന്നതായി ലല്ല ഐശ പറഞ്ഞു. സ്വമദിന്റെ വീട് സ്ഥിതിചെയ്യുന്ന തെരുവിൽ തന്നെയായിരുന്നു അന്നു രാത്രി എല്ലാവരും ചെലവിട്ടത്.

അനുശോചനം അറിയിക്കാനെത്തിയവരുടെ സാന്നിധ്യം അതിശക്തമായിരുന്നു. അയൽവാസികൾ ഏവർക്കും ഐക്യദാർഢ്യമേകി. സ്വമദിന്റെ മാതാവിനും ഭാര്യയ്ക്കും ആശ്വാസമേകാനെത്തിയ പട്ടണവാസികളുടെ സ്നേഹവായ്പ് ഏവർക്കും വലിയ പിന്തുണയാണ് നൽകിയത്. മൃതദേഹം വഹിച്ചുകൊണ്ടുള്ള വിലാപയാത്രയിൽ ആരും പങ്കെടുക്കില്ലെന്ന് മാതാവായ ലല്ലാ അസീസയോ ഭാര്യയായ കൻസയോ ഒപ്പിട്ടു നൽകാതെ സ്വമദിന്റെ മൃതദേഹം വിട്ടുതരില്ലെന്ന് അധികാരികൾ നിർബന്ധം പിടിച്ചു. എവിടെ വേണമെങ്കിലും ഒപ്പിട്ട് കൊടുത്തോളാൻ കൂടെയുള്ളവർ സ്വമദിന്റെ വീട്ടുകാരെ നിർബന്ധിച്ചു. ശേഷം വീട്ടിൽതന്നെ കഴിയാൻ പറഞ്ഞു. പിന്നീട് തെരുവിൽ മൃതദേഹത്തെ വിലാപയാത്രയിൽ ആരെങ്കിലും പിന്തുടർന്നാൽ അവർക്ക് ഉത്തരവാദിത്തം ഉണ്ടാകില്ലെന്നും അറിയിച്ചു.

"ഏവരും കരയുകയും ദുഃഖിതരുമൊക്കെ ആയിരുന്നെങ്കിലും ഒരു സാധാരണ ശവസംസ്കാരച്ചടങ്ങിൽ പങ്കെടുക്കുന്ന മാനസികാവസ്ഥയിലേ ആയിരുന്നില്ല ഞങ്ങളാരുംതന്നെ. ശരിക്കുമൊരു വിവാഹഘോഷയാത്രപോലെ ആവേശകരമായിരുന്നു ആ വിലാപയാത്ര. തങ്ങളുടെ ചുമലുകളിൽ സ്വമദിന്റെ ശവമഞ്ചവും പേറിക്കൊണ്ട് തെരുവിലിറങ്ങിയത് ആയിരങ്ങളായിരുന്നു. ജീവിതത്തിലിന്നോളം കണ്ടിട്ടില്ലാത്തവിധം മനുഷ്യർ പുഴപോലെ ഒഴുകുകയായിരുന്നു തെരുവിലൂടെ."

ലല്ലാ ഐശയുടെ വാക്കുകൾ കേട്ടുകൊണ്ട് ആശുപത്രി വാർഡിൽ ഞങ്ങൾ ചുറ്റുമിരുന്നു. മുത്തശ്ശിയുടെ കഥ കേൾക്കാൻ ചുറ്റും കൂടുന്ന കുട്ടികളുടെ മാനസികാവസ്ഥയിലായിരുന്നു ഞങ്ങളന്നേരം. കണ്ണീരിന്റെ ഉപ്പുരസം ചുണ്ടുകളിൽ സ്പർശിച്ചപ്പോൾ മാത്രമാണ് കരയുകയാണെന്ന് ഞങ്ങൾക്ക് മനസ്സിലായത്. തീർത്തും നിസ്സാരമായ കാര്യങ്ങൾപോലും വിടാതെ വിവരിക്കുവാൻ ലല്ലാ ഐശയ്ക്ക് അപാരമായ കഴിവാണ്. മൂന്ന്

മണിക്കൂറിലധികം നേരമാണ് ആ സ്ത്രീയെത്തന്നെ ഉറ്റുനോക്കി അവരുടെ വാക്കുകൾ ശ്രവിച്ചുകൊണ്ട് ഞങ്ങൾ ചുറ്റുമിരുന്നത്. സ്വന്തം ഉമ്മമാരെപ്പോലെയാണ് ഞങ്ങൾ ലല്ലാ ഐശയെ സ്നേഹിച്ചത്. ഞങ്ങളുടെ കുടുംബാംഗങ്ങൾക്കിടയിൽ അവരുടെ സാന്നിദ്ധ്യം ഒരു പ്രത്യേക സൗകുമാര്യമായി മാറുകയായിരുന്നു.

തന്റെ മൂത്തമകനായ ഹസ്സനെത്തേടി രഹസ്യപ്പൊലീസുകാർ വീട്ടിൽ അതിക്രമിച്ചു കയറിയ സംഭവം ലല്ലാ ഐശ ഞങ്ങൾക്ക് വിവരിച്ചുതന്നു. ഇളയ മകനായ ഖാലിദ് അറസ്റ്റിലായതിന്റെ ഞെട്ടലിൽനിന്ന് മാറാനാകാതെ ഇരിക്കുമ്പോഴായിരുന്നു അടുത്ത മകനെത്തേടി അധികാരികൾ എത്തുന്നത്. പരിശോധനയ്ക്കെത്തിയ സർക്കാർ കിങ്കരന്മാരെ തൊഴിച്ചു പുറത്തിറക്കിയശേഷം തന്റെ മാറിലേക്ക് ചൂണ്ടി അവർ അലറി:

"എനിക്കിനി കുട്ടികൾ ഉണ്ടാകില്ലെന്നറിഞ്ഞപ്പോഴായിരിക്കുമല്ലേ നീയൊക്കെ വീണ്ടും വന്നിരിക്കുന്നത്? ഖാലിദിനെ കിട്ടിയിട്ടും നിങ്ങൾക്ക് തൃപ്തിയായില്ലേ? ഇനി വേണ്ടത് ഹസനെയായിരിക്കുമല്ലേ? പ്രശ്നം എന്റെ കുട്ടികളുടേതല്ല. പ്രശ്നം അവർ കുടിച്ച മുലപ്പാലിന്റേതാണ്. നിങ്ങളോടുള്ള പ്രതിഷേധവും വെറുപ്പും എന്റെ മുലപ്പാലിൽ അലിഞ്ഞു ചേർന്നതാണ്. ഇനി കേട്ടോളൂ, കുട്ടികൾ ഉണ്ടാകാതിരിക്കാനായി സ്ഥാപിച്ച ഗർഭനിരോധന ട്യൂബ് ഞാനെടുത്ത് കത്തിച്ചുകളയും. പിന്നെ രണ്ട് ഇരട്ടക്കുട്ടികൾക്കുകൂടി ജന്മം നൽകും. ഓർത്തോളൂ, ഇരട്ടക്കുട്ടികൾ തന്നെയായിരിക്കുമത്."

ഈ സംഭവത്തെക്കുറിച്ച് കുടുംബാംഗങ്ങൾ പറഞ്ഞ് കേട്ടിട്ടുണ്ടെങ്കിലും രഹസ്യപ്പൊലീസുകാരുടെ മുഖത്തു നോക്കി പറഞ്ഞ ആ വാചകങ്ങൾ വീണ്ടും ആവർത്തിച്ചുപറയാൻ വേണ്ടി ഞങ്ങൾ ലല്ല ഐശയെ നിർബന്ധിച്ചു. പുഞ്ചിരിയോടെയാണ് അവരത് വീണ്ടും പറഞ്ഞത്. കാലപ്പഴക്കമേറിയ വീഞ്ഞിന്റെ തീവ്രതയോടെയാണ് വാക്കുകൾ അവരുടെ വായിൽനിന്ന് പുറത്തേക്ക് വന്നത്.

ഈ സ്ത്രീ സ്കൂളിൽ പഠിക്കാൻ പോയിട്ടില്ല. പാഠപുസ്തകങ്ങളും കക്ഷത്തിലേന്തി നടന്നിട്ടില്ല. കവിതയെ സംബന്ധിച്ചോ അറബി കവികളുടെ സമാഹാരങ്ങളെ സംബന്ധിച്ചോ അറിയാനിടയില്ല. അറബി കവികളായ മഹ്മൂദ് ദർവീശിന്റെയോ മുഈൻ ബസീസുവിന്റെയോ സമീഹുൽ ഖാസിമിന്റെയോ മുരീദ് ബർഗൂസിയുടെയോ ഒന്നുംതന്നെ കവിതകൾ വായിച്ചിരിക്കാനും ഇടയില്ല. അതേ സമയം ഈ സ്ത്രീ പറയുന്ന കാര്യങ്ങൾക്ക് ആ കവികളുടെ വാക്കുകളുമായി നല്ല സാമ്യമുണ്ട്. ഞങ്ങളുടെ സിരകളിലൂടെ ഒഴുകുന്ന രക്തംപോലെ മനസ്സോടു ചേർന്ന് നിൽക്കുന്ന ആ കവികളുടെ ഉജ്ജ്വലമായ വരികളെ ഓർമ്മിപ്പിക്കുന്നതാണ് ഇവരുടെ ഓരോ വാചകങ്ങളും. തലയുയർത്തി നിൽക്കുന്ന മരങ്ങളെപ്പോലുള്ള കുടുംബാംഗങ്ങൾക്കു നേരെ എന്നിട്ടും എന്തിനാണ് ഈ രഹസ്യത്തിന്റെ മറയെന്ന് മനസ്സിലാകുന്നില്ല.

തെരുവുകളിലൂടെ ആ വിലാപയാത്ര കടന്നുപോയതെങ്ങനെയാണെന്ന് ലല്ലാ ഐശ ഞങ്ങൾക്ക് വിവരിച്ചുതന്നു. പലസ്തീൻ പതാക പുതച്ച്, പനിനീർ പൂക്കൾ വിതറിയ ശവമഞ്ചത്തിന് പിറകേ നീങ്ങിയവർ കുരവയിട്ടുകൊണ്ടേയിരുന്നു. ആയിരക്കണക്കിന് മനുഷ്യരുടെ സാഗരം തന്നെയായിരിക്കും ആ വിലാപയാത്രയിൽ പങ്കെടുത്തിട്ടുണ്ടാവുക എന്നാണെനിക്ക് തോന്നിയത്. പെട്ടെന്നാണ് എന്തോ ഓർത്തിട്ടെന്ന മട്ടിൽ ലല്ലാ ഐശ ചിരിച്ചത്. പിന്നീടവർ പറഞ്ഞു:

"ഒന്നാലോചിച്ചുനോക്കിക്കേ. ഞങ്ങൾ നേരിട്ടു പങ്കെടുത്ത വിലാപയാത്രയായിരുന്നു ഇത്. സ്ത്രീകളടക്കമുള്ള കുടുംബങ്ങൾ അനുഗമിച്ചൊരു വിലാപയാത്ര. സ്ത്രീകൾ വിലാപയാത്രയിൽ പങ്കെടുത്താൽ ശവമഞ്ചം ആടിയുലയുമെന്നും ശവക്കച്ച കീറിപ്പോകുമെന്നും കുഴിമാടം കുടുസ്സായി മാറുമെന്നുമൊക്കെയല്ലേ ആളുകൾ പറഞ്ഞിരുന്നത്. പക്ഷേ ഞങ്ങൾ ഒപ്പം നടന്നു. ശരിയാണ് ഞങ്ങൾ സ്ത്രീകൾ പങ്കെടുത്ത ആദ്യ വിലാപയാത്രയായിരുന്നു ഇത്. പക്ഷേ രക്തസാക്ഷിയുടെ ശവമഞ്ചം ആടിയുലയുന്നതോ ഖബറിടം കുടുസ്സായിപ്പോകുന്നതോ ഒന്നും ആരും കണ്ടില്ല. ഞങ്ങൾ കരയുകയോ വിലപിക്കുകയോ അല്ല ചെയ്തത്. മറിച്ച് വിരലുകൾകൊണ്ട് വിജയചിഹ്നം ഉയർത്തിക്കാട്ടി കുരവയിടുകയാണ് ഞങ്ങൾ ചെയ്തത്."

അപ്പോഴെനിക്ക് കോടതിമുറിയിൽ വച്ച് വിജയചിഹ്നം കാണിക്കാൻ ശ്രമിച്ച മമ്മയുടെ കാര്യം ഓർമ്മവന്നു. കോടതിമുറിയിലേക്ക് ഞങ്ങൾ പ്രവേശിച്ചത് വിജയചിഹ്നം ഉയർത്തിക്കാണിച്ചുകൊണ്ടായിരുന്നു. അതേ രീതിയിൽ ഞങ്ങളോട് ആശയവിനിമയം നടത്താനായിരുന്നു മമ്മയുടെ ശ്രമം. രണ്ടിനു പകരം മൂന്ന് വിരലുകളാണ് മമ്മ ഉയർത്തിക്കാണിച്ചത്. തിരുത്തിക്കൊടുക്കാനായി ഞാൻ വിരലുകൾകൊണ്ട് ആംഗ്യം കാണിക്കാൻ ശ്രമിച്ചു. അവരാകട്ടെ അസ്വസ്ഥയായൊരു കുട്ടിയെപ്പോലെ വലതുകൈകൊണ്ട് ഇടതുകൈയിലെ വിരലുകൾ എങ്ങനെ ഉയർത്തി കാണിക്കണമെന്ന് തീർച്ചപ്പെടുത്താൻ ശ്രമിക്കുകയായിരുന്നു. ഞാൻ ഉയർത്തിക്കാണിച്ച രീതിയിൽ വിരലുകൾ ക്രമപ്പെടുത്താൻ ശ്രമിച്ച് ശ്രമിച്ച് അവസാനം അവർ വിജയചിഹ്നം തന്നെ ഉയർത്തിക്കാണിച്ചു.

ആശുപത്രിയിൽനിന്ന് ഡിസ്ചാർജ് ചെയ്തതും ഞങ്ങളെ ജയിലിലേക്ക് തിരികെ കൊണ്ടുപോയി. പക്ഷേ നേരത്തെ ഉണ്ടായിരുന്ന വലിയ സെൽബ്ലോക്കിനെ വെവ്വേറെ സെല്ലുകളാക്കി മാറ്റിയിരിക്കുന്നു. ഓരോന്നിലും പുതിയ കിടക്കകളും വിരിപ്പുകളും ലഭ്യമാക്കിയിരുന്നു. ഞങ്ങളുടെ ആവശ്യങ്ങൾ അംഗീകരിച്ചുകൊണ്ട് സ്വന്തം വസ്ത്രം ധരിക്കുവാൻ അനുമതി ലഭിച്ചു. അതുപോലെ ഭക്ഷണവസ്തുക്കൾ തയ്യാറാക്കുന്നതിനുള്ള സാധനങ്ങളും ലഭ്യമാക്കി. ഞങ്ങൾ ഈ വിഭവങ്ങൾ പരസ്പരം പങ്കുവയ്ക്കുകയും പാചകം ചെയ്യുന്ന ജോലി ഓരോരുത്തരുടെ ഊഴമനുസരിച്ച് ചെയ്യാനായി വിഭജിച്ച് നൽകുകയും ചെയ്തു. തുടക്കത്തിൽ സംഘമായിരുന്ന് ഭക്ഷണം കഴിക്കുന്ന കാര്യത്തിൽ ഞങ്ങൾക്ക് വലിയ

ആവേശമായിരുന്നു. എന്നാൽ നിരാഹാരസമരം അവശേഷിപ്പിച്ച ആരോഗ്യ പ്രശ്നങ്ങൾ കാരണം വിവിധ ഗ്രൂപ്പുകൾ അവരവരിലേക്ക് ഒതുങ്ങാൻ തുടങ്ങി. പിന്നീട് പല കാരണങ്ങളാലും വിവിധ ഗ്രൂപ്പുകളുടെ വലിപ്പം കുറഞ്ഞുവരുവാൻ തുടങ്ങി. പല ഗ്രൂപ്പുകളിലും അവസാനം രണ്ടുപേർ മാത്രമാണ് അവശേഷിച്ചത്. ചിലതിലൊക്കെ ഒരാൾ മാത്രവും.

മിക്ക സഖാക്കളിലും ആമാശയപ്പുണ്ണുപോലുള്ള ഉദരസംബന്ധിയായ രോഗങ്ങൾ പ്രത്യക്ഷപ്പെടാൻ തുടങ്ങി. ഇതുകാരണം ഒരു ഭക്ഷ്യക്രമം എല്ലാവരും പിന്തുടരേണ്ടത് അത്യാവശ്യമായി മാറി. ഞങ്ങൾക്ക് ആവശ്യ മുള്ള ഭക്ഷ്യവസ്തുക്കളെല്ലാം ജയിൽ അധികൃതരിൽനിന്ന് ലഭിച്ചു കൊണ്ടിരുന്നു. ആവശ്യാനുസരണം അത് തടവുകാർക്കിടയിൽ വീതം വയ്ക്കപ്പെട്ടു. തുടർജീവിതം അനായാസമാക്കുന്നതിനായി ഞങ്ങൾ കുറച്ച് സമിതികൾക്ക് രൂപം നൽകി. ഭക്ഷണസമിതി, ലൈബ്രറി കമ്മിറ്റി, ചർച്ചാസമിതി, സ്പോർട്സ് കമ്മിറ്റി അങ്ങനെ പല സമിതികൾ.

എല്ലാ സമിതികളും വളരെ ഉത്സാഹത്തോടും കഠിനാധ്വാനത്തോടും കൂടിയാണ് പ്രവർത്തിച്ചത്. ലൈബ്രറി കമ്മിറ്റിയിലായിരുന്നു എനിക്ക് അംഗത്വമുണ്ടായിരുന്നത്. ഞങ്ങൾക്ക് ആവശ്യമുള്ള പുസ്തകങ്ങളുടെ പട്ടിക തയ്യാറാക്കി ജയിലധികൃതരെ ഏല്പിച്ചു. സൈദ്ധാന്തികസ്വഭാവ മുള്ള പുസ്തകങ്ങൾ മുതൽ കവിതകളും നോവലുകളുമുണ്ടായിരുന്നു കൂട്ടത്തിൽ. എന്താണ് കാര്യമെന്നറിയില്ല, കഴിയുന്നത്ര നോവലുകളും കവിതകളും വായിക്കാൻ ഞങ്ങൾ വലിയ ആവേശം കാണിച്ചു. ഒട്ടേറെ നോവലുകൾ വായിച്ചു. ഒരു നോവലിന്റെ ഒന്നിലധികം പകർപ്പുകൾ ആ സമയം ഞങ്ങളുടെ കൈവശമില്ലായിരുന്നു. ചൊവ്വാഴ്ചയും വ്യാഴാഴ്ച യുമായിരുന്നു വായിക്കാനെടുത്ത പുസ്തകങ്ങൾ തിരികെക്കൊടുക്കാനോ മാറിമാറി ഉപയോഗിക്കാനോ ആയി തിരഞ്ഞെടുത്തിരുന്നത്. എന്നാൽ ആവശ്യക്കാരുടെ എണ്ണം വർദ്ധിച്ചതോടെ ആഴ്ചയിൽ നാല് ദിവസങ്ങൾ ഇക്കാര്യത്തിനായി മാറ്റിവയ്ക്കേണ്ടിവന്നു.

ചർച്ചാസമിതിയുടെ പ്രവർത്തനങ്ങൾക്കായി നിർദ്ദേശിക്കപ്പെട്ടത് തിങ്കളും ശനിയുമായിരുന്നു. സാംസ്കാരികവിഷയങ്ങൾ ചർച്ച ചെയ്യാൻ ആദ്യദിവസവും രാഷ്ട്രീയവിഷയങ്ങൾ ചർച്ച ചെയ്യുവാൻ രണ്ടാമ ത്തേതും. ആഴ്ചയിൽ അവശേഷിക്കുന്ന ദിനങ്ങൾ എങ്ങനെ ചെലവിട ണമെന്ന് തീരുമാനിക്കാനുള്ള സ്വാതന്ത്ര്യം ഏവർക്കുമുണ്ടായിരുന്നു. വിദ്യാഭ്യാസ അവകാശത്തിന് വേണ്ടി നിലകൊള്ളുന്നവരായിരുന്നു ഞങ്ങളേവരും. അതിനാൽതന്നെ പഠനം പൂർത്തിയാക്കാത്തവർ അത് തുടരുവാനും പഠനം കഴിഞ്ഞവർ മറ്റു വിഷയങ്ങളിൽ പുനർപഠനം നട ത്തുവാനും തീരുമാനിച്ചു. അതുപോലെ ധാരാളം കഴിവുകൾ പുറത്തു കൊണ്ടുവരുവാൻ സാധിച്ചു. പ്രത്യേകിച്ച് പെയിന്റിംഗ്.

കൂട്ടത്തിലുള്ള ആബിദ് പകൽ മുഴുവൻ തന്റെ ഡ്രോയിംഗുകൾ ക്കൊപ്പം ചെലവിടുവാൻ തുടങ്ങി. കറുപ്പും അഴികളുമായിരുന്നു അവന്റെ

ചിത്രങ്ങളിലൊക്കെ നിഴലിച്ചിരുന്നത്. സ്വലാഹ് റിബായിയുടെ ശ്രദ്ധയാകട്ടെ തന്റെ കാവ്യശേഷി തേച്ചുമിനുക്കുന്നതിൽ തന്നെയായിരുന്നു. പുതിയൊരു കവിത തയ്യാറാക്കി കേൾപ്പിക്കാനായി എന്റെ പിറകെ പായാത്ത ഒരു ആഴ്ചയുമില്ലെന്നായി സ്വലാഹിന്റെ കാര്യത്തിൽ. ദൈർഘ്യമേറിയവയാണ് എന്ന പ്രത്യേകതയുണ്ടായിരുന്നെങ്കിൽപോലും വ്യതിരിക്തമായൊരു കാവ്യഭാവം എപ്പോഴും അയാളുടെ കവിതയുടെ മുഖമുദ്രയായിരുന്നു. ഈ കവിതകളുടെ നിർമ്മിതിയിൽ കാര്യമായ അധ്വാനം നടത്തുന്നയാളായിരുന്നു സ്വലാഹ്. ഓരോ കവിതയും രചിച്ചു കഴിഞ്ഞാൽ പിന്നീടുള്ള ആറുമാസക്കാലംകൊണ്ട് ആദ്യാവസാനം വെട്ടിത്തിരുത്തലുകൾ നടത്താതെ അയാൾക്ക് തൃപ്തിവരില്ലായിരുന്നു. അക്കാര്യത്തിൽ ഒരു ധൃതിയുമുണ്ടായിരുന്നില്ല. ജയിൽമുറ്റത്ത് ഞങ്ങളെ ഓരോരുത്തരുടെയും പിന്നാലെ കൂടി തന്റെ കവിത ചൊല്ലിക്കേൾപ്പിക്കാതെ സ്വലാഹ് പിന്മാറുന്ന പക്ഷമേ ഉണ്ടായിരുന്നില്ല. മാത്രമല്ല, ഞങ്ങളുടെ പ്രതികരണങ്ങൾ രേഖപ്പെടുത്തിവയ്ക്കുകയും ചെയ്യും. ഞാനാകട്ടെ സ്വലാഹിനെ സദാ പ്രോത്സാഹിപ്പിക്കുന്ന കൂട്ടത്തിലായിരുന്നു. മാത്രമല്ല ഇങ്ങനെ പറയുകയും ചെയ്യും:

"യമനെക്കുറിച്ചുള്ളതാകട്ടെ, ജപ്പാനെ സംബന്ധിച്ചതാകട്ടെ നിങ്ങളുടെ വാർഷികകവിതകളൊക്കെ എനിക്കിഷ്ടമാണ്. എന്നാൽ കൂടുതൽ താല്പര്യം കവിത വായിക്കുന്നതാണ്. അത് കവിതയുടെ തന്നെ അനിവാര്യഘടകമാണെന്നാണ് എന്റെ പക്ഷം."

"കവിതാവതരണം എന്നതാണോ ഉദ്ദേശിക്കുന്നത്?"

"അതെ, നമ്മുടെ കവികൾക്കാർക്കുംതന്നെ ഭാവനാശേഷിയുടെയോ ഭാവനാബിംബങ്ങളുടെയോ യാതൊരു ദാരിദ്ര്യവുമില്ല. എന്നിട്ടും അറബി കവികളായ മഹ്മൂദ് ദർവീശും അഡോണിസുമൊക്കെ കവിതകൾ അവതരിപ്പിക്കുന്നത് നേരിട്ടും കാസറ്റുകളിലൂടെയുമൊക്കെ കേൾക്കുന്നതാണ് നമുക്ക് കൂടുതലിഷ്ടം."

ഞങ്ങളുടെ പുസ്തകശേഖരത്തിൽ ഇപ്പോഴുള്ള പുസ്തകങ്ങൾ എല്ലാംതന്നെ ജയിലധികൃതർ ലഭ്യമാക്കിയതല്ല. അക്കൂട്ടത്തിൽ മിക്കവയും ഞങ്ങളെ സന്ദർശിക്കാനെത്തുന്ന കുടുംബാംഗങ്ങളും സുഹൃത്തുക്കളും പിന്നെ അനുതാപം പ്രകടിപ്പിച്ചിരുന്ന വ്യക്തികളുമൊക്കെ സമ്മാനിച്ചവയായിരുന്നു.

നിരാഹാരസമരംമൂലം ആരോഗ്യം പാടേ തകർന്ന ഖാലിദിനെ കാണാനായി ഞങ്ങൾ ഇടയ്ക്കിടയ്ക്ക് ആശുപത്രിയിൽ പൊയ്ക്കൊണ്ടിരുന്നു. ശരീരത്തിന്റെ വിവിധ പ്രവർത്തനങ്ങളെ നിയന്ത്രിക്കുകയും ക്രമീകരിക്കുകയും ചെയ്യുന്ന നാഡീവ്യവസ്ഥയുടെ കേന്ദ്രം തലയോട്ടിക്കുള്ളിലാണ്. പുറമേ നിന്നുള്ള ആഘാതങ്ങളിൽനിന്നും തലച്ചോറിനെ സംരക്ഷിച്ച് നിർത്തുന്നത് തലയോട്ടിയുടെ കട്ടിയുള്ള ആവരണമാണ്. വികാരങ്ങൾ, ചലനം, ഓർമ്മ, ബൗദ്ധികശക്തി തുടങ്ങിയ ശാരീരികധർമ്മങ്ങളുടെയും ബുദ്ധികേന്ദ്രം തലച്ചോറാണ്. ഖാലിദിന്റെ കാര്യത്തിൽ അവൻ നിരാഹാര

സമരം തുടങ്ങിയപ്പോൾ തലച്ചോറിനെ ആവരണം ചെയ്യുന്ന ഭാഗങ്ങൾ പൂർണവളർച്ചയെത്തിയിരുന്നില്ല. ആ ഭാഗത്ത് കാര്യമായ ക്ഷതമേൽക്കുകയും വലിയ തോതിലുള്ള ആരോഗ്യനഷ്ടത്തിലേക്ക് അത് നയിക്കുകയും ചെയ്തുവെന്നാണ് ഡോക്ടർ പറഞ്ഞത്. വിറയൽ കാരണം അവന് നേരേ ചൊവ്വെ എഴുന്നേറ്റ് നിൽക്കുവാൻതന്നെ സാധിച്ചിരുന്നില്ല.

പലതരത്തിലുള്ള സ്പെഷ്യലിസ്റ്റ് ഡോക്ടർമാരെ നിരന്തരമായി കാണേണ്ട അവസ്ഥയിലായിരുന്നു ഖാലിദ്. പല്ല് മുതൽ കാഴ്ചശക്തിയും സംസാരിക്കാനുള്ള ശേഷിയും വരെ തകരാറിലായി. ഞങ്ങളുടെ ഏവരുടേയും മനസ്സിലെ ഉണങ്ങാത്തൊരു മുറിവായി മാറുകയായിരുന്നു ഖാലിദ്. അവൻ അരികത്തില്ലെങ്കിൽ ഞങ്ങൾ പതിയെ സംസാരിക്കും. എന്നാൽ അവൻ അരികിലെത്തിയാൽ പിന്നെ അവന്റെ ആരോഗ്യകാര്യങ്ങളെക്കുറിച്ച് ഞങ്ങൾ നിശ്ശബ്ദരാകും. അലിവോടെ പെരുമാറുക മാത്രമാണ് അവന്റെ കാര്യത്തിൽ ചെയ്യാനുള്ളത്. കുടൽപുണ്ണ്, മൂലക്കുരു, കാഴ്ചാപ്രശ്നങ്ങൾ തുടങ്ങിയ ചെറിയ ചെറിയ അസുഖങ്ങൾ മാത്രമായിരുന്നു ഞങ്ങൾക്കൊക്കെ പൊതുവേ ഉണ്ടായിരുന്നത്. അതുമായി താരതമ്യം ചെയ്യുമ്പോൾ ഖാലിദിന്റെ അവസ്ഥ ഗുരുതരം തന്നെയായിരുന്നു.

ജയിലിനുള്ളിലെ ഞങ്ങളുടെ ജീവിതം പതിയെ അതിന്റെ സ്വാഭാവിക താളക്രമത്തിലേക്ക് എത്തിക്കൊണ്ടിരുന്നു. കുടുംബാംഗങ്ങളുടെ സന്ദർശനങ്ങൾ ഒഴിച്ചുനിർത്തിയാൽ മനസ്സിനെ സന്തോഷിപ്പിക്കുന്ന കാര്യങ്ങൾ വിരളമായിത്തീർന്നു. ഇതുകാരണം ഒപ്പമുള്ള ചില സഖാക്കളുമായുള്ള ബന്ധത്തിൽ വിള്ളലുകൾ വീഴാൻ തുടങ്ങി. ഏതാണ്ട് ഏഴ് വർഷങ്ങൾ പിന്നിട്ടതും നേരത്തെ ഐക്യത്തിന് പേരുകേട്ട ഞങ്ങളുടെ സംഘങ്ങളിൽ കയ്പേറിയ അനുഭവങ്ങൾ ഉണ്ടാകാൻ തുടങ്ങി. ഓരോ സംഘങ്ങളും വെവ്വേറെ മാറിനിൽക്കാൻ തുടങ്ങുകയും മറ്റു സംഘങ്ങളെ പലതരത്തിൽ പ്രകോപിപ്പിക്കുവാനും ആരംഭിച്ചു.

അഭിപ്രായവ്യത്യാസങ്ങൾ ഉടലെടുത്തത് ചർച്ചാസമിതിയിലായിരുന്നു. താത്വികമായ ചർച്ചകൾ തുടക്കത്തിൽ വലിയ ഭിന്നതകൾ ഉണ്ടാക്കിയില്ല. പക്ഷേ ശരിക്കും കാര്യങ്ങൾ എങ്ങനെയാണ് നടക്കുന്നത് എന്ന് വിലയിരുത്തിയേ തീരൂ എന്നൊരു സാഹചര്യമുണ്ടായപ്പോൾ കാല്പനികമായൊരു വിലയിരുത്തലിന് ചെവികൊടുക്കാൻപോലും മിക്കവരും തയ്യാറായില്ല. തീർത്തും വസ്തുനിഷ്ഠമായൊരു വിലയിരുത്തൽതന്നെയായിരുന്നു നമുക്ക് ആവശ്യം. ഞങ്ങളുടെ അനുഭവങ്ങളെ കീറിമുറിച്ച് പരിശോധിക്കുകയും ദൗർബല്യമുള്ള ഘടകങ്ങളെ കണ്ടെത്തുകയും ചെയ്തേ തീരൂ. ഈയൊരു നിലപാടാണ് കൂട്ടത്തിൽ ചില സഖാക്കളെ ആയുധമെടുക്കാൻ പ്രേരിപ്പിച്ചത്.

സ്വമദ് മഹ്ദാവി രക്തസാക്ഷിയായതിന്റെ ഏഴാമത് വാർഷികം അടുത്തുവരികയാണ്. ഞങ്ങൾക്കിടയിലെ അഭിപ്രായവ്യത്യാസത്തിന്റെ കുരുക്കൾ പൊട്ടിക്കുന്ന സംഭവമായി അത് മാറി. അനുശോചനവുമായി ബന്ധപ്പെട്ട് നടത്തേണ്ട പരിപാടികളുടെ വിവരങ്ങളടങ്ങിയ നോട്ടീസ്

ലൈബ്രറിയിൽ പതിച്ചു. പക്ഷേ പരിപാടിയുടെ തലേദിവസം രാത്രി ഞങ്ങളുടെ ആകെ എണ്ണത്തിന്റെ പകുതിയോളം വരുന്ന രണ്ട് സംഘങ്ങൾ പിന്മാറിക്കളഞ്ഞു. ഇത്രയും പേരുടെ അസാന്നിധ്യം ഞങ്ങളെ ആകെ വിഷമിപ്പിച്ചുകളഞ്ഞു. നമ്മുടെ അഭിപ്രായവ്യത്യാസങ്ങളെക്കുറിച്ചൊന്നും സ്വമദിന് അറിവുണ്ടാകില്ല. അങ്ങനെയൊരാളുടെ ഓർമ്മദിനമെന്നത് സർവ്വതിലും വലുതായി കരുതേണ്ടതായിരുന്നു. പക്ഷേ രാത്രി വൈകിയും ഉണർന്നിരുന്ന് ഞങ്ങൾ പരിപാടികളുടെ വിജയത്തിനായി യത്നിച്ചു.

പിറ്റേദിവസം ജയിൽമുറ്റത്ത് വച്ച് നിസ്സഹകരണം പ്രഖ്യാപിച്ച ഈ രണ്ട് സംഘങ്ങളിലെ സഖാക്കളെ നേരിട്ട് കണ്ടപ്പോൾ അവരുടെ കണ്ണുകളിൽ നിഴലിച്ചത് ഖേദം തന്നെയായിരുന്നു. ഞങ്ങൾക്ക് മുഖം തരാനാകാതെ ഒഴിഞ്ഞുമാറുകയായിരുന്നു അവരിൽ പലരും. ഒരുകാലത്ത് ഞങ്ങളെത്തമ്മിൽ കൂട്ടിയിണക്കിയിരുന്ന ഒത്തൊരുമയുടെ കണ്ണികൾ അങ്ങനെ പൊട്ടിച്ചിതറാൻ തുടങ്ങി. ഓരോ സംഘങ്ങളും ഒപ്പുവച്ച സന്ദേശങ്ങൾ വെവ്വേറെ പുറത്തുപോകാൻ തുടങ്ങിയതോടെ ഈ അഭിപ്രായവ്യത്യാസത്തിന്റെ കഥകൾ ജയിലിന് പുറത്തുള്ളവരും അറിഞ്ഞുതുടങ്ങി.

മൂന്ന്

മുഹമ്മദ് ബാസുവുമായുള്ള വിവാഹബന്ധം ലൈല വിച്ഛേദിച്ചു എന്ന കാര്യം എനിക്കറിയില്ലായിരുന്നു. നിനച്ചിരിക്കാതെ ജയിലിൽ എന്നെ കാണാൻ വന്നപ്പോൾ മാത്രമാണ് ശകാരിമിലെ മുനിസിപ്പൽ ജയിലിൽ അവൾക്കും രണ്ടുവർഷം കഴിയേണ്ടി വന്നു എന്ന കാര്യംതന്നെ അറിയുന്നത്. അതിനുശേഷം ലൈല എന്നെ സ്ഥിരമായി വന്നു കാണാൻ തുടങ്ങി. അതുവരെ ആ പണി മമ്മയുടെ ചുമലിലായിരുന്നു. പിന്നീട് മമ്മയും ലൈലയും മാറിമാറി വരാൻ തുടങ്ങി. അവൾ ജോലി ചെയ്യുന്ന സ്ഥലത്തു നിന്ന് ട്രെയിനിൽ ഒരു മണിക്കൂർ നേരത്തെ യാത്രാദൂരമേ ഉണ്ടായിരുന്നുള്ളൂ സെൻട്രൽ ജയിലിലേക്ക്. അതുകാരണം ലൈല സ്ഥിരമായി സന്ദർശനത്തിനെത്താൻ തുടങ്ങി. ആഴ്ചയിൽ കുറഞ്ഞത് രണ്ടുതവണയെങ്കിലും. മാത്രമല്ല മമ്മയോട് മാസത്തിൽ ഒരുതവണ വന്നാൽ മതിയെന്ന് അവൾ പറഞ്ഞു മനസ്സിലാക്കുകയും ചെയ്തു. ഇത്രയേറെ ദൂരം യാത്ര ചെയ്യുന്നത് മമ്മയുടെ ആരോഗ്യത്തിന് നല്ലതായിരുന്നില്ല. ഇങ്ങനെ ലൈല സ്ഥിരമായി കാണാൻ തുടങ്ങിയതോടെ ജയിലിന്റെ വന്യതാബോധം അല്പം കുറയുന്നതുപോലെ അനുഭവപ്പെട്ടു. അതേസമയം ഞങ്ങൾ തമ്മിലുള്ള ബന്ധം കൂടുതൽ ബലപ്പെടാൻ തുടങ്ങിയതോടെ ജയിൽജീവിതം എത്ര ക്രൂരമാണെന്ന് തോന്നാനും തുടങ്ങി.

ജയിൽ മാത്രമായിരുന്നില്ല എന്നെയും ലൈലയെയും തമ്മിൽ കൂട്ടിയിണക്കിയിരുന്നത്. ഒരേ രാഷ്ട്രീയ നിലപാടുകാരായിരുന്നു ഞങ്ങൾ. ലൈലയ്ക്ക് പാർട്ടിയോട് അനുഭാവമായിരുന്നെങ്കിൽ അംഗത്വമുണ്ടായിരുന്നു എന്ന വ്യത്യാസം മാത്രമേ എന്റെ കാര്യത്തിൽ ഉണ്ടായിരുന്നുള്ളൂ. രഹസ്യസംഘടനയിൽ ഞാൻ അംഗമാകുന്നത് പിന്നീടാണ്. സത്യം പറഞ്ഞാൽ അവളും പാർട്ടിയിൽ അംഗമായിരുന്നു എന്നാണ് കരുതിയിരുന്നത്. എന്നാൽ പാർട്ടി വിടുന്നതിന് രണ്ടുവർഷം മുമ്പ് മാത്രമാണ് അവൾക്ക് പാർട്ടിയിൽ അംഗത്വമേ ഉണ്ടായിരുന്നില്ല എന്ന കാര്യം അറിയുന്നത്. പക്ഷേ പാർട്ടിയിൽ നേരിട്ട് അംഗമാകാത്തൊരാൾക്ക് എങ്ങനെയായിരിക്കും ഇത്രയ്ക്ക് ഊർജ്ജം ലഭിക്കുന്നത് എന്ന് മനസ്സിലായില്ല. കൈക്കുമ്പിളിലെ വെള്ളം തെന്നിമാറുന്നതുപോലെ മാത്രം പാർട്ടിയുമായി

ബന്ധമുണ്ടായിരുന്ന ലൈലയ്ക്ക് പാർട്ടിയിൽ അംഗത്വമുണ്ടായിരുന്നു എന്ന് തോന്നിയത് എന്തുകൊണ്ടാണെന്നറിയില്ല.

പാർട്ടിയുടെ നിരോധനത്തിലേക്ക് നയിച്ച സ്റ്റുഡൻസ് കോൺഫറൻസ് കാലം മുതൽതന്നെ ലൈലയുമായി എനിക്ക് നല്ല ബന്ധമായിരുന്നു. ആ പ്രശാന്തതയും തീവ്രതയുമായിരുന്നു ഒരേസമയം എന്നെ അവളിലേക്ക് ആദ്യമായി ആകർഷിച്ച സംഗതികൾ. ലൈലയുമായി നടത്തിയിട്ടുള്ള ചർച്ചകൾ ഒന്നുംതന്നെ മറ്റൊരു സ്ത്രീയുമായും ആവർത്തിക്കാനേ കഴിയുമായിരുന്നില്ല. ഒപ്പമുള്ള സഖാക്കളിൽതന്നെ ചിലരുമായി മാത്രം നടത്തിയിട്ടുള്ള വൈജ്ഞാനിക ചർച്ചകൾ ലൈലയുമായി സാധ്യമായിരുന്നു. എത്രയോ സ്ത്രീകൾക്ക് പാർട്ടിയുമായി ബന്ധമുണ്ടായിരുന്നു. എന്നിട്ടും എന്തുകൊണ്ടാണ് ഞാൻ ലൈലയെ മാത്രം ശ്രദ്ധിച്ചതെന്നും ഞങ്ങൾ തമ്മിലുള്ള ബന്ധം ശക്തമായതെന്നും അറിയില്ല. ഏറ്റവും കുറഞ്ഞത് എന്റെ കാര്യത്തിലെങ്കിലും അതായിരുന്നു അവസ്ഥ.

മമ്മ ജയിലിൽ കാണാൻ വന്നിരുന്നത് എന്റെ നിലനില്പിന് അത്യന്താപേക്ഷിതമായിരുന്നു. എന്നാൽ ലൈലയുടെ സന്ദർശനം ആ നിലനില്പിന്റെ പ്രധാന ഘടകമായി മാറി. ഒഴിഞ്ഞുമാറാൻ കഴിയാത്ത എന്റെ തലവരതന്നെയായിരുന്നു ലൈല. ജയിലിനുള്ളിലേക്ക് പ്രവേശിക്കാൻ അനുമതി നൽകുന്ന സമയമാകുന്നതിന് മുമ്പുതന്നെ മമ്മ സ്ഥലത്തെത്തുമായിരുന്നു. ഉച്ചയ്ക്ക് ഒരു മണിക്ക് എത്തിച്ചേരാനായി രാവിലെ എട്ടു മണിക്കുതന്നെ മമ്മയ്ക്ക് വീട്ടിൽനിന്നും പുറപ്പെടണമായിരുന്നു. ശേഷം ജയിലിന്റെ കവാടത്തിനു മുന്നിൽ കാത്തുനിൽക്കും. എനിക്ക് ആവശ്യമുള്ള സാധനങ്ങൾ നിറച്ചൊരു വലിയ കൂടയും വലിച്ചിഴച്ചുകൊണ്ടായിരിക്കും മമ്മയുടെ വരവ്. ഒരു സന്ദർശനം കഴിഞ്ഞുപോയിക്കഴിഞ്ഞാലുടൻ അടുത്ത തവണ എത്തുന്നതുവരെ അവർ വിവിധ സാധനങ്ങൾ സ്വരുക്കൂട്ടുന്നത് ഞാൻ സങ്കൽപ്പിച്ചു നോക്കാറുണ്ട്. അതുപോലെ മമ്മയുടെ സന്ദർശനത്തിന് സമയമാകുമ്പോൾ ഞാൻ പാൽ തൈരാക്കുകയും ഉരുളക്കിഴങ്ങ് വറുക്കുകയും ഇടനാഴിയിൽ ഇരിക്കാനുള്ള വിരിപ്പ് വെയിലത്തിട്ട് ഉണക്കിയെടുക്കുകയും ചെയ്യും.

ഇത്തരത്തിൽ എന്നെ നേരിട്ട് കാണുന്നത് വളരെ പ്രധാനപ്പെട്ട ഒരു കാര്യമായാണ് മമ്മ കരുതിയിരുന്നത്. തടവിലാക്കപ്പെട്ടതിന്റെ ആദ്യത്തെ ഇരുപത് മാസക്കാലവും മമ്മ ആഗ്രഹിച്ചിരുന്നത് എന്നെ ജീവനോടെ ഒന്ന് കാണണമെന്ന് മാത്രമായിരുന്നു. പക്ഷേ ഇപ്പോഴവർ പറയുന്നത് ഇങ്ങനെയാണ്:

"എനിക്കിപ്പോൾ നിന്നെ തൊടാം, തഴുകാം, അണച്ചുപിടിക്കാം. അതിനവസരം നൽകിയ പടച്ചവന് കോടി സ്തുതി."

ഞാൻ ശരിക്കും ജീവനോടെ ഉണ്ടെന്ന കാര്യം വിശ്വസിക്കാനാകാത്തതുപോലെയായിരുന്നു തുടക്കത്തിൽ മമ്മ എന്നെ സ്പർശിച്ചിരുന്നത്. അവർ തനിച്ചായിരുന്നില്ല വന്നിരുന്നത്, മറിച്ച് കുടുംബാംഗങ്ങളുടെയും

അയൽക്കാരുടെയും സ്നേഹചുംബനങ്ങളും ആശംസകളുമായിട്ടായിരിക്കും മമ്മ വരുന്നത്. ഒപ്പം എന്റെ മൂക്കിൽ എപ്പോഴും തങ്ങിനിൽക്കുന്ന ജന്മനാടിന്റെ സുഗന്ധവുമുണ്ടാകും അവർക്കൊപ്പം. ഞങ്ങളുടെ വീട് സ്ഥിതിചെയ്യുന്ന തെരുവിന്റെ അങ്ങേ തലയ്ക്കുള്ള ഒടിഞ്ഞ വൈദ്യുതിത്തൂണും, വീടിന് മുന്നിൽ തണൽ വിരിച്ച് നിൽക്കുന്ന സക്കൂം മരവും ഇപ്പോഴും അതുപോലെത്തന്നെ ഉണ്ടത്രേ; പിന്നെ ശൈത്യകാലത്ത് മഴവെള്ളം നിറയുകയും വേനൽക്കാലത്ത് കൂടുതൽ വലുതാവുകയും ചെയ്യുന്ന റോഡിലെ കുഴികൾ. അതുപോലെ ഒരു മാറ്റവുമില്ലാത്ത തെരുവിലെ കുട്ടികൾ. ഞങ്ങളുടെ വീട്ടുപടിക്കൽ തമ്പടിക്കുന്നതായിരുന്നു അവരുടെ പ്രധാന വിനോദം എന്ന് പറയുന്നത്. ഒരു വ്യത്യാസം മാത്രമേ ഇപ്പോഴുള്ളൂ. പണ്ടത്തേതുപോലെ ഞാനല്ല അവരെ വീട്ടുമുറ്റത്ത് വിളിച്ചുകൂട്ടുന്നത്.

പക്ഷേ പലചരക്ക് കച്ചവടക്കാരൻ ബാജല്ലൂലിന്റെ മരണവാർത്ത കേട്ടപ്പോൾ മാത്രം ഇനിയും നിലംപതിക്കാത്ത തെരുവിലെ ഒടിഞ്ഞ വിളക്കുകാൽ താഴെ വീണതുപോലെ തോന്നിപ്പോയി. ഞാനെപ്പോഴും ആ ഒരു തൂണിൽ മാത്രമായിരുന്നു ചാരി നിന്നിരുന്നത്. വലത്തേകാൽ അതിൽ കുത്തി ഇടത്തേകാൽ നിലത്ത് നിർത്തി കുറേനേരം ചാരിനിൽക്കും. കാൽ കഴയ്ക്കുമ്പോൾ നേരെ ബാജല്ലൂലിന്റെ കടയിലേക്ക് ചെല്ലും. അവിടെ വില്പനയ്ക്ക് വച്ചിരിക്കുന്നത് പേരിനല്പം സാധനങ്ങളേ ഉള്ളൂവെങ്കിൽ പോലും അത് വാങ്ങാനെത്തുന്നവരുടെ എണ്ണം ഏറെയായിരുന്നു.

ജീവിതപാഠങ്ങൾ സ്കൂളിൽനിന്ന് മാത്രമല്ല നാം പഠിക്കുന്നതെന്ന തിരിച്ചറിവ് എനിക്ക് ആദ്യമായുണ്ടാകുന്നത് ബാജല്ലൂലിൽ നിന്നാണ്. തത്ത്വചിന്ത മൂകയായൊരു സ്ത്രീയും കവിത അവൾക്കായി സംസാരിക്കുന്ന പുത്രനുമാണെന്നായിരുന്നു ബാജല്ലൂൽ പറഞ്ഞിരുന്നത്. അയാൾ പറഞ്ഞുകേട്ടിട്ടുള്ള കാര്യങ്ങളെല്ലാം ആധികാരിക വിവരങ്ങളായാണ് എനിക്ക് തോന്നിയിട്ടുള്ളത്. ഒരു കൂട് തക്കാളി വാങ്ങാനായി പതിമ്മൂന്നാം വയസ്സിലാണ് ഞാനാദ്യമായി അയാളുടെ കടയിലേക്ക് പോകുന്നത്. സമയം ഉച്ചയ്ക്ക് മൂന്നാവാറായിരുന്നു. കടയുടെ മുൻവാതിൽ പകുതിയേ തുറന്നിട്ടുള്ളൂ. ഞാൻ അതിനുള്ളിലൂടെ തലയിട്ട് അകത്തേക്ക് എത്തിനോക്കി. കാൽവിരലുകൾ നിലത്തൂന്നി എത്തിനോക്കിയ ഞാൻ കാണുന്നത് ഞെട്ടിക്കുന്നൊരു കാഴ്ചയാണ്. സർവ്വരും വ്രതം അനുഷ്ഠിക്കുന്ന റമദാൻ മാസത്തിലെ പട്ടാപ്പകൽ നേരത്ത് ബാജല്ലൂൽ കടയ്ക്ക് അകത്തിരുന്ന് ഭക്ഷണം കഴിക്കുകയാണ്. മറ്റേതൊരു ദിവസത്തേയുംപോലെ ഉച്ചഭക്ഷണം കഴിക്കുകയാണ്. വായ് പൊളിച്ചുനിൽക്കുന്ന എന്നെ കണ്ടിട്ടും അയാൾ തീറ്റ തുടർന്നതേയുള്ളൂ. മറ്റൊരാൾ കണ്ടതിലുള്ള നാണക്കേടൊന്നും ആ മുഖത്ത് കണ്ടില്ലെന്നു മാത്രമല്ല, ആഹാരം കഴിക്കാൻ കൂടണോ എന്ന് എന്നോട് ചോദിക്കുകയും ചെയ്തു.

അത് കഴിഞ്ഞതും അയാൾ എനിക്ക് ഒരു കൂട് തക്കാളി എടുത്ത് തരികയും അക്കാര്യം തന്റെ കണക്കുപുസ്തകത്തിൽ കുറിച്ചുവയ്ക്കുകയും ചെയ്തു. അവിടെ നിന്നിറങ്ങുമ്പോൾ ഇടയ്ക്ക് ഞാൻ തിരിഞ്ഞു

നോക്കുന്നുണ്ടായിരുന്നു. തന്റെ രഹസ്യം ഞാനാരോടും പറഞ്ഞുകളയരുതേയെന്ന് അയാൾ ആവശ്യപ്പെടുമെന്ന് കരുതി. പിന്നീട് റമദാൻ മാസത്തിൽ പലതവണ ഞാൻ ആ കടയിലേക്ക് പൊയ്ക്കൊണ്ടിരുന്നു. എന്നിട്ടും അഞ്ചു വർഷത്തോളം അയാളുടെ ഈ വിചിത്ര സ്വഭാവത്തിന്റെ രഹസ്യമെന്തെന്ന് എനിക്ക് മനസ്സിലായതേയില്ല.

"ബാജല്ലൂൽ മരിച്ചുപോയി. അയാൾക്ക് നിന്നെ വലിയ കാര്യമായിരുന്നു."

സ്കൂളിന്റെ പടിവാതിലിൽ ചവിട്ടിയിട്ടില്ലെങ്കിലും ആത്മവിശ്വാസത്തിന്റെ പര്യായമായിരുന്ന ഒരു മനുഷ്യന്റെ മരണത്തെപ്പറ്റി മമ്മ പറഞ്ഞതിങ്ങനെയായിരുന്നു. എന്നെ വലിയ കാര്യമായിരുന്ന ബാജല്ലൂൽ മരിച്ചുവെന്ന്. സെൻട്രൽ ജയിലിൽ കഴിയുകയായിരുന്ന എന്നെ കാണാനായി ബാജല്ലൂൽ ഒരിക്കൽപോലും വന്നിട്ടില്ലെന്നത് നേരാണ്. എങ്കിലും മമ്മ കൈമാറിയിരുന്ന ആശംസകളുടെ കൂട്ടത്തിൽ പലപ്പോഴും ആദ്യത്തേത് ആ മനുഷ്യന്റേതുതന്നെയായിരിക്കും. അതുപോലെ മമ്മ കൊണ്ടുവരുന്ന കൂടകളിൽ അയാൾ കൊടുത്തയയ്ക്കുന്ന സമ്മാനങ്ങളുമുണ്ടാകും. ബാജല്ലൂൽ വിവാഹം കഴിച്ചിട്ടില്ല. അതിനാൽതന്നെ സ്വന്തമെന്ന് പറയാൻ കുടുംബമോ കുട്ടികളോ ഉണ്ടായിരുന്നില്ല. എന്നിട്ടും മരിച്ചനേരത്ത് അയാളെ സ്നേഹിക്കുന്നവർ സർവ്വദിക്കിൽനിന്നും എത്തിയത്രെ.

ഇങ്ങനെയൊക്കെയായിരുന്നു എന്റെ ബാല്യകാല ഓർമ്മകളെ മമ്മ കൂട്ടിക്കൊണ്ട് വന്നിരുന്നത്. ജയിലിന്റെ ഇടനാഴിയിൽ വച്ചായിരിക്കും ഞങ്ങൾ തമ്മിൽ കാണുന്നത്. ജയിലിലകപ്പെടുന്നതിന് മുമ്പുള്ള ബന്ധങ്ങൾ, എന്റെ ചട്ടമ്പിത്തരങ്ങൾ, ഓർമ്മയുള്ള വിവിധ സ്ഥലങ്ങൾ തുടങ്ങിയ ബാല്യകാലം മുതലുള്ള സ്മരണകൾ അന്നേരം വീണ്ടും ഇതൾ വിടരും. നാട്ടിലെ തെരുവുകളെയും നിരത്തുകളെയും തടാകങ്ങളെയും കുറിച്ചെല്ലാം ഞാൻ മമ്മയോട് തിരക്കും. വിസ്മൃതിയുടെ പിടിയിലമരാതെ ഓർമ്മകളെ ഏതുവിധേനയും തടുത്തുനിർത്താനായിരുന്നു ഞാൻ കിണഞ്ഞു ശ്രമിച്ചുകൊണ്ടിരുന്നത്. പഴയ ചിത്രങ്ങളെ പുനരുജ്ജീവിപ്പിക്കേണ്ടത് കണ്ടോ തൊട്ടോ അറിഞ്ഞല്ല. മറിച്ച് അവയെ സംബന്ധിച്ച കഥകൾ അയവിറക്കിക്കൊണ്ടാണ്. മമ്മ കഥകൾ പറഞ്ഞുതരുമ്പോൾ എന്റെ മനസ്സിൽ പഴയ ചിത്രങ്ങൾ വീണ്ടും ഉരുവംകൊള്ളും.

വാപ്പ മരണപ്പെട്ടപ്പോൾ ധരിക്കാൻ തുടങ്ങിയ വെള്ള വിലാപവസ്ത്രം തന്നെ മമ്മ ഇപ്പോഴും ധരിക്കുന്നതെന്തിനാണെന്ന് മനസ്സിലാകുന്നില്ല. സത്യം പറഞ്ഞാൽ ഞാൻ അറസ്റ്റിലാവുന്നതിന് രണ്ടാഴ്ച മുമ്പുതന്നെ വാപ്പയുടെ അനുശോചനകാലം അവസാനിച്ചിരുന്നതാണ്. ആശുപത്രിയിൽ കഴിയുമ്പോൾ ലല്ലാ ഐശയാണ് ഇക്കാര്യത്തെക്കുറിച്ച് പറഞ്ഞത്. നിർഭാഗ്യങ്ങൾ മമ്മയെ വിടാതെ പിന്തുടർന്ന ദിനങ്ങളായിരുന്നത്രേ അത്. ഭർത്താവ് മരിച്ചതിന്റെ അനുശോചനാർത്ഥം ഒരാഴ്ച മുഴുവൻ വെള്ള വസ്ത്രം ധരിച്ചുകഴിയുകയായിരുന്നു അവർ. ഞാൻ അറസ്റ്റ് ചെയ്യപ്പെട്ടതിന് തൊട്ടുപിന്നാലെ ആരോ ഞങ്ങളുടെ വീട്ടിനുള്ളിൽ കടന്നുകയറി

ലൈബ്രറിയിൽനിന്ന് കുറേ പുസ്തകങ്ങളും സ്വകാര്യരേഖകളുമൊക്കെ എടുത്തുകൊണ്ട് പോയെന്ന് അപ്പോഴാണ് അവർ അറിയുന്നത്. രഹസ്യപ്പൊലീസുകാരായിരിക്കുമെന്നാണ് മമ്മ കരഞ്ഞുകൊണ്ട് പറഞ്ഞത്. വാർത്തയറിഞ്ഞ് ബന്ധുക്കളൊക്കെ മമ്മയെ തേടിയെത്തി. പൊലീസ് സ്റ്റേഷനു മുന്നിൽ തടിച്ചുകൂടിയ ബന്ധുക്കൾ പ്രതിഷേധശബ്ദമുയർത്തി:

"അവർ ഞങ്ങളെ ചവിട്ടിപ്പുറത്താക്കി. മുഖത്തേക്ക് കാർക്കിച്ചുതുപ്പി. ഇല്ലാത്ത ആരോപണങ്ങൾ ഉന്നയിച്ചു. അവസാനം മാത്രമാണ് ലല്ലാ ശരീഫയെ മോചിപ്പിക്കാൻ തയ്യാറായത്."

അന്നു നടന്ന കാര്യങ്ങളെ സംബന്ധിച്ച് ലല്ലാ ഐശ പറഞ്ഞതിങ്ങനെയാണ്. അതേ സമയം താൻ ഇപ്പോഴും വെള്ളവസ്ത്രം ധരിക്കുന്നതിനെക്കുറിച്ച് മമ്മ പറഞ്ഞത് മറ്റൊന്നായിരുന്നു:

"മരിച്ചുപോയ ഭർത്താവിനെ ഓർത്തോ, തടവറയിലടയ്ക്കപ്പെട്ട മകനെയോർത്തോ അല്ല, മറിച്ച് എന്റെ വേദനയെ മാനിക്കാത്ത സ്വന്തം രാജ്യത്തെക്കുറിച്ചുള്ള ദുഃഖം കാരണമാണ് ഞാൻ ഈ വെള്ളവസ്ത്രം ഇപ്പോഴും ധരിക്കുന്നത്."

എന്നാൽ ഇതിനെക്കുറിച്ചൊന്നും അക്കാലത്ത് എനിക്കറിയില്ലായിരുന്നു. മമ്മ ജയിലിൽ കാണാൻ വന്ന് തിരിച്ചുപോയാൽ അടുത്ത സന്ദർശനവും കാത്ത് ഞാൻ ഇരിക്കുന്നത് അമ്മയുടെ അമ്മിഞ്ഞ കുടിക്കാനായി ആർത്തിയോടെ അരികിലേക്ക് ഇഴഞ്ഞുചെല്ലുന്ന കൈക്കുഞ്ഞിനെപ്പോലെയായിരുന്നു. പകരം വയ്ക്കാനില്ലാത്ത നഷ്ടബോധമായിരിക്കും അന്നേരങ്ങളിൽ അനുഭവപ്പെടുക.

ആശുപത്രിയിൽ എന്നെ കാണാനെത്തിയപ്പോൾ ഞാൻ മമ്മയെ കെട്ടിപ്പിടിച്ച് മാപ്പ് ചോദിച്ചു. താൻ എന്തിനാണ് വെള്ളവസ്ത്രം ധരിക്കുന്നതെന്ന കാര്യം ഞാനറിഞ്ഞെന്ന വിവരം അവർക്ക് മനസ്സിലായിക്കാണും. ആശുപത്രിയിൽനിന്ന് ജയിലിലേക്ക് തിരികെപ്പോയശേഷം കുടുംബങ്ങൾ അനുഭവിച്ചുകൊണ്ടിരിക്കുന്ന മനുഷ്യാവകാശലംഘനങ്ങളെക്കുറിച്ച് രാഷ്ട്രീയ, നിയമസംവിധാനങ്ങളെയും സംഘടനകളെയും ബന്ധപ്പെടാനും പത്രങ്ങൾക്കെല്ലാം കത്തുകളെഴുതാനും ഞങ്ങൾ തീരുമാനിച്ചു.

എന്റെ ഹൃദയത്തിനും തലച്ചോറിനുമിടയിലെ പാലമായിരുന്നു ലൈല. പത്രങ്ങളും അടുത്തയിടെ നടന്ന രാഷ്ട്രീയസംഭവവികാസങ്ങൾ ചർച്ച ചെയ്യുന്ന പുതിയ പ്രസിദ്ധീകരണങ്ങളും കൊണ്ടായിരിക്കും അവൾ കാണാനെത്തിയിരുന്നത്. ജയിലിൽ എന്നെ കാണാനെത്തിയിരുന്ന സ്ത്രീ എനിക്ക് മുമ്പ് പരിചയമുണ്ടായിരുന്ന ലൈലയേ ആയിരുന്നില്ല.

എങ്കിലും ഞങ്ങൾക്കിടയിൽ എന്തോ ഉണ്ടെന്ന് പുറത്തുനിന്ന് കാണുന്നവർക്ക് തോന്നിയിരിക്കും. പക്ഷേ ഒന്നും തുറന്നുപറയാനുള്ള അവസരം മാത്രം എനിക്ക് കിട്ടിയില്ല. പിടിക്കാൻ ശ്രമിച്ചാലും പിടിതരുന്ന കൂട്ടത്തിലുള്ള ആളേ ആയിരുന്നില്ല ലൈല. കൈക്കുമ്പിളിൽനിന്നും ഒഴുകിപ്പോകുന്ന വെള്ളംപോലെ, രണ്ടു തവണ ശ്വസിക്കാൻ സാധിക്കാത്ത

വായുപോലെ, അല്ലെങ്കിൽ രണ്ടു തവണ നീന്തിച്ചെല്ലാനാകാത്ത തിര പോലെയായിരുന്നു ലൈല. വെറും രണ്ടുപേർ മാത്രമടങ്ങുന്ന ഒരു പ്രായോഗികപരിശീലന പരിപാടിപോലെയായിരുന്നു എന്നെ സംബന്ധി ച്ചിടത്തോളം ലൈലയുടെ സന്ദർശനങ്ങൾ. ആത്മാവിലെ ലില്ലിച്ചെടിയെ പ്പോലെയായിരുന്നു അവൾ. ഞാനാകട്ടെ, മരുഭൂമിയിലെ ദുഃഖിതനായ കള്ളിമുൾച്ചെടിയും!

നാല്

പുസ്തകങ്ങളും ഭക്ഷണസാമഗ്രികളും അടങ്ങുന്ന വിവിധ ആവശ്യങ്ങൾ നിവർത്തിക്കുന്നതിനായി സാമ്പത്തികവിഭവങ്ങൾ വികസിപ്പിച്ചെടുക്കേണ്ട ആവശ്യമുണ്ടായിരുന്നു ഞങ്ങൾക്ക്. തടവറയുടെ ഇരുളിനുള്ളിൽ ഒരിക്കലും പുലരില്ലെന്ന് ഉറപ്പുണ്ടെങ്കിലും ഓരോരുത്തരും അവരുടേതായ രീതിയിൽ സുസ്ഥിരത കൊണ്ടുവരുവാൻ ശ്രമിക്കുകയായിരുന്നു. ഞങ്ങൾക്കിടയിൽ അനൈക്യം പിടിമുറുക്കുവാൻ തുടങ്ങിയെന്ന് ജയിൽ അധികാരികൾ മനസ്സിലാക്കിത്തുടങ്ങിയതോടെ ലഭിച്ചുകൊണ്ടിരുന്ന വിഭവങ്ങളിൽ വലിയ കുറവുണ്ടാകാനും തുടങ്ങി. ജയിലിന് പുറത്തുള്ള പോരാട്ടങ്ങളുടെ കാര്യത്തിൽ പോലും ഐക്യത്തോടെ നിലനിൽക്കാൻ ഞങ്ങൾക്ക് സാധിച്ചില്ല.

ഐക്യം എന്നൊരു ആശയം ഏവരും അംഗീകരിച്ചിരുന്നുവെങ്കിലും ഓരോ സംഘങ്ങളും അക്കാര്യത്തെ സമീപിച്ചിരുന്നത് വ്യത്യസ്ത രീതികളിലായിരുന്നു. അവസാനകാലത്ത് നടന്ന മറ്റു പണിമുടക്കുകളെ തുടർന്ന് വേറെ ഒട്ടേറെയാളുകൾ അറസ്റ്റ് ചെയ്യപ്പെട്ടു. ഇതിനെത്തുടർന്ന് ഗർബിയ്യ ജയിലിലെ ഞങ്ങളുടെ സംഘങ്ങളെ അനുകൂലിക്കുന്നവരുടെ സാന്നിധ്യം മറ്റു ജയിലുകളിലും പ്രത്യക്ഷപ്പെടാൻ തുടങ്ങി. എന്തിനേറെ വിദ്യാർത്ഥി സംഘടനാരംഗത്തും അതിന്റെ ഫലങ്ങൾ പ്രകടമായി.

മറ്റ് ജയിലുകളിലെ തടവുകാരുടെ അവസ്ഥ സങ്കൽപ്പിക്കാനാകുന്നതിലുമൊക്കെ അധികം ഭീകരമായിരുന്നു. കുടുംബാംഗങ്ങൾ നൽകുന്ന വിവരങ്ങളും പത്രങ്ങളിൽ പ്രസിദ്ധീകരിച്ചിരുന്ന വാർത്തകളിൽനിന്നുമാണ് അക്കാര്യത്തെക്കുറിച്ച് ഞങ്ങൾ അറിഞ്ഞിരുന്നത്. അവിടങ്ങളിൽ നടന്ന അനിശ്ചിതകാല നിരാഹാരസമരങ്ങൾ കാരണം ഒട്ടേറെപ്പേർ രക്തസാക്ഷികളായതല്ലാതെ ഗുണപരമായ യാതൊരു ഫലവും സൃഷ്ടിച്ചില്ല. നിരാഹാരസമരം അവസാനിപ്പിക്കില്ലെന്ന് ശഠിച്ച തടവുകാരുടെ വിവരങ്ങൾ സുരക്ഷാ അധികൃതർ മറ്റുള്ളവരിൽനിന്ന് മറച്ചു വയ്ക്കുകയായിരുന്നു. അങ്ങനെ പലരും രക്തസാക്ഷികളായിട്ടുണ്ടാകും. എന്നാൽ അവർക്ക് ശരിക്കും എന്ത് സംഭവിച്ചുവെന്ന വിവരം ആർക്കുമറിയില്ല. അന്നുമുതൽ ഇന്നുവരെ അവർ അപ്രത്യക്ഷരാണ്. കൂട്ടത്തിൽ ഒരാൾ മാത്രമാണ്

പിന്നീട് പുറംലോകം കണ്ടിട്ടുള്ളത്. ബോംബ് പതിച്ച് മുറിവേറ്റതുപോലൊരു ശരീരവുമായാണ് അവസാനം ആ മനുഷ്യനെ മറ്റുള്ളവർ കാണുന്നത്.

മനുഷ്യാവകാശ സംഘടനകളുടെ ആവിർഭാവത്തിന് രാജ്യം സാക്ഷിയായതിൽ പിന്നെയാണ് ഞങ്ങളുടെ കേസ് വീണ്ടും ജനശ്രദ്ധയിലേക്ക് വരുന്നത്. അതുവരെയും ഞങ്ങളുടെ തടവുജീവിതത്തെ സംബന്ധിച്ച് മിക്കവരും കരുതിയിരുന്നത് ഇതൊക്കെ വളരെ സ്വാഭാവികമായ കാര്യമാണെന്നായിരുന്നു. എന്തിനേറെ ഞങ്ങളുടെ കൂട്ടത്തിലെ തടവുകാരിൽ ചിലർ പോലും അങ്ങനെ വിശ്വസിച്ചിരുന്നു എന്നതാണ് നേര്.

പത്തുവർഷത്തെ തടവ് വിധിക്കപ്പെട്ട സഖാക്കളുടെ ശിക്ഷാ കാലയളവ് അവസാനിച്ചതും അവരെ ജയിൽ വാതിൽക്കൽവരെ യാത്രയയ്ക്കാനായി ഞങ്ങളും ഒപ്പം ചെന്നു. ആദ്യമായി കാണുന്ന കുട്ടികളുടെ ആനന്ദത്തെപ്പോലെ ഞങ്ങൾ പരസ്പരം കെട്ടിപ്പുണർന്നു. തങ്ങളുടെ സാധനസാമഗ്രികൾ അവർ ഞങ്ങൾക്ക് തന്നിട്ടാണ് പോയത്.

“ഈ സ്വെറ്റർ നീ എടുത്തോ മൗലിൻ. നല്ല തണുപ്പല്ലേ ഇവിടെ.”

“ഈ പേപ്പറുകളും പേനയും എടുത്തോ സ്വലാഹ്. നിനക്കാവശ്യം വരും.”

“അഹ്മദേ, ഈ സോക്സുകൾ നിനക്കുള്ളതാണ്. കാലുകളും സന്ധികളും അധികം തണുക്കാതെ നോക്കണം. സന്ധിവാതം കാലുകളിൽ നിന്ന് മുകളിലേക്ക് കയറാതെ സൂക്ഷിക്കണം.”

അങ്ങനെ അവർ തങ്ങളുടെ സാധനങ്ങൾ എല്ലാം കയ്യൊഴിഞ്ഞു. ചിലരൊക്കെ പാന്റ്സിന്റെ കീശയിൽ കൈകൾ തിരുകി നിൽക്കുന്നതാണ് അവസാനം കണ്ടത്. അല്ലെങ്കിൽ കൈയിലൊന്നുമില്ലാതെ ഞങ്ങളെ ആശ്ലേഷിക്കുന്ന രൂപത്തിൽ.

ജയിലിന്റെ കവാടംവരെ ഞങ്ങളവരെ അനുഗമിച്ചു. ഉള്ളിൽ നിന്നുകൊണ്ട് ഞങ്ങൾ അവരുടെ പേരുകൾ ഉറക്കെ വിളിച്ചുപറഞ്ഞുകൊണ്ടിരുന്നു. അവരുടെ സ്വാതന്ത്ര്യത്തിൽ ആഹ്ലാദിച്ച് മുദ്രാവാക്യം മുഴക്കി. ഗേറ്റ് തുറക്കുന്ന ശബ്ദത്തിനൊപ്പം പുറത്ത് കാത്തുനിൽക്കുന്ന കുടുംബാംഗങ്ങളുടെ കുരവയിടലുകളും മുദ്രാവാക്യങ്ങളും അകത്തു നിൽക്കുന്ന ഞങ്ങളുടെ ചെവികളിലുമെത്തി. അവർ പുറത്തേക്ക് നീങ്ങിയപ്പോൾ ഞങ്ങൾക്ക് വിധിച്ചത് സ്വന്തം തടവറകളിലേക്ക് മടങ്ങുക എന്നത് മാത്രമായിരുന്നു. സെല്ലുകളിലേക്ക് തിരികെ നടക്കുമ്പോൾ കാലുകൾക്ക് ഭാരമേറിയതുപോലെ തോന്നി. വേദനകൾ ഒറ്റയടിക്ക് താങ്ങാനാകില്ലെന്ന് കണ്ടതോടെ അവ അല്പാല്പമായി നുകരുക മാത്രമാണ് വഴിയെന്ന് തിരിച്ചറിയുകയായിരുന്നു മനസ്സ്. സെല്ലിനുള്ളിലേക്ക് കയറി ആരുമല്ലാത്തവരെപ്പോലെ ചുരുണ്ടുകൂടുമ്പോൾ ജയിലിന്റെ ആകുലതകളാകെ ഞങ്ങളെ ചൂഴ്ന്ന് തിന്നുകയായിരുന്നു.

ആ ഇരുളിനെ ഭേദിച്ചെത്തിയ ഏകപ്രകാശമായിരുന്നു ലൈല. മരത്തിൽനിന്നും അടർന്ന് താഴേക്ക് പതിക്കാൻ പോകുന്നൊരു ഇലയായിരുന്നു ഞാൻ. മമ്മയെന്നും ലൈലയെന്നും പേരുള്ള രണ്ട് നാരുകൾ മാത്രമാണ് ആ ഇലയെ ശിഖരത്തിൽ നിന്നും അറ്റുപോകാതെ ആകെ പിടിച്ചു നിർത്തുന്നത്. ആ രണ്ട് നാരുകളിൽ തൂങ്ങിയാടിയ ഞാൻ മമ്മയുടെ വാത്സല്യത്തിന്റെ അമ്മിഞ്ഞയും ലൈലയുടെ സ്നേഹത്തിന്റെ മധുവും നുകരാനാണ് ശ്രമിച്ചുകൊണ്ടിരുന്നത്. ലൈലയും മുഹമ്മദും തമ്മിൽ പിരിഞ്ഞില്ലായിരുന്നെങ്കിൽ എന്താകുമായിരുന്നു എന്റെ അവസ്ഥ എന്ന് ചോദിച്ചു പോകാറുണ്ട്. ഒരാളുടെ നഷ്ടം മറ്റൊരാൾക്ക് വരമാകുമെന്ന് പറയുന്നത് എത്ര ശരിയാണ്.

ജയിലിൽ കഴിഞ്ഞ വർഷങ്ങളുടെ പരിചയംവച്ച് ഗാർഡുകളിൽ പലരുമായും നല്ല ബന്ധം സ്ഥാപിക്കുവാൻ എനിക്ക് സാധിച്ചിരുന്നു. ആ പരിചയം മുതലെടുത്ത് ആശുപത്രിയിൽ പോകുന്നതിനിടയിൽ ഭാര്യമാരെയും കാമുകിമാരെയും കാണുവാൻ ഞങ്ങൾക്ക് സാധിച്ചിരുന്നു. പല്ല് ഡോക്ടറെയും നേത്രരോഗ വിദഗ്ദ്ധനെയും കാണാനെന്നു പറഞ്ഞ് ഞാൻ ജയിലിന് പുറത്തേക്ക് പോയിരുന്നത് ലൈലയെ കാണാൻ മാത്രമായിരുന്നു. പക്ഷേ ഇക്കാലയളവിലൊക്കെയും ഒന്നുകിൽ ജയിലിലെ സന്ദർശകമുറിയിൽ അല്ലെങ്കിൽ ആശുപത്രിമുറിയിൽവച്ച് മാത്രമേ ഞങ്ങൾക്ക് പരസ്പരം കാണാൻ സാധിച്ചിട്ടുള്ളൂ. എന്തുകൊണ്ടായിരിക്കും അടഞ്ഞ മുറികൾ മാത്രം ഞങ്ങൾക്ക് വിധിക്കപ്പെട്ടത്?

ആശുപത്രിയിലെ ഏതെങ്കിലും അടഞ്ഞുകിടക്കുന്ന മുറിക്കുള്ളിൽവച്ച് ലൈലയെ കണ്ടാലുടൻ വർഷങ്ങളുടെ ദാഹത്തോടെ ഞാൻ അവളെ കെട്ടിപ്പുണരും. തണുപ്പ് സഹിക്കാനാകാതെ പല്ലുകൾ കൂട്ടിയിടിക്കുന്നതു പോലെയായിരിക്കും ഞങ്ങളുടെ ശരീരങ്ങൾ തമ്മിൽ സ്പർശിക്കുമ്പോഴുള്ള അവസ്ഥ. ഭാര്യമാരെയോ കാമുകിമാരെയോ ജയിൽസന്ദർശനത്തിനിടയ്ക്ക് അല്പസമയം സ്വന്തം സെല്ലിലെ സ്വകാര്യതയ്ക്കുള്ളിൽ വച്ച് കാണാനനുവദിക്കണം എന്ന് ഞങ്ങൾ ആവശ്യപ്പെട്ടപ്പോൾ ജയിൽ വാർഡനായ കമാൻഡർ അട്ടഹസിച്ചു ചിരിക്കുകയാണ് ചെയ്തത്. ശേഷം 'പ്രണയിക്കാനുള്ള അവകാശം' എന്ന പേരിൽ അബ്ദുൽ ഫത്താഹ് എഴുതിയ ലേഖനമടങ്ങുന്ന പത്രം ഞങ്ങളുടെ മുന്നിലേക്ക് വലിച്ചെറിയുകയും ചെയ്തു. ഇല്ലാത്ത ദുരഭിമാനവും പേറി നടന്നിരുന്ന ഞങ്ങളുടെ കൂട്ടത്തിലെ 'എ' ഗ്രൂപ്പുകാരും ഈ ലേഖനത്തെ തള്ളിപ്പറഞ്ഞു എന്നതാണ് എടുത്തുപറയേണ്ട കാര്യം. സ്വന്തമായില്ലെങ്കിൽപോലും കഴിയുന്നത്ര ഉത്പതിഷ്ണുത അവകാശങ്ങളുടെ കാര്യത്തിൽ പുലർത്തുക എന്നതാണ് നമ്മെ സംബന്ധിച്ച് പ്രധാനം. ആരോഗ്യശോഷണവും ശരീരഭാരം കുറയലുമൊക്കെ അർബുദം കണക്കെ ഞങ്ങളെ ഏവരെയും കാർന്നുതിന്നുകയായിരുന്നു. ഇങ്ങനെയൊക്കെയായിരുന്നിട്ടും വ്യക്തിപരവും നൈസർഗികവുമായ അവകാശങ്ങൾ പോലും നിരസിക്കുന്ന കാര്യത്തിൽ ഈ യൊരു ഗ്രൂപ്പ് മാത്രം ഇത്രയ്ക്ക് മർക്കടമുഷ്ടി കാണിച്ചിരുന്നത് എന്തു

കൊണ്ടാണെന്ന് മനസ്സിലായതേയില്ല. തടവറയ്ക്കുള്ളിൽ കഴിയുമ്പോൾ തന്നെ സ്വയം മറ്റൊരു കാരാഗൃഹം കൂടി പണിയാൻ നിങ്ങൾക്കെങ്ങനെ യായിരിക്കും സാധിക്കുന്നത്?

'എ' ഗ്രൂപ്പിന്റെ നേതാക്കന്മാരിലൊരാളായ ബൂജുംഅയുടെ ഭാര്യ വിവാഹമോചനത്തിന് അപേക്ഷ നൽകിയ വിവരം ഓർത്തുപോകുന്നു. അത് പക്ഷേ ഞങ്ങൾ തടവ് ശിക്ഷ വിധിക്കപ്പെട്ട് ജയിലിൽ എത്തിയ നാളുകളിലായിരുന്നു. ജീവപരന്ത്യം കഠിനതടവായിരുന്നു അയാൾക്ക് വിധിച്ചത്. ഒരുമാസത്തോളം ഈ വിഷയത്തെ സംബന്ധിച്ച് അയാളോട് സംസാരിച്ച കാര്യവും നല്ല ഓർമ്മയുണ്ട്. ഇടപഴകിയിട്ടുള്ള മിക്കസ്ത്രീ കൾക്കും ഞങ്ങൾ അനുഭവിച്ചുകൊണ്ടിരുന്ന സാഹചര്യങ്ങളെ സംബ ന്ധിച്ച് ഒന്നും അറിയില്ലായിരുന്നു. അല്ലെങ്കിൽ വിദ്യാർത്ഥി സംഘടനാ രംഗത്തെ സംബന്ധിച്ച ഉപരിപ്ലവമായ എന്തെങ്കിലും കാര്യങ്ങളേ അറി യാനിടയുള്ളൂ. ഇതിനാകെ അപവാദമെന്ന് പറയാവുന്നത് ഞങ്ങളെ പ്പോലെ തന്നെ അറസ്റ്റ് ചെയ്യപ്പെടുകയും ഇസ്മാഈൽ ജയിലിലോ അല്ലെങ്കിൽ ഇവിടെ ഗർബിയ്യ ജയിലിലെ വനിതാവാർഡിലോ തടവിലാ ക്കപ്പെട്ട സ്ത്രീകൾ മാത്രമായിരിക്കും.

ഞങ്ങൾ അറസ്റ്റ് ചെയ്യപ്പെട്ട ശേഷമുള്ള ഈ സ്ത്രീകളുടെയൊക്കെ അവസ്ഥ എന്തായിരിക്കുമെന്ന് ശരിക്ക് മനസ്സിലാക്കാൻ ഞങ്ങൾക്ക് സാധിച്ചിട്ടില്ലെന്നതാണ് വാസ്തവം. ഞങ്ങൾ അറസ്റ്റ് ചെയ്യപ്പെട്ട വിവരം ഇടിവെട്ടേറ്റതുപോലെയാണ് അവരുടെ കാതുകളിൽ പതിച്ചിട്ടുണ്ടാവുക. തടവ് ശിക്ഷ വിധിക്കപ്പെട്ടതാകട്ടെ, കാറ്റുകളെപ്പോലും കടന്നുപോകാൻ അനുവദിക്കാത്ത കൂറ്റൻ പർവതങ്ങൾ ശിരസ്സിലേക്ക് മറിഞ്ഞുവീഴു ന്നതുപോലെയായിരിക്കും അവർക്ക് അനുഭവപ്പെട്ടിട്ടുണ്ടാവുക. ഈ യാഥാർത്ഥ്യം മനസ്സിലാക്കേണ്ടതിനു പകരം ബൂജുംഅയുടെ വായിൽ നിന്നും പുറത്തേക്ക് ഒഴുകിയത് ഭാര്യയ്ക്കെതിരെയുള്ള അധിക്ഷേപ വർഷമായിരുന്നു. സ്കൂളിലോ കോളേജിലോ കാണാമെന്ന് പറഞ്ഞ കാമുകിമാരെ പിന്നീട് കാണാനാകാതെ പോയ കാമുകന്മാരായ തടവു കാരേക്കാൾ ദയനീയമായിരുന്നു വിവാഹം കഴിഞ്ഞിട്ട് അധികകാല മാകാത്ത മനുഷ്യരുടെ കാര്യം.

അടിയുറച്ച് വിശ്വസിച്ച രാഷ്ട്രീയ സിദ്ധാന്തങ്ങൾക്കായി നൽകിയ വലിയ വിലയാണ് ഈ തടവുജീവിതമെന്ന കാര്യം തീർത്തും ഉറപ്പു ണ്ടെങ്കിൽപോലും ജീവിതപങ്കാളികളായ സ്ത്രീകളുടെ യാതനകളെ ക്കുറിച്ചുള്ള ചിന്ത ഞങ്ങളെ വിടാതെ അലട്ടിക്കൊണ്ടേയിരുന്നു. കാരാഗൃഹത്തിന്റെ ഇരുളിനുള്ളിൽ ഇത്തിരി വെളിച്ചവുമായി കടന്നെ ത്തുന്നൊരു പെണ്ണിനേയും കുറിച്ച് ചിന്തിച്ചിരിക്കുകയായിരിക്കും ഞങ്ങൾ എല്ലാവരും തന്നെ. മെഴുകുതിരി വെളിച്ചമേയുള്ളൂവെങ്കിൽ പോലും അത് തടവറയ്ക്ക് പ്രകാശമേകിയിരുന്നു എന്നതാണ് പ്രധാനം. ലൈലയായി രുന്നു എന്റെ വിളക്ക്. പക്ഷേ എനിക്ക് മറികടന്നു പോകാനുള്ള വെറു മൊരു പാലമായി മാറുവാൻ അവൾ തയ്യാറില്ല എന്നതാണ് നേര്.

"തടവറയുടെ ഇരുളിൽനിന്നും ഓടിയൊളിക്കാനുള്ള വെറും പാലമായി കരുതാതെ ഞങ്ങൾ പെണ്ണുങ്ങളെ ഞങ്ങളായിത്തന്നെ നിങ്ങൾ കരുതുന്നതെപ്പോഴായിരിക്കും? അങ്ങനെ സ്വതന്ത്രനായി കഴിഞ്ഞാൽ തീരത്തെത്തിച്ചേരാനുള്ള കേവലം നൗകകളായി ഞങ്ങളെ കരുതാനാണോ ഭാവം? മാത്രമല്ല അവിടെയന്നേരം ഒട്ടനേകം നൗകകൾ കാണാനുമിടയുണ്ട്. ഇതിന്റെയൊക്കെ വേരുകൾ കിടക്കുന്നത് നിങ്ങൾ ഞങ്ങൾ സ്ത്രീകളെ എങ്ങനെ നോക്കിക്കാണുന്നു എന്നതിലാണ്. ആ കാഴ്ചപ്പാടാകട്ടെ, ദേ ഇവിടെയാണ് കിടക്കുന്നത്."

ഇത്രയും പറയുന്നതിനിടയിൽ ലൈല തന്റെ വിരലുകൾ എന്റെ തലയുടെ പിന്നിലേക്ക് ചൂണ്ടി. പിന്നെ തലയുടെ മുൻവശത്തേക്ക് നീങ്ങിയ അവളുടെ വിരലുകളിൽ മുറുകെപ്പിടിച്ച് ഞാൻ പറഞ്ഞു:

"നീ പറഞ്ഞതുപോലെ അത്തരമൊരു കാഴ്ചപ്പാട് ഈ തലയ്ക്കുള്ളിലാണ് കുടികൊള്ളുന്നതെങ്കിൽ പിന്നൊന്നും ചെയ്യാനില്ല കേട്ടോ? കാരണം ഈ തലയോട്ടി മുൻഗാമികളിൽനിന്ന് തലമുറകൾ കൈമാറിക്കിട്ടിയതാണല്ലോ? അതിന്റെ ഇപ്പോഴത്തെ അവസ്ഥയ്ക്ക് ഞങ്ങളെന്ത് പിഴച്ചു?

എത്ര സംസാരിച്ചാലും ഒരു തീർപ്പിലെത്താനാകാത്ത വിഷയമാണെന്ന് ഉറപ്പുള്ളതിനാൽ ആ വിഷയത്തിൽനിന്ന് ശ്രദ്ധ തിരിക്കാനായിരുന്നു എന്റെ ശ്രമം. പക്ഷേ ലൈല വിട്ടില്ല:

"എന്റെ മൗലിനേ, പ്രശ്നമെവിടെയെന്ന് അറിയാമോ? സ്ത്രീകൾ അതിവേഗമാണ് വികാസം പ്രാപിക്കുന്നത്. ആ വസ്തുത തിരിച്ചറിയാൻ നിങ്ങൾ പുരുഷന്മാർക്ക് സാധിക്കാറില്ല. പത്തു വർഷത്തോളം ഇവിടെ തടവറയിൽ കഴിഞ്ഞശേഷം വിവിധ അനുഭവങ്ങളെ നിങ്ങൾ വിലയിരുത്തലിന് വിധേയമാക്കുമ്പോൾ ഇത്തരം 'ചെറിയ' വിഷയങ്ങളിൽകൂടിയുള്ള പോരാട്ടത്തിന്റെ ആവശ്യം രാജ്യത്തിനിപ്പോൾ ഉണ്ടെന്ന് മനസ്സിലാക്കണം. സാമൂഹിക മാറ്റത്തിനായി അത്യാവശ്യം വേണ്ടൊരു പദ്ധതിരേഖ തയ്യാറാക്കുകയും അതിന് ചുവന്ന മഷികൊണ്ട് അടിവര നൽകുകയും ചെയ്തിട്ടുണ്ടാകും. അതേസമയം ഞങ്ങളുടെ ഹൃദയങ്ങളുടെ പടിവാതിലിൽ ദിനേനയെന്നവണ്ണം മുട്ടി വിളിച്ചുകൊണ്ടിരിക്കുന്ന സാമൂഹിക വിഷയങ്ങൾക്ക് മുന്നിൽ നിങ്ങൾ തിരശ്ശീല താഴ്ത്തിയിടുവാനാണ് ശ്രമിച്ചുകൊണ്ടിരുന്നത്. തിരശ്ശീലയ്ക്ക് പിന്നിലകപ്പെട്ടുപോയ തീരെ ചെറുതെന്ന് നിങ്ങൾക്ക് തോന്നുന്ന ഇത്തരം വിഷയങ്ങളെക്കുറിച്ച് എന്തുകൊണ്ട് ചർച്ച ചെയ്യുന്നില്ല. സ്ത്രീകൾ, കിടപ്പാടം, അഴിമതി, വിദ്യാഭ്യാസം... അങ്ങനെ നീളുന്ന വിഷയങ്ങളെ സംബന്ധിച്ച്. പക്ഷേ അതിന് ദിനേനെയെന്നുള്ള ധീരമായ പോരാട്ടംതന്നെ വേണ്ടിവരും. സത്യം പറഞ്ഞാൽ, സാമൂഹിക ലക്ഷ്യം വച്ചുകൊണ്ടുള്ള ഈ പോരാട്ടം തീർത്തും ജനാധിപത്യപരംതന്നെയായിരിക്കും. ഇക്കാര്യത്തിൽ ഞങ്ങൾക്ക് യാതൊരു ധൃതിയുമില്ല. ഈ നാടിനെ മാലിന്യമുക്തമാക്കേണ്ടത് രക്തമൊഴുക്കിയല്ല, വെള്ളമൊഴിച്ചാണ് എന്ന അഭിപ്രായമേ ഞങ്ങൾക്കുള്ളൂ."

പതിവിൽനിന്നും വിരുദ്ധമായി നിർത്താതെ സംസാരിക്കുകയായിരുന്നു ലൈല. രൂക്ഷമായ വിഷയമായിരുന്നിട്ടും അല്പം മയപ്പെടുത്തിയാണ് അവൾ സംസാരിച്ചത്. ഒരു നിമിഷം നിർത്തിയ ശേഷം ലൈല വീണ്ടും തുടർന്നു:

"തങ്ങളുടെ പ്രിയപ്പെട്ടവൾ ഇതുപോലെ തടവിൽ കിടക്കുകയാണെങ്കിൽ ബൂജുംഅയോ അല്ലെങ്കിൽ നിങ്ങളിൽ ആരെങ്കിലുമോ അവൾക്കായി കാത്തിരിക്കുമോ? കഠിനതടവിന്റെ ഈ നീണ്ട വർഷക്കാലമത്രയും കാത്തിരിക്കുമോ? പവിത്രമായൊരു ഭക്തിയോടുകൂടി നിങ്ങൾക്കൊക്കെയായി കാത്തിരിക്കുന്ന സ്ത്രീകളുണ്ട്. അവർ ജയിലിൽ നിങ്ങളെ സ്ഥിരം സന്ദർശിക്കുന്നു. ജോലിക്ക് പോകുന്നു. പിന്നെ കുടുംബം നോക്കുകയും ചെയ്യുന്നു. തുറന്നു ചോദിക്കുകയാണ്, അവരെപ്പോലെയാകാൻ നിങ്ങൾക്ക് കഴിയുമോ?"

അവളുടെ ഈ ചോദ്യത്തെക്കുറിച്ച് ചിന്തിച്ചുകൊണ്ട് രാത്രിയിൽ ഞാൻ കുറേയേറെ സിഗരറ്റുകൾ വലിച്ചുതീർത്തു. അവസാനം ഞാൻ പറഞ്ഞത് ഇങ്ങനെയാണ്:

"ശരിയാണ് ഇതൊക്കെ ഞങ്ങൾ ആർജിച്ച സംഗതികളാണ്. ഇത്രയും കാലം തലമുറകളായി ആർജിച്ച ചരിത്രത്തിൽനിന്നും എളുപ്പം മുക്തരാകുവാൻ അത്ര എളുപ്പമല്ല."

"നിങ്ങൾക്കും നിങ്ങളുടെ വിളറിയ ചരിത്രത്തിനും അഭിവാദ്യങ്ങൾ."

"നിങ്ങളുടെ ചുവന്ന ചരിത്രത്തിനാകട്ടെ, അഭിവാദ്യങ്ങൾ."

എന്റെ ആ വാക്കുകൾ കേട്ടതും ലൈല പൊട്ടിച്ചിരിച്ചു. പിന്നെ ഇത്രയും കൂട്ടിച്ചേർത്തു:

"ചുവന്ന ചരിത്രമോ? ആർത്തവചരിത്രമെന്നാണോ ഉദ്ദേശിച്ചത്?"

പിന്നെ ഉറക്കെ ചിരിച്ചുകൊണ്ട് അവൾ തന്റെ കൈപ്പത്തികൾ ഉയർത്തി എന്റെ കൈപ്പത്തിയിൽ മുട്ടി. ലൈല ശരിക്കും എന്നിൽ നിറഞ്ഞുതുളുമ്പുന്നവളാണ്. മനസ്സിനുള്ളിൽപോലും എത്രമാത്രം ഇരുൾ നിറഞ്ഞിരിക്കുന്നു എന്ന് തോന്നിക്കുന്ന ജയിൽപോലൊരിടത്ത് ശരിക്കും ചാരിനിൽക്കാവുന്നൊരു ആശ്രയം തന്നെയാണ് ലൈല. ഞങ്ങളൊക്കെ ഏതുവിധേനയും ജീവനോടെ തുടരാൻ വേണ്ടി തങ്ങളാൽ സാധ്യമാകുന്നതൊക്കെയും ചെയ്യുന്ന ലൈല, റജാ, നസ്ഹ, സുആദ്, ആസിയ, നജാത്ത്, റബീഅ... തുടങ്ങിയ സ്ത്രീകളെക്കുറിച്ചോർക്കുമ്പോഴെല്ലാം ലൈലയുടെ ചോദ്യത്തിന്റെ മുനയുടെ മൂർച്ച ഞാൻ തിരിച്ചറിയാറുണ്ട്.

തടവറയുടെ അഴികൾക്കപ്പുറം നിൽക്കുന്ന സ്ത്രീയുടെ ചാരെ എത്തിച്ചേരാൻ ആയുസ്സിലെ നല്ലൊരു പങ്കും പാഴാക്കിക്കളഞ്ഞശേഷം ഞങ്ങൾക്ക് സാധിക്കുമോ? ഈ സ്ത്രീകളെ സംബന്ധിച്ച് ഉള്ളിന്റെയുള്ളിൽ ചില ചിന്തകൾ കിടന്ന് മദിക്കാറുണ്ട്. ഞങ്ങൾ പുരുഷന്മാർക്ക് തീരെ മനസ്സിലാക്കാനാകാത്ത വേഗതയിലാണ് ഈ പെണ്ണുങ്ങൾ മുന്നേറിക്കൊണ്ടിരിക്കുന്നത്. അവരെക്കുറിച്ചുള്ള പിന്തിരിപ്പൻചിന്തകൾ

തലച്ചോറിലേന്തി നടക്കുകയാണ് ഞാനടക്കമുള്ള പുരുഷന്മാർ. ഈ ധാരണകളൊക്കെ എങ്ങനെയായിരിക്കും ഉടലെടുത്തിട്ടുണ്ടാവുക? ലൈല യിലൂടെ ഞാൻ മനസ്സിലാക്കിയൊരു കാര്യമുണ്ട്. ഈ നാട്ടിലെ സ്ത്രീ കൾ ശരിക്കും സൂര്യൻ തന്നെയാണ്. എന്നാൽ അതിന്റെ പൊള്ളലേറ്റ് തങ്ങൾക്ക് പരിക്കു പറ്റാതിരിക്കാനായി ആ സൂര്യനെത്തന്നെ നിലയ്ക്ക് നിർത്താനാണ് ഞങ്ങൾ പുരുഷന്മാരുടെ ശ്രമം.

സത്യം പറഞ്ഞാൽ നമുക്ക് പ്രത്യേകിച്ചൊന്നും ചെയ്യാനില്ലാത്ത വിഷയത്തിൽ ഘോരഘോരം സംസാരിച്ചതുകൊണ്ട് എന്തുണ്ട് പ്രയോ ജനം? ലൈലയുടെ കാര്യത്തിലേക്കുതന്നെ മടങ്ങിവരികയാണെങ്കിൽ അവളാണ് എന്നെ സമ്പൂർണ്ണമാക്കുന്നത്. എപ്പോഴെല്ലാം അവളെക്കുറിച്ച് ചിന്തിക്കുകയും അവൾ പറയുന്നത് കേൾക്കുകയും അവളോട് സംസാരി ക്കുകയും ചെയ്യുന്നുവോ അപ്പോഴെല്ലാം അവൾ എന്നിൽ നിറഞ്ഞു തുളുമ്പും. എന്തിനേറെ അവളുടെ നിശ്ശബ്ദതപോലും എന്നെ പൂർണ നാക്കും.

അഞ്ച്

ഞങ്ങളുടെ ഗ്രൂപ്പ് ജയിലിൽനിന്ന് ഒരു മാസിക പ്രസിദ്ധീകരിക്കാൻ തുടങ്ങി. പഠനസ്വഭാവമുള്ള ലേഖനങ്ങൾക്കൊപ്പം കഥകളും കവിതകളും ഡ്രോയിങ്ങുകളും കാരിക്കേച്ചറുമൊക്കെ അടങ്ങുന്ന സർഗ്ഗാത്മക രചനകളാണ് അതിൽ അച്ചടിച്ചു വന്നിരുന്നത്. ഈ പദ്ധതിയിൽ കഴിയുന്നത്ര സഖാക്കളെ ഭാഗമാക്കാനാണ് ഞങ്ങൾ ശ്രമിച്ചത്. തടവറയിലടയ്ക്കപ്പെട്ട സമയത്തിന്റെ ഇരുളകറ്റാനോ തകർന്ന ശരീരഭാഗങ്ങളെ പഴയ പടിയാക്കാനോ ഒന്നുമായിരുന്നില്ല ഞങ്ങൾ ഇതിലൂടെ ലക്ഷ്യമിട്ടത്. ഞങ്ങളുടെ ഒരു ഓർമ്മ ബാക്കിവയ്ക്കുക. അത്രയേ ഉണ്ടായിരുന്നുള്ളൂ ആഗ്രഹം. നീണ്ട തടവുകാലം നെഞ്ചിന് മുകളിൽ ഭാരമായി മാറുകയും അതിന്റെ അടയാളച്ചുളിവുകൾ നെറ്റിയിൽ പ്രകടമാക്കാനും നരച്ച മുടിയിഴകൾ ശിരസ്സിൽ പ്രത്യക്ഷപ്പെടാനും തുടങ്ങിയെങ്കിൽപോലും ഈ ഘട്ടത്തെ അതിജീവിച്ചേ തീരൂ. ഇങ്ങനെയൊക്കെയാണെങ്കിലും സ്വപ്നം കാണാൻ ഞങ്ങൾക്കിപ്പോഴും സാധിക്കുന്നു. കാരാഗൃഹത്തിനുള്ളിലടയ്ക്കപ്പെട്ട ത്രസിക്കുന്ന ജീവിതത്തിന്റെ ചരിത്രം രചിക്കുകയാണ് ഞങ്ങൾ ചെയ്യേണ്ടിയിരുന്നത്.

ഈ മാസികയ്ക്ക് എന്ത് പേരിടണം എന്ന വിഷയത്തിൽ ഞങ്ങൾക്കിടയിൽ പല അഭിപ്രായങ്ങൾ ഉയർന്നു. പേരിടുന്നതടക്കം ഈ പദ്ധതിയെ മഹത്വവൽക്കരിക്കണമെന്നാണ് ആദ്യമുയർന്ന നിർദ്ദേശങ്ങളൊക്കെയും. എന്നാൽ ഇതൊരു രാഷ്ട്രീയ മുദ്രാവാക്യമായി മാറേണ്ട സംഗതിയല്ല. മാത്രമല്ല എത്രമാത്രം ഇതൊരു യാഥാർത്ഥ്യമാകുമെന്നും തുടക്കത്തിൽ അറിയില്ലായിരുന്നു. തീർത്തും അതിശയിപ്പിക്കുന്ന തരത്തിലുള്ള പ്രമേയങ്ങളും ഉള്ളടക്കവുമാകുന്നതാണ് നല്ലത്. തുടക്കത്തിൽതന്നെ അധികാരികളുടെ കണ്ണിലെ കരടാകാനും പാടില്ല. അതുകൊണ്ടൊക്കെത്തന്നെയാണ് മാസികയുടെ പേര് ലളിതവും രസകരവുമാകണമെന്ന് സ്വലാഹ് നിർബന്ധം പിടിച്ചത്.

ആ അഭിപ്രായത്തെ ഞങ്ങൾ പിന്തുണച്ചു. അതോടെ നേരത്തെ നിർദ്ദേശിക്കപ്പെട്ട 'ജനാധിപത്യഭാവി', 'ലക്ഷ്യം' തുടങ്ങിയ പേരുകളൊക്കെ പിൻവാങ്ങുകയും 'ഗർബൻസി' എന്ന പേര് ശക്തമായി രംഗത്തെത്തുകയും

ചെയ്തു. ഈ വാക്കുകൊണ്ട് എന്താണ് ഉദ്ദേശിക്കുന്നതെന്നും അതിന്റെ പ്രാധാന്യമെന്തെന്നും സ്വലാഹ് വിശദീകരിച്ചപ്പോൾ ഞങ്ങളെല്ലാം പൊട്ടിച്ചിരിച്ചുപോയി.

ഈ ജയിലല്ലാതെ ഗർബിയ്യ പട്ടണത്തിൽ എടുത്തുപറയാൻ അക്കാലത്ത് മറ്റൊന്നുമുണ്ടായിരുന്നില്ല. ഫ്രഞ്ച് കൊളോണിയൽ കാലത്തിന്റെ അവസാനത്തിനുശേഷം കോവിൻസി ഹോട്ടൽ മാത്രമായിരുന്നു ഈ പ്രദേശത്തെ പ്രശസ്തമായൊരു സ്ഥലം. രാജ്യത്ത് തന്നെ അത്തരത്തിലൊരു ഹോട്ടൽ ആദ്യമായി തുടങ്ങുന്നത് ഗർബിയ്യയിലായിരുന്നു. കാമദാഹം തീർക്കാനായി ഗൾഫ് നാടുകളിൽ നിന്നടക്കം വിദേശികൾ വന്നുപോയിരുന്ന സ്ഥിരം താവളമായിരുന്നു ഈ കോവിൻസി ഹോട്ടൽ.

വൈകാതെ ഗർബിയ്യ രാജ്യത്തെങ്ങുനിന്നുമുള്ള വേശ്യകളെ ആകർഷിക്കുന്നൊരു വ്യഭിചാരകേന്ദ്രമായി മാറി. ഇതു കാരണമാണ് ഗർബിയ്യയുടെയും കോവിൻസി ഹോട്ടലിന്റെയും പേരുകൾ ചേർത്ത് സ്വലാഹ് 'ഗർബൻസി' എന്നൊരു പേര് മാസികയ്ക്ക് നിർദ്ദേശിച്ചത്. മാസികയുടെ കവർചിത്രം തയ്യാറാക്കിയത് ആബിദായിരുന്നു. പട്ടണത്തിന്റെ കണ്ണുകളിൽനിന്ന് ഉതിരുന്ന പ്രതിഷേധത്തിന്റെ കണ്ണുനീരിനെ പ്രതിനിധാനം ചെയ്യുന്ന കുറേ ബിന്ദുക്കൾ ആബിദ് 'ഗർബൻസി' എന്ന പേരിനു മുകളിൽ വരച്ചു ചേർത്തു. ശേഷം ഞങ്ങൾ തടവുകാരെ പ്രതിനിധാനം ചെയ്യാനായി മാസികയുടെ പേരിന് ചുറ്റും നക്ഷത്രചിഹ്നങ്ങളിട്ടു. ഹോട്ടൽ കോവിൻസിയുടെ ഫൈവ് സ്റ്റാറുകളുമായി താരതമ്യം ചെയ്യുമ്പോൾ ആ നൂറ്റിമുപ്പത്തിയൊമ്പത് നക്ഷത്രചിഹ്നങ്ങൾ എണ്ണിയാലൊടുങ്ങാത്തതുപോലെ തോന്നി.

ആദ്യലക്കത്തിന്റെ പണി പൂർത്തിയായപ്പോൾ പെരുന്നാൾ കോടി ലഭിച്ച കുട്ടികളുടെ ആനന്ദമായിരുന്നു ഞങ്ങൾക്ക്. ആ ആഴ്ച ജയിൽ സന്ദർശിക്കാനെത്തിയവരെല്ലാം മാസികയുടെ ഒരു കോപ്പിയുമായി വേണം സ്ഥലം വിടുവാനുള്ളത് എന്ന കാര്യത്തിൽ ഞങ്ങൾ പ്രത്യേക താല്പര്യം കാണിച്ചു. എന്തായാലും ഏവരെയും അതിശയിപ്പിച്ചൊരു സർഗ്ഗസൃഷ്ടിയായിരുന്നു അത്. സർവരും ഞങ്ങളെ പ്രോത്സാഹിപ്പിച്ചു. തുടർലക്കങ്ങളിൽ ജയിലിന് പുറത്തുനിന്നുള്ള സുഹൃത്തുക്കളും പങ്കാളികളായി മാറി. അങ്ങനെ മൂന്ന് വർഷത്തോളം മാസിക സ്ഥിരമായി പ്രസിദ്ധീകരിക്കാൻ ഞങ്ങൾക്ക് സാധിച്ചു. ജയിലിനു പുറത്തും അതിന്റെ ഖ്യാതി എത്തിച്ചേർന്നു. അങ്ങനെ ഇരിക്കുമ്പോഴാണ് ജനാധിപത്യ പ്രക്ഷോഭങ്ങൾ വീണ്ടും ശക്തിപ്പെടുന്നതും ഒട്ടേറെ യുവജനങ്ങൾ തടവിലാക്കപ്പെടുന്നതും. അതോടെ ഞങ്ങളുടെ മാസിക രഹസ്യപ്പൊലീസുകാരുടെ ചോദ്യം ചെയ്യലിലും പീഡനമുറകളിലും ഒരു പ്രധാന അന്വേഷണവിഷയമായിത്തീർന്നു. കോടതികളിൽ സമർപ്പിക്കപ്പെട്ട കുറ്റപത്രങ്ങളിൽ അതൊരു പ്രധാന കുറ്റാരോപണവും ആയി. അതോടെ ആ പദ്ധതി അവസാനിപ്പിക്കേണ്ടത് ഒരു അനിവാര്യതയായി മാറി. രാജ്യത്ത് ജനകീയ പ്രക്ഷോഭങ്ങൾ അരങ്ങേറുമ്പോഴൊക്കെയും അധികാരികളുടെ

വാളുകൾ ഞങ്ങളുടെ കഴുത്തിലേക്കുതന്നെ സ്ഥിരം വീശുന്നത് എന്തു കൊണ്ടാണെന്നറിയില്ല.

മനം മടുത്ത ജനതയുടെ സ്വാഭാവികപ്രതിഷേധമായിരിക്കും ഓരോ പ്രക്ഷോഭങ്ങളും. അതോടെ അവർ മുദ്രാവാക്യങ്ങളുമായി തെരുവുകളിലേക്ക് നീങ്ങും. അപ്പോഴൊക്കെയും വിശപ്പിന്റെ പിടിയിലമരുകയായിരിക്കും അവരുടെ ഉള്ളങ്ങൾ. ജീവിച്ചിരിക്കാനുള്ള അവകാശം മാത്രമായിരിക്കും അവർ തേടുന്നത്. അത്തരമൊരു ജീവിതം കുറച്ചുകൂടി മെച്ചപ്പെട്ടതായിരുന്നെങ്കിൽ നന്നായേനേ എന്ന് മാത്രമേ ഞങ്ങളും കൊതിക്കുന്നുള്ളൂ. അതോടെ തെരുവുകളിൽ രക്തമൊഴുകാൻ തുടങ്ങി. ഞങ്ങളുടെ മാംസംകൊണ്ട് ആ രക്തക്കറ തുടയ്ക്കുവാനായിരുന്നു വിധി. തെരുവിലെ രക്തക്കറകൾ വറ്റുന്നതുവരെ തടവറകൾക്കുള്ളിലേക്ക് ഞങ്ങൾ എടുത്തെറിയപ്പെട്ടു. ഈ രാജ്യംതന്നെ വലിയൊരു തടവറയാണെന്നാണ് എനിക്ക് തോന്നിയിട്ടുള്ളത്.

ലോകം മുഴുവൻ സഞ്ചരിച്ചെങ്കിലും സെർവാന്റസ് തടങ്കലിന്റെ രുചിയറിയുന്നത് ഈ നാട്ടിലെത്തിയപ്പോൾ മാത്രമായിരുന്നു. ഹെൻറി മിഷേയുടെ കഥാപാത്രങ്ങൾ ആരെയും കൂസാത്തവരായിരുന്നില്ലേ? എന്നാൽ ഈ നാട്ടിലെ കസാബ്ലാങ്കയിലെത്തിയപ്പോഴേക്കും അവരും തടങ്കലിലായി. ദൈവമേ, യാഥാർത്ഥ്യവും സാങ്കൽപ്പികലോകവും ഈ നാട്ടിൽ ഒരു കാര്യത്തിലേ ഒന്നാകുന്നുള്ളൂ. സർവ്വർക്കും തടങ്കലിന്റെ കയ്പറിയേണ്ടി വരും ഈ നാട്ടിൽ കാലുകുത്തിയാൽതന്നെ.

ഗർബിയ്യ ജയിലിൽ എത്തിച്ചേർന്ന കാലം മുതൽ തന്നെ ജയിലറായ കമാൻഡറുടെ വൃത്തികെട്ട സ്വഭാവം ശരിക്കും എന്താണെന്ന് മനസ്സിലാക്കിയവരാണ് ഞങ്ങൾ. ആഴ്ചയിൽ മിക്ക ദിവസങ്ങളിലും കാണില്ലെങ്കിൽപോലും വെള്ളിയാഴ്ച ജയിലിലുണ്ടായേ തീരൂ എന്ന കാര്യത്തിൽ അയാൾക്ക് വലിയ നിർബന്ധമായിരുന്നു. ഉണങ്ങാനിട്ടിരിക്കുന്ന തുണികൾപോലെ ഞങ്ങൾ സെല്ലുകൾക്കുള്ളിൽ കിടക്കുമ്പോൾ അയാൾ ജയിൽമുറ്റത്ത് അങ്ങോട്ടുമിങ്ങോട്ടും ഉലാത്തി ക്കൊണ്ടിരിക്കും. ഒരു കല്ലെടുത്ത് എറിഞ്ഞാൽ ദേഹത്ത് കൊള്ളുന്ന അത്രമാത്രം അകലത്ത്. ഈ മനുഷ്യന്റെ മനസ്സിലിരിപ്പ് എന്താണെന്ന് ഉൾക്കൊള്ളാനുള്ള ശ്രമത്തിലായിരിക്കും ഞങ്ങൾ.

വെള്ളിയാഴ്ച രാവിലെ കൃത്യം പതിനൊന്നു മണിയാകുന്നതോടെ ജയിലിലെ ലൗഡ് സ്പീക്കറിലൂടെ വിശുദ്ധ ഖുർആൻ പാരായണം ചെയ്യുന്ന ശബ്ദം ഒഴുകിയെത്താൻ തുടങ്ങും. ജയിലിലെ സർവ്വവിംഗുകളിലും ശബ്ദം എത്തിച്ചേരാനായി പരമാവധി ഒച്ച കൂട്ടിക്കൊണ്ടേയിരിക്കും. തടവുകാരായ ഞങ്ങളെ സംസ്കരിക്കുകയാണ് ഉദ്ദേശ്യം. ജയിലിന്റെ നിയന്ത്രണം കയ്യാളിയ കാലത്തെല്ലാം തന്നെ ഒരേ കാസറ്റ് തന്നെയാണ് കമാൻഡർ ലൗഡ് സ്പീക്കറിലൂടെ പ്ലേ ചെയ്തുകൊണ്ടിരുന്നത്. നല്ല മാധുര്യമുള്ള ശബ്ദത്തോടെയാണ് കാസറ്റിൽനിന്നുള്ള ഖുർആൻ

പാരായണം ചെയ്യുന്ന ആളിന്റെ ഒച്ച ഞങ്ങളുടെ ചെവികളിലെത്തിയിരുന്നത്. എന്നാൽ ആ കാസറ്റ് തുടക്കം മുതൽ ഒടുക്കംവരെ പ്ലേ ചെയ്യാനും കമാൻഡർ സമ്മതിക്കില്ല. മറിച്ച് ഒരു പ്രത്യേക അധ്യായത്തിലെ ഒരു പ്രത്യേക സ്ഥലത്തെത്തുമ്പോൾ പ്ലേയർ സ്റ്റോപ്പ് ചെയ്ത ശേഷം റിവൈന്റ് ചെയ്ത് ആ ഭാഗം ആവർത്തിച്ച് കേൾപ്പിച്ചുകൊണ്ടിരിക്കും. ഖുർആനിലെ പന്ത്രണ്ടാം അധ്യായമായ സൂറാ യൂസുഫ് ആണ് ഇത്തരത്തിൽ ആവർത്തിച്ച് കേൾപ്പിക്കുന്നത്. കൃത്യമായി പറഞ്ഞാൽ ആ അധ്യായത്തിലെ ഒരു പ്രത്യേക സൂക്തം എത്തുമ്പോൾ റിവൈന്റ് ചെയ്ത് ആവർത്തിച്ച് കേൾപ്പിക്കും.

കൈകൾ പിന്നിൽ കെട്ടി ഞങ്ങളെ പാർപ്പിച്ചിരിക്കുന്ന സെല്ലുകൾക്ക് മുന്നിലൂടെ ഉലാത്തുന്നതിനിടയിൽ തന്റെ പരുഷമായ ശബ്ദത്തിൽ അയാളും ആ സൂക്തംതന്നെ ഉരുവിട്ടുകൊണ്ടുമിരിക്കും:

"എന്നെ അവൻ തടവറയിൽനിന്ന് പുറത്തു കൊണ്ടുവന്ന സന്ദർഭത്തിലും എന്റെയും സഹോദരങ്ങളുടെയും ഇടയിൽ പിശാച് ഛിദ്രത ഉണ്ടാക്കിയശേഷം മരുഭൂമിയിൽനിന്ന് അവൻ നിങ്ങളെ എല്ലാവരെയും എന്റെ അരികിലേക്ക് കൊണ്ടുവന്ന സന്ദർഭത്തിലും സർവ്വശക്തനായ ദൈവം എന്നോട് കരുണ കാണിച്ചിരിക്കുന്നു. എന്റെ രക്ഷിതാവ് താൻ ഉദ്ദേശിക്കുന്ന കാര്യങ്ങൾ സൂക്ഷ്മമായി നിയന്ത്രിക്കുന്നവൻ തന്നെയാണ്."

കമാൻഡറുടെ പാരായണം കേൾക്കുന്നതോടെ ഞങ്ങൾക്ക് അതുവരെയുണ്ടായിരുന്ന സ്വസ്ഥത നഷ്ടമാകും. സ്വലാഹിന്റെ അരികിലേക്ക് ചെന്നശേഷം അയാൾ എഴുതുന്ന കാര്യങ്ങൾ വെറുതെയൊന്ന് നോക്കും. മുറ്റത്ത് വെയിൽ കാഞ്ഞുകൊണ്ടോ മറ്റോ ഇരിക്കുന്ന എന്നെ കണ്ടാൽ അരികിലേക്ക് വരില്ല. മുറ്റത്തേക്ക് നീളുന്ന വാതിലിൽ ചാരി ഇരിക്കുന്ന ആബിദാകട്ടെ അതിന്റെ ബലമേറിയ, എന്നാൽ തുരുമ്പുപിടിച്ച ഡോർ ഹാന്റിലിൽ പിടിമുറുക്കിക്കൊണ്ട് സ്വലാഹിനെ നോക്കി ഉറക്കെ പറഞ്ഞു:

"അറിയാമോ, ഈ പൂട്ട് മെയ്ഡ് ഇൻ ചൈനയാണത്രെ."

അന്നേരം തന്നെ നോക്കി സൂക്തങ്ങൾ പാരായണം ചെയ്യുന്ന കമാൻഡറെ ചൂണ്ടി സ്വലാഹ് മുരളുന്നത് കേട്ട് ഞങ്ങളെല്ലാം പൊട്ടിച്ചിരിക്കും:

"അപ്പോൾ ഈ കമാൻഡറോ? മെയ്ഡ് ഇൻ..."

ഞങ്ങളുടെ പൊട്ടിച്ചിരി കേൾക്കുന്നതും കമാൻഡർ അസ്വസ്ഥനാകും. പിന്നെ പതിവുപോലെ ദൈവനിന്ദയാണ് ഞങ്ങൾ ചെയ്യുന്നതെന്ന് ആരോപിച്ചുകൊണ്ട് അയാൾ നടന്നകലും.

കമാൻഡർ ഇവിടത്തെ ജയിലറായി തുടർന്ന കാലത്തെല്ലാം വാർഡുകൾ പറഞ്ഞു കേട്ടിട്ടുള്ള ഒരു കാര്യമുണ്ട്. മക്കയിലേക്ക് ഹജ്ജ് തീർത്ഥാടനത്തിന് പോകാൻ ഇയാൾ എല്ലാ വർഷവും തീരുമാനമെടുക്കും. എന്നാൽ പുറപ്പെടുന്നതിനുള്ള തീയതി അടുക്കുമ്പോഴേക്കും അയാൾ

എന്തെങ്കിലും ന്യായം പറഞ്ഞ് പിന്മാറിക്കളയും. ഗാർഡായ ഇലാൽ പറഞ്ഞപ്പോൾ മാത്രമാണ് ഞങ്ങൾക്ക് ഈ പിന്മാറ്റത്തിന്റെ കാരണം തിരിച്ചറിയാനായത്. വിമാനത്തിൽ കയറാൻ ഭയമാണത്രെ. തനിക്ക് ഈ വിമാനത്തെ വിശ്വാസമില്ല. മാത്രമല്ല മതഗ്രന്ഥത്തിൽ വിമാനത്തെക്കുറിച്ച് സൂചിപ്പിക്കുന്നതുമില്ല. എങ്ങാനും സൂചിപ്പിച്ചിരുന്നുവെങ്കിൽ താൻ വിമാനത്തിലേക്ക് മറ്റൊന്നും ആലോചിക്കാതെ ചാടിക്കയറുമായിരുന്നുവെന്നും അയാൾ വീമ്പിളക്കും.

ഹജ്ജിന് പോകാതിരിക്കാനായി കമാൻഡർ പറയുന്ന തൊടുന്യായങ്ങളെക്കുറിച്ച് കേട്ട് ഞങ്ങൾ ഏറെ ചിരിച്ചിട്ടുണ്ട്. ഇത്തരത്തിൽ തീർത്ഥാടനത്തിന് പോകുക എന്ന സ്വപ്നം മാത്രം കിട്ടാക്കനിയായി മാറി. എല്ലാ വർഷവും കേൾക്കും ഇത്തവണ കമാൻഡർ ഹജ്ജിന് പോയിരിക്കുമെന്ന്. എന്നാൽ സീസണാകുന്നതും അയാൾ പിന്മാറുകയും ചെയ്യും. അതേസമയം തന്റെ ഭീതിയകറ്റാൻ പോന്ന സംഗതി മതഗ്രന്ഥത്തിൽ എവിടെയെങ്ങാനും ഉണ്ടോ എന്ന് അയാൾ തിരഞ്ഞുകൊണ്ടേയിരുന്നു. കടലാസുകൾ ഒന്നൊന്നായി മറിച്ച് ഉദ്ദേശിച്ച കാര്യം തിരയുന്നതിനിടയിൽ ഒരുനാൾ അയാൾ ഉറക്കെ പറയുന്നത് കേൾക്കാനും പറ്റി.

“കിട്ടിപ്പോയി... കിട്ടിപ്പോയി...”

“നിങ്ങൾ ഇരുവിഭാഗത്തിന്റെയും നേർക്ക് തീജ്വാലയും പുകയുമായിരിക്കും അയയ്ക്കപ്പെടാൻ പോകുന്നത്.”

ആറ്

ലൈല ജയിലിൽ എന്നെ കാണാനെത്താറുള്ള തീയതി അടുക്കാറായി. വെയിലേൽക്കുന്നയിടത്ത് ചെന്നിരിക്കുമ്പോൾ കൈകാലുകൾക്ക് നല്ല ആശ്വാസം ലഭിക്കും. വെള്ളിയാഴ്ചയാണെങ്കിൽ കുളിക്കുന്ന കാര്യത്തിൽ നല്ല നിഷ്ഠ പുലർത്തുകയും ചെയ്യും. അതെന്തുകൊണ്ടാണെന്ന് മാത്രം അറിയില്ല. ആഴ്ചയിൽ മൂന്നുദിവസം കുളിച്ചാൽപോലും വെള്ളിയാഴ്ച കളിൽ കുളിക്കണമെന്ന കാര്യം എനിക്ക് നിർബന്ധമാണ്. ആ ദിവസ മെത്തുമ്പോൾതന്നെ ശരീരത്തിന് എന്തോ ഒരു ഉന്മേഷം അനുഭവപ്പെടും. പണ്ട് ചെറുപ്പത്തിൽ വെള്ളിയാഴ്ച അതിരാവിലെ വാപ്പ ഉറക്കത്തിൽനിന്ന് വിളിച്ചുണർത്തുന്ന കാര്യം അപ്പോൾ ഓർമ്മ വരും. അതിനുശേഷം അദ്ദേഹം എന്നെയും കൂട്ടിക്കൊണ്ട് ഗ്രാമത്തിലെ പൊതുകുളിപ്പുരയായ ഹമ്മാമിലേക്ക് പോകും.

അക്കാലത്ത് പേടിപ്പെടുത്തിയിരുന്നൊരു ആചാരം തന്നെയായിരുന്നു അത്. അതിരാവിലെയോ അല്ലെങ്കിൽ കുറച്ചുംകൂടി നേരത്തെയോ ഉറക്കം ഉണർന്ന് ഹമ്മാമിലേക്ക് പുറപ്പെടുക. അവിടെ എത്തി ചൂടുള്ള വെള്ളം ദേഹത്തൂടെ ഒഴുകി ദ്വാരങ്ങൾക്കകത്തേക്ക് പ്രവേശിച്ചാലേ വിടാതെ പിടി കൂടിയിരിക്കുന്ന ജിന്നുകൾ അകന്നു പോവുകയുള്ളൂ എന്നോ മറ്റോ കരു തുന്നതുപോലെ വലിയ നിഷ്ഠയായിരുന്നു ഈ ഹമ്മാം യാത്രയ്ക്ക്. ഹമ്മാമുമായുള്ള എന്റെ ബന്ധം ആരംഭിക്കുന്നത് അങ്ങനെയാണ്.

വയസ്സ് പത്തായെങ്കിലും രാത്രി ഉറക്കത്തിൽ കിടക്കയിൽ മൂത്രമൊഴി ക്കുന്ന ശീലം എനിക്കുണ്ടായിരുന്നു. അതിനാൽതന്നെ വെള്ളിയാഴ്ച അതിരാവിലെ മൂത്രമൊഴിക്കുന്നതിനുമുമ്പുതന്നെ എന്നെ വിളിച്ചുണർ ത്തണമെന്ന് വാപ്പ ശഠിച്ചിരുന്നു. അതിന് കാരണം ഞാൻ കിടക്കയിൽ മൂത്രമൊഴിക്കുന്നത് നേരം വെളുക്കുന്നതിനുമുമ്പാണെന്ന് മമ്മ പറഞ്ഞതു കൊണ്ടാണ്. അവരാകട്ടെ, പലപ്പോഴും രാത്രി മുഴുവൻ അരികത്ത് ഉറക്ക മിളച്ചിരുന്ന് കിടക്കയിൽ നനവുണ്ടോ എന്ന് സ്പർശിച്ചു നോക്കാറുമുണ്ടാ യിരുന്നു.

പ്രഭാതത്തിന് തൊട്ടുമുമ്പുള്ള മണിക്കൂറുകളിൽ കിടക്കയിൽ മൂത്രമൊഴിക്കുന്നത് പിശാചിന്റെ പ്രേരണയാലാണെന്നാണ് വാപ്പ

പറഞ്ഞിരുന്നത്. അപ്പോൾ ഞാൻ കരുതിയത് മറ്റൊന്നായിരുന്നു. പ്രഭാതത്തിന് പകരം പാതിരാത്രിയിൽ കിടക്കയിൽ മൂത്രമൊഴിച്ചാൽ അതെന്തായാലും മാലാഖമാരുടെ ചെയ്തിയാകുകയേ ഉള്ളൂ അല്ലേ? ഇതു കാരണം ഒരു ദിവസം കിടന്നയുടനെ മൂത്രമൊഴിക്കണമെന്ന് തീരുമാനിച്ചു. കണ്ണുകൾ തുറന്നിരിക്കെത്തന്നെ ഞാൻ അതിനായി തയ്യാറെടുത്തു. മൂത്രം പുറത്തേക്ക് വരുന്ന ശബ്ദം കേൾക്കാതിരിക്കാനായി തുടകൾ ചേർത്തുപിടിച്ചു കിടന്നു. പക്ഷേ മാലാഖമാരുടെ പേരിൽ പാതിരാത്രിയിൽ മൂത്രമൊഴിച്ചെങ്കിലും പ്രഭാതത്തിന് മുമ്പുള്ള പിശാചിന്റെ കർമ്മത്തിൽനിന്ന് എനിക്ക് രക്ഷപ്പെടാൻ മാത്രം സാധിച്ചില്ല.

രാവിലെ ഉറക്കമുണർന്നപ്പോൾ മൂത്രത്തിൽ നനഞ്ഞുകുതിർന്ന അവസ്ഥയിലായിരുന്നു ഞാൻ. പിറ്റേന്ന് സ്കൂളിൽ വന്ന് ക്ലാസിലെ സർവ്വ കുട്ടികളുടെയും മുന്നിൽ വെച്ച് എന്റെ തലയിൽ വലിയൊരു ബോംബ് പൊട്ടിക്കാൻ ഇത് വാപ്പയെ പ്രേരിപ്പിച്ചു എന്നല്ലാതെ എന്ത് പറയാനാണ്.

ടീച്ചറായ ഫാത്തിമ അമീൻ എന്നെ ക്ലാസിന് മുന്നിലേക്ക് വിളിച്ചു വരുത്തുമ്പോൾ അവിടെ വാപ്പ നിൽപ്പുണ്ടായിരുന്നു. അദ്ദേഹം കൈനീട്ടി എന്റെ ദേഹത്ത് സ്പർശിച്ചപ്പോൾ വലിയ സന്തോഷമാണ് തോന്നിയത്. ഗിയാതി ടീച്ചറിന്റെ ക്ലാസ്സിൽനിന്ന് ഫാത്തിമ ടീച്ചറിന്റെ ക്ലാസിലേക്ക് എനിക്ക് മാറ്റം ലഭിച്ചിട്ട് മൂന്ന് മാസക്കാലമേ ആയിട്ടുള്ളൂ. അങ്ങനെയുള്ള സഹപാഠികൾക്ക് മുന്നിൽ വച്ച് ഇതുപോലെ അലിവോടെ സ്പർശിക്കുന്നൊരാൾ നിങ്ങളെ അപമാനിക്കുമെന്ന് കരുതേണ്ട കാര്യമില്ലല്ലോ. നിവർന്ന് നേരെ നിൽക്കുവാൻ ടീച്ചർ എന്നോട് കണ്ണുകൾകൊണ്ട് ആംഗ്യം കാണിച്ചു. അന്നേരം വാപ്പ വിദ്യാർത്ഥികളോടായി ചോദിച്ചു:

"ഇവനെ നിങ്ങൾക്കറിയാമോ?"

"അറിയാം."

നിസ്സാരചോദ്യം കേട്ട ഭാവത്തിൽ കുട്ടികൾ ഒന്നടങ്കം ഉറക്കെപ്പറഞ്ഞു.

"എങ്കിൽ പറയൂ, എന്താണിവന്റെ പേര്?"

ഇത്തവണത്തെ മറുപടിക്ക് ആദ്യത്തേതിനേക്കാൾ ഒച്ചയുണ്ടായിരുന്നു.

"മൗലിൻ യസീദി."

"തെറ്റിപ്പോയി. ഇവന്റെ പേര് കിടന്നുപെടുക്കുന്ന മൗലിൻ യസീദിയെന്നാണ്."

ക്ലാസിലെ കുട്ടികളൊന്നാകെ പൊട്ടിച്ചിരിച്ചപ്പോൾ അമ്പേറ്റതുപോലെ തരിച്ചുനിൽക്കാനേ എനിക്ക് സാധിച്ചുള്ളൂ. മറ്റു കുട്ടികളുടെ പരിഹാസച്ചുവയോടുകൂടിയ നോട്ടം നേരിടാനാകാതെ ഞാൻ സ്വന്തം ഇരിപ്പിടത്തിലേക്ക് തിരിച്ചുപോയി. കുറച്ചു കഴിഞ്ഞപ്പോൾ വാപ്പ പോയി. അതിനൊപ്പം എന്റെ ശരിക്കുള്ള പേരുകൂടിയാണ് വിദ്യാർത്ഥികളുടെ നാവിൻതുമ്പിൽ നിന്നും അപ്രത്യക്ഷമായത്. പകരം സ്ഥാനംപിടിച്ചതാകട്ടെ 'കിടന്നു പെടുക്കുന്നവൻ' എന്ന വാക്കായിരുന്നു.

എന്റെ അടുത്തിരിക്കുകയായിരുന്ന ഹമീദിനാകട്ടെ അവിടെ നിന്ന് മാറിയിരുന്നാൽ മതിയെന്നായി. എപ്പോഴൊക്കെ ഞാൻ അവന്റെ നേർക്ക് നോക്കിയോ അപ്പോഴെല്ലാം സീറ്റ് മാറുവാൻ തീരുമാനിച്ചുകഴിഞ്ഞു എന്ന ഭാവമായിരുന്നു അവന്. എന്നാൽ സ്ഥലം മാറിയിരുന്ന് എന്റെ അവസ്ഥ കൂടുതൽ ദയനീയമാക്കി മാറ്റരുതേ എന്ന അർത്ഥത്തിൽ യാചിക്കുന്ന വിധം ഞാനവന്റെ നേർക്ക് നോക്കും. രാത്രി ഉറക്കത്തിൽ കിടക്കയിൽ മൂത്രമൊഴിക്കുന്ന ആ ക്ലാസിലെ ഒരേയൊരു കുട്ടി ഞാൻ മാത്രമായിരിക്കില്ല എന്ന കാര്യം തീർച്ചയാണ്. എന്നിട്ടും എന്തിനായിരിക്കും സർവ്വരുടെയും മുന്നിൽ വച്ച് വാപ്പ എന്നെ ആക്ഷേപിച്ചത്? വാപ്പ ഇത്തരമൊരു കടന്ന കൈ ചെയ്യുന്നതിനു മുമ്പ് ക്ലാസ്സിലെ ഒരു കുട്ടിപോലും കരുതിയിട്ടുണ്ടാവില്ല ഞാൻ കിടന്നു മൂത്രം ഒഴിക്കുന്നവനാണെന്ന്.

എന്നും രാവിലെ വളരെ വൃത്തിയോടും വെടിപ്പോടുംകൂടി എന്നെ സ്കൂളിലേക്ക് പറഞ്ഞുവിടാൻ മമ്മ പ്രത്യേകം ശ്രദ്ധിച്ചിരുന്നു. അതു കണ്ടാൽ ടീച്ചറിന്റെ മതിപ്പേറും. പക്ഷേ വാപ്പ, തന്റെ വരവിലൂടെ സർവ്വതും തകർത്തു തരിപ്പണമാക്കി. അതോടെ ആ ഇരട്ടപ്പേര് എന്റെ ക്ലാസിൽ മാത്രമല്ല, മറ്റു ഡിവിഷനുകളിലും എന്തിനേറെ സ്കൂളിലെ മറ്റു ക്ലാസുകളിലെ കുട്ടികൾക്കിടയിൽപോലും പാട്ടായി മാറി. വീട്ടിൽ നിന്നും സ്കൂളിലേക്ക് പോകുന്ന വഴി ബാജല്ലൂലിന്റെ കടയിൽ കയറി രണ്ട് മൊറോക്കൻ റിയാൽ വിലയുള്ള ഫാനിദ് മിഠായികളും ചോക്ലേറ്റും വാങ്ങി കൈയിൽ കരുതും. പകൽ മുഴുവൻ എന്നെ ആക്ഷേപിക്കാതിരിക്കാൻ അവ നൽകി വിദ്യാർത്ഥികളെ പാട്ടിലാക്കാൻ നോക്കും. നേരത്തെ ഉറങ്ങാൻ കിടക്കുമായിരുന്ന ഞാൻ ഈ സംഭവത്തോടെ രാത്രി ഉറക്കമില്ലാത്ത കാവൽക്കാരനെപ്പോലെയായി എന്നേ പറയേണ്ടതുള്ളൂ. ഒന്ന് മയങ്ങിയാൽ കിടന്ന് മൂത്രമൊഴിച്ചു പോകുമോ എന്ന ഭീതിയായിരുന്നു മനസ്സു നിറയെ. അങ്ങനെ സംഭവിച്ചാൽ നൽകേണ്ടി വരുന്നത് വലിയ വിലയായിരിക്കും. ഒന്നാമതായി ക്ലാസിലെ കുട്ടികളുടെയെല്ലാം മുന്നിൽ നാണംകെട്ടു. പിന്നെ രണ്ട് വാക്കുകൾ മാത്രമുണ്ടായിരുന്ന എന്റെ സ്വന്തം പേരിനൊപ്പം ഇപ്പോൾ ഒരു ഇരട്ടപ്പേര് കൂടി വന്നുചേർന്നിരിക്കുന്നു.

രാത്രി നേരെചൊവ്വേ ഉറങ്ങാത്തത് കാരണം എന്റെ മുഖമാകെ വിളറാൻ തുടങ്ങി. ഭക്ഷണം കഴിക്കാനുള്ള താല്പര്യം കുറഞ്ഞതോടെ ശരീരഭാരം അഞ്ച് കിലോയിലധികം കുറഞ്ഞു. മിസ്റ്റർ ഗിറ്റേ എന്ന ഡോക്ടറുടെ അരികിലേക്കാണ് മമ്മ എന്നെ കൂട്ടിക്കൊണ്ടു പോയത്. എന്റെ പ്രശ്നമെന്താണെന്ന് നഴ്സിന് മമ്മ വിശദീകരിച്ചു കൊടുത്തു. അക്കാര്യം നഴ്സ് ഡോക്ടറോട് പറഞ്ഞുകഴിഞ്ഞതും അവർ ഇരുവരും പൊട്ടിച്ചിരിച്ചു. ഡോക്ടർ എന്റെ അരികിലേക്ക് വന്നു. തോളിലും തലമുടിയിലും തഴുകിക്കൊണ്ട് അദ്ദേഹം എന്റെ പേര് വിളിച്ചു: "മൗലീൻ, മൗലീൻ..."

അന്നദ്ദേഹം എന്തൊക്കെ ടെസ്റ്റുകളാണ് നടത്തിയതെന്ന് ഓർമ്മയില്ല. അതിന്റെ ആവശ്യവുമില്ല. എന്നാൽ അദ്ദേഹം കുറിച്ചുതന്ന മരുന്ന് കഴിക്കാൻ തുടങ്ങിയതോടെ എന്റെ പ്രശ്നങ്ങൾ മാറാൻ തുടങ്ങി എന്നത്

നല്ല ഓർമ്മയുണ്ട്. ശരീരഭാരം പഴയതുപോലെയാകാനും മുഖത്തെ വിളർച്ച മാറാനും തുടങ്ങി. എന്നാൽ മാറാത്തത് ഒന്നു മാത്രമായിരുന്നു. കുട്ടികളുടെ പരിഹാസവും 'കിടന്ന് പെടുക്കുന്നവൻ' എന്ന ഇരട്ടപ്പേരും. അങ്ങനെ ഒരു ദിവസം സർവ്വധൈര്യവും സംഭരിച്ച് വാപ്പയുടെ മുഖത്തു നോക്കി പറയേണ്ടിവന്നു, ഞാനിപ്പോൾ കിടക്കയിൽ മൂത്രമൊഴിക്കാറില്ലെന്ന് വാപ്പ സ്കൂളിൽ വന്ന് കുട്ടികളുടെ മുന്നിൽവെച്ച് പറയണം. എന്നാൽ പൊട്ടിച്ചിരിക്കുകയാണ് അദ്ദേഹം ചെയ്തത്. എന്റെ തോളിൽ തട്ടിയശേഷം പുറത്തേക്ക് പോകുന്നതിനിടയിൽ വാപ്പ ഇത്ര മാത്രമാണ് പറഞ്ഞത്:

"പ്രായമാകുമ്പോൾ നീ ഇതൊക്കെ മറക്കും."

സെല്ലിൽ കയറിയശേഷം ഞാൻ വസ്ത്രം മാറ്റി. ജന്മദിനസമ്മാനമായി ലൈല നൽകിയ അത്തർ പൂശി. അവളുടെ വരവിന് മുമ്പ് ഞാനൊരിക്കലും ജന്മദിനം ആഘോഷിച്ചിട്ടേ ഇല്ലായിരുന്നു. എന്ന് മാത്രമല്ല ജനനത്തീയതി ഏതാണെന്ന് ചോദിക്കുമ്പോൾ ഐഡി കാർഡ് എടുത്തു നോക്കുന്നതായിരുന്നു എന്റെ രീതി. പിന്നീട് ലൈല കാരണമാണ് ജന്മദിനം ആഘോഷിക്കണമെന്ന് തീരുമാനിച്ചത്. താടി ഷേവ് ചെയ്യുകയും സുഗന്ധം പുരട്ടുകയും ചെയ്തു. പുറത്ത് ജീവിക്കുന്നതിന്റെ മോഹവുമായി തടവറയ്ക്കുള്ളിൽ തളയ്ക്കപ്പെട്ടവർക്ക് ഇതൊക്കെയേ സാധിക്കുകയുള്ളൂ. ഇഷ്ടപ്പെട്ട പെണ്ണിന്റെ കണ്ണുകളിൽ സ്വന്തം മുഖം യാദൃച്ഛികമായി കാണാനിടയാകുമ്പോൾ ഞങ്ങളുടെ ആത്മവിശ്വാസം സംതൃപ്തി ഇവയൊക്കെ വർദ്ധിക്കും.

വെയിലിലിട്ട് ഉണക്കിയ വിരിപ്പുമായി ഞാൻ സെല്ലിൽനിന്ന് ഇടനാഴിയിലേക്ക് നടന്നു. ഇടനാഴിയുടെ തലയ്ക്കൽ ചെന്നിരിക്കുന്നതാണ് എന്റെയും ലൈലയുടെയും പതിവ്. ഇടനാഴിയുടെ അങ്ങേയറ്റത്ത് പ്ലൈവുഡ് കൊണ്ട് മറ തീർത്തൊരിടമായിരുന്നു അത്. അവിടെ ഇരുന്നാൽ എത്തിനോക്കുന്നവരുടെ ശല്യമുണ്ടാവില്ല എന്നൊരു ഗുണമുണ്ട്. വെള്ളിയാഴ്ചകളിൽ ലൈല സന്ദർശനത്തിനെത്തുമ്പോഴെല്ലാം ഞങ്ങൾ സ്ഥിരമായി കണ്ടുമുട്ടാറുള്ള ഈ ഇടത്തെ 'പ്രണയ അറ' എന്നാണ് മറ്റു സഖാക്കൾ വിളിക്കാറുള്ളത്. എന്നാൽ വെള്ളിയാഴ്ച ഒഴികെയുള്ള ദിവസങ്ങളിൽ ഞങ്ങൾ ഇടനാഴിയിൽ ഏവർക്കും കാണാൻ പറ്റുന്ന ഇടത്ത് തന്നെയാകും ഇരിക്കുന്നത്. അപ്പോഴും ഉള്ളിലെ സ്നേഹം പ്രകടിപ്പിക്കാനായി ആശ്ലേഷിക്കാനോ ചുംബിക്കാനോ ഞങ്ങൾ മടിക്കാറുമില്ല.

പുറംലോകത്ത് ജീവിച്ചിരുന്നപ്പോൾ നിസ്സാരമെന്ന് കരുതി അവഗണിച്ചിരുന്ന ഒട്ടേറെ കൊച്ചുകൊച്ചു സംഗതികൾ എത്രമാത്രം വിലമതിച്ചവയാണെന്ന് ജയിൽ എനിക്കും കൂടെയുള്ളവർക്കും വലിയ പാഠമാകുകയായിരുന്നു. രൂപവും, വസ്ത്രധാരണവും, ജയിൽമുറ്റത്തുനിന്ന് നോക്കിയാൽ കാണുന്ന ചെറിയൊരു ആകാശക്കീറിലധികം സങ്കല്പിക്കാനാകാത്ത ജീവിതത്തോടുള്ള സ്നേഹവും, രാത്രി കൈയിൽ സ്പർശിക്കുന്നതുപോലെ തോന്നാറുള്ള കടലിനോടുള്ള കൊതിയും, സംഗീതവും

സർവ്വതരത്തിലുമുള്ള സ്ത്രീ... അങ്ങനെ എത്രയെത്ര കാര്യങ്ങൾ. ജയിൽ വന്യമായ ഏകാന്തതയുടെ ഇടമാണ്. കണ്ണടയ്ക്കുന്ന തടവുകാരൻ കടലിനെയോ സ്ത്രീയെയോ അല്ലെങ്കിൽ പ്രവിശാലമായ ഏതെങ്കിലും ഭൂമികയെയോ സ്വപ്നം കാണാത്തപക്ഷം ജയിലിന്റെ ഏകാന്തത അവന്റെ കഥ കഴിക്കാൻ പോന്നത് തന്നെയായി മാറും. കാണാനെത്തുന്ന പെണ്ണിന്റെ കൈകോർത്തുപിടിച്ച്, അവളുടെ കാർകൂന്തലിൽ മൂക്ക് ചേർത്തുപിടിച്ച് അവളുടെ കഴുത്തിലൂടെ അധരങ്ങൾകൊണ്ട് സ്പർശിച്ച്, അവളുടെ മുഖത്താകെ ചുംബനങ്ങൾകൊണ്ട് മൂടി, ആഴത്തിൽ ശ്വാസം വലിച്ചുവിടുകയും ചെയ്യാത്തപ്പോൾ ജയിലിന്റെ ഏകാന്തത ഇരട്ടിക്കുകയേ ഉള്ളൂ.

അല്പം കഴിയുമ്പോഴേക്കും സന്ദർശനസമയം അവസാനിച്ചു എന്നറിയിച്ചുകൊണ്ട് ഗാർഡ് കടന്നുവരും. ജയിൽ ശരിക്കും ഭ്രാന്ത് തന്നെയാണെന്ന കാര്യത്തിൽ സംശയമേ വേണ്ട. സ്വപ്നങ്ങൾക്കോ പ്രണയത്തിനോ സ്ഥാനമില്ലാത്തപക്ഷം കാലംപോലും അതിന്റെ ഇരുളിൽ മുങ്ങിപ്പോവുകയേ ഉള്ളൂ. ജയിൽവ്യവസ്ഥയേയോ അതിന്റെ സമ്പ്രദായങ്ങളെയോ സൈദ്ധാന്തികമോ രാഷ്ട്രീയമോ ആയ ധാരണകളുപയോഗിച്ചോ ഭാവിയെ സംബന്ധിച്ച ശുഭപ്രതീക്ഷയോടെയോ സമീപിക്കാനേ സാധിക്കില്ല.

അങ്ങനെ ലൈല വന്നു. അവളെ കാണാനായി കൊതിയോടെ കാത്തിരിക്കുകയായിരുന്നു ഞാൻ. പക്ഷേ എന്തോ ഒരു ദുഃഖഭാവം നിറഞ്ഞ മുഖത്തോടെയാണ് അവൾ വന്നത്. ഊഷ്മളതയോടെ ഞാനവളെ കെട്ടിപ്പിടിച്ചപ്പോൾ അതിന്റെ ഇരട്ടി ശക്തിയോടെയാണ് ലൈല എന്നെ പുണർന്നത്. എന്നാൽ ദുഃഖഭാവത്തിലൂടെയും ബലമായി പുണരുന്നതിലൂടെയും മാത്രം പ്രകടിപ്പിക്കാനാകുന്നതുപോലൊരു ദുഃഖത്തിനടിമയായിരുന്നു അപ്പോഴും ലൈല. നിലത്ത് വിരിപ്പിൽ ഇരിക്കുമ്പോൾ എന്താ പ്രശ്നമെന്ന് ഞാൻ തിരക്കി. എന്നാൽ തന്റെ വിഷമം മറച്ചുപിടിക്കാനാണ് അവൾ ശ്രമിച്ചത്. ഞാൻ പിന്നെയും നിർബന്ധിച്ച് ചോദിച്ചു. മറ്റെവിടെയോ ശ്രദ്ധ പതറിയതുപോലെയാണ് ലൈലയെ കണ്ടപ്പോൾ തോന്നിയത്. അല്പം കഴിഞ്ഞതും അവൾ എന്റെ കൈയിൽ പിടിച്ച്, ചുമലിൽ തല ചേർത്തുവെച്ച് പൊട്ടിക്കരയാൻ തുടങ്ങി.

ഇതുപോലൊരു അവസ്ഥയിൽ മുമ്പൊരിക്കലും ലൈലയെ കണ്ടിട്ടേയില്ല. അങ്ങേയറ്റം വേദനാജനകവും ബുദ്ധിമുട്ടേറിയതുമായ സാഹചര്യങ്ങളിൽപ്പെട്ടുപോയ ലൈലയെ പരിചയമുണ്ട്. പക്ഷേ അപ്പോഴൊന്നും തന്നെ അവൾ കരയുന്നത് കണ്ടിട്ടേയില്ല. അങ്ങനെ വെറുതെ കണ്ണീർ വാർക്കുന്ന കൂട്ടത്തിലല്ലാത്ത ആളാണ് ഇപ്പോൾ കരയുന്നത്. ആ കണ്ണുകളിൽനിന്ന് കണ്ണുനീർ ധാരയായി ഒഴുകിക്കൊണ്ടേയിരിക്കുന്നു. അല്പം കഴിഞ്ഞതും ഇടറിയ സ്വരത്തിൽ അവൾ മന്ത്രിക്കുന്നത് കേട്ടു.

“എന്റെ പൊന്നു ലല്ല ശരീഫ...”

“മമ്മ... മമ്മയ്ക്ക് എന്തുപറ്റി?”

ലൈല പിന്നെയും പൊട്ടിക്കരഞ്ഞുകൊണ്ടേയിരുന്നു. ചെവിക്കുള്ളിൽ എന്തോ ഒരു ചൂടുയരുന്നതുപോലെയാണ് ആദ്യം തോന്നിയത്. തലയ്ക്കുള്ളിൽ എന്തോ മൂളുന്ന ശബ്ദം കേൾക്കുന്നു. കഴുത്തറുക്കപ്പെട്ട ജീവനുവേണ്ടി പിടയുന്ന കാളക്കുറ്റന്റെ അവസ്ഥയിലായിരുന്നു ഞാൻ. എന്താണ് സംഭവിച്ചതെന്ന് അറിഞ്ഞേ തീരൂ.

"പടച്ചവൻ അവരുടെ ആത്മാവിന് ശാന്തി നൽകട്ടെ."

ലൈല ഉറക്കെ കരയുന്നത് കേട്ടുകൊണ്ട് സെല്ലുകൾക്കുള്ളിൽ നിന്നും മറ്റു സഖാക്കൾകൂടി ഇടനാഴിയിലേക്ക് ഇറങ്ങിവന്നു. എന്നാൽ ഞാൻ കൂടുതലൊന്നും ചോദിച്ചതേയില്ല. മമ്മ എന്നാണ് മരിച്ചതെന്നോ എങ്ങനെയായിരുന്നെന്നോ ഒന്നുംതന്നെ ചോദിച്ചില്ല. വാതരോഗം മൂർച്ഛിച്ച് ഹൃദയത്തെവരെ ബാധിക്കുന്ന അവസ്ഥയിലായിരുന്നു മമ്മ. അരയ്ക്ക് കീഴിൽ പക്ഷാഘാതം ഉണ്ടാകുന്നതിലേക്ക് നീങ്ങുകയായിരുന്നു സാഹചര്യങ്ങൾ. കഴിഞ്ഞ ആറ് മാസക്കാലമായി നേരിൽ കാണാൻ പറ്റിയില്ലെങ്കിൽപോലും മരണം മമ്മയെ കവർന്നുകൊണ്ടുപോകുമെന്ന് സങ്കൽപ്പിച്ചിട്ടുകൂടിയില്ലായിരുന്നു.

ഞാൻ ഒന്നും ചോദിക്കാതെ നിശ്ശബ്ദനായി ഇരുന്നതേയുള്ളൂ. ലൈലയാകട്ടെ എന്നെത്തന്നെ നോക്കിയിരുന്ന് കരയുകയാണ്. ചുറ്റും കൂടിയ സഖാക്കൾ പലരും നോക്കി നിന്നു. ചിലർ ഞങ്ങൾക്കരികിൽ മുട്ടുകുത്തി ഇരുന്നു. മറ്റു ചിലരാകട്ടെ അരികത്തു വന്ന് നിലത്ത് കിടന്നു. ഭീതിപ്പെടുത്തുന്ന നിശ്ശബ്ദതയെ ഭേദിക്കാനായി അവർ അനുശോചനങ്ങൾ അറിയിക്കാനും ആശ്വാസവാക്കുകൾ പറയാനും തുടങ്ങി. പക്ഷേ അതൊക്കെയും പാഴ്‌വാക്കുകളായാണ് അനുഭവപ്പെട്ടത്.

ദുഃഖം ശരീരത്തെയാകെ കാർന്നു തിന്നുന്നതുപോലെയാണ് എനിക്ക് തോന്നിയത്. എന്തു ചെയ്യണമെന്ന് അറിയാത്ത അവസ്ഥ. എന്തെങ്കിലും പറഞ്ഞതുകൊണ്ട് യാതൊരു ഉപകാരവും ഉള്ളതായി തോന്നുന്നതേയില്ല. നിശ്ശബ്ദത വേദനയായി മാറി കണ്ണിനും മനസ്സിനും മുന്നിൽ തിരശ്ശീല താഴ്ത്തിയിടുമ്പോൾ അത് ഏറ്റവും സമ്പുഷ്ടമായ ആവിഷ്കാരരൂപമായി മാറുന്നതുപോലെ. ഈ രംഗം എത്രയും വേഗം അവസാനിപ്പിച്ചേ തീരൂ. മമ്മയ്ക്കുവേണ്ടിയുള്ള ദാഹം ലൈലയോടൊപ്പം അല്പനേരമിരുന്ന് അടക്കിയേ മതിയാകൂ. സന്ദർശനസമയം എപ്പോൾ വേണമെങ്കിലും അവസാനിക്കാം. ഈ രംഗം എത്രയും വേഗം അവസാനിപ്പിക്കണം. ശേഷം എനിക്ക് സ്വന്തം ലോകത്തേക്ക് ഒതുങ്ങിക്കൂടി മമ്മയ്ക്കായി കണ്ണീർ വാർക്കണം. മനസ്സിന് മുകളിൽ ഭാരം തീർത്തിരിക്കുന്ന ഈ വേദനയിൽനിന്ന് മുക്തി നേടുവാൻ സ്വന്തം സെല്ല് തന്നെയാവും തുണയാകുക.

സന്ദർശകസമയം അവസാനിച്ചുവെന്ന് ഗാർഡ് വന്ന് അറിയിച്ചതോടെ സ്ഥൈര്യം സംഭരിച്ചുകൊണ്ട് ലൈല പതിയെ എഴുന്നേറ്റു. കരഞ്ഞു കരഞ്ഞ് ചുവന്നു കലങ്ങിയ അവസ്ഥയിലായിരുന്നു അവളുടെ കണ്ണുകൾ. എന്റെ മാറിൽ തല ചായ്ച്ച് മുഖത്തേക്ക് നോക്കിക്കൊണ്ട് അവളെന്നെ

മുറുക്കെ പുണർന്നു. ഞാനാകട്ടെ, ഒരു നിമിഷം അവളെ കെട്ടിപ്പിടിച്ച ശേഷം പതിയെ പിന്മാറി. അത് അവൾ തീരേ പ്രതീക്ഷിച്ചില്ലെന്നു തോന്നി. എന്നാൽ ആ രംഗം അവസാനിപ്പിക്കാൻ അത് നിർബന്ധമായിരുന്നു.

ഭാരിച്ച കാലുകൾ പതിയെ എടുത്തുവച്ചുകൊണ്ട് ഞാൻ സ്വന്തം സെല്ലിലേക്ക് തിരിച്ചുനടന്നു. എന്റെ വിധിയിലേക്ക്. എന്നാൽ സെല്ലിനുള്ളിലേക്ക് കയറിയപ്പോഴാണ് മുമ്പൊരിക്കലും തോന്നിയിട്ടില്ലാത്തൊരുതരം വന്യത അവിടെ അനുഭവപ്പെടാൻ തുടങ്ങിയത്. പടച്ചവനേ, മമ്മയ്ക്ക് ഒരു അന്ത്യചുംബനം നൽകാനുള്ള അവകാശം എനിക്ക് നിഷേധിച്ചതെന്തിനാണ് തമ്പുരാനേ? അവരുടെ ശവമഞ്ചവും വഹിച്ചുകൊണ്ടുപോകുവാനോ, പ്രിയപ്പെട്ടവരുടെ അനുശോചനങ്ങൾ ഏറ്റുവാങ്ങുവാനോ എനിക്ക് കഴിയാതെ പോയല്ലോ? ആ രാത്രി മുഴുവൻ ഞാൻ മമ്മയെ ഓർത്ത് വിലപിച്ചുകൊണ്ടേയിരുന്നു. സിഗററ്റുകൾ വലിച്ചുതീർത്തു. പക്ഷേ കണ്ണിൽനിന്ന് കണ്ണുനീർ മാത്രം താഴേക്ക് വരുന്നില്ല. കണ്ണീരിന്റെ ചൂടറിയാനാകുന്നുണ്ടെങ്കിലും അവ കണ്ണിനുള്ളിൽത്തന്നെ തങ്ങിനിന്നതേയുള്ളൂ. കവിളിന് പകരം അവ ഒലിച്ചിറങ്ങിയത് എന്റെ ഹൃദയത്തിലേക്കായിരുന്നു എന്നു മാത്രം. ആദ്യത്തെ പാക്കറ്റ് സിഗരറ്റ് മുഴുവൻ വലിച്ചുതീർന്നതും രണ്ടാമതൊരു പാക്കറ്റ് തുറന്ന് വലിക്കാൻ തുടങ്ങി. അവകെടുത്താനായി ആഷ്ട്രേയോ കത്തിക്കുവാൻ ലൈറ്ററോ ഒന്നുപോലും വേണ്ടിവന്നില്ല. ആ കറുത്ത പുക മുഴുവൻ ഉള്ളിലേക്ക് ആവാഹിക്കുകയായിരുന്നു എന്റെ ശ്വാസകോശങ്ങൾ.

ഞാൻ ജയിലിൽനിന്നും മോചിതനാകുന്ന ദിനവും കാത്തിരിക്കുകയായിരുന്നു മമ്മ. അതുപോലെ ലൈലയുമായുള്ള എന്റെ വിവാഹം നടത്തുന്നതിനായി അവർ നിരന്തരം തയ്യാറെടുത്തുകൊണ്ടേയിരുന്നു. അതൊരു വലിയ വിവാഹാഘോഷം തന്നെയാവണമെന്നാണ് മമ്മ ആഗ്രഹിച്ചിരുന്നത്. പക്ഷേ അതിനുള്ള സാവകാശം അവരുടെ ഹൃദയം നൽകിയില്ലെന്നു മാത്രം.

ചെറിയ മുത്തുമണികളുള്ള ജപമാലയുമായാണ് മമ്മ സദാസമയവും ചെലവിട്ടിരുന്നത്. എന്നാൽ പ്രാർത്ഥനകൾ ഉരുവിട്ടുകൊണ്ട് പതിന്നാലാമത്തെ മുത്തുമണിയിലെത്തുമ്പോഴേക്കും അത് മതിയാക്കി വീണ്ടും ഒന്നാമത്തെ മണിയിലേക്ക് തിരിച്ചുപോകും. പിന്നെ ഏതാണ്ട് ഇരുപത് മണികൾ വരെ എണ്ണും. ആ മമ്മയിതാ അണഞ്ഞുപോയിരിക്കുന്നു. ഓഹ്... ദൈവമേ എന്റെ മനസ്സ് എത്രമാത്രമാണ് അവർക്കുവേണ്ടി നൊന്ത് നീറുന്നത്.

ഒരു പുരുഷായുസ്സ് മുഴുവൻ അഴികൾക്കുള്ളിൽ ഹോമിക്കപ്പെട്ട അനുഭവമാണ് കൺമുന്നിൽ നീണ്ടുനിവർന്ന് കിടക്കുന്നത്. ഒരുപിടി ആശയങ്ങൾക്ക് നൽകേണ്ടിവന്നത് കനത്ത വിലയാണ്. സ്വാതന്ത്ര്യത്തേക്കാൾ വലിയ എന്തു വിലയാണുള്ളത്? പ്രിയപ്പെട്ടൊരാൾ തിരിച്ചുവരാത്ത അന്ത്യയാത്ര പുറപ്പെടാൻ നേരം ആ ശവമഞ്ചത്തിലേക്കൊന്ന് നോക്കാനോ,

ഒരു അന്ത്യചുംബനം നൽകാനോ സാധിക്കാത്തത് എത്ര വലിയ നഷ്ടമാണ്.

രണ്ടു ദിവസം കഴിഞ്ഞതും ലൈല വീണ്ടും എന്നെ കാണാനെത്തി. കാപ്പിക്കളറിലുള്ള ഒരു ജല്ലാബിയ്യ കുപ്പായവും തലയിൽ സ്കാർഫും ചുറ്റിയാണ് അവൾ വന്നത്. അങ്ങേയറ്റം ദുഃഖിതയും മാനസികമായി തകർന്നതുമായ ലൈലയായിരുന്നു അത്. മമ്മ മരിച്ചതിലുള്ള ദുഃഖത്തേക്കാൾ ഏറെയായിരുന്നു ജയിലഴികൾക്കുള്ളിൽ കിടക്കുന്ന എന്നെക്കുറിച്ചുള്ള ദുഃഖം. അക്കാര്യം എനിക്ക് പെട്ടെന്നുതന്നെ മനസ്സിലാവുകയും ചെയ്തു.

ജയിൽജീവിതമെന്ന അനുഭവത്തെ പുനർമൂല്യനിർണയത്തിന് വിധേയമാക്കേണ്ടതിന്റെ പ്രാധാന്യത്തെക്കുറിച്ച് ഞാൻ സൂചിപ്പിച്ചപ്പോൾ ലൈല അതിശയിച്ചുപോയി. എന്നാലൊട്ട് അത് പ്രകടിപ്പിച്ചതുമില്ല. എങ്കിലും പിന്നീടവൾ പറഞ്ഞ വാക്കുകൾ കേട്ടപ്പോൾ ആ അതിശയം കണ്ണുകളിൽ വായിച്ചെടുക്കാൻ സാധിച്ചു:

“എങ്കിൽ എന്തുകൊണ്ട് ആ അനുഭവങ്ങൾ എഴുതി പ്രസിദ്ധീകരിച്ചു കൂടാ? വെറുതെ വായ്കൊണ്ട് പറഞ്ഞുവെന്ന് വിചാരിച്ച് ഉദ്ദേശിച്ച ഫലമുണ്ടാകില്ലല്ലോ?”

അവൾ പറഞ്ഞ കാര്യത്തെക്കുറിച്ച് ഞാൻ ആലോചിക്കാൻ തുടങ്ങി. ലൈല പോയി രണ്ടു ദിവസം കഴിഞ്ഞ് തിരിച്ചുവരുന്നതിനിടയിൽ രാത്രികളിൽ ഞാൻ ഇക്കാര്യത്തെക്കുറിച്ച് തന്നെ ചിന്തിക്കുകയായിരുന്നു. സർവ്വതും മലർക്കെ തുറന്നിടാനുള്ള നേരം ആഗതമായോ? ഈ തീരാഭാരം ചുമന്ന് ചുമന്ന് നടുവൊടിഞ്ഞിരിക്കുന്നു. ഉള്ളിന്റെയുള്ളിലെ പച്ചയായ സത്യങ്ങൾ തുറന്നുപറഞ്ഞേ തീരൂ. പിഴവുകൾ മാത്രമടങ്ങിയ ഒരു കീറച്ചാക്കല്ലേ ഞങ്ങളുടെയൊക്കെ അനുഭവങ്ങൾ? തടങ്കലിലാക്കപ്പെട്ടിട്ട് വർഷം പതിന്നാല് കഴിഞ്ഞിരിക്കുന്നു. ഇനിയെങ്കിലും ഇക്കാര്യങ്ങൾ ഒറ്റക്കെട്ടായി വിളിച്ചുപറയേണ്ടേ? ഈ മാരകമായ പിഴവുകൾ എന്തൊക്കെയാണെന്ന് സർവ്വർക്കുമറിയാം. അല്ലെങ്കിൽ അങ്ങനെ ചിലത് ഉണ്ടെന്ന് അംഗീകരിക്കുകയെങ്കിലും ചെയ്യും എല്ലാവരും.

അതോടെയാണ് ചുവപ്പൻ സിദ്ധാന്തങ്ങൾ, ജനകീയ പോരാട്ടങ്ങൾ കലാലയങ്ങളിലും പ്രതിധ്വനിക്കും തുടങ്ങിയ മുദ്രാവാക്യങ്ങൾക്കൊക്കെ പഴയ പൊലിമയൊക്കെ നഷ്ടമാകാൻ തുടങ്ങിയത്. ചെവികളിലൂടെ മാത്രമല്ല സർവ്വസുഷിരങ്ങളിലൂടെയും ഉള്ളിലേക്കിറങ്ങിയ മുദ്രാവാക്യങ്ങളായിരുന്നു ഇവയൊക്കെ ഒരുകാലത്ത്. എന്നാൽ ഞങ്ങളുടെ ജീവിതയാഥാർത്ഥ്യങ്ങളെ ഒരുതരത്തിലും പ്രതിഫലിപ്പിക്കാത്ത ഇത്തരം മുദ്രാവാക്യങ്ങൾക്കുവേണ്ടി ഒരായുസ്സ് മുഴുവൻ ഹോമിക്കാൻ ആർക്കെങ്കിലും സാധിക്കുമോ? രഹസ്യത്തടവറയിൽ കഴിയുന്നകാലത്താകട്ടെ ചോദ്യംചെയ്യലുകളും പീഡനങ്ങളുമൊക്കെ അരങ്ങേറുന്നതിനിടയിൽ ഈ ആകുലചിന്തകളൊന്നും തോന്നിയിരുന്നില്ല. ഏതുവിധേനയും പിടിച്ചുനിൽക്കുവാൻ ശ്രമിച്ച കാലമായിരുന്നു അത്.

ഈ പതിന്നാല് വർഷങ്ങൾക്കുള്ളിൽ എപ്പോഴെങ്കിലും ഇപ്പോൾ തോന്നുന്നതുപോലെ അനുഭവങ്ങളെ വിലയിരുത്താൻ കഴിയുമായിരുന്നോ? മനസ്സിന്റെ ആഴങ്ങളിലേക്ക് ആഴ്ന്നിറങ്ങി പരിശോധന നടത്തുവാനുള്ള ആർജ്ജവം മുമ്പെപ്പോഴെങ്കിലും ഉണ്ടാകുമായിരുന്നോ? കൂട്ടായ ധൈര്യമെന്നൊക്കെ പറയുന്ന കാര്യം ഈ വിഷയത്തിൽ നേരത്തെ സാധ്യമായിരുന്നില്ല എന്നു വേണമെങ്കിൽ പറയാം. എന്നാൽ സെല്ലിന്റെ മേൽക്കൂരയും നോക്കിക്കിടക്കുന്ന ഇക്കാലത്ത് ജയിലിനോട് തോന്നുന്ന പൊരുത്തപ്പെടലും തല നരച്ചതിലൂടെ ഉണ്ടാകുന്ന പക്വതയും കാരണം ഇത്തരമൊരു വിലയിരുത്തൽ നടത്താനുള്ള വ്യക്തിപരമായ ധൈര്യം ഓരോരുത്തരിലും ഉണ്ടായിരിക്കുന്നു. ആ ധൈര്യം എങ്ങനെ പ്രകടിപ്പിക്കണമെന്ന കാര്യത്തിൽ വ്യക്തികൾ തമ്മിലും തടവുകാരുടെ വിവിധ ഗ്രൂപ്പുകൾ തമ്മിലും അഭിപ്രായവ്യത്യാസങ്ങൾ ഉണ്ടാകുമെന്ന് മാത്രമേയുള്ളൂ. 'നാം രഹസ്യമായി തീരുമാനിച്ച കാര്യങ്ങളെന്തൊക്കെയാണെന്ന് ജനമധ്യേ പരസ്യമായി എതിർശബ്ദമുയർത്താം' എന്ന് ഉറക്കെ അലറിവിളിച്ച് പറയാനുള്ള ധൈര്യം എനിക്ക് കിട്ടുന്നത് ഇതാദ്യമായിട്ടായിരിക്കും.

ചിന്തകൾക്ക് ലളിതമായ വാക്കുകൾകൊണ്ട് രൂപം നൽകാൻ ശ്രമിക്കുകയാണ് പിന്നീട് ചെയ്തത്: ഭരണകൂടത്തെ വിമർശിക്കുന്നതിനേക്കാൾ നിശിതമായ രീതിയിൽ ദേശീയ രാഷ്ട്രീയ പാർട്ടികളെ കുറ്റപ്പെടുത്തുവാൻ ഞാനൊക്കെ ഉൾപ്പെടുന്ന നവ ഇടതുപക്ഷത്തിന് എങ്ങനെയാണ് സാധിക്കുന്നത്? ജനകീയ തലത്തിലുള്ള ഏകോപിപ്പിച്ച പ്രവർത്തനങ്ങളൊക്കെ അപ്രത്യക്ഷമായതെങ്ങനെയാണ്? അടിസ്ഥാനപരമായ വിഷയങ്ങളിൽ നിറം മങ്ങുമ്പോഴും ശാഖാപരമായ കാര്യങ്ങളിൽ പോരടിക്കുന്നതെന്തുകൊണ്ടായിരിക്കും? ഒരിക്കൽ തള്ളിപ്പറഞ്ഞ രാഷ്ട്രീയ പ്രസ്ഥാനങ്ങളുമായി വീണ്ടും ചേർന്ന് പ്രവർത്തിക്കുവാൻ ഇനി ഞങ്ങൾക്ക് സാധിക്കുമോ? കാലമിത്രയും കഴിഞ്ഞശേഷം നിലവിലെ സാഹചര്യത്തിന്റെ ഗുണഭോക്താക്കളാരായിരിക്കും? ഭരണകൂടമോ രാഷ്ട്രീയപാർട്ടികളോ അതോ നവ ഇടതുപക്ഷമോ? എന്നാൽ ഒരു നിമിഷം കണ്ണടച്ചുപിടിച്ച് ചിന്തിച്ചു നോക്കിയാൽ മനസ്സിലാകുന്നൊരു കാര്യമുണ്ട്, ഇടതുപക്ഷമെന്ന് അവകാശപ്പെടുന്ന ഞങ്ങൾതന്നെയായിരിക്കും ഏറ്റവും വലിയ തോൽവിയെന്ന്.

എന്റെ വാക്കുകൾ കേട്ട് ആഴത്തിൽ നെടുവീർപ്പിട്ടശേഷം ലൈല രൂക്ഷമായൊന്നു നോക്കി.

"ചന്ദ്രപ്രഭ നിറഞ്ഞ ആകാശത്തിലെ നക്ഷത്രങ്ങളുടെ അവസ്ഥയിലാണ് നിങ്ങൾ. ഏതൊരു അനുഭവവും നൂറു ശതമാനം പോസിറ്റീവോ നൂറ് ശതമാനം നെഗറ്റീവോ ആകുമെന്ന് കരുതാമോ? ഒരു ഫലവും സൃഷ്ടിച്ചില്ലെങ്കിൽപോലും ഒരു അനുഭവവും പാഴെന്ന് പറയാനാകില്ല. നമ്മുടെ രാജ്യത്തെ മനുഷ്യാവകാശങ്ങളുടെ നിലവിലെ സാഹചര്യം തന്നെ നോക്കുക. ആ രംഗത്ത് പ്രവർത്തിക്കുന്ന ദേശീയവും അന്തർദേശീയവും അറബ് രാഷ്ട്രങ്ങളുമായി ബന്ധപ്പെട്ടതുമൊക്കെയായ ഒട്ടേറെ

പ്രസ്ഥാനങ്ങളുണ്ട്. നിങ്ങൾ തടവിലാക്കപ്പെട്ടതിനെത്തുടർന്ന് ഉടലെടുത്ത മനുഷ്യാവകാശസംഘടനകൾ അവിടെയൊതുങ്ങാതെ ഏറെ മുന്നോട്ടു പോയില്ലേ? പൗരാവകാശങ്ങൾക്കുവേണ്ടി പോരാടുന്ന അവർ ജനാധിപത്യമെന്നത് അടിയന്തരമായ സാമൂഹികാവശ്യമാണെന്ന ധാരണ സൃഷ്ടിച്ചു. അതിനാൽതന്നെ അനാവശ്യമായ ഈ പരിഭവങ്ങൾക്ക് ചെവി തരാൻ എനിക്കെന്തായാലും കഴിയില്ല. ഇങ്ങനെ സ്വന്തം ദേഹത്ത് ചമ്മട്ടി കൊണ്ട് പ്രഹരിക്കുന്നത് നിർത്തിക്കൂടേ? ശരിയാണ്, മറ്റാരെപ്പോലെയും നിങ്ങൾക്കും കുറ്റങ്ങളും കുറവുകളും ഉണ്ടാകും. എന്നാൽ അതൊന്നും തന്നെ രാഷ്ട്രീയവിശുദ്ധി ഇല്ലാത്തവരാണ് നിങ്ങളെന്ന് പറയാൻ പര്യാപ്തമല്ലല്ലോ?"

"സ്വന്തം അനുഭവങ്ങളെ പുനർവിചാരണയ്ക്ക് വിധേയമാക്കുന്നത് സ്വയം ചമ്മട്ടികൊണ്ടടിക്കുന്നതുപോലെയാണെന്നാണോ നീ കരുതുന്നത്?"

"കറുത്ത കണ്ണുകൾ വച്ച് മാത്രം നടത്തുന്നൊരു പുനർവിചാരണ സ്വയം പീഡനമാണെന്ന് മാത്രമല്ല, സ്വയം നശിക്കൽകൂടിയാണ്. പ്രത്യേകിച്ച് നിങ്ങൾ മറ്റുള്ള മനുഷ്യരെപ്പോലെ പുറംലോകത്തല്ല, ജയിലിനുള്ളിൽ കഴിയുന്നവരാണ് എന്ന വിഷയം പരിഗണിക്കുമ്പോൾ. ഉള്ളിന്റെയുള്ളിൽ ശാന്തത കൈവരിക്കുന്നതിനായി നിങ്ങൾ ചെയ്യേണ്ടത് സ്വന്തം അനുഭവങ്ങളിലെ പോസിറ്റീവായ ഘടകങ്ങളെ അന്വേഷിച്ച് കണ്ടെത്തുകയാണ്. കാരണം നിങ്ങൾക്ക് അവയുടെ ആവശ്യം അത്രയേറെയുണ്ട്. വളരെ കുറച്ചേ ഉള്ളൂവെങ്കിൽപോലും അവയെ ഉപയോഗശൂന്യമെന്ന് പറഞ്ഞ് കൈയൊഴിയുകയല്ല വേണ്ടത്."

"പഴയകാല പ്രവർത്തനങ്ങളെ പ്രകീർത്തിക്കുന്ന സാഹിത്യങ്ങൾ രചിക്കണമെന്ന ഒപ്പമുള്ള സഖാക്കളുടെ നിർബന്ധത്തിന് വഴങ്ങി മുന്നോട്ട് കുതിക്കാൻ തുടങ്ങുമ്പോൾ നമ്മെ വലയം ചെയ്യുന്ന സാഹചര്യങ്ങളാണ് ഇത്തരം നെഗറ്റീവായ ഘടകങ്ങളിൽ ശ്രദ്ധിക്കുവാൻ നിർബന്ധിക്കുന്നത്. ഇതൊരു പൊതുവായ പ്രശ്നമാണെന്ന് സമ്മതിക്കുകയും ചെയ്യുന്നു. രാജ്യം സാക്ഷിയായ ജനകീയ പ്രക്ഷോഭങ്ങൾക്കോ, ജനമുന്നേറ്റങ്ങൾക്കോ ഒന്നുംതന്നെ ഞങ്ങൾ പ്രതിനിധാനം ചെയ്യുന്ന ഇടതുപക്ഷവുമായി കാര്യമായ ബന്ധമൊന്നുമില്ലെന്ന് തുറന്നുപറഞ്ഞേ തീരൂ. സ്വന്തം നാടിനേക്കാൾ ഞങ്ങൾക്ക് കൂടുതലറിയാവുന്നത് റഷ്യയെക്കുറിച്ചായിരുന്നു. സ്വന്തം പോരാട്ടത്തിൽ തങ്ങളുടെ സ്വന്തം യാഥാർത്ഥ്യങ്ങളെ സംബന്ധിച്ച് എന്തെങ്കിലും അറിവുകൾ സൃഷ്ടിക്കാൻ ഞങ്ങൾക്ക് കഴിയാതെപോയി. ഇഷ്ടപ്പെട്ട നിറമേതെന്ന് അന്വേഷിക്കാൻപോലും തുനിയാതെ ഞങ്ങളതിന് ചുവപ്പുനിറം ചാർത്തിക്കൊടുത്തു. രണ്ടാംകിട അന്തർദ്ദേശീയ സിദ്ധാന്തങ്ങളെ ദേശീയ മുദ്രാവാക്യങ്ങളായി ഉയർത്തിക്കാട്ടിയതാണ് ഞങ്ങൾക്ക് പറ്റിയ പിഴവ്. വിപ്ലവം യാഥാർത്ഥ്യമാക്കുവാൻ അത് ധാരാളമാണെന്ന് ഞങ്ങൾ വിശ്വസിച്ചുപോയി."

ഇതാണ് ഇടതുപക്ഷത്തിന്റെ അവസ്ഥ. റഷ്യൻ വിപ്ലവത്തെ സംബന്ധിച്ച പ്രധാന വാദഗതികൾ നിറഞ്ഞ 'വാട്ട് ഈസ് ടു ബീ ഡൺ?' എന്ന ലഘുലേഖയിൽ കമ്മ്യൂണിസ്റ്റ് ആചാര്യനായ ലെനിൻ അവതരിപ്പിച്ച മാതൃകയുടെ അടിത്തറയിൽ തങ്ങളുടെ രഹസ്യ അസ്തിത്വവാദ സംഘടനകൾ പടുത്തുയർത്താനാണ് ഏവരും ശ്രമിച്ചത്. കാറൽ മാർക്സിനെ പുതിയ പ്രവാചകനാക്കി ഉയർത്തിക്കാട്ടിയപ്പോൾ ഞങ്ങളും ചെയ്തത് അതുതന്നെയായിരുന്നു. ലെനിന്റെ രേഖ തന്നെയായിരുന്നു ഞങ്ങളും ഒരേയൊരു ആധാരമായി സ്വീകരിച്ചത്. വിപ്ലവം സാധ്യമാക്കാൻ എന്താണ് ചെയ്യേണ്ടതെന്ന നിർണായകമായ ചോദ്യത്തിന് ഒരേയൊരു ഉത്തരം മാത്രം സ്വീകരിച്ചാൽ മതിയെന്ന പിടിവാശിയായിരുന്നു ഞങ്ങൾക്ക്.

അനുഭവങ്ങളെ വിലയിരുത്തലിന് വിധേയമാക്കുന്നത് എഴുത്തിലൂടെയാകട്ടെ, എന്ന് ലൈല പിന്നെയും നിർബന്ധിച്ചു. പിന്നെയത് ആപേക്ഷികതയനുസരിച്ച് നടക്കാനായി വാതിൽ തുറന്നു കൊടുക്കുക. ഈ വിഷയം ശരി തെറ്റ് അല്ലെങ്കിൽ വെളുപ്പ് കറുപ്പ് എന്ന് മാത്രം കാണേണ്ട കാര്യമല്ല എന്നാണ് അവളുടെ അഭിപ്രായം.

ലൈല സന്ദർശനം കഴിഞ്ഞ് മടങ്ങിപ്പോയിട്ടും അവളുടെയും അവളുടെ ചോദ്യങ്ങളുടെയും സുഗന്ധം ചുറ്റും നിറഞ്ഞുനിന്നതേയുള്ളൂ. വെറുതേ കേൾവിക്കാരിയായി നിൽക്കുന്ന കൂട്ടത്തിലല്ല ലൈല. അവളോട് സംസാരിക്കുക എന്നു പറയുന്നത് മഞ്ഞുകട്ടകൾക്കുള്ളിൽ ജീവിതം നട്ടുപിടിപ്പിക്കാൻ ശ്രമിക്കുന്ന സ്ത്രീയോട് സംസാരിക്കുന്നതുപോലെയായിരിക്കും. അതാകട്ടെ ഏതാണ്ട് അസാധ്യമാണുതാനും. കെടാതെ കത്തുന്നൊരു ജ്വാലയാണ് ലൈല. ജനിച്ച നാൾ മുതലേ എന്റെ രക്തത്തിലലിഞ്ഞുചേർന്നവളാണ് ലൈല. ഇപ്പോഴിതാ എന്റെ അധരങ്ങളിൽ തന്റെ സുഗന്ധത്തിന്റെ നീക്കിയിരിപ്പുകൾ അവശേഷിപ്പിച്ച ശേഷമാണ് അവൾ പോയിരിക്കുന്നത്. എന്റെ നെറ്റിയിലെ വിയർപ്പുതുള്ളികൾ തുടച്ചു മാറ്റുന്ന ലൈല ഓരോ സന്ദർശനത്തിനിടയിലും ജയിലിന്റെ ഇടനാഴികളിൽ മാത്രമല്ല, എന്റെ മനസ്സിന്റെ പൂമുഖത്തുകൂടി പനിനീര് തളിച്ച ശേഷമാണ് യാത്ര പറഞ്ഞുപോകുന്നത്.

അനുഭവങ്ങൾ എഴുതിവച്ചേ മതിയാകൂ എന്ന ലൈലയുടെ നിർബന്ധാഭിപ്രായം മനസ്സിൽ ചുമന്നുകൊണ്ടാണ് ഞാൻ സെല്ലിനുള്ളിലേക്ക് തിരികെ കയറിയത്. കുറച്ച് വെള്ളക്കടലാസുകളും ഒരു പെൻസിലും കൈയിലെടുത്ത് ഞാൻ വിഷയത്തിന്റെ ഒരു രൂപരേഖ തയ്യാറാക്കാൻ തുടങ്ങി. രാജ്യത്തെ ഇടതുപക്ഷത്തിന്റെ ചരിത്രത്തെ രേഖപ്പെടുത്താനുള്ള ശ്രമമാണ് ആദ്യം നടത്തിയത്. ശേഷം അതിന്റെ അസ്തിത്വത്തെ സംബന്ധിച്ച ന്യായവാദങ്ങളും ആദർശഘടനയും പിന്നെ സംഘടനാ സംവിധാനത്തെ സംബന്ധിച്ച നിരീക്ഷണങ്ങളും ഉൾപ്പെടുത്താൻ ശ്രമിച്ചു.

പക്ഷേ ഞങ്ങളുടെ കേസിന് എങ്ങനെയായിരിക്കും ഇത്രയും മാനങ്ങൾ കൈവന്നിരിക്കുക? ചരിത്രത്തിന്റെ യാഥാർത്ഥ്യത്തിൽനിന്നും മാനവികമായ ഒരു യാഥാർത്ഥ്യത്തിലേക്ക് അതെങ്ങനെയായിരിക്കും

എത്തിച്ചേർന്നിട്ടുണ്ടാവുക? വിശ്വാസസ്വാതന്ത്ര്യം, ചിന്താസ്വാതന്ത്ര്യം, സംഘടിക്കാനുള്ള അവകാശം തുടങ്ങി, അന്തർദേശീയ നിയമങ്ങളും രാജ്യത്തിന്റെ ഭരണഘടനയും അടിസ്ഥാന മനുഷ്യാവകാശങ്ങളായി കരുതുന്ന കാര്യങ്ങൾക്ക് നേരെയുള്ള ഭരണകൂടത്തിന്റെ കടുത്ത നിലപാടുകൾ ഞങ്ങൾ തടവിലാക്കപ്പെട്ട കാലത്തിന്റെ മാത്രം സൃഷ്ടിയായിരിക്കുമോ? ഭരണകൂടത്തിനെതിരെ ഗൂഢാലോചന നടത്തി, അതിനെ അട്ടിമറിക്കാനുള്ള ശ്രമം നടത്തി തുടങ്ങിയ ആരോപണങ്ങൾ ഞങ്ങൾക്കെതിരെ അടിച്ചേൽപ്പിക്കാൻ പബ്ലിക് പ്രോസിക്യൂഷൻ വാശിപിടിച്ചതെന്തുകൊണ്ടായിരിക്കും? രഹസ്യസംഘടനകൾക്കിടയിൽ മാർക്സിസ്റ്റ് ചിന്തകൾ പ്രചരിപ്പിച്ചു; സമൂഹത്തിലെ വിവിധ ജനവിഭാഗങ്ങൾക്കിടയിൽ ഇത്തരം ചിന്തകൾ പ്രചരിപ്പിക്കുവാനുള്ള ലക്ഷ്യത്തോടെ ഒരു രാഷ്ട്രീയ പ്പാർട്ടി രൂപീകരിക്കുവാൻ ശ്രമിച്ചു തുടങ്ങിയവയായിരുന്നു ഞങ്ങൾക്കെതിരെയുള്ള ആദ്യ ആരോപണങ്ങൾ.

ഇതിൽ രഹസ്യസ്വഭാവമുള്ള സംഘടന രൂപീകരിച്ചു എന്ന കുറ്റത്തിന് അഞ്ചു വർഷത്തിൽകൂടുതൽ ശിക്ഷയൊന്നും വിധിക്കാനാകില്ല: എന്നു മാത്രമല്ല ആ ആരോപണം അന്വേഷണത്തിന്റെ എല്ലാ ഘട്ടത്തിലും ഞങ്ങൾ തുറന്ന് സമ്മതിച്ചിട്ടുള്ളതുമാണ്. എന്നിട്ടും ദേശസുരക്ഷയ്ക്ക് ഭീഷണിയുയർത്തി എന്ന ആരോപണം ഞങ്ങൾക്കെതിരെ ചുമത്തിയേ തീരൂ എന്ന കാര്യത്തിൽ പബ്ലിക് പ്രോസിക്യൂട്ടർക്ക് വലിയ വാശിയായിരുന്നു.

ഞങ്ങളുടേതുപോലുള്ള സംഘടനകളുടെ പെരുമാറ്റം വച്ച് നോക്കുമ്പോൾ ഒട്ടും യോജിക്കാത്ത കടുത്ത നിയമങ്ങൾ അടിച്ചേൽപ്പിക്കാൻ പറ്റിയ അന്തരീക്ഷമൊരുക്കുക മാത്രമായിരുന്നു ഇതിന്റെ ലക്ഷ്യം. നിലവിലുള്ള വിട്ടുവീഴ്ച ചെയ്യാത്ത ന്യായസിദ്ധാന്തങ്ങൾക്ക് അനുസരിച്ച് വസ്തുതകളെ വളച്ചൊടിക്കുന്നത് ഇത്തരത്തിലാണ്. ഇങ്ങനെ സ്വന്തം അനുഭവങ്ങളെ ഇഴകീറി പരിശോധിക്കാൻ ശ്രമിച്ചപ്പോൾ അവയൊക്കെയും പണ്ടെന്നോ അവസാനിച്ച കാര്യങ്ങളായേ അല്ല ഞാൻ കണ്ടത്. പഴയ തെറ്റുകൾ നെഞ്ചിൻകൂടിന്മേൽ കയറിയിരിക്കുന്ന ഭാരമായിട്ടുതന്നെയാണ് കണ്ടത്. അവയെ അംഗീകരിച്ചേ തീരൂ. അതിനുള്ള ധൈര്യവും കാട്ടണം. അടിച്ചമർത്തലിന്റെ വർഷങ്ങൾ ചെലവിട്ട ഒരു ശവപ്പെട്ടി മാത്രമാണ് ഞങ്ങളുടെ ശരീരങ്ങളെന്ന് ഈ നിമിഷം പറയാനുള്ള ആർജ്ജവം കൂടിയേ തീരൂ. തടങ്കലെന്ന് പറയുന്നത് ആത്യന്തികമായി ദേഹത്തെ തടവിലാക്കൽ തന്നെയാണ്. ജയിലിന് പുറത്തുള്ളവരെ ബോധ്യപ്പെടുത്താനായി ഞങ്ങൾ അകത്ത് പിടിച്ചുനിൽക്കുകയാണെന്ന് നടിക്കേണ്ട കാര്യമൊന്നുമില്ല.

നമ്മെ ഇഞ്ചിഞ്ചായി കാർന്നുതിന്നുകൊണ്ടിരിക്കുന്നൊരു നശീകരണ പ്രക്രിയയാണ് ജയിലിൽ നടന്നുകൊണ്ടിരിക്കുന്നതെന്ന് ഇനിയെങ്കിലും തിരിച്ചറിഞ്ഞേ മതിയാകൂ. മരീചികകൾപോലും അന്യമായ മരുഭൂമികളായി ആത്മാക്കളെ ക്ഷയിപ്പിക്കുന്ന ഇടമായി ജയിൽ മാറിയിരിക്കുന്നു.

നിങ്ങൾ തടവറയ്ക്കുള്ളിലാണ്. എന്നാൽ പുറത്ത് കഴിയുന്ന ഞങ്ങളും ജയിൽപോലെയുള്ളൊരു നാട്ടിലാണ് ജീവിക്കുന്നതെന്ന് എതിർവാദം ഉന്നയിക്കുന്നവരുണ്ട്. ഇത് വെറും അസംബന്ധമല്ലാതെ മറ്റൊന്നുമല്ല. കാരണം തടവറയ്ക്ക് തുല്യമായി തടവറ മാത്രമേയുണ്ടാകൂ. മറ്റൊന്നിനേയും അതുമായി താരതമ്യം ചെയ്യാനേ സാധിക്കില്ല.

എന്നെങ്കിലുമൊരു നാൾ ഈ തടവറയിൽനിന്ന് സ്വതന്ത്രനാകുമെന്ന സ്വപ്നമാണ് ഏവരേയും നയിക്കുന്നത്. അങ്ങനെ പുറത്തേക്കിറങ്ങുന്ന നാൾ ജയിൽ ശരീരത്തിനും ആത്മാവിനും ഏല്പിച്ച മുറിവുകളിൽനിന്നും ഞങ്ങളെ മുക്തരാക്കുവാൻ സഹായിക്കുന്ന എന്തെങ്കിലുമൊരു സംഗതിയുണ്ടാകുമോ? കാരണം ജയിലിൽനിന്നും പുറത്തേക്കിറങ്ങുന്നത് പരസ്പര പൊരുത്തമില്ലാത്ത ഒന്നിനും ശേഷിയില്ലാത്ത കുറേ ശരീരഭാഗങ്ങൾ മാത്രമായിരിക്കുമെന്നതാണ്.

ഏഴ്

ജയിലിന്റെ നടുമുറ്റത്ത് ചെന്നശേഷം കോച്ചിപ്പിടിച്ച കാലുകൾക്ക് ആശ്വാസം കിട്ടാനായി കാൽനീട്ടി നിലത്ത് വെയിലത്ത് ഇരിക്കും. അതിനിടയിലായിരിക്കും അവിടെ അങ്ങോട്ടും ഇങ്ങോട്ടും നടക്കുന്ന മോഹയെ കാണുന്നത്. അയാളെത്തന്നെ കണ്ണെടുക്കാതെ നോക്കിയിരിക്കുമ്പോൾ തല ചുറ്റുന്നതുപോലെയും ഓക്കാനിക്കുന്നതുപോലെയുമാണ് തോന്നുക. അതൊഴിവാക്കാനായി കണ്ണുകൾ പൂട്ടി ഇരുന്നപ്പോഴും ചിന്തിച്ചത് ഒരേ സ്ഥലത്ത് ദിവസവും സ്ഥിരമായി നടക്കുമ്പോൾ ഈ മോഹയ്ക്ക് എന്തുകൊണ്ടായിരിക്കും എന്നെപ്പോലെ തലചുറ്റാത്തത് എന്നതായിരുന്നു.

തുടക്കത്തിൽ മുറ്റത്ത് വന്നിരുന്നാലും മുഖത്ത് കൈകൊടുത്ത് കുനിഞ്ഞിരിക്കുന്നതല്ലാതെ മോഹ ഞങ്ങളോട് ആരോടുംതന്നെ സംസാരിക്കില്ലായിരുന്നു. പിന്നീട് ഞങ്ങൾക്ക് പുറംതിരിഞ്ഞ്, ദേഷ്യംനിറഞ്ഞ കണ്ണുകളോടെ ജയിലിന്റെ മതിലിന് നേർക്ക് നോക്കിയിരിക്കും. പിന്നീടയാൾ കരയാൻ തുടങ്ങും. ഇപ്പോൾ മോഹ ഒന്നുകിൽ തന്നോടുതന്നെ സംസാരിച്ചുകൊണ്ടേയിരിക്കും. അല്ലെങ്കിൽ ആരോടും മിണ്ടുകയേ ഇല്ല. വിചിത്രമായ ശബ്ദങ്ങൾ ഉണ്ടാക്കുമെങ്കിലും പിന്നീട് ശാന്തനാകും. ശേഷം മുറ്റത്ത് കൂടി ചുറ്റിത്തിരിഞ്ഞുകൊണ്ടേയിരിക്കും.

രണ്ടു തവണയാണ് മോഹ കൈത്തണ്ട മുറിച്ച് ആത്മഹത്യ ചെയ്യാൻ ശ്രമിച്ചത്. ഒപ്പമുള്ള സഖാക്കളുടെ ജാഗ്രത കൊണ്ടു മാത്രമാണ് മരണത്തിൽനിന്ന് അയാൾ രക്ഷപ്പെട്ടത്. ആദ്യത്തെ തവണ അയാൾ ആശുപത്രിവിട്ട് ജയിലിലേക്ക് തിരിച്ചുവന്നപ്പോൾ ഞങ്ങൾ ഒന്നുംതന്നെ പറഞ്ഞില്ല. ഞങ്ങൾ അരികിലേക്ക് ചെല്ലുകയും ഭക്ഷണം നൽകുകയും വസ്ത്രങ്ങളൊക്കെ വൃത്തിയാക്കി നൽകുകയും മാത്രം ചെയ്തു.

എന്നാൽ രണ്ടാംതവണ ആത്മഹത്യയ്ക്ക് ശ്രമിക്കുകയും ഞങ്ങൾ രക്ഷപ്പെടുത്തുകയും ചെയ്തശേഷം, തന്റെ അരികിലേക്ക് നടന്നടുക്കുന്ന ഞങ്ങളെ കണ്ടതും മോഹ സർവ്വശക്തിയുമെടുത്ത് ചാടി എഴുന്നേറ്റു. ശേഷം ഞങ്ങളിൽനിന്ന് മുഖം തിരിച്ച് ചുവരിന് നേർക്ക് തിരിഞ്ഞുനിന്ന് ഉറക്കെ അലറി:

"ഞാനെന്റെ കൈ എന്താ ചെയ്തത്? പറയൂ, ഞാനെന്താ ചെയ്തത്?"

"നീ കൈയിലെ ഞരമ്പ് മുറിച്ചത് ഓർമ്മയില്ലേ?"

"ഏത് കൈയാണത്?"

"ഇടത്തേ കൈ."

"എന്റെ പൊന്നുപടച്ചോനേ, ഈ ഇടതുകൈ മുറിച്ചെറിഞ്ഞ് എനിക്ക് മരിച്ചാൽ മതി. ഇനി മുതൽ ഒറ്റയൊരാളും എന്റെ അരികിൽപോലും വന്നുപോകരുത്. എന്നെയാരും രക്ഷപ്പെടുത്തേണ്ട, മനസ്സിലായോ നിങ്ങൾക്ക്?"

അലറി വിളിക്കുമ്പോൾ മോഹയുടെ വായിൽനിന്നും തുപ്പൽ തെറിക്കുന്നുണ്ടായിരുന്നു.

അയാളെ തനിയെ വിട്ടശേഷം സെല്ലിന് പുറത്തേക്ക് ഞങ്ങൾ നടന്നത് അടങ്ങാത്ത ദുഃഖഭാരത്തോടെയായിരുന്നു. അയാളുടെ വേദനകളൊക്കെ ഞങ്ങളിലേക്ക് പകർന്നുതരാൻ ഇതുതന്നെ ധാരാളമല്ലേ? നെഞ്ചിനുള്ളിലേക്ക് തന്നെ കുത്തിക്കയറിയ വാക്കുകളായിരുന്നു മോഹയുടേത്. കൊല്ലാൻ നോക്കിയിട്ടും ജീവന്റെ തരി ബാക്കിയുള്ള ആളിനെപ്പോലെ തന്റെ മുതുകിൽ കുത്തിയിറക്കിയ കഠാരിയെ സംബന്ധിച്ച് ചോദ്യം ചെയ്യുകയാണ് മോഹ. ചാട്ടവാറുകൾപോലെയാണ് അയാളുടെ വാക്കുകൾ ഞങ്ങൾക്കുമേൽ പതിച്ചത്.

പച്ചപ്പുല്ലുകൾക്കും ഗോതമ്പിനും കാട്ടുതുളസിക്കുമൊപ്പം മുളച്ചുപൊന്തുകയും വെയിലേറ്റ് വളരുകയും ചെയ്തയാളാണ് മോഹ. ആ മനുഷ്യനായിരിക്കും ജയിൽചുമരുകൾക്കുള്ളിൽ ഞങ്ങളനുഭവിച്ചുകൊണ്ടിരുന്ന തകർച്ചയുടെ ഏറ്റവും വലിയ ഇര. ഞങ്ങളുടെ കൂട്ടത്തിൽ ഏകകർഷകനായിരുന്ന, മണ്ണിന്റെ പച്ചപ്പിൽ മുങ്ങിയും സൂര്യകിരണങ്ങൾ പുതച്ചും ജീവിച്ചിരുന്ന മോഹയ്ക്ക് ഈ നഷ്ടങ്ങളൊക്കെ സഹിക്കാനുള്ള ശേഷിയുണ്ടായിരുന്നില്ല.

തടവറ എന്നാൽ നിരന്തരമായ നഷ്ടം മാത്രം സമ്മാനിക്കുന്ന ഇടമാണ്. എഴുത്തും വായനയും അറിയില്ലെന്നു മാത്രമല്ല, അയാളുടെ ജീവിതത്തിലൊരു പെണ്ണുപോലുമുണ്ടായിരുന്നില്ല. ഗ്രാമത്തിന്റെ മണത്തിന് പകരം വയ്ക്കാൻ അയാൾക്ക് ഒന്നുംതന്നെ സ്വന്തമായിട്ടില്ലായിരുന്നു. അരിവാൾപ്പിടി മുതൽ കെടുതികൾവരെ നീണ്ടിരുന്ന അയാളുടെ ജീവിതം വന്നവസാനിച്ചതാകട്ടെ ഗ്രാമത്തിൽനിന്ന് തടവറയിലേക്കായിരുന്നു.

ഒരുതരത്തിൽ മോഹ ഭാഗ്യവാനായിരുന്നു. ഞങ്ങളുടെ വിചാരണ ആരംഭിക്കുന്നതിന് ഏതാനും ദിവസങ്ങൾക്കു മുമ്പ് മാത്രമാണ് അയാൾ അറസ്റ്റ് ചെയ്യപ്പെടുന്നത്. അതു കാരണം ചോദ്യം ചെയ്യൽ ഭീകരതയിൽനിന്ന് രക്ഷപ്പെട്ടിരിക്കും. ആരോപണങ്ങൾ എഴുതിക്കൂട്ടിയ ഫയലിൽ മഷി പുരട്ടിയ തള്ളവിരൽകൊണ്ട് വിരലടയാളം പതിപ്പിക്കുക എന്ന കാര്യം മാത്രമേ അയാൾക്ക് ചെയ്യേണ്ടിയിരുന്നുള്ളൂ. അത്രമാത്രമേ ചെയ്യേണ്ടതുള്ളൂ. അതു കഴിഞ്ഞ് തനിക്ക് ഗ്രാമത്തിലേക്ക് തിരിച്ചുപോകാനാകുമെന്നാണ് ആ പാവം കരുതിയത്. അറസ്റ്റ് ചെയ്യപ്പെട്ടശേഷം അയാളോട്

ചോദിച്ച കാര്യങ്ങളിൽ ആകെ മനസ്സിലായത് ഒരേയൊരു കാര്യം മാത്ര മായിരുന്നു. അഹ്മദ് ശൂഫാനെ അറിയുമോ എന്നതായിരുന്നു അത്. മോഹയാകട്ടെ അക്കാര്യം നിഷേധിച്ചതുമില്ല. അങ്ങനെ അയാളും ഞങ്ങ ളുടെ വിചാരണയുടെ ഭാഗമായി മാറി. പക്ഷേ പതിവുള്ള വിളകൾക്കും ഗോതമ്പിനും പകരം അയാൾ കൊയ്തെടുത്തത് തന്റെ പാടങ്ങളിൽ നിന്നൊക്കെ അകലെയുള്ളൊരു തടവറയിൽ ഇരുപത് വർഷം കഴിയാ നുള്ള യോഗമായിരുന്നു.

കോടതി നടപടികൾ അരങ്ങേറിയപ്പോഴൊക്കെയും അവിടെ നടന്ന കാര്യങ്ങൾ കണ്ട് അന്തംവിട്ട് നിൽക്കുകയായിരുന്നു മോഹ. ഒരു ബന്ധവു മില്ലാത്ത ഞങ്ങൾക്കൊപ്പം തന്നെ വിചാരണ ചെയ്യുന്നതെന്തിനാണെന്ന് അയാൾക്ക് മനസ്സിലായിട്ടേ ഉണ്ടാകില്ല. ഇയാൾ എങ്ങനെയായിരിക്കും രഹസ്യസംഘടനയിൽ ചേർന്നിട്ടുണ്ടാവുക എന്ന ചോദ്യമാണ് ഞങ്ങളെ അലട്ടിയത്.

കൃത്യസമയത്ത് നമസ്കാരം നിർവ്വഹിക്കുന്ന കാര്യത്തിൽ വലിയ കണിശക്കാരനായിരുന്നു മോഹ. ഇതുകണ്ട് ഞങ്ങളുടെ കൂട്ടത്തിലെ ചില സഖാക്കൾ പരിഹസിച്ച് ചിരിക്കും. തുടക്കം മുതൽതന്നെ അയാൾക്കും ഞങ്ങൾക്കുമിടയിലെ അകൽച്ച വർദ്ധിച്ചതേയുള്ളൂ. അംഗസ്നാനം ചെയ്യു ന്നതിന് പകരം ഗാർഡുകളിൽ ആരോ നൽകിയ മിനുസമുള്ളൊരു കല്ലു കൊണ്ട് ദേഹത്ത് ഉരസിയശേഷം നമസ്കരിക്കാൻ തുനിയുമ്പോൾ ചില തടവുകാർ പരസ്പരം നോക്കി അമർത്തിച്ചിരിക്കും. അയാളുടെ അതേ ഗ്രാമത്തിൽനിന്ന് വരുന്ന അഹ്മദ് ശൂഫാനെയും എല്ലാവരും കളി യാക്കും:

“ഹാജി മോഹയെ കാണുമ്പോൾ ഞങ്ങളുടെ പേരിൽ സലാം പറ യണേ ശൂഫാനേ.”

ഞങ്ങളുടെ പല സംസാരവും പെരുമാറ്റങ്ങളുമൊന്നുംതന്നെ മോഹയ്ക്ക് മനസ്സിലാകില്ലായിരുന്നു. എന്നു മാത്രമല്ല ഞങ്ങൾക്കൊപ്പം കഴിയുമ്പോൾ തനിക്ക് ശ്വാസംമുട്ടുമെന്നാണ് ഒരു ദിവസം അയാൾ പറ ഞ്ഞത്. ഒരു ദിവസം വൈകുന്നേരം അയാൾ ചിരിച്ചുകൊണ്ട് പറഞ്ഞ കാര്യം ഞങ്ങളെ ഏറെ ചിരിപ്പിക്കുകയും ചെയ്തു:

“നിങ്ങളൊക്കെ എന്തിനാണ് ഈ മതപണ്ഡിതന്മാരെപ്പോലെ സംസാരിക്കുന്നത്? നിങ്ങൾ പറയുന്നതൊന്നും എനിക്ക് മനസ്സിലാകു ന്നതേയില്ല. കാർ വാങ്ങാൻ പോകുന്നൊരു കുടുംബത്തിലെ അംഗങ്ങൾ തർക്കിക്കുന്നതുപോലെയല്ലേ നിങ്ങളുടെ അവസ്ഥ? ആര് വാഹനം ഓടി ക്കണം, ആര് പിറകിലെ ജനാലയ്ക്കരികിലെ സീറ്റിലിരിക്കണം എന്നൊക്കെയായിരിക്കും തർക്കം. അപ്പോഴായിരിക്കും ഇതുകേട്ട് കുടുംബ നാഥൻ ബഹളം വയ്ക്കുന്നത്. എല്ലാവരും ഒന്ന് പുറത്തുപോകാമോ? ഞാൻ ഓടിച്ചോളാം വണ്ടി. അപ്പോഴൊന്നുംതന്നെ ഈ വാഹനം അവർ വാങ്ങിയിട്ടില്ല. ഇനി വാങ്ങിക്കാനും സാധ്യതയില്ല എന്നുമോർക്കണം.”

ഇത്രയും പറഞ്ഞശേഷം ഞങ്ങളുടെ നേർക്ക് നോക്കി പൊട്ടിച്ചിരിക്കുകയാണ് മോഹ ചെയ്തത്. ഇതൊക്കെ കേട്ട് അമ്പരന്നുനിൽക്കാനേ ഞങ്ങൾക്കായുള്ളൂ. വെടിയുണ്ടകൾ കണക്കെ ഈ വാക്കുകളൊക്കെ എവിടെ നിന്നാണ് ചീറിപ്പാഞ്ഞ് വന്നിരിക്കുന്നത്. മോഹ വെറും ബധിരനും മൂകനുമാണെന്നായിരുന്നു ഞങ്ങളുടെയൊക്കെ വിചാരം. അയാളുടെ വായിൽനിന്നാണ് ഇതൊക്കെ കേൾക്കേണ്ടിവന്നത്. അധികം സംസാരിക്കുന്ന കൂട്ടത്തിലല്ല മോഹ. എന്നല്ല അയാൾ ഞങ്ങളോട് തീരേ തന്നെ സംസാരിക്കാറില്ലായിരുന്നു.

അതോടെ ഞാനൊരു കാര്യം തീരുമാനിച്ചു. ഈ കൃഷീവലനായ മനുഷ്യൻ എങ്ങനെയാണ് ഞങ്ങളുടെ രഹസ്യസംഘടനയിൽ ചേർന്നതെന്ന് അറിഞ്ഞേ തീരൂ. ഞങ്ങളുടെ ആദർശപരവും രാഷ്ട്രീയപരവുമായ പദ്ധതിയെക്കുറിച്ചൊക്കെ ഇയാൾ മനസ്സിലാക്കിയതെങ്ങനെയെന്നും അറിയണം. മേൽ സൂചിപ്പിച്ച പദ്ധതികൾ സാർത്ഥകമാക്കുവാൻ ഏതറ്റം വരെ പോകാനും തയ്യാറാണെന്നാണ് ഞങ്ങൾ ഇപ്പോഴും വിശ്വസിക്കുന്നത്. എന്നാൽ ചോദ്യത്തിനുള്ള ഉത്തരമായി മോഹ ചോദിച്ച കാര്യം ശരിക്കും ഞെട്ടിച്ചു.

"സംഘടനയോ... എന്നു പറഞ്ഞാൽ എന്താണ്?"

"നിങ്ങൾ എങ്ങനെയാണ് ഇവിടെ ഞങ്ങൾക്കൊപ്പം തടവിലാക്കപ്പെട്ടതെന്നാണ് ഞാൻ ചോദിച്ചത്."

ദൂരേയ്ക്ക് മാറിയിരുന്ന് സംഘമായി ചർച്ചകളിൽ മുഴുകുന്ന സഖാക്കളുടെ നേർക്ക് ചൂണ്ടി ഞാൻ പറഞ്ഞു.

"നിങ്ങൾ എന്തിനാണ് സംഘടന എന്നൊക്കെ സ്വയം വിളിക്കുന്നത്? നിങ്ങൾ മൗലിൻ അല്ലേ, അതല്ലേ നിങ്ങളുടെ സ്വന്തം പേര്?"

"പറയൂ, നിങ്ങൾ എങ്ങനെയാണ് ഞങ്ങളെക്കുറിച്ചറിഞ്ഞത്."

സഖാക്കളെ ചൂണ്ടി ഞാൻ വീണ്ടും ചോദിച്ചു.

ജയിലിൽ വച്ചുള്ള പരിചയം മാത്രമേ ഞങ്ങളുമായുള്ളൂ എന്നാണ് മോഹ പറഞ്ഞത്. ഞാൻ പറയുന്ന പല വാക്കുകൾകൊണ്ട് എന്താണ് അർത്ഥമാക്കുന്നതെന്ന് തനിക്കറിയില്ലെന്നും കൂട്ടിച്ചേർത്തു. ആദ്യം എനിക്ക് തോന്നി അയാൾ മനപ്പൂർവ്വം നിശ്ശബ്ദത പാലിക്കുകയാണെന്ന്. അതു കാരണം വിശ്വാസം വരുംവിധം നിർബന്ധിക്കേണ്ടിവന്നു. അതോടെ തങ്ങളെ ആരെയും അറിയില്ലെന്നും ഗ്രാമം വിട്ട് ദൂരെ എവിടേക്കും പോയിട്ടേ ഇല്ലെന്നും ദൈവത്തേയും വിശ്വസിക്കുന്ന മതത്തേയും ഏറ്റവും സ്നേഹിക്കുന്ന ഗ്രാമത്തേയുംകൊണ്ട് അയാൾ സത്യം ചെയ്യാൻ തുടങ്ങി.

"ജീവിതത്തിൽ ഇന്നേവരെ ഗ്രാമത്തിന് പുറത്തേക്ക് പോയിട്ടില്ലെന്നാണോ? യാത്രകൾ ചെയ്തിട്ടേ ഇല്ലേ?"

"തിങ്കളാഴ്ചകളിൽ മാത്രം."

"പാർട്ടി യോഗത്തിൽ പങ്കെടുക്കാനാണോ?"

"പാർട്ടിയോ, അതെന്താണ്? ചന്തയിൽ പോകാനാണ്. തിങ്കളാഴ്ച യാണ് ചന്ത കൂടാറുള്ളത്. ഗോതമ്പോ, ഒലീവ് എണ്ണയോപോലെയുള്ള വസ്തുക്കൾ വിൽക്കാനായി കഴുതപ്പുറത്ത് കയറ്റി രാവിലെ പുറപ്പെടും. അവ വിറ്റുകിട്ടുന്ന പണമുപയോഗിച്ച് ആവശ്യമുള്ള വസ്തുക്കളും വാങ്ങി വൈകീട്ട് വീട്ടിലേക്ക് തിരിച്ചുപോരും. ഇതാണ് ഞാനാകെ നടത്താറുള്ള യാത്ര എന്ന് പറയുന്നത്."

"അപ്പോൾ പിന്നെ അഹ്മദ് ശൂഫാനുമായി നിങ്ങൾക്കെങ്ങനെയാണ് പരിചയം?"

"ഞങ്ങൾ ഒരേ ഗ്രാമക്കാരല്ലേ? ഓഹ്... എന്റെ ഗ്രാമമേ..."

തന്റെ ഗ്രാമത്തെക്കുറിച്ച് സൂചിപ്പിച്ചതോടുകൂടി അയാൾ അവിടത്തെ പാടങ്ങളേയും വൃക്ഷങ്ങളേയും നല്ലവരായ മനുഷ്യരേയും കുറിച്ചൊക്കെ വാചാലനാകാൻ തുടങ്ങി.

അഹ്മദ് ശൂഫാൻ മോഹയുടെ ബാല്യകാലസുഹൃത്തായിരുന്നത്രേ. രണ്ടുപേരും ഏഴു വയസ്സുള്ളപ്പോൾ ഒരുമിച്ചായിരുന്നു ഗ്രാമത്തിലെ ഓത്തുപുരയിൽ ചേർന്നത്. എന്നാൽ രണ്ടാഴ്ച കഴിഞ്ഞതും തന്റെ ആടുകളെ മേയ്ക്കാൻ പോകണമെന്ന് പറഞ്ഞ് മോഹ ഓത്തുപുരയിലേക്ക് വരുന്നതുതന്നെ നിർത്തി. അതേസമയം അഹ്മദാകട്ടെ, പഠനം തുടരുകയും കൂടുതൽ പഠിക്കാനായി പട്ടണത്തിലേക്ക് പോവുകയും ചെയ്തു.

"എന്നിട്ടും ഞങ്ങൾ സുഹൃത്തുക്കളായി, അല്ലെങ്കിൽ സഹോദരന്മാരായി തുടർന്നുകൊണ്ടേയിരുന്നു."

ഓർമ്മകൾ വീണ്ടെടുത്തുകൊണ്ട് മോഹ പറഞ്ഞു.

പട്ടണത്തെയും അവിടെയുള്ള സർവ്വകലാശാലയേയും സംബന്ധിച്ച് അഹ്മദ് മോഹയോട് പറഞ്ഞിട്ടുണ്ടാകും. വൈകാതെ സർക്കാരിന്റെ നിയന്ത്രണം തങ്ങളുടെ കൈയിലാകുമെന്നും പറഞ്ഞിട്ടുണ്ടാകും. തന്റെ ബാല്യകാലസുഹൃത്ത് നാട്ടിലെ ഭരണാധിപനാകുമെന്ന് കേൾക്കുമ്പോൾതന്നെ മോഹയ്ക്ക് വലിയ സന്തോഷമാകും. വാഗ്ദാനം ചെയ്തതുപോലെ തങ്ങളുടെ കാര്യത്തിൽ വേണ്ട പരിഗണന അപ്പോൾ അഹ്മദ് ചെയ്തുതരുമെന്ന് വിശ്വസിക്കുകയും ചെയ്യും. പട്ടണത്തിലെ കാര്യങ്ങളൊക്കെ വിവരിച്ചുകൊടുത്തശേഷം അവയെ സംബന്ധിച്ച് എന്താണ് അഭിപ്രായമെന്ന് അഹ്മദ് ചോദിക്കും. എന്നാൽ പഠിപ്പും വിവരവുമുള്ള അഹ്മദിന്റെ അഭിപ്രായം അതേപടി അംഗീകരിച്ചുകൊടുക്കുകയായിരിക്കും മോഹ ചെയ്യുക. അതേസമയം സർവ്വകാര്യത്തിലും തന്റെ അഭിപ്രായം ആരായുന്ന ഒരു സുഹൃത്തുണ്ടായതിൽ മോഹയ്ക്ക് അഭിമാനവും തോന്നിയിട്ടുണ്ടാകും.

"ഞാൻ അഹ്മദിനെ പ്രിയപ്പെട്ടൊരു കൂട്ടുകാരനായിട്ടാണ് കരുതിയിട്ടുള്ളത്. അവൻ പറയുന്നതൊക്കെയും ശരിയാണെന്ന് പറയുകയും

ചെയ്യും. എന്നാൽ ശരി ശരി എന്ന് പറയുന്നതൊക്കെയും തന്റെ ചെറിയ നോട്ടുപുസ്തകത്തിൽ അഹ്മദ് കുറിച്ചെടുത്തുകൊണ്ടേയിരിക്കും."

ഇതൊക്കെ കേട്ട് തലയ്ക്ക് കൈ കൊടുത്ത് ഇരിക്കാൻ മാത്രമാണ് എനിക്ക് സാധിച്ചത്. ശരീരത്തിൽ കൂടെ എന്തോ ഒരു ചൂട് പടർന്നുകയറുന്നതുപോലെ തോന്നുന്നു. ഉമിനീർപോലും കുടിച്ചിറക്കാൻ പറ്റാത്ത അവസ്ഥ. ചെന്നിക്കകത്ത് എന്തോ ഒരു മൂളൽ കേൾക്കുന്നു.

പടച്ചവനേ, അപ്പോൾ ഇങ്ങനെയായിരിക്കും കർഷകരും തൊഴിലാളികളുമൊക്കെ സംഘടനയിലേക്ക് ആകർഷിക്കപ്പെട്ടിട്ടുണ്ടാകുക. മണ്ണിന്റേയും കാട്ടുതുളസിയുടെയും ഗന്ധമുള്ളൊരു സുഹൃത്തിനെ അഹ്മദ് വലവീശിപ്പിടിച്ചത് ഇങ്ങനെയായിരിക്കും. മോഹയുടെ അരികിൽനിന്ന് ഞാൻ നേരെ പോയത് പൈപ്പിനരികിലേക്കാണ്. അതിന് കീഴിലേക്ക് തല നീട്ടി ടാപ്പ് തുറന്ന് വായ് നിറയുംവരെ വെള്ളം കുടിച്ചു. ശേഷം ഒരു മൂലയിലേക്ക് ചെന്ന് കമഴ്ന്നു കിടന്നു. ഒരു സാധാരണ കർഷകനായൊരാൾ അഹ്മദിനെപ്പോലൊരു സംഘടനാപ്രവർത്തകന്റെ വലയിൽ പെട്ടുപോയതിന് ഇതിനേക്കാൾ നല്ല ഉദാഹരണം വേറെ കിട്ടാനില്ല.

ഞങ്ങളുടെ സംഘടനയിലെ നേതാക്കളുമായുള്ള എന്റെ ബന്ധം അത്ര ശക്തമായിരുന്നു എന്നു പറയാനാകില്ല. മോശമായിരുന്നു എന്നും പറയാനാകില്ല. കേന്ദ്രകമ്മിറ്റിയിൽ അംഗമായിരുന്നുവെങ്കിലും സംഘടനയിലെ സുപ്രധാന പദവികളിൽ ഇരുന്ന പലരുമായും എനിക്ക് കാര്യമായ അടുപ്പമില്ലായിരുന്നു. എന്നാൽ നേരത്തെ അംഗമായിരുന്ന പാർട്ടിയിൽ ഒരുമിച്ച് പ്രവർത്തിച്ചിരുന്നവരോട് മാത്രമായിരുന്നു സൗഹൃദം ഉണ്ടായിരുന്നത്. ബന്ധം വിച്ഛേദിച്ച് രഹസ്യസംഘടനയിൽ അംഗമാകുന്നതിനു മുമ്പ് പഴയ പാർട്ടിയുടെ യുവജനവിഭാഗത്തിൽ ഞങ്ങൾ ഒരുമിച്ച് പ്രവർത്തിച്ചിട്ടുണ്ട്. എന്നാൽ പുതിയ സംഘടനയിൽ ചേർന്നപ്പോഴാകട്ടെ ഞങ്ങൾക്ക് ലഭിച്ചത് ഹൈലെവലിലുള്ള ഉത്തരവാദിത്തങ്ങളായിരുന്നു. പഴയ പാർട്ടിയുടെ പരുഷമായ രീതികളെക്കുറിച്ച് ധാരാളം അംഗങ്ങൾക്ക് പ്രതിഷേധമുണ്ടായിരുന്നു. പാർട്ടി സംവിധാനത്തിൽ, പ്രത്യേകിച്ച് നേതൃനിരയിൽ യുവരക്തത്തിന് കൂടുതൽ പങ്കാളിത്തം വേണമെന്ന ആവശ്യമാണ് അവരെല്ലാം ഉയർത്തിയത്.

തീർത്തും അശുഭാപ്തി നിറഞ്ഞ കണ്ണുകളോടെ പഴയകാല അനുഭവങ്ങളിലേക്ക് തിരിഞ്ഞുനോക്കിയാൽ പാർട്ടിയിൽനിന്ന് പുറത്തുപോയത് അക്കാലത്തെ ചിന്തകളോടുള്ള ഒരു പ്രതികരണം മാത്രമാണെന്നേ തോന്നുകയുള്ളൂ. അതന്ന് അനിവാര്യമായ സംഗതിയായിരുന്നോ, അതോ കാര്യങ്ങൾ ഇന്ന് വന്നകപ്പെട്ടിരിക്കുന്ന അവസ്ഥയിൽനിന്ന് മുന്നോട്ട് പോകുവാൻ അനിവാര്യമായിരുന്ന സംഗതിയായിരുന്നോ? ഞാനിപ്പോൾ പറയുന്ന ചില കാര്യങ്ങൾ ശരിയാണെന്ന് തോന്നിപ്പിക്കുന്ന സംഗതികൾ സംഘടനയിലെ നേതാക്കളുടെ ഭാഗത്തുനിന്നുണ്ടായി. ജയിലിൽവച്ച് സ്വയം വിമർശനത്തിന് വിധേയരായെന്ന് പറയുന്ന അവർക്ക് ആറുമാസത്തിനുള്ളിൽ പൊതുമാപ്പ് ലഭിച്ചു. അവർ നിയമവ്യവസ്ഥയ്ക്ക് മുന്നിൽ

സമർപ്പിച്ച മാപ്പപേക്ഷ അംഗീകരിക്കപ്പെടുകയും ചെയ്തു. പാർട്ടി എല്ലാം ക്ഷമിക്കുന്ന കരുണാനിധിയായി മാറിയിരിക്കുന്നു. ഇതിനൊക്കെ വേണ്ടിയായിരുന്നോ ഞങ്ങൾ സ്വന്തം ആയുസ്സ് മുഴുവൻ പാഴാക്കിയത്? എനിക്ക് അടക്കാനാകാത്ത കോപമുണ്ട്. അത് എന്നെത്തന്നെ സംരക്ഷിക്കാൻ വേണ്ടിയാണ്. ആ കോപത്തിന് ഞാൻ വശംവദനായേ തീരൂ. അല്ലാത്ത പക്ഷം എനിക്കും കരുതേണ്ടിവരും ഞങ്ങളുടെ സംഘടന എന്നത് വീണ്ടുവിചാരമില്ലാത്ത യുവാക്കളുടെ സംരംഭമാണെന്ന്. രാഷ്ട്രീയപ്പാർട്ടികളും മറ്റും പറയുന്നതുപോലെ മലമ്പ്രദേശങ്ങളിൽ കലാപത്തിന് വിത്തിട്ട് ആളിക്കത്തിക്കുന്നവർ അല്ലെങ്കിൽ ഞങ്ങൾക്കെതിരെയുള്ള കോടതിവിധിപ്പകർപ്പിൽ എഴുതിച്ചേർക്കപ്പെട്ടതുപോലെ ഭരണകൂടത്തെ അട്ടിമറിക്കാനായി വിദേശശക്തികൾക്കൊപ്പം ചേർന്ന് ഗൂഢാലോചന നടത്തുന്ന ഒരുപിടി കുഴപ്പം സൃഷ്ടിക്കുന്ന ചെറുപ്പക്കാർ എന്ന് സ്വയം അംഗീകരിക്കേണ്ടിവരും.

മറ്റേതൊരു സമയത്തേക്കാളുമേറെ, സ്വയം നാശത്തിൽനിന്നും സ്വന്തത്തെ സംരക്ഷിച്ചേ തീരൂ എന്ന് തോന്നുന്ന നേരമാണിത്. സ്വയം അനുഭവങ്ങൾ രേഖപ്പെടുത്തിവയ്ക്കുക എന്നത് അതിന്റെ ഭാഗമായി ചെയ്യുന്നതാണ്. അതിലേക്ക് കഴിയുന്നത്ര ആഴത്തിൽ ചെന്നേ മതിയാകൂ. പാതിരാത്രിയാകുമ്പോൾ കടലിലെ തിരമാലകളുടെ ശബ്ദം ഇരുളിനെ കീറിമുറിച്ച് എന്നെ തേടിയെത്തും. അവ എന്റെ മ്ലാനതയെ കുറയ്ക്കുകയല്ല, വർദ്ധിപ്പിക്കുകയാണ് ചെയ്യുന്നത്. ആണാണോ പെണ്ണാണോ എന്ന് ഞാൻ ഇതുവരെ കണ്ടിട്ടില്ലാത്ത കടലാണിത്. അതാണിപ്പോൾ എന്റെ കൈക്കുമ്പിളിലെ ജലം നുകരാനായി സെല്ലിനരികിലേക്ക് വരുന്നത്. അതേ കടലിതാ അരികത്ത് തന്നെയുണ്ട്. പക്ഷേ... കൈക്കുമ്പിളിലെ വെള്ളം തെന്നിമാറുന്നതുപോലെ കടലെന്ന പെണ്ണ് കൈപ്പിടിയിൽനിന്ന് നഷ്ടപ്പെട്ടുപോകുമോ?

കൈയകലത്തൊന്നും ഒരു പെൺതരിയെപ്പോലും കാണാനില്ലാത്തപ്പോൾ അരികത്തേക്ക് മന്ദം മന്ദം വരുന്ന പെണ്ണാണ് കടൽ. രാത്രി ആഗതമാകുമ്പോൾ ലൈലയുടെ രൂപം എന്റെ കാത്തിരിപ്പിന്റെ ആകാശത്തേക്ക് ഉദിച്ചുയരും. അപ്പോൾ ഞാനതിന്റെ തിളക്കമാർന്നതും വിശുദ്ധമായതുമായ ഉടയാടകൾ എടുത്തണിയും. ചിതറിക്കിടക്കുന്ന ചോദ്യങ്ങളെ വാരിക്കൂട്ടും. പിന്നെ ഞാനവയെ എത്തിച്ചേരാനാകാത്ത അത്രയും ദൂരേക്ക് വലിച്ചെറിയും. ഹൃദയത്തിനുള്ളിലെ വ്രണങ്ങളെ മുറിച്ചുമാറ്റും. ദൂരമേറിയ പാതയാണെന്നറിയാം. അതിന്റെ യാതനകളോട് പൊരുത്തപ്പെടുവാൻ ലൈലയ്ക്ക് കഴിയണമെന്നുമില്ല.

ചുവന്ന മെഴുക് ഉരുക്കി ഒഴിച്ച് മുദ്രവച്ച ഓർമ്മകളുടെ നിലവറകൾക്ക് ചുറ്റും ഉഴറി നടന്നുനടന്ന് ക്ഷീണിച്ചിരിക്കുന്നു. എന്റെ സ്കൂൾ നോട്ടുബുക്ക്, ആദ്യപ്രണയം, മമ്മയുടെ അമ്മിഞ്ഞപ്പാലിന്റെ മണം, ലൈലയുമായുള്ള ആദ്യചുംബനം, കഴിഞ്ഞുപോയ വർഷങ്ങളുടെ ആരവം, കാലത്തിന്റെ ജ്വരം, ആദ്യപ്രണയത്തിന്റെ യൗവനയുക്തത, പ്രസ്ഥാനത്തിനകത്ത് എനിക്കുണ്ടായിരുന്ന പേര്, എന്റെ കാപ്പിക്കപ്പ്, വെയിൽ

കായാനായി ഇരിക്കുന്ന കസേര, ഗ്രാമത്തിലെ പരിചിതമായ മുഖങ്ങൾ, വീട്ടിലെ കിണറിനുള്ളിൽനിന്നും കേട്ടിരുന്ന തവളകളുടെ ശബ്ദം. അങ്ങനെ എത്രയെത്ര ഓർമ്മകൾ.

ഈ ഓർമ്മകളുടെയൊക്കെ പുറന്തോട് ചുരണ്ടിമാറ്റാനെന്നവണ്ണം ഉറക്കം കിട്ടാതെ സെല്ലിന്റെ മേൽക്കൂരയിലേക്ക് കണ്ണുംനട്ട് കിടക്കാനേ കഴിയൂ. രാത്രിയുടെ ചരടിൽനിന്നും പ്രഭാതത്തിന്റെ ആദ്യകിരണങ്ങൾ കടന്നെത്തുന്നതുവരെ അങ്ങനെത്തന്നെ കിടക്കും. പിന്നീടായിരിക്കും പുതപ്പ് ശിരസ്സിന് മുകളിലേക്ക് വലിച്ച് മൂടുന്നത്. ഉറക്കം വരാനായി തല യണയിൽ മുഖം പൂഴ്ത്തി കിടക്കും. അസ്ഥികൾ ചിതറുന്നതുപോലെ യാകും അന്നേരം തോന്നുക. ദേഹം ശരിക്കും വിറയ്ക്കുകയാകും. കൈകാലുകൾ തണുത്തുറഞ്ഞിട്ടുണ്ടാകും. കാലുകൾ നെഞ്ചിനരികി ലേക്ക് അണച്ചുപിടിച്ച് പന്തുപോലെ ചുരുണ്ടുകൂടി കിടക്കും.

കുട്ടിയായിരുന്നകാലം മുതലേ ഇങ്ങനെ കിടന്നുറങ്ങുന്നതാണ് എന്റെ ശീലം. മമ്മ എന്നെ നേരെ കിടത്തുകയും പുതപ്പ് മൂടിത്തരികയും ചെയ്യും. ഇങ്ങനെ ചുരുണ്ടുകൂടി ഉറങ്ങിയാൽ നട്ടെല്ലിന്റെ വളർച്ചയെ ബാധിക്കു മെന്ന് മമ്മ എപ്പോഴും പറയും. അതു കാരണം നിവർന്നുകിടക്കാൻ ശ്രമിക്കും. എന്നാൽ ഉറങ്ങിക്കഴിയുമ്പോഴേക്കും ഞാൻ പഴയപടി പന്തു പോലെ ചുരുണ്ടുകൂടും.

ഒരു രാത്രി നല്ലതുപോലെ ഇപ്പോഴും ഓർമ്മയുണ്ട്. മമ്മ ബാത്ത്റൂമി ലേക്ക് പോകുന്നുവെന്നാണ് ഞാനാദ്യം കരുതിയത്. പക്ഷേ അവരെ അല്പം കഴിഞ്ഞിട്ടും കാണാതായതോടെ ഞാൻ പതിയെ എഴുന്നേറ്റു. അപ്പോഴെനിക്ക് എട്ടുവയസ്സായിരുന്നു പ്രായം. വാപ്പയുടെ മുറിയിൽനിന്ന് അമർത്തിപ്പിടിച്ച ശബ്ദം കേൾക്കാം. വാതിലിന്റെ വിടവിലൂടെ ഞാൻ ഉള്ളിലേക്ക് എത്തിനോക്കി. അപ്പോൾ കണ്ട കാഴ്ച വാപ്പയും മമ്മയും ഒരേ കിടക്കയിൽ കിടക്കുന്നതാണ്. ചെറിയൊരു മുറിയായിരുന്നു അത്. ഒരു കട്ടിൽ ഇടനുള്ള സ്ഥലമേയുള്ളൂ. പക്ഷേ അതിന്മേൽ രണ്ടുപേർക്ക് സുഖമായി കിടക്കാം. മമ്മ വാപ്പയുടെ അരികിൽ ചെന്ന് എന്തായിരിക്കും ചെയ്യുന്നത്? പെട്ടെന്നെനിക്ക് കരച്ചിൽ വന്നു. എന്നെ കണ്ടതും വാപ്പ ഞെട്ടിപ്പോയി. മമ്മയുടെ മുഖത്താകട്ടെ, കണ്ടത് എന്തോ ഒരു ലജ്ജയാ യിരുന്നു.

ഇപ്പോൾ അവരുടെ ഇരുവരുടേയും ശരീരങ്ങൾ തമ്മിൽ ചേർന്നിരു ന്നതുപോലെ സംഭവിച്ചാലേ എന്റെ ഈ ലോകത്തിലേക്കുള്ള വരവ് യാഥാർത്ഥ്യമാകുകയുള്ളൂ എന്നൊന്നും അന്നറിയില്ലായിരുന്നു. എന്നാൽ ഇത്തരത്തിൽ എന്റെയരികിൽനിന്നും മമ്മ വാപ്പയുടെ മുറിയിലേക്ക് പോകുന്നത് എത്രയോ തവണ അരങ്ങേറിയിട്ടുള്ള കാര്യമാണെന്ന് മാത്ര മറിയാം. ഉറക്കത്തിലേക്ക് വഴുതി വീഴുന്നതിനാൽ ഞാനക്കാര്യം അറി ഞ്ഞിരുന്നില്ലെന്നു മാത്രം.

അപ്പോൾ ഇങ്ങനെയാണ് അവർ ഞങ്ങളെ രഹസ്യമായി ഈ ലോക ത്തേക്ക് കൂട്ടിക്കൊണ്ടുവരുന്നത്. തങ്ങൾ ചെയ്യുന്നതെന്തെന്ന് ആരും

നോക്കാനില്ലാത്തപ്പോഴാണ് അവർ ഈ ഗൂഢമായ പ്രവൃത്തി ചെയ്യുന്നത്. എന്നാൽ ഇത് തീർത്തും സ്വാഭാവികമായ കാര്യമാണെന്ന് ഞങ്ങളോ ടൊരിക്കൽപോലും പറയാതെയാണ് അവർ ഈ പ്രവൃത്തി ചെയ്തു കൊണ്ടിരുന്നത്.

സമയം രാവിലെ പതിനൊന്നായിരിക്കുന്നു. പക്ഷേ ഇപ്പോഴും എന്റെ കണ്ണുകൾക്കു മാത്രം ഉറക്കം അന്യമായിരിക്കുകയാണ്. സത്യത്തിൽ ഈ ഓർമ്മകളൊക്കെയും അനിവാര്യമാണോ? കിടക്ക വിട്ടെഴുന്നേറ്റത് നല്ല ക്ഷീണത്തോടെയാണ്. തലയ്ക്ക് നല്ല ഭാരമുണ്ട്. ഒരു കുന്നിന്റെ ഭാരം. ചായപ്പാത്രമെടുത്ത് രണ്ടു കപ്പ് വെള്ളം ഒഴിച്ചു. ചെറിയ സ്റ്റൗ കത്തിച്ച ശേഷം ചായപ്പാത്രം അതിന്മേൽ വച്ച് ചൂടാക്കാൻ തുടങ്ങി. ലെമൺ വെർബേന ചെടിയുടെ ഇലകൾ നിറച്ച കൂട് തുറന്ന് ഒരു ഇലയെടുത്ത് ചായപ്പാത്രത്തിലെ തിളയ്ക്കുന്ന വെള്ളത്തിലേക്കിട്ടു. ഇതിലൊരു കപ്പ് ലൂയിസ ഹെർബൽ ടീ കുടിച്ചാൽ മതി കഴിയുന്നത്ര ആശ്വാസം ലഭിക്കു മായിരുന്നു. വർഷങ്ങളായേ ഉള്ളതാണ് ഈ ഔഷധച്ചായയോടുള്ള ആസക്തി. എന്നാലിപ്പോൾ പണ്ടത്തെപ്പോലെ ഫലിക്കാത്തതിനാൽ പകരം ഗ്രീൻ ടീയും തലവേദനയ്ക്കുള്ള ഗുളികയുമൊക്കെ കഴിക്കേണ്ടി വരുന്നു. രാത്രി ഒരു പോള കണ്ണടയ്ക്കാനായിട്ടില്ല. കഴിഞ്ഞ പകലാകട്ടെ തീർത്തും ആയാസകരമായൊരു ദിവസമായിരുന്നു. കിടക്കയിലേക്കു തന്നെ തിരികെച്ചെന്ന് കിടന്നു. വിശപ്പിന്റെ കരങ്ങൾ ആമാശയത്തെ വലിഞ്ഞുമുറുക്കുവാൻ തുടങ്ങുന്നതുവരെ ഞാൻ കിടക്കവിട്ടെഴുന്നേറ്റ തേയില്ല.

എട്ട്

തടവറയിലെ ദിനങ്ങൾ ഒന്ന് മറ്റൊന്നുപോലെതന്നെയായിരിക്കും. കറുപ്പല്ലാതെ അവയ്ക്കു വേറെ നിറമേയുണ്ടാകില്ല. എന്നിരുന്നാലും അക്കൂട്ടത്തിൽ ചില ദിവസങ്ങൾ കഠിനമായിരിക്കും. ദുഃഖത്തിന്റെ മാറാലകൾ ഹൃദയത്തെ മൂടുകയും കണ്ണുകളെ അവയുടെ കാർമേഘങ്ങൾ മറതീർക്കുകയും ചെയ്യും. അഴികൾക്ക് പിന്നിൽ കിടന്ന് തുരുമ്പിക്കുകയായിരിക്കും തടവുകാരായ മനുഷ്യർ. ജയിൽ സമ്മാനിക്കുന്ന അർബുദം ശരീരത്തിലൂടെ ഏറ്റവും വേഗത്തിൽ പടർന്നുപിടിക്കുന്നത് ലൈലയുമായുള്ള ആശയവിനിമയം വിച്ഛേദിക്കപ്പെടുമ്പോഴാണെന്നാണ് തോന്നാറുള്ളത്. ജയിലിന് അകത്തും പുറത്തും കഴിയുന്ന രണ്ട് വ്യക്തികൾ തമ്മിലുള്ള ആശയവിനിമയം എല്ലായ്പ്പോഴും സഹതാപത്തിന്റെയടിസ്ഥാനത്തിലോ സാഹചര്യത്തിന്റെ പ്രത്യേക പരിഗണന ലഭിച്ചുകൊണ്ടോ ആകണമെന്നില്ല. ഞങ്ങൾ തടവുകാരുടെ ദയനീയ സാഹചര്യങ്ങളോട് തോന്നുന്ന അനുതാപത്തിൽനിന്നു തന്നെയാകും അത് തുടക്കം കുറിക്കുക. എന്നാൽ പരസ്പരമുള്ള ബന്ധത്തിന് ആഴമേറുമ്പോൾ ഈ സാഹചര്യം പതിയെ മാറുവാൻ തുടങ്ങും. അതിനാൽ ചെറിയൊരു വാക്കുതർക്കമോ വഴക്കോ തന്നെ ചിലപ്പോൾ ബന്ധങ്ങൾ പൂർണമായും തകരുന്നതിലേക്ക് നയിച്ചേക്കും.

ലൈലയുടെ അസാന്നിധ്യമെന്നത് നെഞ്ചിന് നേരെ വലിച്ചെറിയുന്ന കല്ലുപോലെയോ ഹൃദയം പിളർക്കുന്ന പ്രാർത്ഥനപോലെയോ ആണ് അനുഭവപ്പെടുക. അന്നേരം സ്വന്തം ശരീരത്തെ സമീപിച്ചാൽ അതിനെ തിരിച്ചറിയാൻതന്നെ സാധിക്കില്ല. പൊട്ടിച്ചിതറിയ പാനപാത്രം പോലെയായിത്തീരും ഞാനന്നേരം. ഇത്തരത്തിൽ പിച്ചിച്ചീന്തപ്പെട്ടശേഷം ഒരു വേദനയിൽനിന്ന് മറ്റൊന്നിലേക്ക് കുടിയേറാൻ എനിക്കെങ്ങനെയാണ് സാധിക്കുക? എന്റെ ബലമാണവൾ. പക്ഷേ ആ മുറിവുകൾ താങ്ങാനാകുന്നില്ല. സ്വന്തം പുസ്തകങ്ങളിലേക്കും കവിതാസമാഹാരങ്ങളിലേക്കും തിരിച്ചുപോവുകയായിരുന്നു ഞാൻ. പക്ഷേ വരികളിലൂടെ കണ്ണോടിക്കുമ്പോഴേക്കും അവയിൽനിന്നും ലൈലയുടെ രൂപമായിരിക്കും ഉയർന്നുവരിക. ആ കവിതകൾ എന്നെ കാർന്നുതിന്നുകയും ഇഞ്ചിഞ്ചായി

നശിപ്പിക്കുകയുമാണ് ചെയ്തത്. അക്ഷരങ്ങളെല്ലാം അവളുടെ പിടിയിലമർന്നതുപോലെ.

അങ്ങനെയാണ് ലൈല ജയിലിലേക്ക് വരാതായത്. അതോടെ ദുഃഖം എന്റെ കൂടെപ്പിറപ്പായി. നോട്ടുപുസ്തകത്തിലെ കടലാസിനോട് ഒട്ടിയിരിക്കുന്ന നാപ്കിൻപോലെ അതെന്നെ വിടാതെ പിന്തുടർന്നു. ജയിലിന് പുറത്ത് കഴിയുകയാണെങ്കിൽ നിങ്ങൾ ചിലപ്പോൾ കാമുകിയുമായി വഴക്കിട്ടേക്കും. ചിലപ്പോൾ അവളായിരിക്കാം നിങ്ങളോട് പിണങ്ങുന്നത്. പിന്നെ എപ്പോഴാണോ നിങ്ങളുടെ മനസ്സിൽ ശൂന്യത നിറയുന്നത് അപ്പോഴേക്കും അവളുടെ അരികിലേക്ക് പോകുവാൻ നിങ്ങൾ തീരുമാനിക്കും. ഉടനെത്തന്നെ ഏതെങ്കിലും ബസ്സിലോ ട്രെയിനിലോ കയറിയിരിക്കും. അതിനായി ഒന്നോ അതിലധികമോ മണിക്കൂറുകൾ കാത്തുനിൽക്കും. ഇനി അവളുടെ അരികിലേക്കുള്ള ദൂരം വെറും ഒരു മൈലാണെങ്കിൽ പോലും അതൊരു നീണ്ട യാത്രയായിട്ടായിരിക്കും നിങ്ങൾക്ക് തോന്നുക. ട്രെയിൻ സ്റ്റേഷനിൽ നിർത്തുമ്പോൾ നിങ്ങൾ അതിൽനിന്നും ഇറങ്ങുന്നത് അവൾതന്നെയാണ് പൂട്ടും അവൾതന്നെയാണ് താക്കോലും എന്നു പറഞ്ഞിട്ടായിരിക്കും. വാതിലിൽ മുട്ടി വിളിക്കുന്ന നേരം കണ്ടയുടനേ അവളെ കെട്ടിപ്പുണരും. പിന്നീടവൾ നിങ്ങളുടെ കരങ്ങൾക്കുള്ളിൽ അലിഞ്ഞുചേരും.

സ്ത്രീ അങ്ങേയറ്റം നിങ്ങളോട് കലഹിച്ചേക്കാം. എന്നാൽ നിങ്ങൾ അവളെ പുണരുകയും അരയിൽ ചുറ്റിപ്പിടിച്ച്, കഴുത്തിന് വശത്തായി പതിയെ സ്പർശിച്ച് ചുംബിക്കുകയും ചെയ്യുന്നതോടെ അവൾ നിങ്ങളുടെ കരങ്ങൾക്കുള്ളിൽ നുരപോലെ അലിഞ്ഞില്ലാതാകുകയേയുള്ളൂ.

പക്ഷേ ജയിലിൽ അങ്ങനെയല്ല കാര്യം. സന്ദർശനസമയം കഴിഞ്ഞുവെന്ന് കൊട്ടിയറിയിക്കുന്ന ലാത്തിയുമായി സമയം പിന്നാലെ കൂടുന്ന തടവറയിൽ പിണങ്ങുന്ന പെണ്ണിനോട് ഇണങ്ങാനുള്ള സമയംതന്നെ നിങ്ങൾക്ക് ലഭിക്കില്ല. അവൾ സെല്ലിന്റെ വാതിൽക്കലെത്തിയാലും ഞാൻ സെല്ലിനുള്ളിൽ നിൽക്കുന്നത് ദുഃഖവും വിരഹവും സഹിക്കവയ്യാത്ത അവസ്ഥയിലായിരിക്കും. ജയിൽ കവാടത്തിലൂടെ അവൾ പുറത്തേക്ക് ചുവട് വയ്ക്കുമ്പോൾ ഉപേക്ഷിക്കപ്പെട്ടവന്റെ ഭാവത്തിലായിരിക്കും നിങ്ങൾ. ആ രാത്രിയിൽ നിങ്ങൾക്ക് വഴികാട്ടിയാകാൻ ഒരു നക്ഷത്രം പോലുമുണ്ടാകില്ല. അതോടെ എന്റെ ഏകാന്തത ഇരട്ടിയാകും. വേരറ്റു പോകുന്നതുപോലൊരു മാനസികാവസ്ഥയിലായിരിക്കും ഞാനന്നേരം. തൊണ്ട മലർക്കെത്തുറന്ന് അവളുടെ പേര് ഉറക്കെ വിളിക്കുവാൻ ശ്രമിക്കും. പക്ഷേ സെല്ലിന്റെ ചുവരുകൾക്കും അഴികൾക്കുമിടയിൽ ചിതറിപ്പോവുകയേ ഉള്ളൂ ആ ശബ്ദം. ചിലപ്പോൾ ആ ശബ്ദം തൊണ്ടയ്ക്കുള്ളിൽതന്നെ കുടുങ്ങിപ്പോവുകയേ ഉള്ളൂ. അതിനെ പുറത്തേക്ക് തള്ളണോ അതോ വിഴുങ്ങണോ എന്നറിയാത്ത അവസ്ഥയിലെത്തും.

ഇതാണ് ജയിലിനുള്ളിലെ ഞങ്ങളുടെ അവസ്ഥ. ലൈലയുടെ അസാന്നിധ്യത്തിൽ എന്റെ ശരീരത്തിന് ആരാണ് ശോഭ പകരുന്നത്? വിളർച്ചയോടെയാണെങ്കിലും എന്റെ ഗാനത്തിന് ചൈതന്യം പകരാൻ ആരുണ്ട്?

ലൈല എന്റെ ഈണമാണ്. ഞാനാകട്ടെ എത്തിപ്പെടാൻപോലും കഴിയാത്ത ദുർഘടമായ പാതകളിൽ വഴിതെറ്റിയലയുന്നൊരു അനാഥ ബാലനും. ലൈലയുടെ സാന്നിദ്ധ്യമില്ലെങ്കിൽ എന്നെ സംബന്ധിച്ച് സർവ്വതും അനാഥമായി മാറും.

രണ്ടിടങ്ങളിൽ അകപ്പെട്ടുപോയവരാണ് ഞങ്ങൾ. ശരീരമിവിടെയും മനസ്സ് അവിടെയും. അരികിലേക്ക് നീങ്ങുവാൻ ശ്രമിച്ചാലും എനിക്കതിന് സാധിക്കുന്നില്ല. ഈ രാജ്യത്തിന്റെ അവസ്ഥ ഇങ്ങനെയാണ്. എപ്പോഴൊക്കെ വിളിച്ചാലും അത് കൊണ്ടുതരുന്നത് തടവുകാരെ മാത്രമായിരിക്കും. ഈ രാജ്യത്തിന്റെ അവസ്ഥ ഇങ്ങനെയാണ്. മധ്യകാല അറബ് സാമ്രാജ്യമായ ഉമയ്യദുകളുടെ ഗവർണറായിരുന്ന ഹജ്ജാജ് ബിൻ യൂസുഫ് പറയുമായിരുന്നു.

“ഞങ്ങൾക്കെതിരെ ശബ്ദിക്കുന്നവനെ തടവിലാക്കും. വേണ്ടിവന്നാൽ കൊല്ലും. ഇനി നിശ്ശബ്ദത പാലിക്കുന്നവന്റെ ഗതിയാണെങ്കിൽ വിഷണ്ണനായി മരിക്കാനായിരിക്കും.”

ഇതാണ് എന്റെ ഇപ്പോഴത്തെ അവസ്ഥ. ലൈല അരികിലില്ല. അപ്പോൾ പിന്നെ എന്റെ ശരീരത്തിന് പ്രഭ ചൊരിയുവാൻ ആരുമുണ്ടാകില്ല. ലൈല ഇല്ലെങ്കിൽ പിന്നെ എന്റെ സ്വപ്നങ്ങളെ ഉദ്ദീപിപ്പിക്കുവാൻ ആരുമുണ്ടാകില്ല. തർക്കിക്കേണ്ടിവരുമ്പോൾ ഞങ്ങൾക്കിടയിൽ സംഭവിക്കുന്നത് ഇതാണ്. ജയിലിലാകുമ്പോൾ എനിക്ക് അവളുമായി രമ്യതയിലാകാനോ ക്ഷമ ചോദിക്കാനോ സാധിക്കില്ല. ആകെ കൈവശമുള്ളത് കുറേ വെള്ളക്കടലാസുകളാണ്. ചിന്തകൾ അവയിൽ എഴുതിപ്പിടിപ്പിക്കുക മാത്രമേ ചെയ്യാനുള്ളൂ. അതിൽ മോഹങ്ങളെയും ആകുലതകളെയും കുറിച്ച് എഴുതിനിറയ്ക്കുക. അതെന്റെ ഉറക്കംതന്നെ കെടുത്തും. പ്രഭാതം അതിന്റെ നനുത്ത കിരണങ്ങളുമായി കടന്നെത്തുമ്പോൾ അക്ഷരങ്ങളിൽ മാത്രമാണ് അഭയമെന്ന് മനസ്സ് പറയും. തണുത്ത വിയർപ്പ് ദേഹത്തുകൂടെ ഒഴുകുമ്പോൾ എഴുന്നേറ്റിരുന്ന് പതിയെ മന്ത്രിക്കും. തടവറ യാതനയാണ്, ദുഃഖമാണ്, വിഷാദമാണ്. തടവറ വന്ധ്യവും ഊഷരവുമാണ്. വെറുമൊരു തരിശുഭൂമി.

തന്റെ ഭർത്താവിനെ കാണാനായി ജയിലിലെത്തിയ റബീഅയാണ് എന്റെ ആരോഗ്യനില വഷളായ കാര്യം ലൈലയെ അറിയിച്ചത്. അത് കേട്ടതും തൊട്ടടുത്ത ദിവസംതന്നെ ലൈല എന്നെ കാണാനെത്തി. സന്ദർശനത്തിന് ആളെത്തിയെന്ന് അറിയിച്ചപ്പോൾ വിശ്വസിക്കാൻ തന്നെയായില്ല. ലൈലയാണെന്ന് പറഞ്ഞത് സ്വലാഹായിരുന്നു. മുലകുടിക്കാനായി അമ്മയുടെ മാറിനരികിലേക്ക് ഇഴഞ്ഞെത്തുന്ന കുഞ്ഞിന്റെ അവസ്ഥയായിരുന്നു എന്റേത്. ധരിച്ചിരുന്ന ഉറക്കവസ്ത്രത്തിൽതന്നെ പുറത്തേക്ക് പോകണോ അതോ വസ്ത്രം മാറ്റണോ എന്നറിയാത്ത അവസ്ഥയായിരുന്നു. സമയം തീരേ പാഴാക്കാനില്ല എന്നതാണ് പ്രധാനം. നേരിൽ കാണുന്നതിന് മുമ്പുതന്നെ അവൾ എന്നിൽ നിറയാൻ തുടങ്ങി. കഴിഞ്ഞ രണ്ടാഴ്ചയായി നിർത്താതെയുള്ള ചുമയാണെനിക്ക്. മൂക്കൊലിപ്പും നിലയ്ക്കുന്നില്ല. തടവിലായ കാലം മുതലേ രോഗപ്രതിരോധശേഷി നന്നേ

ദുർബലമായിരുന്നു. ശിശിരകാലവും ശൈത്യകാലവും ആകുന്നതോടെ ആരോഗ്യനില വഷളാകുന്നത് ഇരട്ടിയാകും.

അതേസമയം ആശുപത്രിയിൽ പോകാനുള്ള മനസ്സുമുണ്ടായിരുന്നില്ല. ലൈല കാത്തുനിൽക്കുന്നില്ലെങ്കിൽ ആശുപത്രിയിൽ പോയിട്ട് എന്തു കാര്യമാണുള്ളത്? മുമ്പാണെങ്കിൽ ആശുപത്രിയിലേക്ക് പോകുക എന്നത് ആശ്വാസകരമായ കാര്യമായിരുന്നു. തകർച്ചയിൽനിന്ന് പിടിച്ചു നിൽക്കാൻ സഹായിക്കുന്ന സ്വപ്നമായിരുന്നു അത്.

ആശുപത്രിയുടെ ഗേറ്റ് കടന്നെത്തിയാലുടൻ ലാൻഡ്റോവർ വാഹനത്തിൽനിന്നും ഞങ്ങളെ പുറത്തക്കിറക്കും. പുറത്തേക്കിറങ്ങി വലത്തോട്ടും ഇടത്തോട്ടും തിരിയുമ്പോൾ ഇളംകാറ്റ് വീശുന്നതുപോലെ തോന്നും. അവിടെ കാണുന്ന മനുഷ്യരുടെ മുഖങ്ങളിലേക്ക് നോക്കുമ്പോൾ കാലത്തിന്റെ ചുളിവുകളേൽപ്പിച്ച ഭാവങ്ങൾ കാണാം. എന്നാൽ അവരൊക്കെയും ഞങ്ങളുമായി താരതമ്യം ചെയ്യുമ്പോൾ തീർത്തും സന്തോഷവാന്മാരാണെന്ന് തോന്നും. അന്നേരം വേഗത്തിൽ നടക്കാൻ കാവൽ വന്ന ജയിൽ ഗാർഡുകൾ ശബ്ദമുയർത്തും:

“വേഗമാകട്ടെ. സൊറ പറഞ്ഞതൊക്കെ മതി.”

ഗാർഡുകളുടെ വാക്കുകൾ ആശുപത്രിവാതിൽക്കൽതന്നെ ഉപേക്ഷിച്ചശേഷമായിരിക്കും ഞങ്ങൾ ഉള്ളിലേക്ക് പ്രവേശിക്കുന്നത്. പിന്നെ അവിടെ കാത്തുനിൽക്കുന്ന പ്രിയതമയെ കെട്ടിപ്പുണരും. രോഗത്തിന്റെയും ദുരിതത്തിന്റെയും താവളമാണെങ്കിലും പ്രിയപ്പെട്ടവരുമായുള്ള സമാഗമം കാരണം ആശുപത്രി ഞങ്ങളെ സംബന്ധിച്ച് പ്രിയങ്കരമായൊരിടമായി മാറുകയായിരുന്നു. അവിടെ ഞങ്ങൾക്ക് കവിതകൾ ചൊല്ലാം, പ്രണയകീർത്തനങ്ങൾ ആലപിക്കാം. സ്പർശനങ്ങൾക്കും അഭിനിവേശങ്ങൾക്കും വശംവദരരാകാം.

എന്നാൽ ലൈലയുമായി പിണങ്ങിക്കഴിഞ്ഞ പതിനഞ്ച് ദിവസക്കാലം ആശുപത്രിയിൽ പോകാൻ എനിക്ക് യാതൊരു താല്പര്യവുമില്ലായിരുന്നു. ലൈലയുടെ സാന്നിദ്ധ്യമില്ലെങ്കിൽ അവിടം എന്നെ സംബന്ധിച്ച് വേദനകൾ മാത്രം സമ്മാനിക്കുന്ന ഇടമേ ആകൂ. ജയിലിന്റെ വേദനകളിൽനിന്നും ഒട്ടും കുറവാകില്ല അന്നേരം ആശുപത്രി സമ്മാനിക്കുന്ന വേദനകൾ.

സ്വന്തം ആകുലതകളെ സംബന്ധിച്ച് ലൈലയോട് പറയേണ്ടെന്ന് തീരുമാനിച്ചു. അല്ലെങ്കിൽതന്നെ ഞാൻ കാരണം അവൾക്ക് ഭാരമേയുള്ളൂ. തടവറ ഒന്നിന് പിറകേ മറ്റൊന്നായി യാതനകൾ മാത്രമേ സമ്മാനിക്കുന്നുള്ളൂ. ശ്രദ്ധ മാറ്റാനായി മറ്റൊരു വിഷയം എങ്ങനെ കണ്ടെത്തിയെന്നറിയില്ല. എന്നെ സംബന്ധിച്ച് ലൈല ഒരു സൂഫിയെപ്പോലെയാണെന്നും ഞാനും അവൾക്ക് അങ്ങനെത്തന്നെയാണോ എന്നാണ് ചോദിച്ചത്. ഒരു നിമിഷം അവളുടെ ചുണ്ടുകളും കൈകളും വിറയ്ക്കുന്നതു കണ്ടു.

“അതിന് ഞാൻ സൂഫീ വനിതയായ റാബിഅതുൽ അദവിയ്യ ഒന്നുമല്ലല്ലോ? നിങ്ങളെന്റെ ഹല്ലാജും ആകണ്ട. ജയിലിൽ കിടന്നുകൊണ്ടാണ്

നിങ്ങൾ എന്നെ തേടുന്നത്. ഞാൻ കാണാനെത്തുമ്പോൾ മറ്റൊരു തിര ഞ്ഞെടുപ്പിനുള്ള സ്വാതന്ത്ര്യമൊന്നും നിങ്ങൾക്കില്ല. എന്നാൽ എനിക്കാ കട്ടെ ഇഷ്ടമുള്ളത് ചെയ്യാനുള്ള സ്വാതന്ത്ര്യമുണ്ട് താനും."

മറുപടി ഒന്നും പറയാൻ പറ്റിയില്ല. ശരിക്കും കുരുക്കിലാണല്ലോ ചെന്നുപെട്ടിരിക്കുന്നതെന്ന് തോന്നി. നിലത്തേക്ക് കണ്ണുനട്ട് ഇരിക്കുന്ന ലൈലയെ കണ്ടാൽതന്നെ മനസ്സിലാകും ഞാൻ ചോദിച്ച കാര്യത്തിലുള്ള അവളുടെ വല്ലായ്മയും ദേഷ്യവും. അവളുടെ കൈപിടിച്ച് എന്റെ കൈ പ്പത്തിക്കുള്ളിൽ വച്ചു. എന്നാലവൾ കൈ പിൻവലിച്ചശേഷം എഴുന്നേറ്റു കളഞ്ഞു. മെനിഞ്ഞാന്ന് കാണാൻ വന്നപ്പോൾ സന്ദർശകസമയം തിക യാതെ വന്നവരാണ് ഞങ്ങൾ. കഥകൾ പറഞ്ഞും പ്രണയം പ്രകടിപ്പിച്ചും സമയം ചെലവിടുന്നതാണ് പതിവ്. സമയം തീരാറായെന്ന് പറഞ്ഞ് ശല്യ പ്പെടുത്താനായി ഗാർഡ് ഇലാൽ ഇടയ്ക്കിടയ്ക്ക് വരില്ല. അവസാനം ഇട നാഴിയിലെ സഖാക്കളെല്ലാം മടങ്ങിയിട്ടും ഞാനും ലൈലയും മാത്രം അവിടെ അവശേഷിക്കും.

എന്നാൽ ഇന്നാകട്ടെ, സന്ദർശനസമയം തീരാൻ ഒരു മണിക്കൂറും പതിനഞ്ച് മിനിട്ടും ബാക്കിയുള്ളപ്പോഴാണ് താൻ പോകുന്നുവെന്ന് ലൈല പറയുന്നത്. അവൾ യാത്ര പറഞ്ഞ് പോകുമ്പോൾ ശരിക്കും വേദന തോന്നി. രണ്ടു വാരിയെല്ലുകളെ തമ്മിൽ ബന്ധിച്ചിരുന്ന അവസാനത്തെ നാര് കൂടി അഴിഞ്ഞുപോയതുപോലൊരു അവസ്ഥയായിരുന്നു അത്.

അന്ന് പിണങ്ങിപ്പോയ ലൈലയാണ് ഇന്ന് വീണ്ടും തിരികെ വരു ന്നത്. ഇന്നു മുതൽ പണ്ടെന്നോ കുഴിച്ചുമൂടിയ കാര്യങ്ങൾ മാന്തി നോക്കരുതെന്ന് തീരുമാനിച്ചുറച്ചിരിക്കുകയാണ് ഞാൻ. എനിക്ക് ലൈല യുടെ ഗന്ധം മാത്രം കിട്ടിയാൽ മതി. മുന്നിലെത്തിയതും അവൾ എന്റെ നേർക്കു നോക്കി. എനിക്ക് സംതൃപ്തിയായി. അവൾ എന്നിൽ നിറയുക യാണ്. അരികത്തേക്ക് ചെല്ലുമ്പോൾ ലൈല പ്രഭ ചൊരിയുന്നതുപോലെ തോന്നി. എന്റെ നേർക്ക് കൈവീശിക്കാണിച്ചുകൊണ്ട് ആരോഗ്യം എങ്ങനെയുണ്ടെന്ന് തിരക്കി. ഞാനവളെ കെട്ടിപ്പുണർന്ന് മുഖത്തും കഴുത്തിലുമൊക്കെ ചുംബിക്കാൻ തുടങ്ങി. ഇക്കിളി ആയതുപോലെ അവൾ ചിരിച്ചുകൊണ്ട് കുതറിമാറി. ആദ്യമായി പ്രണയം തുറന്നുപറ യുന്നവരുടെ മാനസികാവസ്ഥയോടെയാണ് ഞങ്ങൾ നിലത്തിരുന്നത്. എപ്പോഴൊക്കെ നിശ്ശബ്ദത സ്ഥാനം കൈയടക്കിയോ അപ്പോഴെല്ലാം ലൈല അസ്വസ്ഥയാകാതിരിക്കാനായി ഞാനെന്തെങ്കിലും മിണ്ടി ക്കൊണ്ടേയിരിക്കും.

നിങ്ങളൊരു തടവുകാരനാണെങ്കിൽ ഒരു കൂട കിട്ടുമോ എന്നേ ചോദി ക്കുകയുള്ളൂ. അതിനുള്ളിൽ മുന്തിരി ഉണ്ടാകണമെന്ന് ഒരു നിർബന്ധവും നിങ്ങൾക്കുണ്ടാകില്ല. അഹ്മദ് ശൂഫാൻ സ്ഥിരം പറയാറുള്ള വാചകങ്ങ ളാണിത്. എന്നാൽ എന്നെ സംബന്ധിച്ചിടത്തോളം ലൈലതന്നെയാണ് ആത്മാവിന്റെ മുന്തിരിയും ശരീരത്തിന്റെ ഓറഞ്ചും. പഴകുന്തോറും ലഹരി യേറുന്ന മുന്തിരിച്ചാറ്.

എന്നാൽ പെട്ടെന്നാണ് ഞങ്ങളുടെ സംസാരം അവസാനത്തെ പാർട്ടി കോൺഫറൻസിലേക്ക് വഴിമാറിയത്. ഞാൻ അതുമായി ബന്ധപ്പെട്ട കാര്യങ്ങൾ തിരക്കിയപ്പോൾ രാജ്യത്തിന്റെ പ്രസിഡണ്ട് വീണ്ടും തിര ഞ്ഞെടുക്കപ്പെട്ട കാര്യം വലിയ താല്പര്യമില്ലാത്തതുപോലെ ലൈല പരാ മർശിച്ചു. ഇബ്രാഹീമിന്റെ മുൻഭാര്യയായ ബദീഅയ്ക്ക് ഈ സ്ഥാന ത്തേക്ക് മത്സരിക്കാനാകുമായിരുന്നോ എന്നുകൂടി ചോദിച്ചു. എത്ര കഴിവും ശേഷിയും ഉള്ള സ്ത്രീയാണെങ്കിലും അതിനുള്ള അവകാശം അവൾക്ക് ലഭിക്കുമോ? മുൻഭർത്താവുമായുള്ള ബന്ധം വേർപെടുത്തിയതിനാൽ സാധാരണ ജീവിതം നയിക്കുകയാണെങ്കിൽപോലും തീവ്രവാദികളായ സമൂഹം പറയുക 'ഒരിക്കലുമില്ല, അതൊരിക്കലും സാധ്യമല്ല. അവളൊരു തേവിടിശ്ശിയാണ്' എന്നായിരിക്കും.

അതേസമയം മിസ്റ്റർ ഇബ്റാഹീമിനാകട്ടെ നൃത്തം ചെയ്യാനും തള്ളാനും ആധികാരികരേഖകൾ ഉറക്കെ വായിക്കുവാനുമൊക്കെയുള്ള സ്വാതന്ത്ര്യമുണ്ടാകും. പ്രണയത്തെയും ഉദാത്തമായ ആശയങ്ങളെയും കുറിച്ച് സംസാരിക്കുമ്പോഴും നിങ്ങളൊക്കെ എന്തിനാണ് ബഹുഭാര്യത്വ ത്തിന്റെ ഓർമ്മകൾ മാന്തിയെടുക്കുന്നതെന്ന് മനസ്സിലാകുന്നതേയില്ല.

"ചരിത്രത്തിന്റെ സൃഷ്ടികളാണല്ലോ നാമെല്ലാം?"

"എന്താ വായുവിൽനിന്ന് പൊട്ടിമുളച്ചവരാണോ നാമെല്ലാം?"

"അങ്ങനെയല്ല. നമ്മുടെ സാമൂഹികസാഹചര്യം തീർത്തും സ്വാഭാ വികമായ ഒന്നായാണ് മുന്നിൽ കിടക്കുന്നത്. ഒരു പുരുഷൻ മറ്റൊരു സ്ത്രീയുമായുള്ള ബന്ധത്തിലേക്ക് കടക്കുന്നുവെന്ന് കരുതുക. അവളെ സ്നേഹിക്കുകയും വിവാഹം കഴിക്കുകയും ചെയ്യുന്നു. എന്നാൽ വിവാ ഹത്തെ ഒരു കേന്ദ്രബന്ധമായി കാണുമ്പോൾതന്നെ ഇതരബന്ധങ്ങളി ലേക്ക് പോകാൻ അയാൾക്ക് തടസ്സമില്ല. ഇങ്ങനെയൊരു ഗൂഢമായ ധാരണ ഇല്ലായിരുന്നെങ്കിൽ വിവാഹമെന്ന സ്ഥാപനത്തിനുതന്നെ നില നില്പുണ്ടാകില്ലായിരുന്നു."

"അപ്പോൾ നാട്ടിൽ നടക്കുന്നതൊക്കെയും സ്വാഭാവികമാണല്ലേ? അങ്ങനെയാണെങ്കിൽ വിവാഹേതരബന്ധങ്ങളെ കേന്ദ്രബന്ധമായി കാണുവാൻ ഇതേ യുക്തിവച്ച് സാധിക്കുമോ? ഒരു ബന്ധം ഭർത്താവു മായി, മറ്റൊരു ബന്ധം..."

"ഒരു ചരിത്രപശ്ചാത്തലമില്ലാത്ത നിർദ്ദേശത്തിന് സമൂഹത്തിന്റെ അംഗീകാരം ലഭിക്കില്ലല്ലോ?"

എന്റെ വാക്കുകൾ കേട്ടതും കൈകൾ ഉയർത്തിക്കാട്ടിക്കൊണ്ട് ലൈല പൊട്ടിച്ചിരിച്ചു. ലൈലയുടെ വാക്കുകൾ അംഗീകരിക്കുന്നു എന്ന മട്ടിൽ ഞാനും ചിരിച്ചു. ശേഷം അവളെ അണച്ചുപിടിച്ചു. എന്നെ സംബന്ധി ച്ചിടത്തോളം ഇതുവരെയുള്ള നീണ്ട കാത്തിരിപ്പിനെ അവസാനിപ്പിക്കാ നെത്തിയ വാഗ്ദത്ത മിശിഹാ ലൈല തന്നെയാണ്.

എനിക്കറിയാവുന്ന പണ്ടത്തെ ലൈലയേയല്ല ഇപ്പോൾ സ്ഥിരമായി ജയിലിൽ കാണാനെത്തുന്ന ലൈല. ശരിക്കും ആനന്ദമായിരുന്നില്ല

ഞങ്ങളെ തമ്മിൽ മുമ്പ് ഒരുമിപ്പിച്ചിരുന്നത്. ജയിലിലെത്തിയശേഷമാണ് ഞങ്ങളുടെ ബന്ധം ശരിക്കും എന്തായിരുന്നു എന്ന് വ്യക്തമായതുതന്നെ. അനുഭവിച്ച നഷ്ടങ്ങളാണ് പണ്ട് കൈപ്പിടിയിലുണ്ടായിരുന്ന സംഗതികൾ എന്തൊക്കെയാണെന്ന തിരിച്ചറിവുതന്നെ ഞങ്ങൾക്ക് സമ്മാനിച്ചത്.

ജയിലിലെത്തുന്നതിനു മുമ്പ് ലൈലയെ കാണുമ്പോൾ ഞങ്ങൾക്കിടയിൽ നിശ്ശബ്ദത നിറഞ്ഞുനിൽക്കുമായിരുന്നു. അന്നേരം അവളുടെ മുഖത്തുകൂടെയും കഴുത്തിലൂടെയും എന്റെ കണ്ണുകൾ ഉഴറുന്നത് ജപമാലയിലെ മുത്തുമണികൾ ഓരോന്നായി മറിച്ച് മറിച്ച് മന്ത്രസൂക്തങ്ങൾ നിശ്ശബ്ദം ഉരുവിടുന്നതുപോലെയായിരുന്നു.

ലൈല ശരിക്കും എന്നിൽ നിറഞ്ഞുതുളുമ്പുകയാണിപ്പോൾ. സന്ദർശനം കഴിയാറായതും ഞാൻ സെല്ലിലേക്ക് ധൃതിയിൽ തിരിച്ചുനടന്നു. ഞാനൊരു കമ്പിളി സ്കാർഫ് നെയ്തുകൊണ്ടിരിക്കുകയായിരുന്നു. അതുമെടുത്തുകൊണ്ട് ധൃതിയിൽ തിരികെ വന്നു. പിന്നെയത് ലൈലയുടെ കഴുത്തിൽ ചുറ്റിക്കൊടുത്തു. ഓറഞ്ച് നിറമുള്ള സ്കാർഫ് ധരിച്ചു കണ്ടപ്പോൾ ലൈലയുടെ പ്രഭ ഏറിയതുപോലെ തോന്നി. ഞാൻ അവളെ ദേഹത്തേക്ക് അണച്ചുപിടിച്ച് ആശ്ലേഷിച്ചു. ചെറിയൊരു ചുംബനത്തിൽ അമർന്നശേഷം അവൾ തിരികെപ്പോയി. ഞാനാകട്ടെ, ആ കാഴ്ച കൺമുന്നിൽനിന്ന് മറയുന്നതുവരെ അവിടെത്തന്നെ നിന്നതേയുള്ളൂ.

ഗേറ്റ് തുറന്നടഞ്ഞതും ഞാൻ നേരേ പോയത് ജയിലിനുള്ളിലെ പൂന്തോട്ടത്തിലേക്കാണ്. കഴിഞ്ഞ പതിനഞ്ച് ദിവസമായി എന്റെ ചെടികളെ തീരെ ശ്രദ്ധിക്കാൻ പറ്റിയിരുന്നില്ല. അവയ്ക്ക് വെള്ളമൊഴിക്കുകയോ അവയെപ്പറ്റി മറ്റാരോടും അന്വേഷിക്കുകപോലും ചെയ്തില്ല. ജമന്തിച്ചെടികളുടെ അരികിൽ പോയി ഇരുന്നശേഷം ഒരു ചെറിയ ബക്കറ്റിൽ വെള്ളം നിറച്ചു. ലെമൺ വെർബേന ചെടികൾക്ക് വെള്ളമൊഴിച്ചുകൊടുത്തശേഷം ജമന്തിപ്പൂക്കൾക്കുനേരെ നോക്കിയിരുന്നു. വളരെപ്പെട്ടെന്ന് വളർന്നുവരാനുള്ള കഴിവുണ്ട് ജമന്തിപ്പൂവിന്. അതുപോലെത്തന്നെ പെട്ടെന്ന് അപ്രത്യക്ഷമാവുകയും ചെയ്യും. അങ്ങേയറ്റം ഭംഗിയോടെയായിരിക്കും ജമന്തിപ്പൂവ് വിടർന്നു വരുന്നത്. ഇതളുകൾ മുഴുവൻ വിരിയും. പിന്നീട് യാതൊരു മുന്നറിയിപ്പും കൂടാതെ വാടാനും തുടങ്ങും. കഴുത്ത് കരിഞ്ഞ് അല്ലികൾ വാടും. ചിലപ്പോൾ അവയെ കണ്ടാൽ പൂർണനിദ്രയിലാണെന്നു തോന്നും. എന്നാൽ ഏതാനും ദിവസങ്ങൾക്കുശേഷം അരികിലൂടെ പോയാൽ അവ അഭിമാനത്തോടെ തലയുയർത്തി നിൽക്കുന്നതുകണ്ട് നിങ്ങൾ അതിശയിച്ചുപോകും.

ഞാനൊരു ജമന്തിപ്പൂവിനെപ്പോലെയാണെന്നാണ് സ്വലാഹ് പറയാറുള്ളത്. എന്നെ കണ്ടതും അയാൾ അരികിലേക്ക് വന്നു. മൺതിട്ടയിൽ മതിലിന് നേർക്ക് കാൽ നീട്ടിവച്ച് ഞങ്ങൾ ഇരുവരും ഇരുന്നു.

“ഇന്നലെവരെ നീയാകെ ദുഃഖിതനായാണല്ലോ ഇരുന്നത്. ഇന്നലെ രാത്രിവരെയും. എന്നാൽ ഇന്നിതാ ജമന്തിപ്പൂവിനെപ്പോലെ നീയാകെ സന്തോഷവാനായിരിക്കുന്നു.”

ഞാൻ അതു കേട്ട് ചിരിച്ചുകൊണ്ട് സ്വലാഹിന്റെ കൈപ്പത്തിയിൽ അടിച്ചു.

"സ്ത്രീകളില്ലാതെ നമുക്കെങ്ങനെയാണെടോ ജീവിക്കാനാകുന്നത്?"

"കാപ്പിയും മദ്യവും സിഗരറ്റുമൊക്കെയുണ്ടല്ലോ?"

അവശ്യസാധനങ്ങളുടെ പട്ടികനിരത്തിയശേഷം സ്വലാഹ് പൊട്ടിച്ചിരിച്ചു. ശേഷം ഗൗരവഭാവത്തിൽ തുടർന്നു:

"ആരാ പറഞ്ഞത് സ്ത്രീയെ സൃഷ്ടിച്ചത് പുരുഷന്റെ വളഞ്ഞ വാരിയെല്ലിൽനിന്നാണെന്ന്? ചരിത്രം ഒരുവേള പിറകിലേക്ക് മടങ്ങുകയാണെങ്കിൽ വിലക്കപ്പെട്ട ആപ്പിൾ എന്നത് യുക്തിഹീനമായൊരു അധിക്ഷേപമാണെന്ന് ആദിമമനുഷ്യനായ ആദം അംഗീകരിച്ചേനെ. സ്വർഗത്തിൽ ഹവ്വയില്ലായിരുന്നുവെങ്കിൽതന്നെ അവിടെനിന്നും പുറത്താക്കാനുള്ള ഉത്തരവ് ഇറങ്ങുന്നതിന് മുമ്പുതന്നെ ആദം തന്റെ രാജി സമർപ്പിക്കുമായിരുന്നു എന്നാണെനിക്ക് തോന്നുന്നത്."

"സ്ത്രീ വളഞ്ഞ വാരിയെല്ലിന്റെ ഉല്പന്നമല്ല. അവൾ എക്കാലത്തും സർപ്പവുമല്ല. വിലക്കപ്പെട്ട കനി ഭക്ഷിക്കുന്ന കാര്യത്തിൽ എല്ലാ കാലത്തും പുരുഷനെ വശീകരിക്കുവാൻ സ്ത്രീക്ക് സാധിക്കാത്തതുപോലെ പുരുഷനും എല്ലാകാലത്തും ഒരുപോലെയാകാൻ സാധിക്കില്ല."

തടവുകാലം ഞങ്ങളുടെ മുഖത്തേല്പിച്ച പാടുകൾ ഏറെയാണെങ്കിൽതന്നെയും കൂട്ടത്തിൽ മറ്റാരേക്കാളുമേറെ ശിശുസഹജമായ ആനന്ദത്തിനുടമയായിരുന്നു സ്വലാഹ്. തടവറയിലെ ആരാച്ചാർമാർക്കും സെല്ലുകളിലെ ഇരുളിനുമൊന്നുംതന്നെ ആ ആനന്ദത്തെ തല്ലിക്കെടുത്താൻ സാധിച്ചിരുന്നില്ല. യാതൊരു കൃത്രിമത്വവുമില്ലാതെ, വിശുദ്ധിക്ക് മണ്ണു പറ്റാത്ത വിധത്തിലായിരുന്നു അയാൾ ചിരിച്ചിരുന്നത്. ഒരിക്കലും അതിരു കടന്ന ആനന്ദപ്രകടനങ്ങൾ കാണിച്ചിരുന്നില്ല. കാരണം ജീവിതത്തിൽ സംഭവിക്കുന്നതൊക്കെയും അയാളെ സന്തോഷിപ്പിച്ചിരുന്നു.

എനിക്ക് ലഭിച്ച അതേ ശിക്ഷ ലഭിച്ചയാളാണ് സ്വലാഹും. ഗാർബിയ്യ ജയിലിലെതന്നെ വനിതാ വാർഡിലാണ് അയാളുടെ കാമുകിയായ സുആദും തടവിൽ കഴിഞ്ഞത്. നാലു വർഷമാണ് അവൾക്ക് ലഭിച്ച ശിക്ഷ. അതിനുശേഷം ഒരു വർഷംവരെ ജയിലിൽവച്ച് പരസ്പരം കാണാൻ അനുവദിക്കണമെന്ന അവരുടെ അപേക്ഷകൾ നിരന്തരമായി നിരസിക്കപ്പെട്ടു. അവസാനം അവർ വിവാഹിതരാകാൻ തീരുമാനിച്ചു. അവിവാഹിതരായ സ്ത്രീപുരുഷന്മാർ സ്വതന്ത്രബന്ധങ്ങളിൽ ഏർപ്പെടുന്നത് അംഗീകരിക്കാത്ത യാഥാസ്ഥിതിക സമൂഹമാണ് രാജ്യത്തിലേത് എന്ന ന്യായം പറഞ്ഞായിരുന്നു ജയിൽ ഭരണകൂടം ഇതുവരെ അവരുടെ കൂടിക്കാഴ്ചാ അപേക്ഷകൾ നിരസിച്ചുകൊണ്ടിരുന്നത്. എന്നാൽ നിയമപ്രകാരം വിവാഹിതരായ ദമ്പതികളുടെ കാര്യമാണെങ്കിൽ കാര്യങ്ങൾ കുറച്ചുകൂടി അനായാസകരമാകും. അങ്ങനെ പരസ്പരം കാണുന്നത് നടക്കാതായതോടെ സ്വലാഹും സുആദും വിവാഹിതരാകാൻ

തീരുമാനിച്ചു. ഇതിനായി ജനനസർട്ടിഫിക്കറ്റ്, തിരിച്ചറിയൽ കാർഡുകൾ തുടങ്ങിയവയുടെ പകർപ്പുകൾ സഹിതം ഒരു അപേക്ഷ നൽകുകയേ വേണ്ടൂ. എന്നാൽ ഈ നിർദ്ദേശം അവതരിപ്പിക്കപ്പെട്ട സമയത്തെ ഒരു താല്പര്യം പിന്നീട് ബന്ധപ്പെട്ടവരുടെ ഭാഗത്തുനിന്ന് ഉണ്ടാകാത്തതിനാൽ അനുമതി ലഭിക്കുവാൻ നാലു മാസക്കാലം പിന്നെയും കാത്തിരിക്കേണ്ടി വന്നു. ജയിൽ അധികൃതർക്കാണ് അപേക്ഷ നൽകിയതെങ്കിലും നീതി ന്യായം, ആഭ്യന്തര, വിദേശകാര്യമന്ത്രാലയങ്ങൾ അടക്കമുള്ള ഉന്നത സർക്കാർ വകുപ്പുകളുടെ വരെ അനുവാദം ലഭിച്ചാലേ കാര്യം നടക്കൂ എന്നത് ഉറപ്പായിരുന്നു. ഇക്കാര്യം പറഞ്ഞ് ഞങ്ങൾ സ്വലാഹിനെ കളിയാക്കുകയും ചെയ്തു.

“ഇങ്ങനെയാണെങ്കിൽ നീ ജയിലിനെ വിവാഹമണ്ഡപമാക്കി മാറ്റുമല്ലോ? ജയിലിലായത് നന്നായി. അല്ലെങ്കിൽ നിന്റെ കല്യാണത്തെക്കുറിച്ച് നാട്ടിലെ സകല അധികാരികളും അറിയില്ലായിരുന്നല്ലോ?”

“എന്തായാലും തയ്യാറെടുപ്പ് തുടങ്ങിയേ തീരൂ. വിവരമറിഞ്ഞവരെല്ലാം ആഘോഷത്തിൽ പങ്കെടുക്കാനുള്ള ക്ഷണമാണെന്നായിരിക്കും കരുതുക.”

“വിവാഹം നടക്കുമ്പോൾ നിന്റെ ഇടതുവശത്ത് വന്നിരിക്കുന്നത് ആരായിരിക്കും സ്വലാഹേ? മന്ത്രിയവർകൾതന്നെയായിരിക്കും അല്ലേ?”

“ആഭ്യന്തരമന്ത്രിതന്നെയായിരിക്കും. അയാളെ ഇടതുവശത്തുതന്നെ ഇരുത്തും ഞാൻ.”

“ഇല്ല. അയാളെ ഞങ്ങൾ ഇരിക്കാൻ സമ്മതിക്കില്ല. ഒന്നാലോചിച്ചു നോക്കിക്കേ, ഇടതുവശത്ത് ഇരിക്കുന്നതിനു പകരം ആഭ്യന്തരവകുപ്പ് മന്ത്രി വലതുഭാഗത്ത് നിൽക്കുന്ന ചിത്രം. മന്ത്രിക്കു പകരം ഞങ്ങളിലൊരാളെ തിരഞ്ഞെടുത്താൽ അയാളായിരിക്കും നിന്റെ ഇടതുവശത്തായി.”

എന്നാൽ ജയിൽ അധികൃതർ ഒന്നിനും അധികം സമയം നൽകിയില്ല. ഒരു ദിവസം രാവിലെ അറിയിപ്പ് ലഭിച്ചത് അന്ന് ഉച്ചകഴിഞ്ഞ് മൂന്നരയ്ക്ക് സ്വലാഹും സുആദും തമ്മിലുള്ള വിവാഹം നടക്കുമെന്നാണ്. സമയം തീരേ കുറവായിരുന്നെങ്കിലും നടുമുറ്റത്തേക്ക് ഞങ്ങൾ സകല കിടക്കകളും വിരിപ്പുകളും കൊണ്ടുവന്ന് നിരത്തി. പൂർണമായി വിടർന്ന ജമന്തിച്ചെടികൾ കൊണ്ടുവന്ന് മുറ്റത്തിന് നടുവിലായി വച്ചു. വെള്ളം നിറച്ച പ്ലാസ്റ്റിക് ബക്കറ്റുകളിൽ ഇലകൾ വിതറി അരികത്തായി വച്ചു. ആ കാഴ്ചകൾ മൊത്തത്തിൽ കണ്ടാൽ മുറ്റത്താകെയൊരു പച്ചപ്പ് അനുഭവവേദ്യമാകും.

കുളി കഴിഞ്ഞ് സ്വലാഹ് നടുമുറ്റത്തേക്ക് വന്നു. ഞങ്ങൾ നാല് സഖാക്കൾ കൈ കോർത്തുപിടിച്ച് അയാൾക്കു പുറകിലായി നീങ്ങി. ഒരു വെള്ള ജല്ലാബിയ്യ കുപ്പായമായിരുന്നു സ്വലാഹിന്റെ വേഷം. ഒപ്പമൊരു ബബൂച്ചെ ഷൂസുമുണ്ടായിരുന്നു. വിവാഹാനുമതിക്കുള്ള അപേക്ഷ ജയിലധികൃതർക്ക് നൽകി രണ്ടാഴ്ച കഴിഞ്ഞപ്പോഴായിരുന്നു ആ ചെരുപ്പുകൾ

വീട്ടുകാർ വാങ്ങിക്കൊണ്ടുവന്നത്. എന്നാൽ സ്വലാഹ് കാണാതെ ഞങ്ങ ളത് ഒളിച്ചുവച്ചിരിക്കുകയായിരുന്നു ഇതുവരെ. നിലയ്ക്കാത്ത കരഘോഷം കേട്ട് അതിശയിച്ചുനിൽക്കുന്ന കവിയുടെ ഭാവമായിരുന്നു ആ ഷൂസുകൾ കണ്ടപ്പോൾ സ്വലാഹിന്റേത്.

അയാളെ ഓർത്ത് ഞങ്ങൾക്കായിരുന്നു കൂടുതൽ സന്തോഷം. ജയി ലിലെ സ്ത്രീകളുടെ വാർഡിലെ ആഘോഷം ഇവിടത്തേതിനേക്കാൾ വലുതായിരിക്കുമെന്നാണ് കരുതേണ്ടത്. ഞങ്ങളുടേതിനേക്കാൾ വലിയ തയ്യാറെടുപ്പുകൾ തന്നെയായിരിക്കും വനിതാ സഖാക്കൾ ഒരുക്കിയിട്ടു ണ്ടാവുക. ഉച്ചയ്ക്ക് മൂന്നുമണിയായതും ഞങ്ങൾ സ്വലാഹിനെ നടു മുറ്റത്തെ വലിയ മെത്തയിൽ കൊണ്ടുവന്ന് ഇരുത്തി. ചുറ്റും നാല് തല യണകളും ജമന്തിപ്പൂക്കളും നിരത്തി. വിവാഹം രജിസ്റ്റർ ചെയ്യുന്ന ഉദ്യോഗസ്ഥൻ ഹാജരാകാനും സുആദിനെ കൂട്ടിക്കൊണ്ടുവരുവാനും കാൽമണിക്കൂർ മാത്രം ബാക്കിയുള്ളപ്പോഴാണ് ഗാർഡ് ഇലാൽ കടന്നു വരുന്നത്. സ്വലാഹിനെ ജയിൽ വാർഡന്റെ മുറിയിലേക്ക് കൂട്ടിക്കൊണ്ടു പോകാനാണ് അയാൾ വന്നത്.

എന്താണ് കാര്യമെന്ന് ഞങ്ങൾ തിരക്കി. വിവാഹം രജിസ്റ്റർ ചെയ്യേണ്ട യാളുകൾ എത്തിയിട്ടുണ്ടെന്നും അത് വാർഡന്റെ ഓഫീസിൽ വച്ചാണ് നടക്കുന്നതെന്നുമാണ് ഗാർഡ് പറഞ്ഞത്. അയാൾ സംസാരിച്ചുകഴി ഞ്ഞതും ഞങ്ങൾ പൊട്ടിത്തെറിച്ചു. ഇത് ഞങ്ങളെ ഏവരേയും ഒരുമിച്ച് ആക്ഷേപിക്കാനുള്ള ശ്രമം തന്നെയാണ്. ഞങ്ങൾ ബഹളം വയ്ക്കാനും പ്രതിഷേധമുയർത്താനും തുടങ്ങി. ബഹളം കേട്ടതും മറ്റ് ഗാർഡുകളും കമാൻഡറും കുതിച്ചെത്തി. ലോകത്തെങ്ങും കേൾക്കുമാറ് ശബ്ദമുയർ ത്താൻ മാത്രമല്ല, വേണമെങ്കിൽ എല്ലാ അർത്ഥത്തിലുമുള്ള സംഘട്ടന ത്തിന് വരെ ഞങ്ങൾ തയ്യാറായിരുന്നു. അത് അടിയിലും പരിക്കിലും മാത്രമല്ല, ഞങ്ങളുടെ ഭാഗത്തും അധികാരികളുടെ ഭാഗത്തും ആൾനാശ ത്തിനുവരെ കാരണമായേക്കും.

ഇക്കാര്യം മനസ്സിലാക്കിയതും ഗാർഡുകളും പിറകിലേക്ക് മാറി. കമാ ൻഡറും പിൻവലിഞ്ഞു. അല്പം കഴിഞ്ഞതും അയാൾ മുന്നോട്ടുവന്നു. മേലധികാരികളുടെ കൂടുതൽ ഉത്തരവുകൾ നടപ്പിലാക്കാൻ താൻ ശ്രമി ക്കില്ലെന്ന് പറഞ്ഞു. മാത്രമല്ല, തടവുകാരുടെ എല്ലാം സാന്നിധ്യത്തിൽ നടുമുറ്റത്ത് വച്ചുതന്നെ വിവാഹം നടത്തിയേ തീരൂവെന്ന ഞങ്ങളുടെ പ്രതിഷേധത്തോടുകൂടിയുള്ള ആവശ്യം താൻ മുകളിലുള്ളവരെ അറി യിച്ചുവെന്നും അയാൾ കൂട്ടിച്ചേർത്തു. അപ്പോൾ തങ്ങൾക്ക് കൂടുതൽ മുകളിലുള്ള അധികാരികളോട് അനുവാദം തേടേണ്ടതുണ്ടെന്നും അതു വരെ കാത്തിരിക്കണം എന്നുള്ള നിർദ്ദേശം ലഭിച്ചുവെന്നും കമാൻഡർ പറഞ്ഞു.

അതോടെ രജിസ്ട്രാർമാർ കമാൻഡറുടെ ഓഫീസിലും സുആദ് സ്ത്രീകളുടെ വാർഡിലും തുടർന്നു. ഞങ്ങളാകട്ടെ ആവശ്യം അംഗീ കരിക്കാതെ പിന്നോട്ടില്ലെന്ന ഭാവത്തിൽ മുറ്റത്തും നിലയുറപ്പിച്ചു.

സമയം നാലേമുക്കാലായതും കമാൻഡറുടെ ഓഫീസിലെ ടെലിഫോൺ ശബ്ദിച്ചു. ഞങ്ങൾ ആഗ്രഹിച്ചതുപോലെ സ്വലാഹിന്റേയും സുആദിന്റേയും വിവാഹം നടത്താനുള്ള ഉത്തരവായിരുന്നു അത്. വിവരമറിയിക്കാനായി ഗാർഡ് ഇലാൽ ഓടിവന്നു. പിന്നീട് കമാൻഡറിനേയും രജിസ്ട്രാർമാരെയും കൂട്ടിക്കൊണ്ടുവന്നു. പിന്നാലെ സുആദും കടന്നുവന്നു. സന്തോഷം അടക്കാനാകാതെ ഞങ്ങൾ സ്വലാഹിനെ കെട്ടിപ്പിടിച്ചു. ശേഷം പ്രധാന കവാടത്തിന്റെ പടിക്കലേക്ക് അയാളെ കൂട്ടിക്കൊണ്ടുപോയി. അതുവഴിയാണ് സുആദിനെ കൊണ്ടുവരുന്നത്. വെള്ള ഗൗണും അതേ നിറത്തിലുള്ള പാദുകങ്ങളും ധരിച്ചുവന്ന അവളെ കണ്ടപ്പോൾ അതിസുന്ദരിയാണെന്ന് തോന്നി. അവൾ കടന്നുവന്നപ്പോൾ കരം ഗ്രഹിക്കാനായി സ്വലാഹ് അരികിലേക്ക് ചെല്ലുന്നത് ഞങ്ങൾ നോക്കിനിന്നു.

പക്ഷേ സുആദിനൊപ്പം വനിതാസഖാക്കളൊന്നുമില്ലായിരുന്നു. പകരം രണ്ട് ഗാർഡുകളാണ് അവൾക്ക് അകമ്പടിയായി വന്നത്. അതെന്തായാലും മുകളിൽനിന്നുള്ള ഉത്തരവ് പ്രകാരമായിരിക്കുമെന്ന് ഞങ്ങൾക്ക് മനസ്സിലായി. ഞങ്ങളുടേതിൽനിന്നും വ്യത്യസ്തമായ സാഹചര്യത്തിലാണെങ്കിൽപോലും വേദനകളും യാതനകളും പങ്കിടുന്ന തടവുകാരികളായ സഖാക്കളെ ഒരു നോക്ക് കാണാമല്ലോ എന്ന് കരുതി ഇരിക്കുകയായിരുന്നു ഞങ്ങൾ ശരിക്കും.

സ്വലാഹ് കൈനീട്ടി സുആദിനെ അണച്ചുപിടിച്ചു. പിന്നെ ഇരുവരും ഗാഢമായൊരു ആലിംഗനത്തിൽ അമർന്നു. അതീവസുന്ദരിയായിരിക്കുന്നു സുആദിനെ ഇപ്പോൾ കാണുമ്പോൾ. അവൾ അരികിലേക്ക് വന്നതും ഞങ്ങൾ ചുറ്റുംകൂടി. ഒപ്പം തടവുശിക്ഷയനുഭവിക്കുന്ന വനിതാസഖാക്കളെ കാണാനുള്ള കൊതിയായിരുന്നു ഞങ്ങളുടെ മനസ്സിലാകെ. നെറുകയിൽ ഒരു ചുടുചുംബനം ഏറ്റുവാങ്ങാനുള്ള സർവ്വസ്വാതന്ത്ര്യവും അവർക്കുണ്ടാകും.

"വരൂ, സുആദിന്റെ നെറുകയിൽ ചുംബിക്കൂ. സ്വലാഹേ, ഇന്ന് ഞങ്ങളുടെ പുണ്യാളത്തിയാണ് സുആദ്."

"ഇല്ല, സുആദ് എന്റെ പുണ്യാളത്തിയാണ്. എന്റെ മാത്രം."

"കായേനും ആബേലുമായി എത്രയെത്ര അസൂയക്കാരാണ് ചുറ്റും നിൽക്കുന്നതെന്ന് നോക്കെടാ സ്വലാഹേ."

"അതൊക്കെ ശിലായുഗത്തിനും മുമ്പ് നടന്ന കാര്യങ്ങളല്ലേ? നാം ജീവിക്കുന്നത് ജനാധിപത്യയുഗത്തിലാണ്. ഇവിടെ ഞാനെന്ന കായേനും നിങ്ങളാകുന്ന ആബേലുമാർക്കും ഇടയിൽ തനിക്കിഷ്ടമുള്ളയാളെ തിരഞ്ഞെടുക്കാനുള്ള സ്വാതന്ത്ര്യം ഇവൾക്കുണ്ടല്ലോ?"

അതെ സ്വലാഹേ, ഈ ജനാധിപത്യയുഗം തന്നെയല്ലേ നിന്നെ ജയിലിൽവച്ച് വിവാഹം ചെയ്യിച്ചത്. ഇക്കാര്യത്തെക്കുറിച്ച് കൂടുതൽ സംസാരിച്ചാൽ വേദനയേ ഉണ്ടാകൂ. അതു കാരണം ഞങ്ങളേവരും ഉറക്കെ പാടാൻ തുടങ്ങി.

ചായയും മറ്റു പാനീയങ്ങളും വിതരണം ചെയ്യുന്ന ചുമതല ആബിദും ജലീലും അനസുമാണ് ഏറ്റെടുത്തത്. ഗാർഡ് ഇലാലിന് കാശ് കൊടുത്ത് സംഘടിപ്പിച്ചവയായിരുന്നു പാനീയങ്ങൾ. അതുപോലെതന്നെ മധുര പദാർത്ഥങ്ങളുമുണ്ടായിരുന്നു. അവ നേരത്തേ വിളമ്പിവച്ചിരുന്നതിനാൽ അല്പം തണുത്തുപോയിരുന്നു. ഇതുകൂടാതെയായിരുന്നു വൈൻ. ഇതാദ്യമായിട്ടായിരിക്കും ജയിലിൽ വൈൻ ലഭിക്കുന്നത്. ചില സുഹൃത്തുക്കൾ സന്ദർശിക്കാൻ വന്നപ്പോൾ കൊണ്ടുവന്നതാണ്. ഈ സന്ദർഭത്തിനായി ഞങ്ങളത് ഒളിപ്പിച്ചു വച്ചിരിക്കുകയായിരുന്നു. കഴിയുന്നത്ര ആഘോഷാന്തരീക്ഷം സൃഷ്ടിക്കുക എന്നതായിരുന്നു ഞങ്ങളുടെ ലക്ഷ്യം. സ്വലാഹും സുആദുമാകട്ടെ, കൈകൾ കോർത്തുപിടിച്ചുകൊണ്ട് മുഖാമുഖം ഇരിക്കുകയാണ്. തലയണകളുടെ കുറവുണ്ടായിരുന്നതിനാൽ അവർ നിലത്ത് വിരിച്ച വിരിപ്പിലാണ് ഇരുന്നത്.

വിവാഹത്തിന് രണ്ട് സാക്ഷികൾ വേണം. എന്നാൽ ഞങ്ങളെല്ലാവരുംതന്നെ സാക്ഷികളായിരുന്നു അവിടെ. വിവാഹം നടത്തിക്കൊടുക്കാനായെത്തിയ രണ്ട് രജിസ്ട്രാർമാർ പാരമ്പര്യരീതിയിൽ സുആദിനോട് ചോദിച്ചു:

“സ്വലാഹ് റിബായി എന്ന ഇദ്ദേഹത്തെ വിവാഹം ചെയ്യാൻ നിങ്ങൾക്ക് സമ്മതമാണോ?”

അത് കേട്ടതും ഞങ്ങളൊന്നടങ്കം പൊട്ടിച്ചിരിച്ചു. തടവറയിലല്ലായിരുന്നെങ്കിൽ ഈ ചോദ്യം അത്ര വിരോധാഭാസമാണെന്ന് ഞങ്ങൾക്ക് തോന്നുകയേ ഇല്ലായിരുന്നു.

സുആദ് തലമുടി ഉയർത്തിക്കെട്ടിയശേഷം ഒരു ബൺ വച്ചിരിക്കുകയായിരുന്നു. ഈ ഹെയർ സ്റ്റൈലും ഉരുണ്ട തവിട്ടുനിറമുള്ള മുഖവും കൂടി കാണുമ്പോൾ കഴുത്തിന് വലിയ നീളമുള്ളതുപോലെ തോന്നി. വിവാഹത്തിന് ബദവീ നാടോടികൾ ചെയ്യുന്നതുപോലെ വധുവിന്റെ മുടി അഴിച്ചുകൊടുക്കുമ്പോൾ ഞങ്ങൾ സ്വലാഹിനോട് പറഞ്ഞു. പ്രാർത്ഥനയുടെ ഭാഗമായി വിശുദ്ധ ഖുർആനിലെ ‘അൽ-ഫാത്തിഹ’ അദ്ധ്യായം രണ്ടുതവണ പാരായണം ചെയ്യുകകൂടി കഴിഞ്ഞതോടെ ഞങ്ങൾ രജിസ്ട്രാർമാർക്ക് കുടിക്കാൻ ചായ കൊടുത്തു. അവർ പോയിക്കഴിഞ്ഞതും ഞങ്ങളുടെ പാട്ടിനൊപ്പം നൃത്തം ചെയ്യണമെന്ന് സ്വലാഹിനോടും സുആദിനോടും പറഞ്ഞു. പാത്രങ്ങളും ബക്കറ്റുകളുംകൊണ്ട് മുട്ടി ശബ്ദമുണ്ടാക്കുകയും പാടുകയും ചെയ്തുകൊണ്ടിരുന്ന ഞങ്ങൾക്കൊപ്പം അവർ ഇരുവരും നൃത്തം ചെയ്യാൻ തുടങ്ങി. തീർത്തും താൽക്കാലികമായ ആനന്ദങ്ങളാണെന്നറിയാം. ബുജുംഅ പാടിയ നാടോടിപ്പാട്ടുകളായിരുന്നു കൂട്ടത്തിൽ ഏറ്റവും ഗംഭീരം. അശ്ലീലപദങ്ങളും മറ്റും കടന്നുകൂടുന്നതിനാൽ അത്തരം പാട്ടുകൾ പാടാൻ പൊതുവേ ഞങ്ങൾ ധൈര്യം കാട്ടാറില്ല.

ബുജുംഅയുടെ പാട്ടുകൾ തുടർന്നുകൊണ്ടിരിക്കുന്നതിനിടയിലാണ് കമാൻഡർ ചുമച്ചുകൊണ്ട് അരികിലേക്ക് വരുന്നത്. വിവാഹാഘോഷങ്ങൾ

അവസാനിപ്പിക്കാനുള്ള നേരമായത്രേ. സമയം ആറരയായി. തന്റെ കൈത്തണ്ടയിലെ വാച്ചിലേക്ക് നോക്കി അയാൾ മുരണ്ടു.

ഒന്നും മനസ്സിലാകാത്തതുപോലെ ഞങ്ങൾ പരസ്പരം നോക്കി. സുആദിനെ സ്ത്രീകളുടെ വാർഡിലേക്ക് തിരികെ കൊണ്ടുപോകാനുള്ള നേരമായി എന്നറിയിച്ചുകൊണ്ട് കമാൻഡർ പലതവണ ശബ്ദമുണ്ടാക്കി. ഉപ്പിൽ മുക്കിയ ചാട്ടകൊണ്ട് ദേഹത്ത് പ്രഹരിക്കുന്നതുപോലെയാണ് ആ ഉത്തരവ് ഞങ്ങൾക്ക് അനുഭവപ്പെട്ടത്. എന്താണിത്ര ധൃതിയെന്ന് ഞങ്ങൾ ചോദിച്ചു. സ്വലാഹിനും സുആദിനും ജയിലിൽ പരസ്പരം കാണാനുള്ള നടപടിക്രമങ്ങൾ എളുപ്പമാകാനുള്ളൊരു ചവിട്ടുപടി മാത്ര മാണ് ഈ വിവാഹമെന്നും അല്ലാതെ സുആദിനെ പുരുഷന്മാരുടെ ജയി ലിൽ സ്ഥിരതാമസക്കാരിയാക്കാനല്ലെന്നും കമാൻഡർ പറഞ്ഞു. അങ്ങനെയല്ലെങ്കിൽ ജയിൽ ഹോട്ടലായി മാറുമെന്നും പിന്നാലെ നഴ്സറി തന്നെ ഇവിടെ തുടങ്ങേണ്ടിവരുമെന്നുകൂടി അയാൾ പറഞ്ഞുകളഞ്ഞു.

"അപ്പോൾ ഇവരുടെ ആദ്യരാത്രിയുടെ കാര്യമോ?"

"ആദ്യരാത്രിയൊക്കെ ജയിലിൽനിന്ന് പുറത്തിറങ്ങുമ്പോൾ ആലോ ചിക്കാം."

മുമ്പൊരിക്കലും കണ്ടിട്ടില്ലാത്ത രീതിയിൽ പൊട്ടിച്ചിരിച്ചുകൊണ്ട് കമാൻഡർ പറഞ്ഞു.

നടുമുറ്റത്തിന്റെ ഓരത്തുള്ള വാതിലിന് നേർക്ക് വിഷമത്തോടെ നട ക്കാൻ തുടങ്ങി സുആദ്. സ്ത്രീകളുടെ ജയിൽ വാർഡിലേക്ക് നീളുന്ന മറ്റൊരു ഉരുക്കുവാതിൽ കൂടിയുണ്ടാകും വഴിയിൽ. അക്കാര്യം അവൾ പറഞ്ഞാണ് ഞങ്ങൾ അറിയുന്നത്. വാതിൽക്കൽ വരെ ഞങ്ങളും ഒപ്പം ചെന്നു. സുആദ് സ്വലാഹിനെ കുറേനേരം കെട്ടിപ്പിടിച്ചു നിന്നു. ആ പ്രഭ യേറിയ മുഖത്തേക്ക് വീഴുവാൻ തയ്യാറായി കണ്ണുകളിൽ തളംകെട്ടി നിൽക്കുന്ന കണ്ണുനീർതുള്ളികൾ കാണാമായിരുന്നു. ഞങ്ങളേവരുംതന്നെ ദുഃഖത്തിന്റെ പിടിയിലായിരുന്നു അന്നേരമൊക്കെയും.

സ്വലാഹിന്റെ ചുമലിലും കൈകളിലും പിടിച്ചുകൊണ്ടാണ് ഞങ്ങൾ തിരികെ നടന്നത്. വാതിൽ തുറന്നടഞ്ഞതും സുആദ് കൺമുന്നിൽനിന്ന് അപ്രത്യക്ഷയായി. താത്കാലികമായിട്ടാണെങ്കിലും ഇതുവരെ ഞങ്ങൾക്ക് ആനന്ദം പകർന്ന സുആദാണ് ഇപ്പോൾ ഹൃദയം തകർത്തു കൊണ്ട് കടന്നുപോയിരിക്കുന്നത്. കടുത്ത വേദനയും കടിച്ചിറക്കിക്കൊണ്ട് സ്വന്തം വാർഡിലേക്ക് തിരിച്ചുനടക്കുമ്പോൾ ഞങ്ങളുടെ മനസ്സുകൾ ചോദിച്ചത് തന്റെ വിവാഹരാത്രിയായ ഇന്ന് സ്വലാഹിന് എങ്ങനെയാണ് ഉറങ്ങാനാകുക എന്നായിരുന്നു. ആകെ തകർന്ന ഭാവമായിരുന്നു അയാ ളുടെ കണ്ണുകളിൽ കണ്ടത്. സ്വലാഹിന്റെയും ഞങ്ങളുടെയും ദുഃഖം അകറ്റാനെന്നവണ്ണം ഞാൻ പറഞ്ഞു:

"ഇന്ന് രാത്രി നീ കവിത ചൊല്ലണം. കവിതകളില്ലാതെ ഈ രാത്രി കടന്നുപോകാനേ പാടില്ല."

സെല്ലുകൾക്കകത്തേക്ക് കടന്നതും കാലങ്ങളേറെയായി മനസ്സുകളിൽ കൂട്ടിവച്ചിരുന്ന ഓർമ്മകളുടെ കൂനയിലേക്ക് കൂപ്പുകുത്താനായിരുന്നു ഞങ്ങളുടെ വിധി. ഇടയ്ക്കിടയ്ക്ക് സ്വലാഹിനെ സന്ദർശിക്കാനെത്തുന്ന സുആദ് വഴി വനിതാ വാർഡിൽ കഴിയുന്ന സഖാക്കളുമായുള്ള ബന്ധം പുതുക്കാനാകുമെന്നാണ് ഞങ്ങൾ പ്രതീക്ഷിച്ചിരുന്നത്. പക്ഷേ ജയിൽ ജയിൽതന്നെയാണെന്ന് ഒരു നിമിഷം മറന്നുപോയി. എത്ര തിളക്കമാർന്ന തായി കണ്ടാലും കാര്യമൊന്നുമില്ല. പഴയ ഷൂസ് പോളിഷ് ചെയ്താലും അതിനുള്ളിലെ തുളകൾ ഇല്ലാതാകില്ലല്ലോ?

സുആദിന്റെ തടവുകാലം കഴിയാൻ ഇനിയും രണ്ട് വർഷം ബാക്കി യുണ്ട്. അതിനിടയിൽ അവളെ കാണാൻ വിരലിലെണ്ണാവുന്ന അവസര ങ്ങളേ സ്വലാഹിന് ലഭിക്കാനിടയുള്ളൂ. സന്ദർശനങ്ങളുടെ എണ്ണം കൂട്ടാനോ ദൈർഘ്യം വർദ്ധിപ്പിക്കാനോ അനുവദിക്കില്ലെന്ന ശാഠ്യത്തിലായിരുന്നു ജയിൽ അധികാരികൾ.

വനിതാതടവുകാരികളുടെ ജയിൽവാസകാലത്ത് അവിടെനിന്നും പുറംലോകത്തേക്ക് പോയ പൊതുപ്രസ്താവനകൾ തീരെ വിരളമായി രുന്നു എന്നുതന്നെ പറയാം. സ്വമദ് മഹ്ദാവി രക്തസാക്ഷിയായതിന്റെ ഒന്നാം വാർഷികത്തിലാണ് ആദ്യമായൊരു പ്രസ്താവന പുറത്തിറങ്ങു ന്നത്. സ്ത്രീതടവുകാരുടെ അവസ്ഥ ഞങ്ങൾക്ക് നല്ലതുപോലെ മനസ്സി ലാകും. പ്രത്യേകിച്ച് തങ്ങളുടെ കുടുംബാംഗങ്ങളുമായുള്ള അവരുടെ ബന്ധത്തിലുണ്ടാകുന്ന വിള്ളലുകൾ സൃഷ്ടിക്കുന്ന മാനസികാവസ്ഥയെ സംബന്ധിച്ച്. ഈ നിലയിലുള്ള അവരുടെ യാതന ശരിക്കും സങ്കീർണം തന്നെയാണ്. ഈ സ്ത്രീകൾ രാഷ്ട്രീയത്തടവുകാർ മാത്രമാണെന്നും സ്വന്തം അഭിപ്രായങ്ങൾ തുറന്നുപറഞ്ഞത് മാത്രമാണ് അവർ ചെയ്ത കുറ്റമെന്നും മനസ്സിലാക്കുന്നത് ഏതാനും വനിതാ സഖാക്കളുടെ കുടുംബ ങ്ങൾ മാത്രമായിരിക്കും.

തടവ് ജീവിതം ഒരു സ്ത്രീ നയിക്കുക എന്നു പറയുന്നത് സമൂഹ ത്തിനും കുടുംബങ്ങൾക്കുമൊക്കെ അത്ര പരിചിതമായ കാര്യമായിരി ക്കില്ല. അതിനാൽതന്നെ തടവുകാരികളെ വിസ്മരിക്കുവാൻ അവർക്ക് ഈ ന്യായംതന്നെ ധാരാളമാണ്. ഈയൊരു സാഹചര്യം തടവുകാരിക ളുടെ മേൽ സൃഷ്ടിക്കുന്ന സമ്മർദ്ദം എത്രമാത്രം വലുതായിരിക്കുമെന്ന് ഞങ്ങൾക്ക് മനസ്സിലാകും. എന്നാൽ എത്ര ശ്രമിച്ചാലും അവരുടെ നില വിലെ സാഹചര്യവുമായി ബന്ധപ്പെട്ട കൂടുതൽ വിശദാംശങ്ങൾ അറി യാൻ വഴിയില്ലായിരുന്നു. സുആദിന്റെ വരവോടെ മറ്റു വനിതാസഖാക്കളെ സംബന്ധിച്ച വിവരങ്ങൾ അറിയാമെന്ന പ്രതീക്ഷയാണ് ഞങ്ങൾക്ക് ലഭി ച്ചത്. പക്ഷേ അതൊരു സ്വപ്നമായി തുടർന്നതേയുള്ളൂ. വനിതാ സഖാ ക്കളുടെ അവസ്ഥയെ സംബന്ധിച്ച് ചിതറിയ വിവരങ്ങൾ മാത്രമാണ് ഞങ്ങൾക്ക് ലഭിച്ചത്. രഹസ്യത്തടവറയിൽ കഴിയുന്ന കാലത്ത് ഈ വനിതാസഖാക്കൾ പ്രകടിപ്പിച്ചിരുന്ന അതുല്യമായ സഹനശേഷിയെ സംബന്ധിച്ച് ഞങ്ങൾ രഹസ്യമായും പരസ്യമായും സംസാരിച്ചുകൊണ്ടേ യിരുന്നു. എങ്കിലും ഈ മനോഹരികളായ വഴിവിളക്കുകളെ വരിഞ്ഞു

മുറുക്കി രാജ്യത്തെ തടവറകൾക്കുള്ളിലേക്കെറിയുവാൻ ഇവർക്കൊക്കെ മനസ്സ് വന്നതെങ്ങനെയായിരിക്കും?

സുആദ് അടക്കമുള്ള മിക്കവാറും വനിതാതടവുകാർക്കും നാലു വർഷം കഴിഞ്ഞപ്പോഴേക്കും ശിക്ഷാകാലാവധി കഴിഞ്ഞ് പുറത്തിറങ്ങാൻ സാധിച്ചു. ജയിൽമുറ്റത്തുനിന്നുകൊണ്ട് മോചിതരായ വനിതാസഖാക്കൾക്കുവേണ്ടി ഞങ്ങൾ മുദ്രാവാക്യം മുഴക്കി. മോചിതരായതോടെ അവരും കുടുംബങ്ങളുമായുള്ള ബന്ധങ്ങൾക്കിടയിലുണ്ടായിരുന്ന വിള്ളലുകൾ ഇല്ലാതാക്കി പാലങ്ങൾ പണിയാനാകും.

ജയിലിൽനിന്നും പുറത്തിറങ്ങിയതോടെ സുആദ് സ്ഥിരമായി സ്വലാഹിനെ സന്ദർശിക്കാൻ വന്നുതുടങ്ങി. മറ്റു വനിതാ സഖാക്കൾകൂടി ഞങ്ങളെയൊക്കെ കാണാൻ വരാൻ തുടങ്ങിയതോടെ ജയിലിനുള്ളിലെ അന്തരീക്ഷത്തിന് അയവ് വന്നു. മാത്രമല്ല പല വൈകാരികബന്ധങ്ങൾക്കും അതോടെ തുടക്കം കുറിക്കപ്പെടുകയും ചെയ്തു. ഇന്ന സഖാവും ഇന്ന വനിതാ സഖാവുമായി ഇത്തരത്തിലുള്ള വൈകാരികബന്ധം എങ്ങനെയാണ് ആരംഭിച്ചതെന്നോ എന്തുകൊണ്ട് ഇന്ന വ്യക്തിയുമായി അത്തരത്തിലൊരു അടുപ്പമുണ്ടായില്ല എന്ന് ചോദിച്ചാലോ മറുപടിയൊന്നും പറയാനില്ല. വ്യക്തികൾ തമ്മിലുള്ള ഇത്തരം ബന്ധങ്ങൾ, പ്രത്യേകിച്ച് വൈകാരികബന്ധങ്ങൾ, ആഴമേറിയതാണെങ്കിൽ അവയുടെ കാതൽ തിരിച്ചറിയുക എന്നത് അങ്ങേയറ്റം അസാധ്യമായ കാര്യമായിരിക്കും എന്നതാണ് നേര്.

സുആദിന്റെ സന്ദർശനം കഴിഞ്ഞ് സ്വലാഹ് എന്നെ സെല്ലിൽ വന്ന് കണ്ട വൈകുന്നേരം ഇപ്പോഴും നല്ല ഓർമ്മയുണ്ട്.

“മൗലിൻ ഇതു കേട്ടോളൂ. ഞാനും സുആദും അത് തീരുമാനിച്ചു. ഞങ്ങൾക്ക് ഈ വർഷം ഒരു കുഞ്ഞ് വേണമെന്ന്.”

ഞാൻ അയാളെ സൂക്ഷിച്ചു നോക്കി. സ്വലാഹിന്റെ മുഖത്ത് പരിഹാസഭാവങ്ങളൊന്നുംതന്നെ കണ്ടില്ല. കക്ഷി കാര്യമായിട്ടുതന്നെ പറയുകയാണ്.

“അതെങ്ങനെ നടക്കും സ്വലാഹേ. നമ്മുടെ അവസ്ഥയെക്കുറിച്ച് നിനക്ക് നന്നായറിയാമല്ലോ?”

“അതൊക്കെ നമ്മൾ ശരിയാക്കും.”

“എന്നുവച്ചാൽ?”

“ഞാനും നീയും സുആദും ആബിദും പിന്നെ അവന്റെ അങ്കിളും ചേർന്ന്.”

“നിർത്തിയേ നിർത്തിയേ, എനിക്ക് മനസ്സിലാകുന്നില്ല. നീയും സുആദും തമ്മിലുള്ള കാര്യത്തിൽ എനിക്കും ആബിദിനും എന്താ പങ്ക്? പിന്നെ ആരാണ് ഈ അങ്കിൾ?”

“നിങ്ങൾ എല്ലാവരും ചേർന്നതാണ് എക്സിക്യൂട്ടീവ് കമ്മിറ്റി. ഓഹ്.. സോറി... ഓർഗനൈസിംഗ് കമ്മിറ്റി.”

"മനസ്സിലായില്ല."

"ആബിദിന്റെ അങ്കിൾ വഹാബിനെ നിനക്ക് ഓർമ്മയില്ലേ? അനിശ്ചിത കാല നിരാഹാരസമരത്തിനെ തുടർന്ന് ആശുപത്രിയിൽ അഡ്മിറ്റായി രുന്നകാലത്ത് നമുക്ക് കാവൽ നിന്ന പട്ടാളക്കാരൻ."

സത്യം പറഞ്ഞാൽ ഞാൻ അയാളെ ഏതാണ്ട് മറന്നിരുന്നു എന്നു തന്നെ പറയണം. തടവുകാരായ ഞങ്ങളുടെയും കുടുംബാംഗങ്ങളുടെയു മിടയിൽ സന്ദേശങ്ങൾ കൈമാറാൻ വളരെയേറെ സഹായിച്ച വ്യക്തി യായിരുന്നു ഈ വഹാബ്. ഞങ്ങളുടെ ഒരു സംയുക്തപ്രസ്താവന വളരെ രഹസ്യമായി പത്രങ്ങൾക്ക് എത്തിച്ചുകൊടുക്കാൻ അയാൾ ശ്രമിച്ച ദിവസം എനിക്ക് നല്ല ഓർമ്മയുണ്ട്. ഒരു പോരാളിയുടെ സർവ്വഗുണ ങ്ങളുമടങ്ങിയ ദേശസ്നേഹമുള്ള മനുഷ്യനായിരുന്നു വഹാബ്. എന്നാൽ രാജ്യത്തിന് സ്വാതന്ത്ര്യം കിട്ടിയതോടെ പഴയ ചെറുത്തുനില്പ് പോരാളി യുടെ വേഷം അഴിച്ചുവച്ച് നാട്ടിലെ ജനങ്ങളെ സംരക്ഷിക്കുവാൻ ബാധ്യ സ്ഥനായ സൈനികനായി മാറാനായിരുന്നു വഹാബിന്റെ വിധി.

സ്വലാഹ് തന്റെ പദ്ധതി എനിക്ക് വിവരിച്ചുതന്നു. ഒരാഴ്ചക്കാലം നീളുന്ന ഒരു വയറുവേദന തനിക്കുണ്ടാകും. അതിന്റെ ചികിത്സയ്ക്ക് ജയിലിനുള്ളിലെ ക്ലിനിക്കിൽ പോകണം. എന്നാൽ പിന്നീടത് കടുത്ത അസുഖമായി മാറും. അതോടെ ജയിലിന് പുറത്തുള്ള ആശുപത്രിയി ലേക്ക് തന്നെ മാറ്റിയേ മതിയാകൂ എന്നാകും. അവിടെ എത്തിയാൽ വിവിധതരം പരിശോധനകളും മറ്റും നടത്തേണ്ടിവരും. അതിനെന്താ യാലും മൂന്നുനാലു ദിവസങ്ങൾ വേണ്ടിവരും.

"ഒരൊറ്റ രാത്രിയാണ് എന്നെ സംബന്ധിച്ച് പ്രധാനം. അന്ന് സുആദ് ആശുപത്രിയിൽ ഉണ്ടാകുകയും വേണം. അതിനുള്ള വഴി ഈ വഹാബ് വഴി നാം ഒരുക്കണം. അയാളുടെ അനന്തിരവൻ ആബിദ് നമുക്കൊപ്പ മുണ്ടല്ലോ? അവൻ വഴി വഹാബുമായി ബന്ധപ്പെടണം."

ഒരു കഥയുടെയോ നോവലിന്റെയോ കരടുരൂപമോ ടേപ് റിക്കാർഡ റിലെ കാസറ്റ് പ്ലേ ചെയ്യുന്നതോ കേൾക്കുന്നതുപോലെ സ്വലാഹ് പറ യുന്നതൊക്കെയും ശ്രവിച്ചിരിക്കാനേ എനിക്ക് സാധിച്ചുള്ളൂ. എന്തായാലും പദ്ധതിയുടെ വിശദാംശങ്ങൾവരെ സ്വലാഹ് വിസ്തരിച്ച് പറഞ്ഞു:

"നിനക്കെങ്ങനെയാണ് ഇത്തരമൊരു പദ്ധതി മെനഞ്ഞെടുക്കാനാ യത്?"

"വേദന കവികളെയും എഴുത്തുകാരെയും എൻജിനീയർമാരെയും ആശയങ്ങൾ സൃഷ്ടിക്കാൻ തുണയ്ക്കും."

എല്ലാം തീരുമാനിച്ചുറച്ചതുപോലെ അയാൾ ചാടി എഴുന്നേറ്റു. ആബി ദിന്റെ അരികിലേക്ക് പോകുമ്പോൾ ഞാൻ കൂടി ചെല്ലണമത്രേ. ഇന്നു രാത്രിതന്നെ തയ്യാറെടുപ്പുകൾ തുടങ്ങിയേ തീരൂ. അങ്ങനെ സ്വലാഹും ആബിദും ഞാനും എന്റെ സെല്ലിനുള്ളിൽ ഒത്തുകൂടി. ഒരു കടലാസും പേനയും കൈയിലെടുത്ത് സ്വലാഹ് കേൾക്കാവുന്ന സ്വരത്തിൽ പതിയെ പറഞ്ഞുതുടങ്ങി:

"ഇന്ന് ജൂലൈ പത്തായി തീയതി. സുആദിന് ഇപ്പോൾ ആർത്തവ കാലമാണ്. ഒരാഴ്ച കഴിയുമ്പോൾ അവൾക്ക് ഗർഭം ധരിക്കുവാൻ അനുയോജ്യമായ ദിനങ്ങൾ ആരംഭിക്കും. അത് പരിഗണിച്ച് ഞങ്ങൾ തമ്മിൽ സംഗമിക്കുന്ന തീയതി ഈ രണ്ട് തീയതികൾക്ക് ഇടയിലാകണം."

"ഒരൊറ്റ രാത്രി മതിയാകുമെന്ന് തോന്നുന്നുണ്ടോ നിനക്ക്?"

"അപ്പോൾ വയറുവേദന മറ്റന്നാൾ ആരംഭിക്കണം. ബാക്കി കാര്യങ്ങൾ അങ്കിളുമായി കൂടിയാലോചിച്ച് ചെയ്യണമല്ലേ?"

ആബിദ് ചിരിച്ചുകൊണ്ട് ചോദിച്ചു.

ആബിദിന്റെ ഉമ്മയായ വഹാബിന്റെ സഹോദരി വഴിയാണ് വിവരം അയാളുമായി പങ്കുവച്ചത്. കാര്യമറിഞ്ഞപ്പോൾ അയാൾ എതിർപ്പൊന്നും പ്രകടിപ്പിച്ചില്ല. സ്വലാഹും സുആദും നിയമപ്രകാരം വിവാഹിതരായവർ ആണോ എന്നു മാത്രമേ അയാൾക്ക് അറിയേണ്ടിയിരുന്നുള്ളൂ. അക്കാര്യം ആബിദിന്റെ ഉമ്മ വഴി ഉറപ്പായതോടുകൂടി വഹാബ് സമ്മതിച്ചു. പക്ഷേ അറിയാത്തൊരു കാര്യം സുആദ് ആശുപത്രിയിലേക്ക് വരുന്ന രാത്രിയിലെ കാവൽചുമതല എങ്ങനെയായിരിക്കും ഇദ്ദേഹത്തിനുതന്നെ കിട്ടുക എന്നതായിരുന്നു.

വയറുവേദന എന്നു പറഞ്ഞ് സ്വലാഹ് അലറിക്കരയുമ്പോഴൊക്കെ ഞങ്ങൾ അരികിലേക്ക് ഓടിയെത്തും. ഇത്രയും വേദനയുള്ളതായി അഭിനയിക്കുവാൻ അയാൾക്ക് സാധിക്കുമെന്ന് ഞാൻ കരുതിയതേ ഇല്ലായിരുന്നു. ചിരിച്ചുപോകാതിരിക്കാനായി ഞങ്ങൾ മൂന്നുപേരും പരസ്പരം നോക്കാതിരിക്കാൻ പരമാവധി ശ്രമിച്ചു. മാത്രമല്ല നിലവിളി കേട്ടാൽ മറ്റുള്ള സഖാക്കളിലാരെങ്കിലും സ്ഥലത്തെത്തുന്നതിന് മുമ്പുതന്നെ ഞങ്ങൾ സ്വലാഹിന്റെ സെല്ലിൽ എത്താനും തുടങ്ങി. അറിയാതെ എന്തെങ്കിലും പറഞ്ഞ് കള്ളി വെളിച്ചത്താകാൻ പാടില്ലല്ലോ? സഖാക്കളുടെ ഭാഗത്തുനിന്ന് എന്തെങ്കിലും രൂക്ഷമായ പരാമർശമുണ്ടായാൽ സ്വലാഹ് എങ്ങനെ പ്രതികരിക്കുമെന്ന് ഉറപ്പില്ല. ആശുപത്രിയിൽ കൊണ്ടുപോകണമെന്ന് അവർ പറയുമ്പോൾ, വേണ്ടാ, ജയിലിലെ ക്ലിനിക്കിലെ ഡോക്ടറെ കാണിച്ചാൽ മതിയെന്ന് അയാൾ നിർബന്ധം പിടിക്കും. അവിടെനിന്ന് ലഭിക്കുന്ന വേദനാസംഹാരികളോ മറ്റോ കഴിച്ചാൽ മതി. എന്തായാലും ആബിദും സ്വലാഹും പിന്നെ ഞാനുമല്ലാതെ ജയിലിനുള്ളിലെ വേറെ യാരും അറിയാതെ വേണം മുന്നോട്ടു പോകേണ്ടത്.

ആ ആഴ്ച അവസാനിച്ചതോടെ സ്വലാഹിന്റെ വയറുവേദന കഠിനമായ വേദനയായി മാറി. എന്തിനേറെ എനിക്കും ആബിദിനും പോലും തോന്നിപ്പോയി അയാൾക്ക് ശരിക്കും വേദന സഹിക്കാനാകുന്നില്ലെന്ന്. അതോടെ ആശുപത്രിയിലേക്ക് മാറ്റി. പകൽ നേരത്തെ കാവൽക്കാരൻ മാറിയതും രാത്രി ഡ്യൂട്ടിക്ക് എത്തിയത് സാക്ഷാൽ വഹാബ് തന്നെയായിരുന്നു. അന്നു രാത്രി സുആദ് ആശുപത്രിയിലെത്തുകയും പദ്ധതി നടക്കുകയും ചെയ്തു.

പക്ഷേ ഇതു കഴിഞ്ഞ് സ്വലാഹിന് ആശുപത്രിയിൽനിന്ന് പെട്ടെന്ന് ജയിലിലേക്ക് മടങ്ങാനായില്ല. അയാൾക്കായി നടത്തിയ മെഡിക്കൽ ടെസ്റ്റുകൾ സൂചിപ്പിച്ചത് അടിയന്തരമായി ഒരു അപ്പന്റിസൈറ്റിസ് ശസ്ത്ര ക്രിയ നടത്തിയേ തീരൂവെന്നാണ്. സുആദിന്റെ ഒരു കത്ത് റബീഅ കൊണ്ടുവന്ന് തന്നപ്പോൾ മാത്രമാണ് ഞങ്ങൾ ഇക്കാര്യം അറിഞ്ഞതു തന്നെ.

ആശുപത്രിയിൽ പ്രവേശിക്കുന്നതിന് ഒരാഴ്ച മുമ്പുതന്നെ സ്വലാ ഹിന് പലതവണ വയറുവേദന ഉണ്ടായിരുന്നതിനാൽ മറ്റു സഖാക്കൾ ക്കൊന്നുംതന്നെ ഇക്കാര്യത്തിൽ വേറെ സംശയമൊന്നും തോന്നിയില്ല. എന്നാൽ ചിരി കടിച്ചമർത്തി നടന്ന ഞാനും ആബിദും മാത്രം സ്വന്തം സെല്ലുകൾക്കകത്ത് കയറിയതും പൊട്ടിച്ചിരിച്ചു.

"കള്ളൻ കാര്യം സാധിച്ചു."

സ്വലാഹിനെ ആശുപത്രിയിൽ ചെന്ന് കാണുവാൻ ഞാനും ആബിദും തീരുമാനിച്ചു. കണ്ണ് പരിശോധനയ്ക്കായി ആശുപത്രിയിൽ പോകാൻ അനുവദിക്കണമെന്ന് ആവശ്യപ്പെട്ട് ഞങ്ങൾ ജയിലധികാരികൾക്ക് അപേക്ഷ നൽകി. ഗാർഡ് ഇലാലിനോട് ഞങ്ങൾക്ക് കാവൽ വരണ മെന്ന് നിർബന്ധിക്കുകയും ചെയ്തു. കാരണം അയാളുമായുള്ള ഞങ്ങ ളുടെ ബന്ധം അത്രയ്ക്ക് ശക്തമായിരുന്നു. തുടക്കത്തിൽ കൈക്കൂലി യായി പണം നൽകിക്കൊണ്ട് ആരംഭിച്ച ആ ബന്ധം പിന്നീട് സൗഹൃദ മായി മാറുകയായിരുന്നു.

സ്വലാഹിന്റെ മുറിയിലെത്തിയതും ഞങ്ങൾ മൂന്നുപേരും പൊട്ടിച്ചിരി ക്കാൻ തുടങ്ങി:

"ഇത്ര വേദന അഭിനയിക്കുവാൻ നിനക്കെങ്ങനെ സാധിക്കുന്നു വെന്നാണ് ഞങ്ങൾ പരസ്പരം ചോദിച്ചുകൊണ്ടിരുന്നത്?"

സ്വലാഹ് കെട്ടിപ്പിടിക്കാൻ നോക്കിയെങ്കിലും ഞങ്ങൾ വിലക്കി. പകരം അരികിലേക്ക് ചെന്ന് മുഖത്ത് ചുംബിച്ചു. വലതുകൈയിൽ ട്രിപ്പ് നൽകാ നുള്ള ട്യൂബ് ഘടിപ്പിച്ചിരിക്കുന്നതു കാണാം. മുഖത്താകട്ടെ അല്പം വിളർച്ച ബാധിച്ചിട്ടുമുണ്ട്.

അന്നു രാത്രിയിലെ വിശദാംശങ്ങൾ ഞങ്ങൾ തിരക്കിയപ്പോൾ ചെറി യൊരു ചിരിയോടെ സ്വലാഹ് എല്ലാം പറഞ്ഞു:

"ഒരു കുഞ്ഞും സ്ത്രീയും കൂട്ടിനില്ലെങ്കിൽ ജീവിതത്തിന് എന്തർത്ഥ മാണുള്ളത്?"

"അത്രയ്ക്ക് ധൃതിയായോ? കുഞ്ഞ് ജനിച്ചിട്ടുതന്നെയില്ല. അതിനു ള്ളിൽ സുആദിന്റെ കാര്യം സൂചിപ്പിക്കുന്നതിന് മുമ്പേ കുട്ടിയുടെ കാര്യം പറയാനും തുടങ്ങിയോ?"

"ഞാനെന്ത് പറഞ്ഞാലും വാക്കുകൾക്കുള്ളിൽ ചികയാൻ, അല്ലെ ങ്കിലും നിനക്ക് വലിയ കഴിവുതന്നെയാണ് മൗലീനേ."

സലാഹും സുആദും ഒരു രാത്രി ഒരുമിച്ച് കഴിഞ്ഞെങ്കിൽപോലും അതുമാത്രം വച്ച് അവൾക്ക് ഗർഭിണിയാകാനാകുമോ എന്ന ഭയം അവർക്ക് ഇരുവർക്കും ഉണ്ടായിരുന്നു. എന്നാൽ സ്വലാഹ് ഒരുമാസത്തെ ആശുപത്രിവാസം കഴിഞ്ഞ് തിരികെ വന്നപ്പോൾ സുആദ് ആദ്യം കൊണ്ടുവന്ന വാർത്ത താൻ ഗർഭിണിയാണെന്നതായിരുന്നു. മറക്കാനാകാത്തൊരു ദിനമായിരുന്നു അത്. അതിലേറ്റവും സന്തോഷിച്ചത് ഞങ്ങളായിരുന്നു. പതിയെ ആ വാർത്ത സഖാക്കളെല്ലാവരുടെയും ചെവികളിലുമെത്തി. വിവരങ്ങൾ അറിഞ്ഞതോടെ ഇതേ പദ്ധതി നടപ്പിലാക്കാനായി പലരും ഒരുമ്പെടുവാൻ ശ്രമിച്ചു. പക്ഷേ ഭാര്യമാരുമായി സംഗമിച്ചാലും കുട്ടികളുണ്ടാവണമെന്ന് യാതൊരു നിർബന്ധവുമില്ലല്ലോ? വന്ധ്യത എന്ന വിഷയത്തെക്കാളുപരി തടവുജീവിതം സൃഷ്ടിച്ച മാനസികാഘാതങ്ങളായിരുന്നു പ്രധാന വില്ലൻ. എന്തായാലും സുആദിന്റെ ഉദരം പതിയെ വീർക്കാൻ തുടങ്ങിയതോടെ തനിക്കൊരു കുഞ്ഞ് ജനിക്കുന്ന ദിനത്തിനായി ദിവസങ്ങൾ എണ്ണിയെണ്ണി കാത്തിരിക്കുന്ന സ്വലാഹിനെയാണ് ഞങ്ങൾ പിന്നീട് എന്നും കാണാൻ തുടങ്ങിയത്.

ഒമ്പത്

അന്നത്തെ ദിവസം ലൈല വരുമെന്നു കരുതി കാത്തിരുന്നെങ്കിലും അവൾ എത്തിയില്ല. എന്തോ അസ്വസ്ഥത തോന്നാൻ തുടങ്ങി. അവളെ കാണാത്തതിലുള്ള കാരണമെന്തെന്നറിയാത്തതായിരുന്നു പ്രശ്നം. വരാൻ കഴിയില്ലെങ്കിൽ അക്കാര്യം അവൾ നേരത്തെ സൂചിപ്പിക്കുന്നതാണ് പതിവ്. അല്ലെങ്കിൽ മറ്റാരെങ്കിലും ജയിൽസന്ദർശനത്തിന് വരുമ്പോൾ തനിക്ക് ഇത്തവണ വരാൻ സാധിക്കില്ലെന്ന വിവരം പറഞ്ഞുവിടും. എന്നാൽ ഇന്ന് ലൈല വന്നില്ലെന്ന് മാത്രമല്ല, ഇക്കാര്യം ആരു വഴിയും അറിയിച്ചതുമില്ല. സന്ദർശനസമയം തീരാൻ ഇനി കാൽ മണിക്കൂറേ ബാക്കിയുള്ളൂ. ഞാനാകട്ടെ ജയിൽ വാതിൽക്കൽ ലൈല പ്രത്യക്ഷപ്പെടുന്നതും പ്രതീക്ഷിച്ച് ഇടനാഴിയുടെ അറ്റത്തുതന്നെ കണ്ണുംനട്ട് നോക്കി നിൽക്കുകയാണ്. പക്ഷേ പതിവുള്ള സന്ദർശനസമയം കഴിഞ്ഞിട്ടും അവൾ വന്നതേയില്ല.

റബീഅ തന്റെ ഭർത്താവിനോട് യാത്ര പറഞ്ഞ് ഇറങ്ങാൻ തുനിയുന്നത് കണ്ടതും ഞാൻ അരികിലേക്ക് ചെന്നു. ലൈലയെ ഫോൺ ചെയ്ത് എന്താണ് കാര്യമെന്ന് തിരക്കി, നാളെ വരുന്ന സുആദിനെ അറിയിക്കണമെന്ന് ചട്ടംകെട്ടി. സുആദ് നാളെ സ്വലാഹിനെ കാണാൻ വരുന്നുണ്ട്. എന്നാൽ അവൾ വരുന്നതിന് മുമ്പുതന്നെ ലൈല ജയിലിലെത്തി. അവൾ ആകെ ദുഃഖിതയാണെന്ന് ഒറ്റനോട്ടത്തിൽത്തന്നെ മനസ്സിലായി.

"എന്തുപറ്റി ലൈലാ? സുഖമില്ലേ?"

"ഇല്ല. എനിക്ക് കുഴപ്പമൊന്നുമില്ല."

"കാണാതായപ്പോൾ ഇന്നലെ ഞാനാകെ അസ്വസ്ഥനായിപ്പോയി. എന്തുപറ്റിയെന്ന് അറിയില്ലല്ലോ?"

"സീ അഹ്മദ് വീട്ടിലേക്ക് വന്നു. അദ്ദേഹത്തിന് മുറിവേറ്റിരുന്നു. തനിച്ചാക്കി വരാൻ പറ്റിയില്ല. അതാണ് കാരണം."

"എന്താ സംഭവിച്ചത്?"

"പാർട്ടിയിലെ രണ്ട് ഗ്രൂപ്പുകൾ തമ്മിൽ സംഘട്ടനമുണ്ടായി. ഇന്നലെ നടന്ന സെൻട്രൽ കമ്മിറ്റി യോഗത്തിനിടയിലായിരുന്നു സംഭവം."

“അതെങ്ങനെയാണ് സംഭവിച്ചത്? ശരിക്കും എന്താണ് നടന്നതെന്ന റിഞ്ഞോ?”

“നിലവിൽ കൂടുതൽ വിശദാംശങ്ങളൊന്നുമറിയില്ല. എന്തായാലും സംഘട്ടനം അവസാനിപ്പിക്കാനായി പൊലീസ് ഇടപെട്ടു. മിക്കവാറും സെൻട്രൽ കമ്മിറ്റി അംഗങ്ങളേയും അറസ്റ്റ് ചെയ്തു എന്നാണറിഞ്ഞത്.”

“പക്ഷേ യോഗം നടക്കാറുള്ളത് പാർട്ടി ആസ്ഥാനത്തിനുള്ളിലാ ണല്ലോ? പിന്നെ എങ്ങനെയാണ് പൊലീസ് ഇടപെടലുണ്ടാകുന്നത്?”

“എക്സിക്യൂട്ടീവ് കമ്മിറ്റി അംഗങ്ങളായിരുന്നു പാർട്ടി ആസ്ഥാനത്തി നകത്ത് ഉണ്ടായിരുന്നത്. പാർട്ടിയിൽനിന്നും പുറത്താക്കപ്പെട്ടവരാണെന്ന ന്യായം പറഞ്ഞ് മറുവിഭാഗത്തെ ആസ്ഥാനത്തിനകത്തേക്ക് കടത്തി വിടാൻ തയ്യാറായില്ല. എന്നാൽ തങ്ങൾക്കും യോഗത്തിൽ പങ്കെടുത്തേ തീരൂ എന്നു പറഞ്ഞ് സെൻട്രൽ കമ്മിറ്റി അംഗങ്ങൾ ഉറച്ചു നിന്നു. വാക്കു തർക്കം സംഘർഷത്തിലേക്കും ആക്രമണത്തിലേക്കും നയിച്ചതോടെ യാണ് പൊലീസിനെ സഹായത്തിന് വിളിച്ചത്.”

ഞങ്ങൾ ഈ പാർട്ടി വിട്ടാണ് രഹസ്യസംഘടനയിൽ ചേർന്നത്. പാർട്ടി ഞങ്ങളെ അംഗീകരിക്കുകയോ വിചാരണകാലത്ത് പിന്തുണയ്ക്കുകയോ ചെയ്തിട്ടില്ല. എങ്കിലും പാർട്ടി ആസ്ഥാനത്ത് നടന്ന കാര്യങ്ങൾ കേട്ട പ്പോൾ നല്ല വേദന തോന്നി. ഞങ്ങളുടെ തടവുകാലത്തിന്റെ രണ്ടാമത്തെ പതിറ്റാണ്ട് ആരംഭിച്ച ഘട്ടമായിരുന്നു അത്. അക്കാലത്ത് പാർട്ടിയുമാ യുള്ള ഞങ്ങളുടെ ബന്ധം വീണ്ടും മെച്ചപ്പെടാൻ തുടങ്ങി. ഞങ്ങൾ അയച്ചുകൊടുക്കുന്ന സർഗ്ഗാത്മക കൃതികളും പ്രസ്താവനകളുമൊക്കെ പാർട്ടി വെട്ടിത്തിരുത്തലുകളില്ലാതെ പ്രസിദ്ധീകരിക്കാനും മറ്റു മനുഷ്യാ വകാശ സംഘടനകൾ വഴി ഞങ്ങളുടെ മോചനത്തിനായി വാദിക്കാനും തുടങ്ങിയിരുന്നു.

ലൈലയെ അന്നു കണ്ടപ്പോൾ ദുഃഖത്തിന്റെ കോട്ടയാണെന്നു തോന്നി. കണ്ണുകളിൽ കണ്ണുനീർ തുളുമ്പിനിൽക്കുന്നത് കണ്ടു. ലൈല സാധാരണ ഇങ്ങനെയാണ്. അങ്ങേയറ്റം വൈകാരികമായ മുഹൂർത്ത ങ്ങളിലും അവളുടെ കണ്ണുകളിൽ കണ്ണുനീർ നിറയുന്നത് കാണാം. പക്ഷേ താഴേക്ക് ഒലിച്ചിറങ്ങുകയില്ലെന്നുമാത്രം. അവളുടെ നിശ്ശബ്ദമായ തേങ്ങ ലാണ് എന്നെ ഏറെ വിഷമിപ്പിച്ചത്.

ആ കണ്ണുകളിലേക്ക് ഏറെ നേരം നോക്കിയിരുന്നപ്പോൾ എന്തു കൊണ്ടാണെന്നറിയില്ല എനിക്ക് ഓർമ്മവന്നത് സ്പാനിഷ് എഴുത്തു കാരനായ കാമിലോ ഹൊസെ സേലായെയായിരുന്നു. കരയാത്ത പെണ്ണിനെ വറ്റിപ്പോകുന്ന അരുവിയോടും പാടാൻ മറന്ന പക്ഷിയോടും ഉപമിച്ച എഴുത്തുകാരനായിരുന്നു ഹൊസെ. അദ്ദേഹം വർണിച്ചതുപോലെ കരയാത്ത സ്ത്രീകളെ ഞാൻ കണ്ടിട്ടേയില്ല. എന്നാൽ യൂറോപ്പിൽ നിന്നെത്തിയ ക്രിസ്റ്റി കാരണം പാശ്ചാത്യരായ സ്ത്രീകളെ സംബന്ധിച്ച ഞങ്ങളുടെ ധാരണകളെല്ലാം തകർന്നു. ഞങ്ങളുടെ കൂട്ടത്തിലെ ബൂജുംഅയുമായി ബന്ധപ്പെടാൻ തുടങ്ങിയത് മുതൽ അവരൊരു

വറ്റാത്ത ഉറവയാണെന്നാണ് ഞങ്ങൾക്കു തോന്നിയത്. കൃത്യമായ ലക്ഷ്യബോധമുള്ള ഊഷ്മളതയുള്ളൊരു സ്ത്രീ. അന്താരാഷ്ട്ര മനുഷ്യാവകാശസംഘടനയായ ആംനസ്റ്റി ഇന്റർനാഷ്ണലിന്റെ റിപ്പോർട്ടിൽ ഞങ്ങളെ സംബന്ധിച്ച വിശദമായ വിവരങ്ങൾ പ്രസിദ്ധീകരിച്ചുവന്നതിനു ശേഷം ക്രിസ്റ്റി ഞങ്ങളുടെ കാര്യത്തിൽ പ്രത്യേക ശ്രദ്ധ കാണിക്കാൻ തുടങ്ങി. പ്രധാനമായും ബുജുംഅയുമായാണ് അവർ കത്തിടപാടുകൾ നടത്തിയത്. അയാളാണ് അവരോട് മൊറോക്കോയിലേക്ക് വരുവാനും ഇവിടെ പ്രവർത്തിക്കുവാനും പ്രേരിപ്പിക്കുന്നത്. ശേഷം ഗർബിയ്യയിലേക്ക് അവർ വരുന്നത് ഈ നാട്ടിലെ ഏതൊരു സാധാരണക്കാരനേയുംപോലെയായിരുന്നു.

ഞങ്ങളെ സംബന്ധിച്ച ഫയൽ പ്രസിദ്ധീകരിക്കപ്പെട്ടപ്പോൾ അതിൽ ഞങ്ങളുടെ ചിത്രങ്ങളും ജനനത്തീയതിയും ജയിൽ തടവുകാരുടെ നമ്പറുകളും തടവറയിലെ സാഹചര്യത്തെ സംബന്ധിച്ച വിവരങ്ങളുമുണ്ടായിരുന്നു. തടവുകാലം തുടങ്ങി പത്തുവർഷം പിന്നിട്ടപ്പോഴേക്കും ഞങ്ങൾക്ക് പേരുകൾക്കു പകരം നമ്പറുകൾ മാത്രമേ ഉണ്ടായിരുന്നുള്ളൂ എന്നതു നേരാണ്. തുടക്കത്തിൽ ഇതൊരു വേദനയായി മനസ്സിൽ നിറഞ്ഞിരുന്നു. എന്നാൽ വർഷങ്ങൾ കഴിഞ്ഞതോടെ ഈ നമ്പറുകളുമായി എന്തോ ഒരു അടുപ്പം തോന്നിത്തുടങ്ങി. തപാലിലൊരു കത്ത് വന്നാൽ പേരിന് പകരം ഒരു നമ്പറായിരിക്കും ഉണ്ടാകുക എന്ന അവസ്ഥയിലായി കാര്യങ്ങൾ. ഒരിക്കൽ ഞാൻ സ്വലാഹിനോട് ചോദിച്ചു,

"എന്നെങ്കിലുമൊരു നാൾ നമുക്ക് സ്വന്തം നമ്പർ മറക്കാൻ സാധിക്കുമോ?"

"എന്നെങ്കിലുമൊരു നാൾ നമുക്ക് സ്വന്തം ചർമ്മം വേണ്ടെന്ന് വയ്ക്കാനാകുമോ?"

സന്ദർശനസമയത്തുടനീളം ലൈല ദുഃഖിതയും പതറിപ്പോയ നിലയിലുമാണ് കാണപ്പെട്ടത്. അവളുടെ മനസ്സിനേറ്റ മുറിവുകളെ വാക്കുകൾകൊണ്ട് ചുറ്റിക്കെട്ടാനാണ് ഞാൻ ശ്രമിച്ചത്. രൂപീകരണകാലം മുതൽ തന്നെ പാർട്ടിയുടെ ഉള്ളിൽ ഇത്തരം വൈരുദ്ധ്യങ്ങൾ ഉണ്ടാകാറുണ്ട്. പക്ഷേ അവയെല്ലാംതന്നെ ദീർഘകാലം പരിഗണിച്ചാൽ പാർട്ടിയുടെ താല്പര്യങ്ങൾക്ക് അനുഗുണമായി ഭവിക്കുകയാണ് ചെയ്യുക. ഇതൊന്നും തന്നെ പാർട്ടിയെ നശിപ്പിക്കുകയോ അപകടപ്പെടുത്തുകയോ ഒന്നുമില്ല. മറിച്ച് ഇതെല്ലാംതന്നെ പാർട്ടിയുടെ സ്വത്തായി മാറും. പാർട്ടിക്കകത്തുള്ള സംഘർഷങ്ങൾ അതിനെ നശിപ്പിക്കുന്നതിന് പകരം ആഴത്തിൽ വേരോടിക്കുകയാണ് ഇതുവരെയും ചെയ്തത്.

"പക്ഷേ ഇപ്പോൾ കാര്യങ്ങൾ കൂടുതൽ ഛിദ്രത്തിലേക്ക് മാത്രമാണല്ലോ വളരുന്നത്?"

എന്റെ കൈകൾ തന്റെ കഴുത്തിലും മുടിയിഴകളിലും തഴുകുന്നതിനിടയിലും ലൈല നെടുവീർപ്പോടെയാണ് ഇക്കാര്യങ്ങളൊക്കെ പറയുന്നതെന്ന് പ്രത്യേകം ശ്രദ്ധിച്ചു. അവൾ എന്റെ അരികിലേക്ക് കൂടുതൽ

അടുത്തിരുന്നശേഷം തോളത്ത് തല ചേർത്തുവച്ച് കണ്ണുകൾ പൂട്ടിയിരുന്നു.

പാർട്ടിയുടെ നിലവിലെ സാഹചര്യത്തെ സംബന്ധിച്ച് ലൈലയുടെ ശരിക്കുള്ള നിലപാട് എന്താണെന്നോ പാർട്ടിയുടെ ഏത് വിംഗുമായാണ് അവൾക്ക് ബന്ധമെന്നോ എനിക്കിതുവരെ മനസ്സിലായിട്ടില്ല എന്നതാണ് നേര്. പക്ഷേ ഒരു കാര്യത്തിൽ ഉറപ്പുണ്ട്. ലൈലയുടെ ദുഃഖത്തിന്റെ വലിപ്പമെന്നത് അവളുടെ സത്യസന്ധതയുടെ വലിപ്പം തന്നെയാണ്.

ഞങ്ങൾ പാർട്ടിയുടെ യുവജനവിഭാഗത്തിൽ പ്രവർത്തിക്കുമ്പോഴാണ് ലൈല സർവ്വകലാശാലയിൽ വിദ്യാർത്ഥിയായി ചേരുന്നത്. പിന്നീട് ഞങ്ങളുമായും ബന്ധപ്പെടാൻ തുടങ്ങി. എല്ലാവരുടെയും ശ്രദ്ധ കവരുന്നൊരു വ്യക്തിത്വമായിരുന്നുവെങ്കിലും ലൈലയുടെ കഴിവുകൾ വെളിച്ചത്ത് വന്നത് സ്റ്റുഡന്റ്സ് കോൺഫറൻസോടുകൂടിയായിരുന്നു. ഒരേ സമയം മൂർച്ചയേറിയൊരു അമ്പാണെന്നും അതേസമയം ഇളംകാറ്റിൽ ആടിയുലയുന്നൊരു ഇലയാണെന്നുമായിരിക്കും അവളെക്കുറിച്ച് നിങ്ങൾക്ക് തോന്നുക. പക്ഷേ ഇന്നുവരെ മനസ്സിലാകാത്ത കാര്യം എന്തുകൊണ്ടാണ് പാർട്ടിയിലെ സഖാക്കൾ അവൾക്കെതിരെ തിരിഞ്ഞതെന്ന കാര്യമാണ്. സത്യം പറഞ്ഞാൽ അവളുടെ പ്രവർത്തനങ്ങളുടെ ശരിക്കുള്ള ഗുണഭോക്താക്കളായിരുന്നു അവരെല്ലാവരും.

അതേസമയം പാർട്ടിയിൽ അംഗമാകുന്ന കാര്യം അവൾ നിരന്തരം നിരസിച്ചുകൊണ്ടുമിരുന്നു. സംഘടനയിൽ ഔദ്യോഗിക അംഗമല്ല എന്നതൊഴിച്ചുനിർത്തിയാൽ പാർട്ടിയിലെ സഖാക്കളുമായി ഇടപഴകുന്നതിൽനിന്നും ഒരുനാളും അവൾ മാറിനിന്നിട്ടേയില്ല. പാർട്ടിയിൽ ചേരാനുള്ള നേരമായിട്ടില്ലെന്നും അത് തനിക്കൊരു ബാധ്യതയായിത്തീരുമെന്നാണ് അവൾ ന്യായീകരിച്ചിട്ടുള്ളത്. എന്നാൽ പല കാര്യങ്ങൾ ഈ വിഷയത്തിന് പിന്നിലുണ്ടെന്ന് തോന്നിയിട്ടുണ്ട്. ലൈലയുടെ അസാന്നിധ്യത്തിൽ അവ എന്തൊക്കെയാണെന്നറിയാൻ സഖാക്കളിൽ പലരും ശ്രമിക്കാറുണ്ട്. എന്നാൽ അവളുടെ സാന്നിധ്യത്തിൽ ഇവരൊക്കെ നിശ്ശബ്ദരാകുകയേ ഉള്ളൂ. എന്നാൽ അതൊക്കെ വ്യക്തിപരമായ കാര്യമാണെന്നും താൻ വളർന്ന സാഹചര്യങ്ങളുടെ സൃഷ്ടിയാണെന്നുമായിരിക്കും ലൈലയുടെ പ്രതികരണം. അതേസമയം സംഘടനയിൽ അംഗമാകാൻ തന്റെ മേൽ കടുത്ത സമ്മർദ്ദമുള്ള വിവരം ഏറ്റവും നന്നായി അറിയുന്നതും അവൾക്കു തന്നെയായിരുന്നു.

"പാർട്ടിയിലെ ഏതെങ്കിലുമൊരു പുരുഷനുമായി ഒരു സ്ത്രീക്ക് ബന്ധമില്ലെന്ന് കണ്ടാലുടൻ അവളെ പാർട്ടിയിലേക്ക് തന്നെ പിടിച്ച് കെട്ടുന്നത് എന്തിനാണ്?"

ഇങ്ങനെയായിരുന്നു ലൈല ചോദിച്ചിരുന്നത്.

ലൈലയെ വൈകാരികമായി സംഘടനയിലേക്ക് ആകർഷിക്കാനുള്ള ദൗത്യം ഞാനേറ്റെടുക്കണമെന്നാണ് ഒപ്പമുള്ള സഖാക്കൾ നിർബന്ധിച്ചിരുന്നത്. അതിന് കാരണം ഞാനുമായുള്ള ബന്ധം അവരുടേതുമായുള്ളതുപോലെ അത്ര സാധാരണ രീതിയിലുള്ളത് ആകാത്തതിനാലായിരുന്നു.

പാർട്ടീബന്ധവുമായി ബന്ധപ്പെട്ട വിഷയം ഉന്നയിക്കുമ്പോഴെല്ലാം ലൈല ഒഴിഞ്ഞുമാറുന്നതുപോലെ എനിക്ക് തോന്നിയിട്ടുണ്ട്. എന്നെ സംബന്ധിച്ചാണെങ്കിൽ അവൾ സ്വന്തത്തിന്റെ എല്ലാമെല്ലാമാണ്. എന്നാൽ കൈയിൽനിന്നും എന്നെന്നേക്കുമായി വഴുതിപ്പോയ്ക്കളയുമോ എന്ന ഭീതിയുള്ളതിനാൽ പൂർണമായി അടുക്കാനാകാത്ത അവസ്ഥയിലായിരുന്നു. എത്ര ധൈര്യശാലിയാണെന്ന് പറഞ്ഞാലും സഖാക്കളെ അഭിമുഖീകരിക്കാനോ എന്തുകൊണ്ടാണ് പാർട്ടിയിൽ ചേരുന്ന കാര്യം നീട്ടിവയ്ക്കുന്നതെന്ന് വിശദീകരിക്കാനോ ലൈല തയ്യാറായിരുന്നില്ല എന്ന കാര്യം പറഞ്ഞേ തീരൂ.

ഒരിക്കൽ വനിതാസംഘടനയെയും പാർട്ടിക്കുള്ളിൽ അതിന്റെ സ്ഥാനത്തെക്കുറിച്ചും എന്താണ് അഭിപ്രായമെന്ന് ഞാൻ വെറുതെ ചോദിച്ചു. കുറേനേരം എന്റെ നേർക്ക് നോക്കിയിരുന്നശേഷം ലൈല മറ്റൊരു ചോദ്യമാണ് തിരികെ ഉന്നയിച്ചത്:

"പാർട്ടിക്ക് ശരിക്കുമൊരു വനിതാസംഘടനയുണ്ടോ? കുറേ പുരുഷന്മാരും പിന്നെ അവരുടെ ഭാര്യമാരുമല്ലേ പാർട്ടി?"

സഖാക്കളായ പുരുഷന്മാർ സ്ത്രീകളെ ആകർഷിച്ച് അംഗമാക്കുന്ന രീതിയിൽ ലൈലയ്ക്ക് തീരേ തൃപ്തിയില്ലായിരുന്നു. ഇക്കാര്യം എനിക്ക് നല്ലതുപോലെ അറിയാവുന്നതുമായിരുന്നു. വിദ്യാർത്ഥിയൂണിയനുകളിലും മറ്റും വനിതകൾ തീപ്പൊരിപോലെയായിരിക്കും തുടക്കത്തിൽ പ്രത്യക്ഷപ്പെടുക. പ്രസ്ഥാനത്തിന്റെ അടിസ്ഥാനഭാഗമായി അവരെ മാറ്റുന്നതിൽ പുരുഷസഖാക്കൾ വഹിക്കുന്ന പങ്ക് ആർക്കും നിഷേധിക്കാനാകില്ല. പക്ഷേ പ്രണയബന്ധങ്ങൾക്ക് തുടക്കംകുറിക്കുന്നതോടെ പഴയ ജ്വാലയൊക്കെ കെടാൻ തുടങ്ങും. പിന്നെ അതിവേഗമായിരിക്കും ഈ യുവതികൾ രണ്ടാംനിരയിലേക്ക് പിന്തള്ളപ്പെടുന്നത്. സ്ത്രീകൾ വീടുകൾക്കുള്ളിൽ ഒതുങ്ങും. ഇത് ആ സ്ത്രീകളുടെ പ്രശ്നമാണോ? അതോ പുരുഷസഖാക്കളാണോ കാരണക്കാർ? അതുമല്ല ഇവിടെ ഇങ്ങനെയൊക്കെയേ നടക്കുകയുള്ളോ?

സ്ത്രീയുടെ പുരോഗതി ഒരു സുഹൃത്തിനെയോ സഹപ്രവർത്തകനെയോ കാമുകനെയോ ആശ്രയിച്ചാണിരിക്കുന്നതെങ്കിൽ അതൊരിക്കലും പൂർണത പോയിട്ട് അത്യാവശ്യപരിധിവരെപ്പോലും എത്തുകയില്ല എന്നാണ് എനിക്കു തോന്നിയിട്ടുള്ളത്.

ലൈലയ്ക്കെതിരെയുള്ളആരോപണങ്ങൾ കുന്നുകൂടിയകാലത്ത് അവയ്ക്കു പിന്നിൽ പ്രവർത്തിച്ചവരൊന്നുംതന്നെ അവ അവളിൽ സൃഷ്ടിക്കുന്ന മാനസികാഘാതങ്ങളെക്കുറിച്ചൊന്നും ചിന്തിച്ചിട്ടുണ്ടാവില്ല. അവരെ സംബന്ധിച്ച് അതൊരു ചിന്താവിഷയംതന്നെ ആയിരിക്കില്ല. തന്റെ വ്യക്തിത്വത്തെ സംബന്ധിച്ചും സ്വഭാവശുദ്ധിയെക്കുറിച്ചും വൃത്തികെട്ട നാവുകൾ പറഞ്ഞു പ്രചരിപ്പിച്ച കാര്യങ്ങൾ ഒരളവോളം സഹിക്കാനും സ്വയം നിയന്ത്രിക്കാനുമാണ് ലൈല ശ്രമിച്ചത്. അവളെ തകർക്കാനും

ഞങ്ങളുമായുള്ള ബന്ധത്തിൽ വൻവിള്ളൽ വീഴ്ത്താനും പോന്ന ആക്രമണങ്ങളാണ് നടന്നത്. ഒരു സ്ത്രീ പുരുഷന്റെ പിടിയിൽനിന്ന് കുതറിമാറി പുരോഗതിയിലേക്ക് കുതിക്കാൻ ശ്രമിച്ചാൽ പൊലീസിന്റെ ചാരയെന്നും പിഴച്ചവളെന്നും വിശേഷിപ്പിച്ച് അവളെ തകർക്കാൻ ശ്രമിക്കുന്നതെന്തിനാണെന്ന് മനസ്സിലായിട്ടേയില്ല. ലൈലയുടെ കാര്യത്തിലും ഇതുതന്നെയാണ് സംഭവിച്ചത്. അവളെ ഇവർക്കൊന്നും നിയന്ത്രിച്ചു നിർത്താനാകില്ല. അതിനാൽതന്നെ അവളെ പുകച്ച് പുറത്തു ചാടിക്കുന്ന പരിപാടി അരങ്ങേറുകയും ചെയ്തു.

പിന്നീട് ലൈലയെ ഞങ്ങൾക്കിടയിൽ കാണാതായി. സംഘടനയിൽ പേരിനുണ്ടെങ്കിലും ഞങ്ങളുടെ വൃത്തത്തിലൊന്നും അവൾ പ്രത്യക്ഷപ്പെടാതായി. അതോടെ ആദ്യം പെരുമാറ്റദൂഷ്യത്തിനുടമയെന്നും പിന്നീട് പ്രസ്ഥാനത്തെ തകർക്കാൻ ശ്രമിക്കുന്നവളുമെന്ന സംശയം പ്രചരിക്കാൻ തുടങ്ങി. ലൈല പൊലീസിന്റെ ചാരയാണത്രേ. ആ ആരോപണത്തെത്തുടർന്ന് ഒരു സുപ്രഭാതത്തിൽ ലൈല ബഹിഷ്കൃതയായി. പിന്നീട് അവ സർവ്വരുടെയും നാവുകളിലൂടെ പ്രചരിക്കുവാൻ തുടങ്ങി. അത് പിന്നീട് സർവ്വദിക്കിലുമുള്ളവരുടെയൊക്കെ ചെവികളിലുമെത്തി. ഈ തമാശയ്ക്ക് അന്ത്യം കുറിക്കുവാൻ ലൈലയ്ക്കു മുന്നിൽ ഒരു വഴിയേ ഉണ്ടായിരുന്നുള്ളൂ. മുഹമ്മദ് ബാസുവിന്റെ വിവാഹാഭ്യർത്ഥന സ്വീകരിക്കുക.

എന്നിട്ടും ലൈലയുടെ സാന്നിധ്യം എന്നിൽ നിറഞ്ഞുതന്നെ നിന്നു. ഇക്കാര്യം എനിക്കു മാത്രമല്ല എന്നെ സ്നേഹിച്ചിരുന്ന അമീനയ്ക്കും അറിയാമായിരുന്നു. ലൈലയുടെയും മുഹമ്മദും തമ്മിലുള്ള വിവാഹം നടന്നതോടെ എന്റെ മനസ്സ് മാറുമെന്നും പുതിയ ജീവിതം ആരംഭിക്കാൻ ഞാൻ തയ്യാറാകുമെന്നുമാണ് അമീന കരുതിയത്. എന്നാൽ എല്ലാം വെറുതെയായിരുന്നു. ലൈല എന്നിൽ നിറഞ്ഞുനിന്നതേയുള്ളൂ. സർവ്വരോമകൂപങ്ങൾക്കിടയിലൂടെ അവൾ ഉള്ളിലേക്ക് ഊർന്നിറങ്ങുകയായിരുന്നു. ഈ അവസ്ഥയിലും അമീന എന്നെ കാണാൻ വന്നുകൊണ്ടിരുന്നു. അവസാനം മടുത്തിട്ടാകണം അവൾ അബ്ബാസിനെ വിവാഹം കഴിച്ചത്.

മുഹമ്മദുമായുള്ള വിവാഹം നടന്നശേഷം ലൈലയോടുള്ള അഭിനിവേശം അടക്കിനിർത്തുവാൻ ഞാൻ പരമാവധി ശ്രമിച്ചു. പക്ഷേ ആ പേര് കേൾക്കുന്ന മാത്രയിൽതന്നെ അവൾ എന്റെ ദേഹത്തുനിന്ന് ഉണരാൻ തുടങ്ങും. എന്റെയുള്ളിൽ അവൾക്ക് ശരിക്കുള്ള സ്ഥാനമെന്തായിരിക്കുമെന്നു കണ്ടെത്താൻ ശ്രമിച്ചുനോക്കിയിട്ടുണ്ട്. പക്ഷേ ബുദ്ധിമുട്ടായിരുന്നു. ഒരു കാര്യം മാത്രം തീർച്ചയായിരുന്നു. അടർത്തിമാറ്റാനാകാത്തവിധം എന്നിൽ നിറഞ്ഞുനിൽക്കുകയാണ് ലൈല.

ഒരു നാൾ എന്റെ അപ്പാർട്ടുമെന്റിന്റെ വാതിലിൽ ലൈല മുട്ടിവിളിച്ചത് ഓർമ്മയുണ്ട്. വാതിൽ തുറന്നപ്പോൾ കേട്ടത് വീർപ്പുമുട്ടുന്ന ശബ്ദമായിരുന്നു. ഹലോ എന്ന് പറയുമ്പോൾ അവൾ തലകുമ്പിട്ട്

നിൽക്കുകയായിരുന്നു. അവളെ കണ്ട മാത്രയിൽതന്നെ എന്റെ കൈകാലു കൾ വിറയ്ക്കാൻ തുടങ്ങി. മുറിയിൽ ആകെയുണ്ടായിരുന്ന സോഫയിൽ അവളെ ഇരുത്തിയശേഷം ഞാൻ മുന്നിൽ ചെന്നിരുന്നു.

"മൗലീൻ, ഞാൻ സംഘടനയുടെ ഭാഗമല്ലെന്നറിയാം. അതിനാൽ തന്നെ പാർട്ടിയുടെ ആഭ്യന്തരകാര്യങ്ങളെ സംബന്ധിച്ച് അന്വേഷിക്കാ നുള്ള അവകാശം എനിക്കില്ലെന്നുമറിയാം. എങ്കിലും ചോദിക്കുകയാണ് പാർട്ടിയുടെ സംഘാടകരായ അംഗങ്ങളെക്കുറിച്ച് ആരോട് ചോദിച്ചാലാണ് അറിയുക?"

"അതൊക്കെ പാർട്ടിയുടെ ആഭ്യന്തരമായ കാര്യങ്ങളല്ലേ? പാർട്ടിയിൽ ചേരാതെ വിസമ്മതിച്ച് മാറിനിൽക്കുന്നുണ്ടെങ്കിൽപോലും നിന്നെ വളരെ അടുപ്പമുള്ള വ്യക്തിയായാണ് ഞങ്ങൾ കരുതുന്നത്. എന്നാൽ പാർട്ടി യോട് അനുഭാവമുള്ളവരേയും സംഘാടകരേയും തമ്മിൽ വേർതിരിച്ചറി യാനുള്ള കഴിവെനിക്കില്ലെന്ന് പറഞ്ഞാൽ വിശ്വസിക്കണം. ആകെ അറി യാവുന്നത് യുവജനസംഘടനയിലെ ആളുകളെയാണ്. അതുതന്നെ വിര ലിലെണ്ണാവുന്നവരേ കാണൂ. പാർട്ടിയിൽ കാര്യങ്ങൾ നടക്കുന്നത് രണ്ടു രീതിയിലാണെന്ന് നിനക്കറിയാമല്ലോ? സംഘടനയ്ക്കൊരു പൊതുമുഖ മുണ്ടെങ്കിലും രഹസ്യമായി പ്രവർത്തിക്കുന്ന ആന്തരികഘടകം വേറെ യുണ്ടാകാം. സെല്ലുകൾ വഴിയാകും ഈ രണ്ടാമത്തെ ഘടകം പ്രവർത്തി ക്കുന്നത്. സെല്ലുകളിലാകട്ടെ അഞ്ചിലധികം അംഗങ്ങൾ കാണുകയുമില്ല."

"അതെനിക്കും അറിയാം. അറിയേണ്ടത് ഇത്ര മാത്രമാണ്. അബ്ബാസ്, ഹാഫിസ്, ഹസൻ, രിസാ ഇവരൊക്കെ ഏതു സെല്ലിലെ അംഗങ്ങളാണെ ന്നാണ് അറിയേണ്ടത്."

ഇതുകേട്ട് ഞാൻ ശരിക്കും അമ്പരന്നുപോയി.

"എന്തെങ്കിലും സംഭവിച്ചോ?"

"യൂണിവേഴ്സിറ്റി മുറ്റത്തുവച്ച് ലതീഫയും സുഹൃത്തുക്കളും പരസ്യ മായി സംസാരിച്ചിരിക്കുന്നത് കേട്ടു. അടുത്തിടെ നടന്ന കൂട്ട അറസ്റ്റു കളെക്കുറിച്ചായിരുന്നു അവർ സംസാരിച്ചുകൊണ്ടിരുന്നത്. അടുത്തയിടെ സംഘടനയിൽ ചേർന്നവരും നേരത്തെ റാഡിക്കലായ പ്രസ്ഥാനങ്ങളിൽ പ്രവർത്തിച്ചവർക്കുമാണ് ഇതുമായി ബന്ധമെന്നാണ് അവർ പറഞ്ഞു കേട്ടത്. ശേഷം ഞാൻ നേരത്തെ ചോദിച്ച വ്യക്തികളുടെ പേരുകളും അവർ സൂചിപ്പിച്ചു."

അസ്വാഭാവികമായി ഒന്നും കേട്ടതായി ഭാവിച്ചില്ലെങ്കിൽപോലും വല്ലാ ത്തൊരു കുടുക്കിൽ അകപ്പെട്ട മാനസികാവസ്ഥയിലായിരുന്നു ഞാന ന്നേരം. ലൈല പറഞ്ഞതെല്ലാം ശരിയാണെന്ന് അംഗീകരിക്കുന്നയാളാണ് ഞാൻ. പക്ഷേ ഈ വിഷയത്തിൽ അക്കാര്യം തുറന്നുപറയാൻ ലജ്ജയു ണ്ടെന്ന് മാത്രം. മുസ്തഫാ, താനെന്തൊക്കെയാണെടോ ചെയ്തുവച്ചിരി ക്കുന്നത്? വിവിധ സെല്ലുകളെ തമ്മിൽ കൂട്ടിയിണക്കുന്ന കണ്ണി താനാ ണെന്ന് ലൈല അറിഞ്ഞാൽ ഞാനെന്ത് പറയും? ഇക്കാര്യത്തെക്കുറിച്ച്

അവൾക്കും ചിലതൊക്കെ അറിയാമായിരിക്കും. എന്നാൽ മര്യാദ കാരണം അവൾ അക്കാര്യം വിളിച്ചുപറയാത്തതായിരിക്കും.

ലൈല എന്നെ വീട്ടിൽ കാണാൻ വന്ന് മൂന്നു ദിവസം കഴിഞ്ഞതും ദേഷ്യം ഒന്നടങ്ങിയപ്പോൾ ഞാൻ മുസ്തഫയുടെ അരികിലേക്ക് ചെന്നു. താൻ മറ്റൊരു ഗൂഢലക്ഷ്യവുംവച്ച് പറഞ്ഞ കാര്യങ്ങളല്ലെന്ന് അയാൾ ആണയിട്ടു. പാർട്ടിയുടെ ഒരു അടിയന്തിരയോഗം തന്റെ വീട്ടിൽ വച്ച് കൂടേണ്ടിവന്നത്രേ. കാരണം അന്നു രാത്രി തനിക്ക് ടുണീഷ്യയിലേക്കൊരു യാത്ര പോകേണ്ടതുണ്ടായിരുന്നു. യോഗത്തിൽ പങ്കുവച്ച സംഘടനാ സംവിധാനം സംബന്ധിച്ച വിവരങ്ങൾ അന്നേരം വീട്ടിലുണ്ടായിരുന്ന ലതീഫയും കേട്ടിട്ടുണ്ടാകാം. അതാണ് പ്രശ്നമായത്.

ആ പ്രശ്നം വിവിധ കോണുകളിൽനിന്ന് പരിശോധിച്ചശേഷം ഇക്കാര്യത്തിൽ അശ്രദ്ധത കാണിച്ചതിൽ മുസ്തഫയ്ക്കും പിന്നെ അയാളുടെ വീട്ടിൽവച്ച് പാർട്ടിയുടെ രഹസ്യസ്വഭാവമുള്ള യോഗം ചേരാൻ സമ്മതിച്ച സഖാക്കൾക്കെല്ലാവർക്കും തുല്യപങ്കാണുള്ളതെന്ന് ഞാൻ തീർത്തു പറഞ്ഞു.

വളരെ ദുഷ്കരമായൊരു ചരിത്രസന്ധിയിലൂടെയായിരുന്നു അക്കാലത്ത് പാർട്ടി കടന്നുപൊയ്ക്കൊണ്ടിരുന്നത്. രാജ്യത്തിന് സ്വാതന്ത്ര്യം കിട്ടിയതോടെ അതുവരെ സാമ്രാജ്യത്വശക്തികൾക്ക് എതിരെ കൈയിലേന്തിയിരുന്ന ആയുധങ്ങൾ താഴെവയ്ക്കുവാൻ ദേശീയവാദികളെ നിർബന്ധിച്ചു. അതിന് കീഴടങ്ങിയത് വലിയ തെറ്റായിപ്പോയെന്ന് കരുതുന്നവരുണ്ട്. അതിനാൽ മറ്റു രാജ്യങ്ങളിലുമുള്ള ദേശീയവാദികളെക്കൂടി സംഘടിപ്പിച്ച് പുതിയ രഹസ്യപദ്ധതികൾ തയ്യാറാക്കുന്ന കാര്യം ചിന്തിക്കണം. സംഘടനയുടെ നേതൃതലത്തിൽ ചർച്ച ചെയ്യപ്പെട്ട ഇക്കാര്യത്തിൽ പ്രവർത്തനനിർദ്ദേശം ലഭിച്ചത് ഏതാനും ചില യുവജനസെല്ലുകൾക്ക് മാത്രമായിരുന്നു. മുസ്തഫയുടെ സെല്ല് അതിലൊന്നായിരുന്നു.

ഈ വിഷയത്തെക്കുറിച്ച് കൂടുതൽ തിരക്കാൻ തുനിഞ്ഞെങ്കിലും മേലിൽ ഈ പിഴവ് ആവർത്തിക്കില്ലെന്ന് പറഞ്ഞ് മുസ്തഫ ഒഴിഞ്ഞുമാറിക്കളഞ്ഞു. അതുകാരണം പൂർണതൃപ്തിയോടെയല്ലെങ്കിലും അക്കാര്യം തൽക്കാലത്തേക്ക് കൂടുതൽ സംസാരിക്കാതെ മാറ്റിവയ്ക്കുവാൻ ഞാനും നിർബന്ധിതനായി.

എന്തായാലും ഇതിനുശേഷം ലൈലയുടെ സ്വഭാവശുദ്ധിയേയും നിലപാടുകളേയും സംബന്ധിച്ച അപവാദപ്രചരണങ്ങൾ കൂടുതലാകാൻ തുടങ്ങി. ലബോറട്ടറിയിലെ ടെസ്റ്റ്യൂബിലടയ്ക്കപ്പെട്ട് നിരന്തരപരീക്ഷണത്തിന് വിധേയയാകുന്ന അവസ്ഥയിലെത്തി ലൈല. അതിൽ ചിലതൊക്കെ അവളുടെ ചെവിയിലുമെത്തി. അവളുടെ അസാന്നിധ്യത്തിൽ പ്രചരിച്ചിരുന്ന ചില സഖാക്കളുടെ വാദങ്ങളിൽ പേരിനെന്തെങ്കിലും മാത്രമേ അതുവരെ ലൈല അറിഞ്ഞിരുന്നുള്ളൂ. എന്നാൽ അവസാനത്തെ അപവാദപ്രചരണംകൂടി കേട്ടതോടെ പഴയ സഖാക്കളുമായുള്ള ബന്ധത്തിൽതന്നെ അവൾ കൃത്യമായ അകലം പാലിക്കാൻ തുടങ്ങി.

ഇടയ്ക്കിടയ്ക്കാണെങ്കിൽക്കൂടിയും ലൈല എന്നെ കാണാനായി വന്നിരുന്നു. പക്ഷേ ഞങ്ങൾ അധികമൊന്നുംതന്നെ സംസാരിച്ചിരുന്നില്ല. എന്തെങ്കിലുമൊക്കെ മിണ്ടണമെന്നുണ്ടായിരുന്നെങ്കിലും ധൈര്യം കിട്ടിയിരുന്നില്ല. അതിനാൽ അവളുടെ സാന്നിധ്യംതന്നെ ധാരാളമാണെന്ന് കരുതി തൃപ്തിപ്പെട്ടു. ഞങ്ങൾ സംസാരിച്ചിരുന്ന എല്ലാ വിഷയങ്ങളിലും ഒരു ശൂന്യത ബാക്കിയാകുമായിരുന്നു. ഓരോ തവണ യാത്ര പറയുമ്പോഴും അടുത്ത തവണ വരുമ്പോൾ അവൾ സംസാരിക്കുന്നത് ഞാൻ കേട്ടിരിക്കുമെന്ന് തീരുമാനിക്കും. പക്ഷേ പിന്നെയും ശൂന്യത തുടരുകതന്നെ ചെയ്യും. എന്നാൽ താൻ ആഗ്രഹിച്ചിരുന്നതും ഒരുതരത്തിൽ അതുതന്നെയായിരുന്നു. കാരണം ശൂന്യത നിലനിൽക്കുന്ന പക്ഷമല്ലേ ഹൃദയസ്പന്ദനങ്ങൾ കൊണ്ട് അതിനെ പിന്നീട് നിറയ്ക്കാനാകൂ. ഹൃദയം പറയുന്നത് ഹൃദയത്തിന് പിന്നീട് കേട്ടിരിക്കാനാകൂ.

വീട്ടിൽ എന്നെ കാണാനായി വന്ന അവസാനത്തേതിന് മുമ്പത്തെ സന്ദർശനത്തിനിടയ്ക്ക് ലൈല ഏറെ ദുഃഖിതയാണെന്ന് മനസ്സിലായി. പാർട്ടിയിലെ സഖാക്കളുമായുള്ള ബന്ധം അങ്ങേയറ്റം വഷളായി മാറുകയായിരുന്നു. പതിവില്ലാത്തവിധത്തിൽ അവൾ നെടുവീർപ്പിട്ടുകൊണ്ട് സംസാരിച്ചപ്പോൾ എനിക്ക് അക്കാര്യം കൂടുതൽ വ്യക്തമായി. ആ സന്ദർശനംതന്നെ വളരെ ചെറുതായിപ്പോയെന്ന് തോന്നി. അതിലെ ശൂന്യത തൊട്ടറിയാമായിരുന്നു. ആ ശൂന്യതയെ നികത്തുവാൻ അവളുടെ അണയില്ലാത്ത ദുഃഖമല്ലാതെ വേറൊന്നുമില്ലായിരുന്നു. എന്നാൽ കൺമുന്നിൽ വിരിയുന്ന ആ ദുഃഖത്തെയും നോക്കി മുന്നിലെ സോഫയിൽ ഇരിക്കുവാനല്ലാതെ മറ്റൊന്നിനും കഴിയാത്ത അവസ്ഥയിലായിരുന്നു ഞാൻ.

"നിനക്ക് സുഖമാണോ?"

'എല്ലാം പഴയതുപോലെ. പുതുതായൊന്നുമില്ല. ഞാനിപ്പോൾ വന്നത് നാളെക്കഴിഞ്ഞ് മറ്റന്നാൾ എന്റെ വിവാഹമാണെന്ന് പറയാനാണ്."

ഒരു വാക്കുപോലും ഉച്ചരിക്കാനാകാതെ അവളുടെ നേർക്കുതന്നെ നോക്കിയിരിക്കുവാനല്ലാതെ മറ്റൊന്നിനും കഴിഞ്ഞില്ല. ഞാനൊന്നും ചോദിച്ചില്ല. ഒരു വിശദീകരണവും ആവശ്യപ്പെട്ടതുമില്ല. കൈപ്പിടിയിൽനിന്നും വഴുതിപ്പോയൊരു പ്രണയത്തെക്കുറിച്ചായിരുന്നു ഞാനന്നേരം ചിന്തിച്ചത്. ഇക്കാര്യമറിയുമ്പോൾ സഖാക്കളുടെ ഭാഗത്തുനിന്ന് ഉയരാവുന്ന ചോദ്യങ്ങളെക്കുറിച്ചൊന്നും ആലോചിച്ചില്ല. അവരുടെ വ്യാഖ്യാനങ്ങളൊന്നും ശ്രദ്ധിക്കേണ്ട കാര്യമെനിക്കില്ല. എന്നെ സംബന്ധിച്ച് പ്രധാനം ലൈല മാത്രമാണ്. അവളുടെ സാന്നിധ്യവും. അതാണിപ്പോൾ ഉള്ളംകൈയിൽനിന്നും വഴുതിപ്പോകുന്നത്. ചിതറിപ്പോകുകയായിരുന്നോ ആ സാന്നിധ്യം? അതോ ആവിയായിപ്പോയോ?

എനിക്ക് ജീവിതം സമ്മാനിച്ചവളാണ് ലൈല. അവളാണ് ഇതാ കടന്നുപോകാൻ തുനിയുന്നത്. പക്ഷേ വിവാഹംകൊണ്ടൊന്നുംതന്നെ ലൈലയെ എന്റെ മനസ്സിൽനിന്നും പറിച്ചെറിയാനേ സാധിച്ചില്ല. അവൾ

പിന്നീടും എന്നിൽതന്നെ കുടിയേറിപ്പാർത്തതേയുള്ളൂ. അമീന അതിനു ശേഷമാണ് എന്നെ സന്ദർശിക്കാൻ തുടങ്ങിയത്. പക്ഷേ അവയ്ക്ക് ലൈലയുടെ സന്ദർശനങ്ങളുടെ രുചിയില്ലായിരുന്നു. അമീന സദാ തന്റെ സാന്നിധ്യമറിയിക്കാൻ ശ്രമിച്ചുകൊണ്ടിരുന്നെങ്കിലും ലൈല അവശേഷിപ്പിച്ച ശൂന്യത മാത്രം മാറിയില്ല. അപ്രത്യക്ഷയാകാൻവേണ്ടി മാത്രമായിരുന്നു ലൈല വന്നിരുന്നത്. എന്നെ സംബന്ധിച്ചാണെങ്കിൽ സമയത്തിന്റെ ഓരോ കണികകളിലും അവൾ നിറഞ്ഞുനില്പുണ്ട്. എങ്ങനെയാണെന്നറിയില്ല അന്നൊരു ദിവസം വൈകുന്നേരം അമീനയുമായി സംസാരിച്ചുകൊണ്ടിരുന്നപ്പോൾ ലൈലയുടെ വിഷയം കടന്നുവന്നു.

"ലൈലയുമായുള്ള എന്റെ ബന്ധം വളരെ പരിമിതമായിരുന്നു. ഞങ്ങളുമായി അവൾക്ക് നേരിട്ടുള്ള ബന്ധവും ഇല്ലായിരുന്നു. എന്നിരുന്നാലും അവൾക്കെതിരെ നെയ്തെടുത്ത ആരോപണങ്ങൾ മാത്രം ഞാൻ വിശ്വസിക്കില്ല."

"നീ എന്താണുദ്ദേശിക്കുന്നത്? ആരാണ് അവൾക്കെതിരെ ആരോപണങ്ങൾ നെയ്യുന്നതെന്നാണ് അമീന പറയുന്നത്?"

"ലതീഫയും മറ്റു സഖാക്കളും തന്നെ. അക്കൂട്ടത്തിൽ ചിലർക്ക് വ്യക്തമായ പങ്കുണ്ട്. തന്റെ ഭർത്താവിനും പാർട്ടിയിലെ സഖാക്കൾക്കുമിടയിൽ പ്രശ്നങ്ങളുണ്ടാക്കിയത് ലൈലയാണെന്ന് ലതീഫ എന്നോട് പറഞ്ഞിട്ടുണ്ട്. സംശയകരമായ പ്രവർത്തികൾ മറച്ചുപിടിക്കാനുള്ള മറയാണത്രേ ലൈലയുടെ പരുക്കൻ ഭാവം. ലൈല സംശയകരമായ ഘടകമാണെന്നാണ് ലതീഫ പറഞ്ഞിട്ടുള്ളത്. ഇതിൽനിന്നും ഒട്ടും വ്യത്യസ്തമായ കാര്യമായിരുന്നില്ല പുറത്തും അരങ്ങേറിയിരുന്നത്. കോളേജിലെ വിദ്യാർത്ഥികളുടെ ചർച്ചാവേദികളിലും ഇതുതന്നെയാണവസ്ഥ. ഇതെല്ലാംതന്നെ വലിയ വെറുപ്പാണ് അവൾക്കെതിരെ സൃഷ്ടിച്ചത്. പാവം ലൈല!"

"ഇതെല്ലാം നിന്നോട് പറഞ്ഞതാരാണ്?"

"ലതീഫ തന്നെ."

"അപ്പോൾ മുസ്തഫ ഒപ്പമുണ്ടായിരുന്നോ?"

"ഇല്ല. ലതീഫയും സകിയ്യയും ഐശയും പിന്നെ ഞാനുമേ ഉണ്ടായിരുന്നുള്ളൂ. അപ്പോഴാണ് മുസ്തഫ വീട്ടിലെത്തുന്നത്. ഞങ്ങൾ സംസാരിച്ചുകൊണ്ടിരിക്കുന്നത് കേട്ടുകൊണ്ട് ഒപ്പമിരുന്ന അയാൾ ലതീഫ പറഞ്ഞതൊന്നുംതന്നെ ശരിയാണെന്നോ തെറ്റാണെന്നോ അഭിപ്രായം പറഞ്ഞതേയില്ല. കാപ്പി കുടിച്ചശേഷം പത്രം കക്ഷത്തിൽ വച്ചുകൊണ്ട് മുറിയിൽനിന്ന് പോകുകമാത്രം ചെയ്തു."

അപ്പോൾ അങ്ങനെയാണ് കാര്യങ്ങൾ മുസ്തഫാ, ആ നീയാണല്ലേ ലൈലയുടെ വിവാഹവാർത്ത അറിഞ്ഞ് എന്നെ കാണാൻ വന്നിട്ട് അവളുടെ വേർപാട് വലിയ നഷ്ടമാണെന്ന് പരിതപിച്ചത്? അവൾ ചെയ്ത പ്രവൃത്തി ആത്മഹത്യാപരമാണ് എന്നാണല്ലോ അന്ന് നീ പറഞ്ഞത്? ശരിക്കും അവളെ കൊന്നത് നീ തന്നെയല്ലേ?

ആ സായാഹ്നത്തിൽ അമീന വളരെ ശാന്തയാണെന്നു തോന്നി. ഇരുട്ട് വീഴാൻ തുടങ്ങിയിരുന്നു. രാത്രി എന്റെ താമസസ്ഥലത്തുതന്നെ ചെലവിടാനാണ് അവളുടെ ചിന്തയെന്നു തോന്നി. എനിക്കാകട്ടെ ഒന്നിനുമുള്ള മൂഡുമുണ്ടായിരുന്നില്ല. മുസ്തഫയെ കാണാൻ പോകണമെന്ന് മനസ്സ് പറയാൻ തുടങ്ങി. അമീനയെ വിഷമവൃത്തത്തിലാക്കാനായി ഞാൻ ചോദിച്ചു ഇവിടെ കഴിയുകയാണോ ഇല്ലയോ എന്ന്. അവൾ സ്ഥലം വിട്ടാൽ എനിക്ക് മുസ്തഫയുടെ അരികിലേക്ക് പോകാമായിരുന്നു. ഇതായിരുന്നു എന്റെ മനസ്സിലിരുപ്പ്. എന്നാൽ അമീനയുടെ ചിരിയോടു കൂടിയുള്ള മറുപടി നിങ്ങളുടെ ആഗ്രഹം അതാണെങ്കിൽ ആയിക്കോട്ടെ എന്നായിരുന്നു. രാത്രി എന്റെ താമസസ്ഥലത്ത് തങ്ങാൻ തന്നെയാണ് അവൾ തീരുമാനിച്ചുറച്ചിരിക്കുന്നതെന്ന് മനസ്സിലായി.

നേരെ കിടപ്പുമുറിയിൽ ചെന്ന് ജാക്കറ്റ് ധരിച്ചു. തിരിച്ചറിയൽ കാർഡും വീടിന്റെ താക്കോലും കൈയിലെടുത്തു. ഒരു മണിക്കൂർ കഴിയുമ്പോൾ തിരിച്ചുവരുമെന്നാണ് ഇറങ്ങുന്ന നേരം അമീനയോട് പറഞ്ഞത്.

മുസ്തഫ താമസിക്കുന്ന പ്രദേശത്തേക്കുള്ള അവസാനത്തെ ബസ്സിലേക്ക് കയറുമ്പോൾ സമയം രാത്രി ഒമ്പതേകാൽ കഴിഞ്ഞിരുന്നു. തിരിച്ചുവരുന്നത് ടാക്സി കാറിലേ പറ്റൂ.

സ്ഥലത്തെത്തി മുൻവശത്തെ വാതിലിലെ ബെല്ലടിച്ചപ്പോൾ അകത്തുനിന്നും ലതീഫയുടെ ശബ്ദം കേട്ടു. മുസ്തഫയാണ് വാതിൽ തുറക്കുന്നതെങ്കിൽ അയാളെ അവിടെനിന്ന് വിളിച്ചിറക്കി അടുത്തുള്ള ഏതെങ്കിലും കഫേയിൽ ചെന്നിരിക്കാമായിരുന്നു. ലതീഫയുമായി ഔപചാരികമായ സുഖാന്വേഷണങ്ങൾ നടത്താനുള്ള താല്പര്യം ലവലേശമില്ല. ഉള്ളിലെ ദേഷ്യം ഇതുവരെ അടങ്ങിയിട്ടില്ല. ചെവിക്കുള്ളിലെ മൂളൽ നല്ലതുപോലെ കേൾക്കാം.

“ഇതാരാ മൗലീനോ, കയറിവരൂ.”

“നന്ദി, മുസ്തഫ ഇല്ലേ?”

വീടിനുള്ളിലേക്ക് കയറാതെ തരമില്ലെന്നായി. അയാൾ കുളിമുറിയിലാണത്രേ. ഒരു കാൽമണിക്കൂർ കാത്തിരുന്നേ പറ്റൂ. സ്വീകരണമുറിയിലെത്തിയതും ലതീഫ വന്ന് മുന്നിലിരുന്നു. ചായയോ കാപ്പിയോ കുടിക്കണമെന്ന് നിർബന്ധിച്ചെങ്കിലും വേണ്ടെന്ന് പറഞ്ഞു. ഒരു ഗ്ലാസ് പച്ച വെള്ളം മതിയെന്ന് പറഞ്ഞതും ലതീഫ പെട്ടെന്നുതന്നെ വെള്ളവുമായി വന്നു. സ്വീകരണമുറിയിലൂടെ കണ്ണോടിച്ചപ്പോൾ ചുവരുകളിൽ മൊറോക്കൻ സ്വാതന്ത്ര്യസമരപോരാളി മെഹ്ദിബിൻ ബർക മുതൽ ചെഗുവേര വരെയുള്ള രക്തസാക്ഷികളുടെ ചിത്രങ്ങൾ കണ്ടു. സ്വീകരണമുറിയോട് ചേർന്ന മറ്റൊരു മുറിയുടെ ചുവരിൽ കുറേ എണ്ണച്ഛായാ പെയിന്റിംഗുകളും കാണാം. മുറിയുടെ മധ്യഭാഗത്തായി ചതുരാകൃതിയിലുള്ള പരവതാനിയുമുണ്ട്. വളരെ ഗാംഭീര്യവും മനോഹാരിതയും നിറഞ്ഞ പരവതാനി. വിലയേറിയതുമായിരിക്കും. കഴിഞ്ഞ വർഷം ഇതിനെക്കുറിച്ചു

തന്നെയായിരിക്കും മുസ്തഫ ഞങ്ങളോട് പറഞ്ഞിട്ടുള്ളത്. അതിനായി ഞങ്ങളിൽ നിന്നൊക്കെ പണം കടം വാങ്ങുകയും ചെയ്തിരുന്നു. പാർട്ടി പത്രത്തിന്റെ എഡിറ്റർ സീ അലിയുടെ ഡ്രൈവറായിരുന്നു ഇടനിലക്കാർ. വെൽവെറ്റിൽ നിർമ്മിച്ച പരവതാനിയായതിനാലാണ് ഉടമസ്ഥൻ അത് ഒഴിവാക്കിയത്. എഡിറ്ററുടെ മേശയുടെ കീഴ്ഭാഗം മുഴുവൻ മൂടുന്നതരത്തിലായിരുന്നു അയാളുടെ ഓഫീസിൽ മുമ്പ് ഈ പരവതാനി കിടന്നിരുന്നത്.

ഞാൻ മുറിക്കുള്ളിലുള്ള സംഗതികളൊക്കെ സൂക്ഷിച്ചുനോക്കുന്നത് ലതീഫ ശ്രദ്ധിച്ചിട്ടുണ്ടാകും. ഈ പെയിന്റിംഗുകളൊക്കെ സുഹൃത്തായ ഒരു പെയിന്ററുടെ സ്വന്തമാണെന്നും അയാൾ ദൂരെ താമസിക്കുന്നതിനാൽ എക്സിബിഷനുകൾ നടക്കുന്ന സ്ഥലത്തിന് സമീപത്തുള്ള തങ്ങളുടെ വീട്ടിൽ സൂക്ഷിക്കുന്നത് മാത്രമാണെന്നാണ് ലതീഫ പറഞ്ഞത്. പെയിന്റിംഗുകളേക്കാളൊക്കെ എന്നെ ആകർഷിച്ചത് വീടിനകത്തെ സംഗതികൾ ലതീഫ ക്രമീകരിച്ചിരുന്ന ഭംഗിയായിരുന്നു. അപ്പോഴാണ് മുസ്തഫയുടെ തൊണ്ടയനക്കം കേൾക്കുന്നത്.

“സ്വാഗതം... സ്വാഗതം. ഈന്തപ്പഴവും പാലുംതന്നെ വേണം ഈ അവസരത്തിന്. ഞങ്ങളുടെ വിവാഹം കഴിഞ്ഞശേഷം നീ ഇവിടേക്ക് വരുന്നത് ഇത് രണ്ടാംതവണയല്ലേ?”

“അപ്പോൾ നമ്മുടെ വിവാഹശേഷം നിങ്ങൾ തമ്മിൽ കണ്ടിട്ടേയില്ലെന്നാണോ?”

ലതീഫ അർത്ഥംവച്ച് ചോദിച്ചു.

“ഇല്ല. ഞാൻ പറഞ്ഞത് നമ്മുടെ വീട്ടിലേക്ക് വരുന്ന കാര്യത്തെക്കുറിച്ചാണ്.”

“ഒരു അരമണിക്കൂർ നേരത്തേക്കേ എന്റെ ശല്യമുണ്ടാകൂ. സമയമുണ്ടാകുമോ?”

എഴുന്നേറ്റ് മുസ്തഫയെ പേരിനൊന്ന് ആശ്ലേഷിക്കുന്നതിനിടയ്ക്ക് ഞാൻ പറഞ്ഞു.

“അതിനെന്താ, രാത്രി മുഴുവൻ സമയമുണ്ടല്ലോ? എന്താ വിഷയം?”

“നമുക്കൊന്ന് പുറത്തേക്കിറങ്ങിയാലോ?”

മുസ്തഫ കിടപ്പുമുറിയിലേക്ക് പോയി. സ്വീകരണമുറിയിൽ ഞാനും ലതീഫയും മാത്രം മുഖത്തോടുമുഖം നോക്കി വീണ്ടും തനിച്ചായി. ച്യൂയിംഗംപോലെ എന്തോ ഒന്ന് ചവയ്ക്കുകയാണവൾ. ചാരനിറത്തിലുള്ള എന്തോ ഒരു തുണി സൂചി ഉപയോഗിച്ച് തയ്ക്കുകയാണ്. ഭർത്താവിന്റെ സ്വെറ്ററോ മറ്റോ ആയിരിക്കും.

ഓവർകോട്ടും ധരിച്ചുകൊണ്ട് മുസ്തഫ ഇറങ്ങിവന്നതും ഞാൻ ലതീഫയോട് യാത്ര പറഞ്ഞ് പെട്ടെന്ന് പുറത്തേക്കിറങ്ങി. സർവ്വതിലും ഭർത്താവിനോട് ഒട്ടിനിൽക്കുന്ന ലതീഫയുടെ രൂപമായിരുന്നു അന്നേരം

മനസ്സിലുണർന്നത്. ഭർത്താവിനോട് ഒട്ടിനിൽക്കുന്ന ലതീഫയേയും സംഘടനയിൽ സ്വന്തമായൊരിടം കണ്ടെത്താൻ ശ്രമിക്കുന്ന ലതീഫ യേയും തമ്മിൽ വേർതിരിച്ചറിയാൻ തന്നെ സാധിക്കുന്നില്ല. വിവാഹം കഴിഞ്ഞ് പൊതുരംഗത്തുനിന്ന് അപ്രത്യക്ഷരാകുന്ന സ്ത്രീകളെ കാണു മ്പോൾ സഖാവായി ആരംഭിച്ച് ഭർത്താവായ പുരുഷന്റെ അടിമയായി ത്തീരാനാണ് ഇവരുടെ യോഗമെന്ന എന്റെ ചിന്ത ശരിയാണെന്ന് തോന്നും. ഇതിന് ആകെയൊരു അപവാദം ലൈല മാത്രമായിരിക്കും.

പുറത്തേക്കിറങ്ങിയതും മുസ്തഫ ലൈറ്റിന്റെ സ്വിച്ചും ലിഫ്റ്റിന്റെ സ്വിച്ചും അമർത്തി. ലിഫ്റ്റിന് പകരം പടിക്കെട്ടുകൾ ഇറങ്ങി പോയാലോ എന്ന് ഞാൻ ചോദിച്ചപ്പോൾ മറ്റൊന്നും പറയാതെ അയാൾ വഴങ്ങി. അപ്പാർട്ടുമെന്റിന്റെ മൂന്നാംനിലയിലായിരുന്നു അവരുടെ വീട്. പുറത്തേ ക്കിറങ്ങിയാലേ ഈ ശ്വാസംമുട്ടൽ മാറുകയുള്ളൂ. മോണാലിസ കഫേ യിൽ ചെല്ലുമ്പോഴേക്കും മനസ്സിലെ അസ്വസ്ഥതകൾ മാറുമായിരിക്കും. ലൈലയുടെ വിഷയം വളരെ ശാന്തമായി വേണം അവതരിപ്പിക്കേണ്ടത്. എന്തിനാണ് എനിക്കിത്രയും അസ്വസ്ഥത അനുഭവപ്പെടുന്നതെന്ന് മന സ്സിലാകുന്നതേയില്ല. ശരിക്കും ഞാൻ ലൈലയ്ക്ക് വേണ്ടിയാണോ, അതല്ല നടന്ന അന്യായത്തിന്റെ പേരിലാണോ അസ്വസ്ഥനാകുന്നത്?

രണ്ടാംനിലയായ 'ബി'ലെവലിൽ എത്തിയതും ഒരു സിഗരറ്റ് എടുത്തു കത്തിച്ചു. ഒരെണ്ണം മുസ്തഫയ്ക്ക് വച്ച് നീട്ടിയെങ്കിലും അയാൾ വേണ്ടെന്ന് പറഞ്ഞു:

"വേണ്ട, ഞാൻ പുകവലി പൂർണമായും നിർത്തി. ഉള്ളത് പറയണ മല്ലോ, ലതീഫയാണ് കാരണക്കാരി. ഞാൻ പുകവലിക്ക് അടിമയാണെന്ന വസ്തുത ബോധ്യപ്പെടുത്താനാണ് അവൾ ആദ്യം ശ്രമിച്ചത്. ശേഷം സിഗരറ്റുകളുടെ എണ്ണം കുറയ്ക്കണമെന്ന് ആവശ്യപ്പെട്ടു. പിന്നീട് പുക വലി മൂലമുണ്ടാകുന്ന സാമ്പത്തികനഷ്ടക്കണക്കുകൾ നിരത്തി. അവ സാനം ഞങ്ങൾക്ക് ജനിക്കാനിരിക്കുന്ന കുഞ്ഞിന്റെ ആരോഗ്യത്തിന് ഹാനികരമാണെന്നുകൂടി പറഞ്ഞതോടെ ഞാൻ പുകവലി എന്നന്നേക്കു മായി അവസാനിപ്പിച്ചു. വിശ്വസിക്കാനാകുന്നുണ്ടോ?"

"സ്ത്രീയുടെ പ്രേരണയാൽ വേണ്ടെന്ന് വയ്ക്കുക. ആദ്യം സിഗരറ്റും അവസാനം രാഷ്ട്രീയവും അല്ലേ?"

ഇതു കേട്ടതും പൊട്ടിച്ചിരിച്ചുകൊണ്ട് എന്റെ കൈയിലെ കൂടിൽ നിന്നും മുസ്തഫ ഒരു സിഗരറ്റ് കൈയിലെടുത്തു:

"എന്തായാലും ഈ തമാശയ്ക്ക് പകരമായി ഞാനൊരു സിഗരറ്റ് വലിക്കാം."

"ഇല്ല, നീ പത്തെണ്ണം വലിക്കണം."

എന്തായാലും സിഗരറ്റ് നൽകുന്നതിനൊപ്പം സംസാരിക്കാനുള്ള മാന സികാവസ്ഥകൂടിയാണ് എനിക്ക് ലഭിച്ചത്.

ഞങ്ങൾ മോണാലിസ കഫേയിലെത്തി. മുസ്തഫയ്ക്കായി ഒരു കസേര നീക്കിയിട്ടുകൊടുത്തശേഷം മറ്റൊന്നിൽ ഞാനുമിരുന്നു. വെയിറ്റർ അരികിലേക്ക് വന്നതും രണ്ട് കോഫിക്ക് ഓർഡർ നൽകി. അവിടവിടെ ചിതറിയിരിക്കുന്ന അപരിചിതരായ നാലുപേരല്ലാതെ കഫേയ്ക്കുള്ളിൽ തിരക്കൊന്നുമുണ്ടായിരുന്നില്ല. വെയിറ്റർ പെട്ടെന്നുതന്നെ കോഫി കൊണ്ടുവന്നു. കൈയോടെ ബിൽ തുക നൽകിയതും അയാൾ സ്ഥലം വിട്ടു. അതോടെ പ്രത്യേക മുഖവുരയൊന്നും കൂടാതെ ഞാൻ വിഷയത്തിലേക്ക് കടന്നു:

“ലൈലയെക്കുറിച്ച് നിന്റെ ചെവിയിലെത്തിയിട്ടുള്ള എല്ലാ കേട്ടുകേൾവികളെ സംബന്ധിച്ചും എനിക്കറിയണം.”

“അത് ഒട്ടേറെയുണ്ടാകാം. എനിക്കവയെല്ലാംതന്നെ ഓർമ്മയില്ല. പക്ഷേ ലൈലയുടെ വിവാഹം കഴിഞ്ഞല്ലോ? പിന്നെ നിനക്കിപ്പോഴെന്താണ് അവളുടെ കാര്യത്തിലൊരു താല്പര്യം?”

ഞാൻ എത്രമാത്രം ലൈലയെ സ്നേഹിച്ചിരുന്നു എന്ന് നന്നായറിയാവുന്ന ആളായിരുന്നു മുസ്തഫ. മറ്റൊരാളുമായുള്ള വിവാഹം കഴിഞ്ഞതിനാൽ അവളെ സംബന്ധിച്ച വാർത്തകൾ എന്നെ സന്തോഷിപ്പിക്കും എന്നായിരിക്കും അയാൾ കരുതിയിട്ടുണ്ടാവുക.

“ആയിക്കോട്ടെ, നീ കേട്ടിട്ടുണ്ടെന്ന് പറയുന്ന ഈ ‘ഒട്ടേറെ’ കാര്യങ്ങളിൽ ചിലതൊന്ന് പറയ്.”

“സഖാക്കളുമായി ബന്ധപ്പെട്ട വിഷയങ്ങളിൽ ലൈല അവ്യക്തമായാണ് ഇടപെട്ടിട്ടുള്ളതെന്ന് നിനക്കറിയാമല്ലോ? അതിനാലാണ് അവൾക്കെതിരെ കേട്ട ആരോപണങ്ങളൊക്കെയും മറുത്തൊന്നും പറയാതെ അവർ ചെവികൊള്ളാൻ തുടങ്ങിയത്.”

“പക്ഷേ നൂറു ശതമാനം വിശ്വസ്തയായ വ്യക്തിയല്ലേ ലൈല? അവളെക്കുറിച്ച് കേൾക്കുന്ന സംഗതികളൊക്കെ നീ വിശ്വസിക്കുന്നുണ്ടോ?”

“ഒരിക്കലുമില്ല. പക്ഷേ ചില സംശയങ്ങളെങ്കിലും മനസ്സിൽ കുടിയിരിക്കാൻ തുടങ്ങിയിട്ടുണ്ട്.”

“ഒരു ഉദാഹരണം പറയാമോ?”

“എല്ലാത്തരം ആളുകളോടും തുറന്ന ബന്ധം സ്ഥാപിക്കുന്ന അവളുടെ രീതിതന്നെ ഉദാഹരണം.”

“ലൈലയെ പിറകിൽനിന്ന് കുത്താനും അവൾക്കെതിരെ ഇത്തരത്തിൽ ആരോപണങ്ങൾ പടച്ചുവിടുവാനും ഇക്കാര്യം മാത്രം മതിയോ? അല്ലെങ്കിൽതന്നെ മറ്റുള്ളവരുമായി ചർച്ചകളിൽ ഏർപ്പെടുന്നത് മോശം കാര്യമാകുന്നതെങ്ങനെയാണ്?”

“പക്ഷേ സ്ഥിരം ഒഴിഞ്ഞുമാറുന്ന ശീലമാണ് സംശയത്തിന് ഇടം നൽകുന്നത്.”

“സംഘടനയിൽ അംഗമാകുന്നില്ല എന്നത് എങ്ങനെയാണ് ഈ കെട്ടുകഥകൾക്കൊക്കെ ന്യായീകരണമാകുന്നത്? എന്നല്ല അവയെയൊക്കെ പ്രോത്സാഹിപ്പിക്കുകയും ചെയ്യുന്നു.”

“ഞാൻ അങ്ങനെയല്ല ഉദ്ദേശിച്ചത്. ഈ വിഷയത്തെക്കുറിച്ച് മനസ്സിലാക്കിയ കാര്യം പറഞ്ഞുവെന്നേയുള്ളൂ.”

“ലൈലയുടെ പ്രവൃത്തികളുടെ വലിയ ഗുണഭോക്താക്കളല്ലേ നാമൊക്കെ? അതായത് നമ്മുടെ പാർട്ടി. എന്നാൽ അവയുടെയൊന്നും ക്രെഡിറ്റ് അവകാശപ്പെടാനോ നിഷേധിക്കാനോ അവൾ ശ്രമിച്ചിട്ടില്ല. എന്തുകൊണ്ടാണ് തനിക്കെതിരായ പ്രശ്നങ്ങളെ സംബന്ധിച്ച് ലൈലയോട് നേരിട്ട് സംസാരിക്കാൻ സഖാക്കളിൽ ആരുംതന്നെ തയ്യാറാകാത്തത്?”

“അവളെ ന്യായീകരിക്കാൻ നാം പണിപ്പെടണമെന്നാണോ പറയുന്നത്?”

“അവളെ ആക്രമിക്കാൻ പണിപ്പെടുന്നുണ്ടല്ലോ?”

“നീ എന്താണ് പറഞ്ഞുവരുന്നത്?”

“ലൈലയെ കൃത്യമായി ലക്ഷ്യംവച്ചുള്ള ആക്രമണങ്ങളാണ് നടക്കുന്നത്. പാർട്ടിക്ക് പുറത്തുള്ള കേന്ദ്രങ്ങളാണ് അപവാദപ്രചാരണത്തിന് പിന്നിലെന്നാണ് നാം കരുതിയിരുന്നത്. എന്നാൽ ഇവിടെ നിന്ന്, നമ്മുടെ ഇടയിൽനിന്ന് തന്നെയാണ് അവ ഉടലെടുത്തിരിക്കുന്നത്. അതുകൊണ്ടുതന്നെയാണ് സഖാക്കളായ നമ്മൾ പിറകിൽനിന്ന് കുത്തിയതായി അവൾക്ക് തോന്നിയത്.

“മൗലീനേ, നീ പ്രശ്നങ്ങളെ പർവ്വതീകരിക്കുകയാണ് ചെയ്യുന്നത്. ഇക്കാര്യം എന്തായാലും അടക്കിനിർത്താത്തപക്ഷം ഗ്രൂപ്പുകളായി ചിതറിപ്പോകാനായിരിക്കും നമ്മുടെ വിധി. ലൈല മുഹമ്മദിനെ വിവാഹം കഴിച്ചുകഴിഞ്ഞു. അവളുടെ വിഷയവും അതോടെ അവസാനിച്ചു.”

മുസ്തഫയുടെ അടുക്കൽനിന്ന് പിരിയുമ്പോൾ ഇക്കാര്യം മറ്റു സഖാക്കളുടെ ശ്രദ്ധയിൽകൂടി പെടുത്തിയേ തീരൂ എന്ന് തീരുമാനിച്ചുറച്ചിരുന്നു. നമ്മൾ വളരെ ചെറുതെന്ന് പറഞ്ഞ് അവഗണിക്കുന്ന കാര്യങ്ങൾ ഏറെയാണ്. മറ്റു കൊച്ചുകൊച്ച് വസ്തുക്കളുമായി ചേരുമ്പോഴോ കൈയിൽ നിൽക്കാത്തവിധം അവ വഴുതിപ്പോകുകയോ ഒക്കെ ചെയ്യുമ്പോൾ മാത്രമായിരിക്കും ഈ കൊച്ച് വിഷയങ്ങൾ എത്രമാത്രം ഗൗരവമേറിയതാണെന്ന് നമുക്ക് മനസ്സിലാകുകയുള്ളൂ.

കഫേയിൽനിന്നും പുറത്തേക്കിറങ്ങുമ്പോൾ ഒരു കാര്യം എനിക്കുറപ്പായിരുന്നു. ലൈലയ്ക്കെതിരെ പ്രചരിക്കുന്ന ആരോപണങ്ങളെക്കുറിച്ച് മുസ്തഫ ഒന്നുകൂടി പരിശോധന നടത്തും. ആ ആരോപണങ്ങൾ ‘നമ്മുടെ ഇടയിൽനിന്നാണ് ഉണ്ടായത്’ എന്ന എന്റെ വാക്കുകൾക്ക് കീഴിൽ അയാൾ ചുവന്ന മഷികൊണ്ട് അടിവരയിടുമെന്നത് തീർച്ചയാണ്. ചെറിയ കാര്യങ്ങളെക്കുറിച്ചുപോലും ലതീഫയോടും പിന്നെ ലൈല

ബന്ധപ്പെട്ടിട്ടുള്ള മറ്റു സ്ത്രീകളോടും കൂടുതൽ അന്വേഷിക്കുകയും ചെയ്യും.

മുസ്തഫയെ കാണാനായി ഇവിടെ വന്നപ്പോൾ അമീന സൂചിപ്പിച്ച കാര്യങ്ങൾ അയാളുടെ മുഖത്തുനോക്കി പറയണമെന്നാണ് തീരുമാനി ച്ചുറച്ചിരുന്നത്. യാഥാർത്ഥ്യം എത്രമാത്രം കയ്പേറിയതാണെന്ന് അയാള റിയണം. എന്നാൽ അങ്ങനെ ചെയ്യുന്നപക്ഷം കാര്യങ്ങൾ പിന്നീട് എങ്ങനെ അവസാനിക്കുമെന്ന് യാതൊരു ധാരണയും എനിക്കില്ലായി രുന്നു. മുസ്തഫയുമായി ആ വിഷയം സംസാരിക്കാൻ ധൈര്യം കിട്ടി യത് എങ്ങനെയാണെന്ന് ഇന്നുമറിയില്ല. രാത്രി തങ്ങൾക്കൊപ്പം കഴിയാൻ അയാൾ ക്ഷണിച്ചതാണ്. എന്നാൽ യാത്ര പറഞ്ഞ് പിരിയുമ്പോൾ അമീ നയുടെ പേര് വലിച്ചിഴയ്ക്കേണ്ടി വരാത്തതിൽ ആശ്വാസം തോന്നി.

അപ്പോഴാണ് വാച്ചിലേക്ക് നോക്കിയത്. രാത്രി പതിനൊന്നരയായിരി ക്കുന്നു. പെട്ടെന്ന് അമീനയുടെ കാര്യം ഓർമ്മ വന്നു. അതോടെ നടത്ത ത്തിന് വേഗത കൂട്ടി. പ്രധാന റോഡിലെത്തിച്ചേർന്നതും ആദ്യം കണ്ട ടാക്സിക്കാറിലേക്കുതന്നെ കയറി.

പത്ത്

കയ്യിലുണ്ടായിരുന്ന താക്കോൽ ഉപയോഗിച്ച് മുൻവശത്തെ വാതിൽ തുറക്കുമ്പോൾ അമീനയോട് സോറി പറയണമെന്ന് മനസ്സ് പറയുന്നുണ്ടായിരുന്നു. എന്നാൽ വാതിൽ തുറന്നതും കാണുന്നത് പുഞ്ചിരിയോടെ അരികിലേക്ക് വരുന്ന അമീനയെയാണ്.

ഒന്നും പറയേണ്ടി വന്നില്ല. ഒരു ചുംബനം നൽകിയശേഷം കഴുത്തിലൂടെ കൈയിട്ടുകൊണ്ട് അവൾക്കൊപ്പം സ്വീകരണമുറിയിലേക്ക് നടന്നു. ശേഷം അവളെ മാറത്തേക്ക് അണച്ചുപിടിച്ചു. മേശപ്പുറത്ത് അത്താഴത്തിനുള്ള വിഭവങ്ങൾ ഒരുക്കി വച്ചിരിക്കുന്നത് കാണാം. അരികത്തായി ഏതാനും ബിയർ കുപ്പികളുമുണ്ട്. അമീനയ്ക്ക് ഒരു ചുംബനം കൂടി നൽകിയശേഷം കൈ കഴുകാനായി വാഷ്ബേസിനരികിലേക്ക് ചെന്നു.

തിരികെ വന്ന് സോഫയിൽ ഇരുന്നതും മീനും സാലഡും നിറച്ച പാത്രത്തിന്റെ മൂടി അമീന തുറന്നു. ഞാനാകട്ടെ, നേരെ ചെന്ന് ടെലിവിഷൻ ഓൺ ചെയ്തു. ലൈലയിൽ നിന്നും തീർത്തും വ്യത്യസ്തയാണ് അമീന. എല്ലാ അർത്ഥത്തിലുമുള്ള സ്ഥായീഭാവമുള്ള വ്യക്തിയാണ് അമീന. എന്നാൽ അത്തരത്തിലുള്ള സകലമാന സ്ഥായീഭാവത്തെയും തള്ളിക്കളയുന്നവളാണ് ലൈല.

ഞാൻ പുറത്തുപോയ സമയത്ത് രണ്ടുതവണ ആരോ ടെലിഫോൺ ചെയ്തിരുന്നുവെന്ന് അമീന പറഞ്ഞു. എന്നാൽ അവൾ കോൾ അറ്റൻഡ് ചെയ്തില്ല. എന്നെ കാണാനായി അപ്പാർട്ട്മെന്റിൽ വരാൻ തുടങ്ങിയത് മുതലേ അക്കാര്യം ഞാൻ പ്രത്യേകം പറഞ്ഞിട്ടുള്ളതാണ്. എന്താണ് കാര്യം എന്ന് തിരക്കാതെ അമീന അത് പാലിക്കാറുമുണ്ട്. ആ മുഖത്തേക്ക് നോക്കിയപ്പോൾ റോസ്നിറത്തിലുള്ള ഐഷാഡോയും ലിപ്സ്റ്റിക്കും പുരട്ടിയിട്ടുള്ളതായി മനസ്സിലായി. ഞാൻ തന്റെ മുഖത്തേക്ക് സൂക്ഷിച്ചു നോക്കുന്നത് കണ്ടതും അവൾ നാണത്തോടെ കണ്ണുകൾ താഴ്ത്തിക്കളഞ്ഞു. ശേഷം എന്റെ പ്ലെയ്റ്റിലേക്ക് സാലഡ് എടുത്തു വയ്ക്കാൻ തുടങ്ങി.

ഇതാദ്യമായിട്ടായിരിക്കും ഞാൻ അമീനയുടെ മുഖത്തേക്ക് സൂക്ഷിച്ചു നോക്കുന്നത്. അവൾ അതീവ സുന്ദരിയാണെന്ന് തോന്നി. അമീന ഒരു

മഞ്ഞുകട്ടയാണ്. പക്ഷേ മനസ്സിനുള്ളിൽ കത്തിജ്ജ്വലിക്കുന്നത് ലൈലയാണ്. അമീന സുന്ദരിയാണ്, കൈയെത്തും ചാരെ തന്നെയുണ്ട്. പക്ഷേ ഞാൻ തേടുന്നത് ലൈലയെയാണ്. അവളാകട്ടെ, മറ്റൊരു പുരുഷനായ മുഹമ്മദിനൊപ്പം കിടക്ക പങ്കിടുകയാകാം ഇപ്പോൾ. അമീനയ്ക്ക് ഇല്ലെങ്കിലും എനിക്ക് നല്ല വിശപ്പുണ്ട്. പച്ചടിച്ചീരയുടെ ഇലകൾ ചെറുതായി അരിയുന്നതിലാണ് അവളുടെ ശ്രദ്ധ. എന്നാൽ അവളെ കൂടാതെതന്നെ ഞാൻ ഭക്ഷണം കഴിക്കാൻ തുടങ്ങി. ശേഷം ടെലിവിഷന്റെ അടുത്തുള്ള വലിയ സോഫയിൽ ചെന്നിരുന്നു. അമീന എഴുന്നേറ്റ് പ്ലെയ്റ്റുകൾ അടുക്കളയിലേക്ക് എടുത്തുകൊണ്ടുപോയി. തീൻമേശ തുടച്ചു വൃത്തിയാക്കിയശേഷം തന്റെ ഗ്ലാസും കൈയ്യിലെടുത്തുകൊണ്ട് എന്റെ അരികിൽ സോഫയിൽ വന്നിരുന്നു. വലതുകൈ മടക്കി കഴുത്തിന് പിന്നിലൂടെ കടത്തി അവൾ എന്റെ മടിയിൽ കിടന്നു. ഒരു കൈയിൽ ഗ്ലാസ് പിടിക്കുന്നതിനിടയിലും മറ്റേ കൈ കൊണ്ട് ഞാൻ അവളുടെ മുടിയിൽ തഴുകിക്കൊണ്ടിരുന്നു. ഗ്ലാസിലെ പാനീയം കുടിച്ചു കഴിഞ്ഞതും അവൾ ഒരു സിഗരറ്റ് കത്തിച്ചു. ശേഷം എന്റെ ദേഹത്തു ഉരുമ്മി കിടന്നുകൊണ്ട് പുകവലിക്കാൻ തുടങ്ങി. അരികത്ത് വച്ചിരുന്ന എന്റെ ഗ്ലാസ്സിലേക്ക് കൈ നീട്ടിയതും അവളത് എടുത്തുതന്നു. അന്നേരം തന്നെയാണ് അഗാധതയിൽ നിന്നെന്നവണ്ണം ലൈലയുടെ രൂപം മനസ്സിലേക്ക് ഉയർന്നുവന്നത്.

കോളേജിലെ ചുവർപത്രികയുടെ പ്രത്യേക പതിപ്പ് തയ്യാറാക്കാൻ വേണ്ടി ഞങ്ങൾ തമ്മിൽ കാണാൻ തീരുമാനിച്ച നാൾ. ഞാൻ അവസാന വർഷ വിദ്യാർത്ഥിയും ലൈല രണ്ടാം വർഷത്തിലും പഠിക്കുകയായിരുന്നു. അടുത്ത ആഴ്ച ആരംഭത്തിൽ തന്നെ ലേഖനം തയ്യാറായിരിക്കണം. ശാറ്റോബ്രിയാൻ കഫേയിൽ ചെന്നപ്പോൾ അല്പം മുമ്പ് തന്നെ ലൈല സ്ഥലത്തെത്തിയെന്ന് മനസ്സിലായി. താമസിച്ചതിൽ ക്ഷമ ചോദിച്ചുകൊണ്ട് ഞാൻ ഇരുന്നു. വെയിറ്റർ ടേബിളിനരികിലേക്ക് വന്നതും ഞാനൊരു ബിയറും ലൈല ചായയ്ക്കും ഓർഡർ നൽകി. ഒരു പത്രമെടുത്ത് പേജുകൾ മറിച്ചുനോക്കിയശേഷം സമീപത്തേക്ക് മാറ്റിവെച്ചു. ലൈല തന്റെ ബാഗിൽനിന്ന് ചെറിയ ഒരു നോട്ടുബുക്കും ലേഖനം തയ്യാറാക്കാൻ സഹായിക്കുന്ന ഏതാനും മാസികകളും പുറത്തെടുത്തു. ശേഷം മാസികകൾ ബാഗിലേക്ക് തന്നെ തിരികെ വച്ചു. തലയുയർത്തി എന്റെ മുഖത്തേക്ക് നോക്കിയശേഷം കുനിഞ്ഞ് നോട്ടുബുക്കിലേക്ക് നോക്കിയിരുന്നു. എനിക്കറിയാത്ത എന്തോ പ്രശ്നമുണ്ടെന്ന് മനസ്സിലായി. ലൈല ആകെ അസ്വസ്ഥയാണ്. മൂന്നു തവണയെങ്കിലും കൗണ്ടറിന് നേരെ തിരിഞ്ഞു നോക്കുന്നത് കണ്ടു. കഫേ നിറയെ ആളുകൾ ഉണ്ട്. വെയിറ്ററോട് കുറച്ചു വേഗം വരാൻ പറയണോ എന്ന് ഞാൻ ചോദിച്ചു.

“മനസ്സിലുള്ളത് പറഞ്ഞോട്ടെ മൗലിൻ? ആ വെയിറ്ററെ പെട്ടെന്ന് വിളിച്ച് ബിയർ ഓർഡർ ചെയ്തത് ക്യാൻസൽ ചെയ്യുക. പകരം ചായയോ കാപ്പിയോ വേണമെന്ന് പറയുക.”

ഇത്രയും പറഞ്ഞശേഷം ചുവന്ന മുഖത്തോടെ നോട്ടുബുക്കിലേക്ക് നോക്കി കുനിഞ്ഞിരുന്നു. ലൈല ഞങ്ങളുടെ സൗഹൃദവലയത്തിന്റെ ഭാഗമായിട്ട് രണ്ടുവർഷം കഴിഞ്ഞിരുന്നു. പക്ഷേ അന്നാദ്യമായിട്ടായിരിക്കും അവൾ എത്രമാത്രം ചെറുപ്പമാണെന്ന് തോന്നിയത്. ഞാനെന്തായാലും വെയിറ്ററെ വിളിച്ച് ഓർഡർ മാറ്റി കൊടുക്കുകയും വേഗം ഡെലിവറി ചെയ്യണമെന്ന് ആവശ്യപ്പെടുകയും ചെയ്തു.

എന്താണ് പ്രശ്നം എന്നൊന്നും ഞാൻ ലൈലയോട് തിരക്കിയില്ല. സഖാക്കളായ മറ്റ് വിദ്യാർത്ഥികളുടെ സാന്നിധ്യമാകാം കാരണം. പത്രങ്ങളും തന്റെ ചായക്കപ്പും ടേബിളിന്റെ ഓരത്തേക്ക് നീക്കിവെച്ചശേഷം ലൈല ഒരു കെട്ട് കടലാസ് പുറത്തെടുത്തു. അതിൽ പകുതി എന്റെ മുന്നിലും ബാക്കി പകുതി തന്റെ മുന്നിലും വച്ചു.

അക്കാലത്ത് നടന്ന പലസ്തീൻ സംഭവവികാസങ്ങളും അക്കാര്യങ്ങൾക്ക് അറബ് മാധ്യമങ്ങളിൽ ലഭിച്ച കവറേജുമായിരുന്നു ഞങ്ങളുടെ വിഷയം. പ്രത്യേകിച്ച് അറബി മാസികകളായിരുന്നു ശ്രദ്ധിച്ചത്. ഞങ്ങൾ ആദ്യം മാസികകളുടെ പട്ടിക തയ്യാറാക്കുകയും അവയെ മന്ത്‌ലികൾ, മറ്റ് പിരിയോഡിക്കലുകൾ എന്നിങ്ങനെ രണ്ടായി തിരിക്കുകയും ചെയ്തു. ശേഷം ഓരോ മാഗസിനുകളിലും ഈ സംഭവങ്ങൾ എത്രമാത്രം കവർ ചെയ്യപ്പെട്ടിട്ടുണ്ടെന്നും അവ കൈകാര്യം ചെയ്ത രീതിയുമൊക്കെ പരിശോധിക്കുവാൻ തുടങ്ങി. ലേഖനങ്ങളുടെ മുഴുവൻ ബിബ്ലിയോഗ്രഫിയുടെ ആവശ്യം ലൈലയ്ക്കില്ലായിരുന്നു. ചുവർപത്രികയുടെ ഒരു വർഷത്തെ പ്രവർത്തനങ്ങൾ ആറുമാസത്തിനു മുമ്പ് പദ്ധതിയിട്ടപ്പോൾ തന്നെ ഇക്കാര്യങ്ങൾ തീരുമാനിച്ചതാണ്. ലേഖനങ്ങളുടെ തലക്കെട്ടുകളും പ്രസിദ്ധീകരിച്ച തീയതികളും അവയുടെ റഫറൻസുകളുമൊക്കെ ലൈല ചെറിയൊരു നോട്ടുബുക്കിൽ നോക്കി ഉറപ്പുവരുത്തി. ഒപ്പം ലേഖനങ്ങളുടെ ഉള്ളടക്കത്തിന്റെ സംക്ഷിപ്തം ഹ്രസ്വമായ രീതിയിൽ നോട്ടുബുക്കിൽ കുറിച്ചെടുക്കുന്നുമുണ്ടായിരുന്നു. ലൈല എത്ര മികവോടെയാണ് കാര്യങ്ങൾ ചെയ്യുന്നതെന്ന് ഞാൻ പ്രത്യേകം ശ്രദ്ധിച്ചു. ഞാനാകട്ടെ, മാഗസിനുകൾക്ക് അകത്തുനിന്നും വലിയ കടലാസ്സുകൾ നീക്കം ചെയ്യുമ്പോൾ ആകെ അസ്വസ്ഥനുമായിരുന്നു.

മൂന്നു മണിക്കൂർ തുടർച്ചയായി പണിയെടുത്താണ് ലേഖനം തയ്യാറാക്കിയത്. ശേഷം ഒരു പരിശോധനകൂടി നടത്തിയപ്പോൾ എനിക്ക് ഏറെ പ്രിയപ്പെട്ട ഒരു മാസിക ഈ വിശകലനത്തിൽ നിന്നും മനപ്പൂർവമല്ലെങ്കിലും വിട്ടുപോയതായി മനസ്സിലായി. അതിനെക്കുറിച്ച് ഞാൻ സൂചിപ്പിച്ചപ്പോൾ ലൈല ചിരിക്കുകയാണ് ചെയ്തത്. എല്ലാം കഴിഞ്ഞതും അവൾ എഴുന്നേറ്റ് വാച്ചിലേക്ക് നോക്കിയശേഷം യാത്ര പറഞ്ഞു പോയി. ഞാനാകട്ടെ, കഫേയിൽ തന്നെ ഇരുന്ന് ഒരു ബിയറിന് ഓർഡർ നൽകി. അതുകഴിഞ്ഞതും ഒന്നുകൂടി വാങ്ങി കുടിച്ചു. അന്നേരമൊക്കെയും എന്റെ മനസ്സ് ചിന്തിച്ചു കൊണ്ടിരുന്നത് ലൈലയെക്കുറിച്ച് മാത്രമായിരുന്നു.

അമീനയുടെ വാച്ച് കാണാനായി ഞാൻ അവളുടെ കൈത്തണ്ട പിടിച്ച് നോക്കി. അവളാകട്ടെ, സിഗരറ്റ് മാറ്റിവച്ച ശേഷം തന്റെ കൈ എന്റെ മുഖത്തോട് അടുപ്പിച്ചു തന്നു. ഞാൻ ആ കൈയ്യിൽ ചുംബിച്ച ശേഷം വാച്ചിലേക്ക് വീണ്ടും നോക്കി. ടെലിവിഷൻ നിർത്തിയ ശേഷം ഞങ്ങൾ കിടപ്പുമുറിയിലേക്കു പോയി. ഞാൻ വസ്ത്രം മാറുന്നതിനിടയിൽ അമീന ബാത്റൂമിലേക്ക് കയറി. തിരിച്ചുവന്നശേഷം താൻ ധരിച്ചിരുന്ന വസ്ത്രങ്ങളെല്ലാം ഊരി മാറ്റുകയും പകരം എന്റെ പൈജാമ ധരിക്കുകയും ചെയ്തു. ഒപ്പം ദേഹം മുഴുവൻ അത്തർ പുരട്ടി. പിന്നീട് കിടക്കയിൽ വന്നിരുന്നു. ഞാൻ ലൈറ്റ് ഓഫ് ചെയ്തതിനുശേഷം അവളുടെ ദേഹത്തേക്ക് ഒട്ടിച്ചേർന്നു കിടന്നു. കെട്ടിപ്പിടിച്ച ശേഷം അവളുടെ അധരങ്ങളിൽ മുറുകെ ചുംബിച്ചു.

അവളുടെ വായിലെ ടൂത്ത് പേസ്റ്റിന്റെ ഗന്ധം മണത്തപ്പോഴാണ് ഞാൻ പല്ലു തേച്ചിട്ടില്ലെന്ന് ഓർത്തത്. പ്രണയകേളികളുടെ കാര്യത്തിൽ അമീന വിദഗ്ധ തന്നെയായിരുന്നു. അതൊക്കെ അവൾ എവിടെനിന്നാണ് പഠിച്ചതെന്ന് അതിശയിച്ചു പോയെങ്കിലും അക്കാര്യം ചോദിക്കാനുള്ള ധൈര്യം മാത്രം കിട്ടിയില്ല. ചോദ്യങ്ങൾകൊണ്ട് ചെന്നെത്തിച്ചേക്കാവുന്ന പ്രത്യാഘാതങ്ങളെക്കുറിച്ച് ഭയമായിരുന്നു കാരണം.

എപ്പോഴും സമ്മിശ്ര ഭാഷയിലായിരിക്കും അമീന സംസാരിക്കുക. പാതി അറബിയാണെങ്കിൽ പാതി ഫ്രഞ്ച് ആയിരിക്കും. രണ്ടും വളരെ സ്ഫുടമായി സംസാരിക്കാൻ കഴിവുമുണ്ട്. എന്നാൽ അവൾ അറബി സംസാരിക്കുന്നതായിരുന്നു എനിക്കിഷ്ടം. ഒരു ദിവസം അവളുടെ വാക്കുകൾ കേട്ട് ഞാൻ അതിശയിച്ചു പോയി.

"ലൈലയുടെ കാര്യം ആകെ കുഴഞ്ഞു മറിഞ്ഞിരിക്കുകയാണല്ലോ."

"അതെങ്ങനെ?"

"പുരുഷന്മാരുമായുള്ള അവളുടെ ബന്ധത്തിന്റെ കാര്യം തന്നെ."

"നിന്നോട് ആരാണ് ഇക്കാര്യം പറഞ്ഞത്?"

ഞാനൊരിക്കൽ ലതീഫയെ കാണാൻ പോയിരുന്നു. അപ്പോഴാണ് ലൈല അവിടെ എത്തുന്നത്. മുസ്തഫ മാറ്റി വെച്ചിട്ടുള്ള ഏതോ മാസിക വാങ്ങാനായി എത്തിയതായിരുന്നു. അങ്ങനെയാണ് ബന്ധങ്ങളെക്കുറിച്ച് ഞങ്ങൾ സംസാരിക്കാനിടയായത്. താൻ മുസ്തഫയുടെ പുകവലി ശീലം അവസാനിപ്പിക്കുവാൻ ശ്രമിക്കുകയാണെന്ന് ലതീഫ പറഞ്ഞു പുകയിലയുടെ ഗന്ധമില്ലാത്ത വായയിൽ ചുംബിക്കാൻ ഇഷ്ടമില്ലെങ്കിലും ഭർത്താവിന്റെ പുകവലി ശീലം മാറ്റിക്കും എന്നുകൂടി കേട്ടതും ഞങ്ങളെല്ലാം പൊട്ടിച്ചിരിച്ചു. ഇക്കാര്യത്തെക്കുറിച്ച് എന്താണ് അഭിപ്രായം എന്ന് ലതീഫ ചോദിച്ചതും ലൈലയുടെ മുഖം ചുവന്നു.

"അതിന് അവസരമുണ്ടാകട്ടെ, അപ്പോൾ പറയാം കേട്ടോ."

അങ്ങനെയാണെങ്കിൽ പുകവലിച്ചുകൊണ്ടിരുന്ന ഒരാളെ ചുംബിച്ച് തന്നെ അക്കാര്യം പരിശോധിക്കണമെന്ന് ലതീഫ പറഞ്ഞു. ലൈല

ചിരിച്ചുകൊണ്ട് എഴുന്നേറ്റു. മുസ്തഫ നൽകാനായി വച്ചിരുന്ന പ്രസി ദ്ധീകരണങ്ങൾ, ലതീഫയുടെ കയ്യിൽ നിന്നും വാങ്ങിക്കൊണ്ട് ലൈല പോവുകയും ചെയ്തു.

യാനാറോസ് പുണ്യാളന്റെ കാലത്തോളം പഴക്കം ചെന്നൊരു വീഞ്ഞുപോലെ വീര്യമുണ്ടായിരുന്നു ലൈലയ്ക്ക്. അവിചാരിതമായാകും അവൾ കയറി വരുന്നത്. ശിശുസഹജമായ മുഖത്തോടെ അവൾ തിളങ്ങി നിൽക്കുമ്പോൾ എനിക്ക് എങ്ങനെയാണ് ജീവിതത്തിന്റെ ഒഴുക്കി നൊത്ത് നീന്തി പോകാനാകുക? ലൈലയുടെ ചാരേ എത്തിച്ചേരാൻ ആയി എനിക്ക് എത്ര പെണ്ണുങ്ങളുടെ ആവശ്യമുണ്ടാകും? ലൈലയെ ഒന്ന് പുണരാനായി, അല്ലെങ്കിൽ അവളെ ഒന്ന് അറിയാനായി,എനിക്ക് എത്ര പെണ്ണുങ്ങളുടെ ആവശ്യം ഉണ്ടാകും? പഞ്ചേന്ദ്രിയങ്ങളും അവൾ ക്കായി കൊതിക്കുമെങ്കിലും പിടിനൽകാത്തവളാണ് ലൈല.

ടെലിഫോൺ ബെല്ലടിക്കുന്ന ശബ്ദം കേട്ടാണ് പിറ്റേന്ന് രാവിലെ ഞങ്ങൾ ഉണർന്നത്. അമീന ബാത്റൂമിലേക്ക് പോയതും ഞാൻ റിസീവർ കയ്യിലെടുത്തു. അബ്ബാസായിരുന്നു മറുതലയ്ക്കൽ. അയാളുടെ സ്വരം എനിക്ക് പെട്ടെന്നുതന്നെ തിരിച്ചറിയാം.

“ഞാൻ ഇന്നലെ രണ്ടു തവണ വിളിച്ചിരുന്നു. പക്ഷേ ആരും ഫോണെ ടുത്തില്ല. നമ്മൾ കാണാമെന്ന് പറഞ്ഞിരുന്ന കാര്യം മറന്നുപോയോ?”

“ഇല്ല, മറന്നു പോയതല്ല. നേരിൽ കാണുമ്പോൾ പറയാം.”

ഞാൻ ബാത്റൂമിന്റെ നേർക്ക് തിരിഞ്ഞു നോക്കി. അമീന അപ്പോഴും ഷവറിന് കീഴിൽ തന്നെയായിരുന്നു. വെള്ളം താഴേക്ക് പതിക്കുന്ന ശബ്ദം ചെവിയിൽ വന്നലയ്ക്കുന്നുണ്ട്.

“നോക്കൂ, അബ്ബാസ്, നമുക്ക് ഇവിടെ എന്റെ അപ്പാർട്ട്മെന്റിൽ വച്ച് കണ്ടാലോ? കമാലിനെ കൂടി വിളിച്ച് വിവരം പറയ്.”

“എത്ര മണിക്ക്?”

“നീ തന്നെ പറയ്.”

“എട്ടു മണിക്കായാലോ?”

“ഓക്കേ, താക്കോൽ പതിവുസ്ഥലത്ത് തന്നെ വച്ചിട്ടുണ്ടാകും.”

“ഓക്കേ.”

ബാത്റൂമിൽ നിന്ന് പുറത്തേക്കിറങ്ങി വന്ന അമീന കിടപ്പുമുറിയി ലേക്ക് നീങ്ങുന്നത് കണ്ടു. അരയ്ക്ക് കീഴിൽ ചെറിയൊരു ടവൽ കൊണ്ട് പൊതിഞ്ഞിട്ടുണ്ട്. അവളുടെ മിനുസമാർന്ന മുതുകുഭാഗം കണ്ടതും പിന്നാലെ പോകാൻ മോഹമുണർന്നു. ഉടുത്തിരുന്ന ടവൽ ഉരിഞ്ഞു മാറ്റിയ ശേഷം അവൾ പാന്റ്സും സ്വെറ്ററും ധരിക്കാൻ തുടങ്ങി. അതോടെ ഞാൻ പിന്തിരിയുകയും ബാത്റൂമിലേക്ക് പോകുകയും ചെയ്തു. പിന്നീട് സ്വീക രണമുറിയിലേക്ക് വരുമ്പോൾ അമീന രണ്ട് കപ്പ് കോഫിയും ഫ്രഞ്ച് ടോസ്റ്റിന്റെ ഏതാനും പീസുകളും തയ്യാറാക്കിവച്ചിട്ടുണ്ടായിരുന്നു.

അമീനയ്ക്ക് പക്ഷേ വിശപ്പില്ലായിരുന്നു. കോഫി തന്നെ പകുതിയേ കുടിച്ചുള്ളൂ. ശേഷം ഒരു സിഗരറ്റ് കത്തിച്ചുകൊണ്ട് അവൾ എന്റെ നേർക്ക് നോക്കി. ഞാനാകട്ടെ, പ്ലെയ്റ്റിൽ അവശേഷിച്ച ഫ്രഞ്ച് ടോസ്റ്റ് കൂടി അകത്താക്കുന്ന തിരക്കിലായിരുന്നു. ആഷ്ട്രേയിൽ സിഗരറ്റ് കുത്തിക്കെടുത്തിക്കൊണ്ട് അമീന സോഫയുടെ മുകളിൽ കിടക്കുകയായിരുന്ന തന്റെ ഹാൻഡ് ബാഗ് കൈയിലെടുത്തു. എഴുന്നേൽക്കുന്നതിനിടയ്ക്ക് അവൾ പറഞ്ഞു.

"അപ്പോൾ പിന്നെ കാണാം. അടുത്ത അഞ്ചു ദിവസത്തേക്ക് എന്നെ നോക്കേണ്ട."

"എന്തുപറ്റി?"

"ഉമ്മയ്ക്ക് സുഖമില്ലെന്ന് പറഞ്ഞുകൊണ്ട് വീട്ടിൽ നിന്ന് കത്ത് വന്നു. ഒമ്പതു മണിക്കുള്ള ട്രെയിനിൽ ഞാൻ നാട്ടിലേക്ക് പോകുകയാണ്."

വാതിൽ വരെ ഒപ്പം ചെന്നു. പോകാൻ നേരം ഞാൻ അവൾക്കൊരു ചുംബനം നൽകി. അവൾ യാത്ര പറഞ്ഞ് പോയ നേരം, ഇന്ന് രാത്രി ഇവിടേക്ക് വരേണ്ട എന്ന് പറയേണ്ടി വന്നില്ലല്ലോ എന്ന ആശ്വാസമായിരുന്നു മനസ്സിൽ. നേരെ കിടപ്പുമുറിയിലേക്ക് ചെന്ന് ഐഡി കാർഡും താക്കോലും കയ്യിലെടുത്ത് പുറത്തേക്ക് ഇറങ്ങി.

സത്യം പറഞ്ഞാൽ അമീന പുറത്തേക്ക് ഇറങ്ങിയിട്ടുതന്നെ ഏതാനും മിനിറ്റുകളെ ആയിട്ടുള്ളൂ. എന്നാൽ ഇതാണ് ഞങ്ങളുടെ പതിവ്. ഒരുമിച്ച് എന്റെ അപ്പാർട്ട്മെന്റിനകത്തേക്കോ പുറത്തേക്കോ പോകേണ്ടതില്ല എന്ന് ഞങ്ങൾ തീരുമാനിച്ചതാണ്. മൂന്നു ദിവസങ്ങൾ തുടർച്ചയായി അപ്പാർട്ട്മെന്റിൽ കഴിഞ്ഞ സമയമുണ്ട്. പക്ഷേ അപ്പോഴും പുറത്തേക്ക് പോകുന്നത് ഇരുവരും തനിച്ചായിരുന്നു. അമീന ഇത്തരത്തിൽ എന്നെ ഇടയ്ക്കിടയ്ക്ക് സന്ദർശിച്ചുകൊണ്ടേയിരുന്നു. പക്ഷേ അവസാനം അവൾ അബ്ബാസിനൊപ്പം ജീവിക്കാൻ തീരുമാനിക്കുകയും അവർ വിവാഹിതരാവുകയും ചെയ്തു. അക്കാര്യത്തെ സംബന്ധിച്ച് ഞാനറിഞ്ഞത് അമീന പറഞ്ഞിട്ടല്ല, അബ്ബാസ് പറഞ്ഞിട്ടായിരുന്നു. പിന്നീട് മറ്റു സഖാക്കളും പറഞ്ഞു. വിവാഹം കഴിഞ്ഞശേഷം, ഞാനുമായുള്ള ബന്ധത്തെ സംബന്ധിച്ച് അമീന ഭർത്താവിനോട് പറഞ്ഞിട്ടുണ്ടോ ഇല്ലയോ എന്ന് ഇന്നുവരെ എനിക്ക് അറിയില്ല. ഇടയ്ക്കിടയ്ക്ക് എന്നെ സന്ദർശിച്ചിരുന്നതും രാത്രികളിൽ ഒരുമിച്ച് കഴിഞ്ഞിട്ടുണ്ടെന്നതും അമീന അബ്ബാസിനോട് പറഞ്ഞിരിക്കുമോ? അറിയില്ല.

രാത്രി ഏഴുമണി കഴിഞ്ഞശേഷമാണ് ഞാൻ അപ്പാർട്ട്മെന്റിൽ തിരികെ എത്തിയത്. താക്കോൽ പുറത്ത് ഒരിടത്ത് സൂക്ഷിച്ചു വച്ചിട്ടാണ് ഞാൻ പോയത്. അബ്ബാസും കമാലും വന്നാൽ അത് ഉപയോഗിച്ച് അകത്തു കയറിക്കോളും. വാതിൽക്കലെ ബെല്ലടിച്ചതും അകത്തുനിന്നും

അബ്ബാസിന്റെ ശബ്ദം കേട്ടു. അയാൾ വാതിൽ തുറന്നശേഷം അകത്തു ള്ളയാളോട് പറയുന്നത് കേട്ടു:

"അത്താഴം നമുക്ക് ഇവിടെ നിന്ന് കഴിക്കാം."

കോഫ്ടയിം പച്ചക്കറികളും അടങ്ങിയ പാക്കറ്റ് അബ്ബാസിന് കൈ മാറിയശേഷം ബിയറും വൈനുമൊക്കെ പുറത്തെടുത്തു വച്ചു. കയ്യിൽ തൂക്കിക്കൊണ്ടുവന്ന സാധനങ്ങൾ സ്വീകരണമുറിയിലെ മേശപ്പുറത്ത് വച്ചു. അബ്ബാസാകട്ടെ, ഞാൻ നൽകിയ പാക്കറ്റുകൾ അടുക്കളയിലേക്ക് എടുത്തുകൊണ്ടു പോയി.

കുറച്ചുകാലമായിരുന്നു കമാലിനെ കണ്ടിട്ട്. അതിനാൽ തന്നെ വളരെ ഊഷ്മളതയോടെയാണ് അയാളെ കെട്ടിപ്പിടിച്ചത്. കുറച്ചുനേരം സംസാരിച്ചപ്പോഴാണ് ബ്രെഡ് വാങ്ങാൻ മറന്ന കാര്യം ഓർത്തത്. താൻ വാങ്ങിക്കൊണ്ടു വരാമെന്ന് പറഞ്ഞ് അബ്ബാസ് പുറത്തേക്ക് പോയതും ഞാൻ കമാലിനെയും കൂട്ടിക്കൊണ്ട് അടുക്കളയിലേക്ക് ചെന്നു.

പഠനം പൂർത്തീകരിക്കാനായി പാർട്ടിയിലെ ചില സഖാക്കൾ ഞങ്ങൾ പഠിക്കുന്ന സർവകലാശാലയിൽ ചേരാൻ വരുന്നുണ്ടെന്ന് കമാൽ പറഞ്ഞു. അവരുമായി സംസാരിച്ചെന്ന് കൂട്ടിച്ചേർത്ത കമാൽ അക്കൂട്ട ത്തിൽ നാലുപേർ ലൈലയുടെ നാട്ടുകാരാണെന്നും പറഞ്ഞു. ഇവിടെ എത്തിയപ്പോൾ തന്നെ അവർ ലൈലയെ അന്വേഷിച്ചത്രെ.

ലൈലയെ സംബന്ധിച്ച് കമാലുമായി അധികം സംസാരിക്കേണ്ട എന്നു തോന്നി. അത്താഴം കഴിഞ്ഞ് മൂന്നുപേരുമുള്ളപ്പോൾ ആകുന്ന താകും നല്ലത്. അങ്ങനെ പിന്നീട് ലൈലയുടെ കാര്യം സംസാരിച്ചപ്പോൾ അവളെക്കുറിച്ച് കേൾക്കുന്ന അപവാദ പ്രചരണങ്ങളിൽ ചിലതൊക്കെ കമാലിനെയും കുഴക്കിയിട്ടുണ്ടെന്ന് മനസ്സിലായി. എന്നാൽ ചില സഖാ ക്കൾക്ക് ലൈലയോട് ഇത്ര വൈരാഗ്യം വന്നതിന്റെ കാരണം മാത്രം അയാൾക്ക് മനസ്സിലാകുന്നതുമില്ല. അപ്പോഴാണ് മുസ്തഫയോട് സംസാരിച്ചപ്പോൾ ലതീഫ സ്വകാര്യ വിവരങ്ങൾ പുറത്തുവിട്ടു എന്ന കാര്യം സംസാരിച്ചത് അബദ്ധമായല്ലോ എന്ന് തോന്നിയത്. ഞാൻ എന്തായാലും കാര്യങ്ങൾ തുടക്കം മുതൽ കമാലുമായും അബ്ബാസുമായും പങ്കുവച്ചു. എല്ലാം കേട്ടതും അവരും അസ്വസ്ഥരായി. ഞങ്ങളടക്കം ഈ വിഷയത്തിൽ ബന്ധപ്പെട്ട സർവ്വരും നിശ്ശബ്ദരായി ഇരുന്നതിന്റെ റിയാ ക്ഷനാണ് ലൈലയ്ക്കെതിരെയുള്ള ആക്രമണങ്ങളെന്നാണ് കമാൽ പറഞ്ഞത്.

ഞങ്ങൾ വിഷയത്തിന്റെ സർവ്വവശങ്ങളും പരിശോധിച്ചു. ഞാൻ ഏറെ ബഹുമാനിച്ചിരുന്ന സുഹൃത്തായിരുന്നു കമാൽ. ഈ പ്രശ്നം എങ്ങനെ കൈകാര്യം ചെയ്യണമെന്നൊരു നിർദ്ദേശം അബ്ബാസ് മുന്നോട്ടു വച്ചെങ്കിലും കമാൽ അംഗീകരിച്ചില്ല. കാരണം ഒരു വിഭാഗത്തെ കുറ്റ ക്കാരായി മാറ്റി നിർത്താനും മറ്റേ വിഭാഗത്തിന് നഷ്ടപ്പെട്ട പരിഗണന തിരിച്ചു നൽകാനുമുള്ള നിർദ്ദേശം ഫലപ്രദമാകണമെന്നില്ല എന്നാണ്

കമാൽ കരുതുന്നത്. ഈ വിഷയത്തിൽ നാം നടത്തുന്ന ക്ഷമാപണങ്ങളൊക്കെയും വൈകിയ ശ്രമങ്ങളായേ ലൈല തന്നെ കാണുകയുള്ളൂ. ഇനി മറ്റേ വിഭാഗത്തെ കുറ്റക്കാരായി ചിത്രീകരിക്കുന്നത് എന്ത് ഫലം സൃഷ്ടിക്കുമെന്നും നമുക്ക് അറിയില്ല. പ്രത്യേകിച്ച് ഈ പ്രശ്നവുമായി ബന്ധപ്പെട്ടവർ പല പട്ടണങ്ങളിൽ നിന്നുള്ളവരാകുമ്പോൾ. രണ്ടു വശത്തുനിന്നും കത്തിയെരിയുന്നൊരു മെഴുകുതിരി പോലെയാണ് ഈ പ്രശ്നം എന്നാണ് കമാൽ കരുതുന്നത്.

"അപ്പോൾ പിന്നെ എന്തു ചെയ്യും എന്ന് പറയൂ."

"നമുക്ക് ആലോചിക്കാം. ലൈലയുമായി ഇക്കാര്യം സംസാരിക്കാനായി നമ്മളിൽ ഒരാളെ ചുമതലപ്പെടുത്താം. ശേഷം അവളുമായൊരു പാലം തീർക്കാൻ ശ്രമിക്കാം. വളരെ സ്വാഭാവികമായും മുൻവിധികൾ ഇല്ലാതെയുമാകണം അത്. ഇത്തരം പ്രശ്നങ്ങൾ ഭാവിയിലേക്ക് നീങ്ങാതെ തടഞ്ഞു നിർത്താനും അതിരുകടക്കുംവിധം ആവർത്തിക്കാതിരിക്കാനും വേണം നാം ശ്രദ്ധ നൽകേണ്ടത്."

വാച്ചിലേക്ക് നോക്കുന്നതിനിടയ്ക്ക് അബ്ബാസ് മുസ്തഫയെ പഴിക്കുന്നതു കേട്ടു. അയാൾ കാരണമാണ് കാര്യങ്ങൾ ഇങ്ങനെയൊക്കെ ആയതെന്നാണ് അബ്ബാസിന്റെ പക്ഷം. എന്നാൽ പ്രശ്നങ്ങൾ അത്ര ലളിതമായി കാണരുതെന്നാണ് കമാലിന്റെ അഭിപ്രായം. നമുക്കിടയിലെ ആശയവിനിമയക്കുറവാണ് എല്ലാത്തിനും കാരണം. പണ്ടൊക്കെ നാം തുറന്നു സംസാരിക്കുന്നവരായിരുന്നു എല്ലാ കാര്യങ്ങളിലും.

ലൈലയെ സംബന്ധിച്ച ചർച്ച പിന്നീട് സംഘടനയിലെ കുറേയേറെ ആന്തരിക വിഷയങ്ങളിലേക്ക് വഴിമാറി. രാത്രി മുഴുവൻ ഞങ്ങൾ കാര്യങ്ങളൊക്കെ സംസാരിച്ചുകൊണ്ടേയിരുന്നു.

പതിനൊന്ന്

ലൈലയുമായുള്ള അന്നത്തെ എന്റെ വൈകാരികബന്ധം വളരെ വേഗത്തിലാണ് ആരംഭിക്കുന്നത്. അതുപോലെ വേഗം തന്നെയാണ് അത് അവസാനിച്ചതും. ഞങ്ങളിൽ ആർക്കും തന്നെ മറ്റേയാളുടെ മനസ്സിലിരിപ്പ് എന്താണെന്ന് ചികഞ്ഞ് നോക്കാനുള്ള ശേഷി ഉണ്ടായിരുന്നില്ല. ഭ്രാന്തനെപോലെയായിരുന്നു എന്റെ അവസ്ഥ. മരീചിക മാത്രം കണ്ടിട്ടുള്ളവന്റെ മുന്നിൽ വെള്ളം കിട്ടിയതുപോലെ. ലൈലയായിരുന്നു എന്റെ ജീവജലം. വർഷങ്ങളുടെ ലജ്ജയിൽ പൊതിഞ്ഞ പ്രകൃതമായിരുന്നു അവളുടേത്. ഒന്ന് തൊട്ടറിഞ്ഞാൽ തന്നെ എന്നിലെ വികാരങ്ങൾ ആളിക്കത്തുമായിരുന്നു. അവളിലേക്ക് ചായാം. ആഴ്ന്നിറങ്ങാം. കീഴടക്കുകയുമാകാം. അവളിൽ കുടിയേറുകയായിരുന്നു എന്റെ ആഗ്രഹം.

തുടക്കത്തിൽ ജ്വലിക്കുന്ന ഒരു അനുഭവമായിരുന്നു ലൈല. എന്നാൽ പിന്നീട് അവൾ മഞ്ഞുകട്ടപോലെ തണുത്തുറയാൻ തുടങ്ങി. ഞരങ്ങുന്നുണ്ടായിരുന്നു ഞാനന്നേരം. അതോടെ എന്റെ കീഴിൽ നിന്ന് അവൾ കുതറിമാറും. യാചനാസ്വരത്തിൽ ഞാൻ അവൾക്കുനേരെ നോക്കും. ഞങ്ങളുടെ കണ്ണുകൾ തമ്മിൽ ഇടയുന്ന നേരം മതിയാക്കൂ എന്ന യാചനാഭാവം അവളുടെ കണ്ണുകളിലും ഞാൻ കാണും.

"അസാധ്യമാണ് ലൈലാ, എന്നെക്കൊണ്ടാകില്ല. നിന്നെ വിട്ടു പിരിയുന്ന പക്ഷം ഞാൻ അപ്പോൾ തന്നെ പൊട്ടിത്തെറിച്ചു പോകും. അല്പം കൂടി എന്നെ സഹിച്ചൂടെ... പ്ലീസ്... കുറച്ചുനേരം കൂടി..."

ലൈല എന്റെ കൈപ്പിടിയിലമർന്ന ഒരേയൊരു നേരമായിരുന്നു അത്.

"എനിക്ക് നിന്റെ ഉള്ളിലേക്ക് ആഴ്ന്നിറങ്ങണം."

"ഉള്ളാണെന്ന് നിങ്ങൾ കരുതുന്നത് എന്നെ സംബന്ധിച്ച് പുറംമോടി മാത്രമാണ്."

"ആയിക്കോട്ടെ. ഉള്ളിന്റെ പുറം മാത്രമാണെങ്കിൽ പോലും ഇപ്പോൾ അതുതന്നെ എനിക്ക് ധാരാളമാണ്."

"പിന്നെങ്ങനെ ഉള്ളിലേക്ക് ആഴ്ന്നിറങ്ങാൻ സാധിക്കും?"

"നീ കന്യകയാണോ ലൈല?"

"അപ്പോൾ നിങ്ങളോ?"

ആ ചോദ്യത്തിലൂടെ അവൾ എന്റെ വായടപ്പിച്ചു കളഞ്ഞു. അതോടെ അനവസരത്തിലുള്ള സ്വന്തം ചോദ്യത്തിനു മുന്നിൽ ചുരുണ്ട് കൂടാനായിരുന്നു എന്റെ യോഗം. അങ്ങനെയായിരുന്നു ലൈല: പശിമയാർന്ന ജലത്തുള്ളികളാണ് ഞാൻ നൽകിയതെങ്കിൽ, അവൾ എനിക്ക് പകർന്ന നൽകിയത് ജീവജലം തന്നെയായിരുന്നു. അതോടെ അവൾ എന്റെ പക്കൽ നിന്ന് എഴുന്നേറ്റ് ബാത്റൂമിലേക്ക് പോയി. ഇപ്പോൾ ഞാൻ ലൈലയെ യാദൃച്ഛികമായേ കാണാറുള്ളൂ. ഇടുങ്ങിയ തെരുവുകളിലോ ഭാവനയുടെ വിശാലമായ പാതകളിലോ മാത്രം.

പിന്നീട് ലൈലയെ കാണാതായി. അവളെന്നെത്തേടി അപ്പാർട്ടുമെന്റിലേക്കും വരാതായി. ആ ജീവജലം വറ്റിത്തുടങ്ങി. ഒരുനാൾ ഞങ്ങളുടെ ദേഹങ്ങൾ ഒന്നായി മാറിയ കാര്യം പോലും മറന്നു പോകാൻ തുടങ്ങി. സ്വാഭാവികമായ പരസ്പരബന്ധമാണ് ഞങ്ങൾക്കിടയിൽ അപ്രത്യക്ഷമാകാൻ തുടങ്ങിയത്. ഉപരിതലത്തിൽ നിന്ന് താഴേക്ക് പോകാനുള്ള ധൈര്യം ആർക്കും ഇല്ലാതെ പോയി.

പിന്നീട് തടവിലായപ്പോൾ ഗർബിയ്യ ജയിലിൽ ലൈല എന്നെ കാണാൻ വന്നു. പതിയെ അവളുടെ സന്ദർശനങ്ങൾ പതിവാകുകയും ഞങ്ങളുടെ ഹൃദയങ്ങൾക്കിടയിൽ പാലം തീർക്കപ്പെടുകയും ചെയ്തു. അതോടെ ബന്ധം തളിരിട്ട ആദ്യ സമാഗമദിനത്തിലെ ഓർമ്മകൾ ചികയാൻ ശ്രമിച്ചു. ലൈലയുമായി ഇഴുകിച്ചേർന്ന ആ ദിനത്തിന്റെ ഓർമ്മകൾ കെടാൻ തുടങ്ങിയതാണ്. അന്നത്തെ ദിവസം ആരംഭത്തിൽ നീ വളരെ വികാരതരളിതയായിരുന്നു. പിന്നീടെന്തേ മഞ്ഞുകട്ട പോലെ ആ വികാരങ്ങളൊക്കെയും തണുത്തുറഞ്ഞു പോയി എന്ന് ഞാൻ ചോദിച്ചപ്പോൾ അവൾ പറഞ്ഞു:

"അന്നേരത്തെ നിങ്ങളുടെ മുരൾച്ച എന്നെ പേടിപ്പിച്ചു കളഞ്ഞു. പോരാത്തതിന് കിടക്കയുടെ കിറുകിറു ശബ്ദം അലോസരപ്പെടുത്തുകയും ചെയ്തു."

ആ മറുപടി കേട്ട് ഞാൻ പൊട്ടിച്ചിരിച്ചു പോയി. അപ്പാർട്ട്മെന്റിലെ ഇരുമ്പ് കിടക്കയിൽ ഞങ്ങളുടെ ശരീരങ്ങൾ അമർന്ന നേരത്തെ കിറുകിറു ശബ്ദം നല്ലതുപോലെ എനിക്കും ഓർമ്മയുണ്ട്. എല്ലാ പെണ്ണുങ്ങളും ഇതുപോലെ തന്നെയായിരിക്കുമോ, അതോ ലൈല മാത്രമേ ഇത്തരത്തിൽ കിടക്കയുടെ ശബ്ദം ഒക്കെ ശ്രദ്ധിക്കുകയുള്ളൂ എന്നാണ് ഞാൻ ചിന്തിച്ചത്. അമീനയാകട്ടെ, എനിക്കൊപ്പം ശയിച്ചിട്ടുള്ളപ്പോഴൊക്കെയും അറുത്തിട്ട പക്ഷിയെ പോലെ കിടന്നു പുളയുന്നതല്ലാതെ ഇത്തരത്തിൽ കിടക്കയുടെ ശബ്ദത്തെക്കുറിച്ചൊന്നും ആകുലപ്പെടുകയേ ഇല്ലായിരുന്നു.

പിന്നെ എന്താണ് എന്റെ 'മുരൾച്ച' എന്നതുകൊണ്ട് ഉദ്ദേശിച്ചത് എന്ന് ഞാൻ തിരക്കി.

“സിംഹത്തിന്റെ മുരൾച്ച പോലെ തോന്നിക്കുന്ന ശബ്ദങ്ങളാണ് അന്നേരം മൗലീൻ ഉണ്ടാക്കിയിരുന്നത്. അല്ലെങ്കിൽ കഠാരികൊണ്ട് മുതുകിൽ കുത്തേറ്റവൻ ഇടറി നിലത്തേക്ക് വീഴുന്നതിനു മുമ്പ് ഉണ്ടാക്കുന്ന ഞരക്കങ്ങൾ പോലെ. എന്റെ മുകളിലേക്ക് നിങ്ങൾ ചത്തു വീഴുമോ എന്ന് പോലും തോന്നിപ്പോയി.”

“ഭാവിയിലെന്തായാലും അത്തരത്തിൽ ഉണ്ടാകുമെന്ന് കരുതേണ്ടതില്ല”

“മുഹമ്മദിന്റെ കാര്യത്തിലും എനിക്ക് ഇതേ അനുഭവമാണുണ്ടായിട്ടുള്ളത്. നിങ്ങൾ ആണുങ്ങളെല്ലാം ഒരുപോലെ തന്നെയാണെന്നർത്ഥം.”

മുഹമ്മദുമായുള്ള തന്റെ സ്വകാര്യജീവിതത്തെ സംബന്ധിച്ച് ആദ്യമായിട്ടായിരിക്കും ലൈല എന്നോട് പറയുന്നത്. കൂടുതൽ അറിയണമെന്നുണ്ടായിരുന്നു. പക്ഷേ ചോദിക്കാനുള്ള ധൈര്യമുണ്ടായില്ല. അവളുടെ ശരീരത്തിന്റെ സുഗന്ധം പോലും എനിക്ക് പരിചിതമായിത്തീർന്നിരുന്നു.

“അന്നത്തെ ദിവസം എനിക്ക് നിന്റെ ഗന്ധം ഏറെ ഇഷ്ടമായി. അത് ഇപ്പോഴും എന്റെ ഉള്ളിൽ തന്നെയുണ്ട്.”

ഇതുകേട്ടതും അവൾ പുഞ്ചിരിയോടെ നിലത്തേക്ക് കണ്ണു നട്ടു:

“നിങ്ങളൊക്കെ ഞങ്ങളെ സ്നേഹിക്കുന്നത് അല്ലെങ്കിൽ തന്നെ ഞങ്ങളുടെ ഗന്ധത്തിനു വേണ്ടിയാണല്ലോ? ഉള്ളിലെ തീയിനു വേണ്ടി. ശരീരം... ഗന്ധം... തീ... ഇങ്ങനെ എന്തെങ്കിലും തുടക്കത്തിലേ ലഭിക്കുന്ന കാര്യങ്ങൾക്കേ നിങ്ങൾ പുരുഷന്മാർ മെനക്കെടുകയുള്ളൂ. എന്നാൽ ഞങ്ങളാകട്ടെ, പ്രത്യേകിച്ച് ഒന്നും തിരിച്ചു പ്രതീക്ഷിക്കാതെയാണ് നിങ്ങളുമായി ബന്ധം സ്ഥാപിക്കുന്നത്. ഒന്നാലോചിച്ചു നോക്കൂ, എപ്പോഴെല്ലാം എന്റെ ദേഹം അരികിലെത്തുന്നുവോ അപ്പോഴൊക്കെയും മുഹമ്മദ് എന്നെ തന്റെ കരങ്ങൾ കൊണ്ട് ചുറ്റിപ്പിടിക്കും. പിന്നെ ആലിംഗനം ചെയ്യും. എന്നാൽ അയാളുടെ ആലിംഗനത്തിലമരുമ്പോൾ ആ കഴുത്തിൽ നിന്നും എന്റെ മൂക്കിലെത്തുന്നത് പൂക്കളുടെയോ മറ്റു സുഗന്ധങ്ങളുടെയോ ഗന്ധമായിരുന്നില്ല: മറിച്ച് ഇരുമ്പിന്റെ ഗന്ധമായിരുന്നു എന്നെ കാത്തിരുന്നത്. പക്ഷേ പതിയെ ഞാൻ ഗന്ധത്തോട് പൊരുത്തപ്പെടാനും പിന്നെ സ്നേഹിക്കാനും തുടങ്ങി. ഒന്നാലോചിച്ചു നോക്കൂ, ആ ഞാൻ ഇരുമ്പിനെ സ്നേഹിക്കാൻ തുടങ്ങിയെന്ന്!”

ആളുകളെ പിന്തിരിപ്പിക്കാനുള്ള ഈ ശേഷിയൊക്കെ നിനക്ക് എവിടെ നിന്നാണ് ലഭിക്കുന്നത് ലൈലാ? മുഹമ്മദുമായുള്ള ബന്ധത്തെക്കുറിച്ച് ഞാൻ എന്താണോ അറിയാൻ ആഗ്രഹിച്ചത് ഏതാണ്ട് അതുതന്നെയാണ് ലൈല പറഞ്ഞിരുന്നെതെങ്കിലും അത് ഈ വിഷയത്തിൽ കൂടുതൽ ചികയാനുള്ള അവസരം എനിക്ക് നൽകുന്നതായി കരുതുന്നതേയില്ല. നേരത്തെ കാര്യമായ ബന്ധങ്ങൾ ഒന്നും തന്നെ ഇല്ലാതിരുന്നിട്ടും എങ്ങനെയാണ് ലൈലയും മുഹമ്മദും വിവാഹിതരായത് എന്നാണ് ഞാൻ

ചിന്തിച്ചുകൊണ്ടിരുന്നത്. ലൈല കോളേജിൽ ചേരുമ്പോൾ മുഹമ്മദ് അവസാന വർഷ വിദ്യാർത്ഥിയായിരുന്നു. അവളെ ആദ്യമായി ശ്രദ്ധിക്കുകയും പ്രണയമനസ്സുമായി പിന്നാലെ കൂടുകയും ചെയ്തയാളായിരുന്നു മുഹമ്മദ്. ഏതെങ്കിലും ഒരു പ്രത്യേക രാഷ്ട്രീയ ധാരയോടുമാത്രം പ്രതിബദ്ധത പുലർത്തിയിരുന്ന ആളായിരുന്നില്ല അയാൾ. അതേസമയം ഗൗരവമായ രാഷ്ട്രീയ അവബോധത്തോടെ സർവ്വകലാശാലയിൽ അയാൾ നിറഞ്ഞുനിന്നു. ജോലി ലഭിച്ചതോടെ രാഷ്ട്രീയ പ്രവർത്തനമൊക്കെ കുറഞ്ഞെങ്കിലും എല്ലാവരുമായും വളരെ ഊഷ്മളമായ ബന്ധം മുഹമ്മദ് നിലനിർത്തിയിരുന്നു.

അങ്ങനെ അഞ്ചുവർഷം പിന്നാലെ നടന്ന ശേഷം മുഹമ്മദ് ലൈലയെ വിവാഹം കഴിച്ചു. അതും വഴുതി മാറുവാൻ പ്രത്യേക കഴിവുള്ള ലൈലയെ. പക്ഷേ വിവാഹശേഷവും ലൈലയെ അവളുടെ പഴയ രീതികളിൽ തന്നെ സ്വതന്ത്രയായി വിടാനുള്ള മാനസികാവസ്ഥയൊന്നും ഉള്ള ആളായിരുന്നില്ല മുഹമ്മദ്. മറിച്ച് താനാഗ്രഹിച്ചിരുന്ന തരത്തിലുള്ള ജീവിതവാർപ്പനുസരിച്ച് ലൈലയെ മാറ്റിയെടുക്കാനാണ് അയാൾ തുനിഞ്ഞത്. ഞങ്ങളെ ഏവരെയും അത്ഭുതപ്പെടുത്തിയ ലൈലയുടെ പുതിയ പദ്ധതി മുഹമ്മദിന് ഇഷ്ടമായതേയില്ല. മുഖ്താറിന്റെ കേസ് കൈകാര്യം ചെയ്യാൻ ലൈല തീരുമാനിച്ച വിവരം ഏറ്റവും അവസാനം അറിഞ്ഞത് മുഹമ്മദായിരുന്നു. മുഖ്താറിന്റെ തടവ് സംബന്ധിച്ച കാര്യങ്ങൾ ചർച്ച ചെയ്യാനായി അയാളുടെ മക്കളുടെ അരികിലേക്ക് പോകാൻ വേണ്ട സർവ്വ തയ്യാറെടുപ്പുകളും ലൈല നടത്തുന്നതുവരെ മുഹമ്മദ് ഒന്നും അറിഞ്ഞതേയില്ല.

പലതരത്തിലുള്ള അഭിപ്രായങ്ങൾ കേട്ട കേസ് ആണ് മുഖ്താറിന്റേത്. അങ്ങനെയുള്ള ഒരാളുടെ കേസിൽ ഇടപെടാൻ ലൈലയ്ക്കു തോന്നിയെതെങ്ങനെയാണെന്ന് മനസ്സിലായതേയില്ല. പിന്നീട് എന്നെ കാണാൻ വന്നപ്പോഴെല്ലാം തടിച്ചൊരു ഫയലും കക്ഷത്തിൽ തിരുകിക്കൊണ്ടായിരിക്കും അവൾ വരിക. നിലവിലെ സാഹചര്യത്തിൽ ഇത്തരമൊരു വിഷയം സംബന്ധിച്ച് പത്രത്തിൽ എഴുതുക എന്നു പറയുന്നത് ഒട്ടേറെ ആളുകളെ അലോസരപ്പെടുത്താനിടയായിട്ടുണ്ടെന്ന് അവളെ ബോധ്യപ്പെടുത്താൻ ഞാൻ ശ്രമിച്ചതുമാണ്. എന്തിനേറെ, ഏതൊരു പാർട്ടിയിലെ അംഗമാണെന്നാണോ മുഖ്താറിനെ സംബന്ധിച്ച് കരുതിയിരുന്നത്, ആ പാർട്ടിക്കുപോലും അയാളുടെ കേസിൽ ഇടപെടാൻ അന്ന് തീരെ താല്പര്യമില്ലായിരുന്നു.

“എങ്കിലും അഭിമുഖം നടത്താൻ നിനക്കെങ്ങനെയാണ് സാധിച്ചത്?”

“അതൊക്കെ പിന്നാലെ അറിഞ്ഞാൽ മതി.”

“ഇക്കാര്യത്തെക്കുറിച്ച് മുഹമ്മദിന് അറിയാമോ?”

“എന്തിന് അറിയണം, ഞങ്ങളിൽ ഒരാൾ ചെയ്യുന്ന പ്രവൃത്തി മറ്റേയാളെ സന്തോഷിക്കുന്നതേ ആകാവൂ എന്ന് തീരുമാനിച്ചുറപ്പിച്ചിട്ടൊന്നുമില്ലല്ലോ?”

കുറേനേരം ഞാൻ ലൈലയുടെ മുഖത്തേക്കുതന്നെ തുറിച്ചു നോക്കി കൊണ്ടേ ഇരുന്നതേയുള്ളൂ. ശേഷം മുഖ്താറിന് സുഖമാണോ എന്ന് തിരക്കി.

“ആ മനുഷ്യൻ ശരിക്കും തനിത്തങ്കമാണ്.”

എട്ടു വർഷങ്ങൾക്ക് മുമ്പായിരുന്നു മുഖ്താർ ഗർബിയ്യയിലെ ജയിലിലടയ്ക്കപ്പെടുന്നത്. അയാളെ സംബന്ധിച്ച് ഒരു നിലപാട് പാർട്ടി ഒരിക്കലും സ്വീകരിച്ചതേയില്ല എന്നത് അക്കാലത്ത് യുവജന വിഭാഗത്തിലെയും അതുപോലെ തന്നെ പാർട്ടിയിലെയും ഒട്ടേറെ അംഗങ്ങളെ അലട്ടിയ സംഗതിയായിരുന്നു. മുഖ്താർ നടത്തിയത് ഒരു പാർട്ടി യജ്ഞമായിരുന്നോ അല്ലയോ എന്നത് ഞങ്ങൾ തിരിച്ചും മറിച്ചും ചിന്തിച്ച ചോദ്യമായിരുന്നു. പക്ഷേ അംഗങ്ങളുടെ ചോദ്യത്തിന് നേതൃത്വം മറുപടി തന്നതേയില്ല. ആ പദ്ധതി ഇത്ര സൂക്ഷ്മമമായി നടപ്പിലാക്കാൻ മുഖ്താർ എന്ന വ്യക്തിക്ക് തനിച്ച് സാധിക്കുമോ? പബ്ലിക് പ്രോസിക്യൂഷനും വിചാരണ കോടതി ജഡ്ജിയും മുഖ്താർ നടത്തിയ വധത്തിന് പിന്നിലെ ഗൂഢാലോചനയിൽ പങ്കാളിയായവരെക്കുറിച്ചെല്ലാം മാറിമാറി ചോദ്യങ്ങൾ ചോദിച്ചതും ഇതേ വിശ്വാസം കൊണ്ട് തന്നെയായിരുന്നു.

മുഖ്താർ ഇംസി പട്ടണത്തിലെ ഒരു ധനാഢ്യ കുടുംബത്തിന്റെ അടുക്കൽ പാട്ടക്കാരനായി മാറുന്നു. അധ്വാനിച്ചോ അല്ലെങ്കിൽ അനന്തര സ്വത്തുക്കൾ വഴിയോ അല്ല, മറിച്ച് ഫ്രഞ്ച് കോളനി ശക്തികളെ സേവിച്ചതിലൂടെ ലഭിച്ച പണംകൊണ്ട് സമ്പന്നരായ കുടുംബമായിരുന്നു അത്. ആ കുടുംബത്തിലെ ഇരട്ട സഹോദരന്മാരിൽ ഒരാൾ ഫ്രഞ്ചുകാരുടെ ചാരനായിരുന്നത്രെ. പാർട്ടി അംഗങ്ങൾക്കിടയിൽ നുഴഞ്ഞുകയറിയത് ഈ ഇരട്ടകളിൽ ഇന്നയാളാണെന്ന് മുഖ്താറിന് കൃത്യമായി തിരിച്ചറിയാനായത് എങ്ങനെ എന്ന് മനസ്സിലാകുന്നില്ല. എട്ടുമാസം ഇരട്ടകൾക്കൊപ്പം ചെലവഴിക്കുന്നതിനിടയിൽ അവർ തമ്മിലുള്ള സൂക്ഷ്മമായ സാമ്യങ്ങളും വൈജാത്യങ്ങളും മനസ്സിലാക്കുകയും പാർട്ടിയിലേക്ക് നുഴഞ്ഞുകയറിയത് അവരിൽ ഇന്നയാളാണെന്ന് തിരിച്ചറിയുകയുമായിരുന്നോ മുഖ്താർ? ശേഷം അനിതരസാധാരണമായ ദൃഢനിശ്ചയത്തോടുകൂടി അയാൾ തന്റെ പദ്ധതി നടപ്പിലാക്കുകയായിരുന്നോ?

ചാരനെന്ന് കരുതുന്ന ഇരട്ടകളിൽ ഒരാളെ വധിച്ചശേഷം മുഖ്താർ ഒളിവിൽ പോയി. രാജ്യത്തിന് പുറത്തേക്ക് കടക്കാനുള്ള ശ്രമം പരാജയപ്പെടുകയും പൊലീസിനെ വെട്ടിച്ച് കടക്കുകയും കഴിഞ്ഞ ഒരു ഘട്ടത്തിനുശേഷം മുഖ്താർ അറസ്റ്റ് ചെയ്യപ്പെട്ടു. സൈനിക കോടതിയിൽ വിചാരണ ചെയ്യപ്പെട്ടപ്പോൾ പ്രധാനമായും ഉയർന്ന ചോദ്യം കൊലപാതകത്തിന് പിന്നിൽ പാർട്ടിയുടെ നിർദ്ദേശമുണ്ടായിരുന്നോ എന്നതായിരുന്നു. അതാണോ ശാന്തതയോടും സമചിത്തതയോടും കൂടി വിചാരണയെ നേരിടാൻ അയാളെ പ്രേരിപ്പിക്കുന്നത്? പാർട്ടിചാരനെ ഇല്ലാതാക്കാനുള്ള പദ്ധതി തീർത്തും വ്യക്തിപരമായിരുന്നു എന്നായിരുന്നു പ്രതിഭാഗം വാദിച്ചത്. പാർട്ടിക്ക് ഇതിലൊന്നും ബാധ്യതയില്ലെന്ന് പറഞ്ഞ് ഒഴിഞ്ഞുമാറുകയും ചെയ്തു.

ഞങ്ങൾ സെൻട്രൽ ജയിലിലെത്തുമ്പോൾ മുഖ്താർ വധശിക്ഷയും കാത്ത് കിടക്കുകയാണെന്ന് അറിയാമായിരുന്നു. എന്നാൽ അതിന്റെ തീവ്രത എത്രത്തോളമാണെന്ന് പിന്നീട് കൂടുതൽ അടുത്തറിഞ്ഞപ്പോൾ മാത്രമാണ് മനസ്സിലായത്. വധശിക്ഷ കാത്തു കിടക്കുന്ന ഒരു തടവു കാരനെ സംബന്ധിച്ചിടത്തോളം ശരീരത്തിൽ നിന്നും ഇഞ്ചിഞ്ചായി ജീവൻ പറിച്ചെടുക്കുന്നത് പോലൊരു അനുഭവത്തെയായിരിക്കും ദിനവും അഭിമുഖീകരിക്കേണ്ടി വരിക. ദിവസേന അയാൾ ഇഞ്ചിഞ്ചായി മരിച്ചു കൊണ്ടേയിരിക്കും. ഇരട്ടഭീകരതയ്ക്ക് ഇരയാവാനായിരിക്കും അയാളുടെ യോഗം.

തടവുകാരന്റെ ശിരസ്സിനു മുകളിൽ വധശിക്ഷാവിധി തൂങ്ങിയാടു ന്നത് രാവിനൊടുവിൽ പ്രഭാതം വരുമെന്ന് തീർച്ചയാണെന്ന രീതി പോലെയായിരിക്കും. എന്നും തടവുകാരനെ വധശിക്ഷ നടപ്പാക്കാനായി പുറത്തേക്ക് കൊണ്ടുവരും. പിന്നീട് അവസാനനിമിഷം അത് അടുത്ത ദിവസത്തേക്ക് മാറ്റിവെച്ചതായി അറിയിക്കും. എന്നും രാവിലെ കൈകളിൽ ചങ്ങലകളിട്ട് വലിയ താഴുകൊണ്ട് പൂട്ടിയ നിലയിൽ അവരെ സെല്ലു കളിൽനിന്ന് ഇറക്കിക്കൊണ്ടുവരും. ശേഷം ഏഴു വാതിലുകൾ പിന്നിട്ട് വധശിക്ഷ നടപ്പിലാക്കുന്ന സ്ഥലത്തേക്ക് കൊണ്ടുവരും. അന്നേര മൊക്കെയും ആ ചങ്ങലക്കെട്ടിന്റെ കിലുക്കം അവരുടെ ചെവികളിൽ വന്നലച്ചുകൊണ്ടേയിരിക്കും.

ഇങ്ങനെ ദിവസങ്ങളും വർഷങ്ങളും വരെ വധശിക്ഷ കാത്ത് കിട ക്കേണ്ടി വന്നേക്കും. ദിനേനെയെന്നോണം ആവർത്തിക്കുന്ന ഈ ഭീകര തയെ തടഞ്ഞു നിർത്താനായി ഒരു മാർഗ്ഗവുമുണ്ടാകില്ല. തടവുകാരനെ ജീവനോടെ കൊല്ലാക്കൊല ചെയ്യുന്ന ഒരാചാരമായി ഇത് മാറിയിരി ക്കുന്നു. ഒന്നാലോചിച്ചു നോക്കൂ, എന്നും രാത്രി തടവുകാരനായ നിങ്ങൾ കരുതുക ഇത് നിങ്ങളുടെ അവസാന രാത്രിയാണെന്നായിരിക്കും. പിന്നീട് നിങ്ങൾക്ക് ഉറങ്ങാനേ സാധിക്കില്ല.

ജയിലിൽ പോയി മുഖ്താറിനെ കണ്ടശേഷം വലിയൊരു ഫയലും കയ്യിൽ ചുമന്നു കൊണ്ട് എന്നെ കാണാനായി ലൈല വന്ന ദിവസം തനിക്ക് കരൾ കട്‌ലറ്റ് വേണമെന്ന് മുഖ്താർ ആഗ്രഹം പ്രകടിപ്പിച്ച കാര്യം അറിഞ്ഞു. പിറ്റേന്ന് അയാളുടെ മകൾ ഐശയെയും കൂട്ടിക്കൊണ്ടാണ് കട്‌ലറ്റുമായി ലൈല ജയിലിലേക്ക് പോയത്. ഈ വിഷയം അറിഞ്ഞ പ്പോൾ മാത്രമാണ് മുഖ്താറിന് മക്കളുള്ള കാര്യം ഞാൻ മനസ്സിലാക്കു ന്നതുതന്നെ. അതിനെന്തായാലും ലൈല തന്നെ വേണ്ടിവന്നു.

ഞാനടക്കമുള്ളവരും ഗർബിയ്യ ജയിലിലുണ്ടെന്ന് അറിഞ്ഞതോടെ എന്നെ കാണണമെന്ന് മുഖ്താർ നിർബന്ധം പിടിച്ചു. ലൈലയുമായി എനിക്ക് നല്ല ബന്ധമുണ്ടെന്ന് അയാൾക്ക് അറിയാമായിരുന്നു. ജയിൽ മുറ്റത്ത് വെച്ച് കാണാമെന്ന് അയാൾ പറഞ്ഞു. തന്റെ കേസ് സംബന്ധിച്ച ലേഖനം പ്രസിദ്ധീകരിച്ചതോടെ അവൾക്ക് നേരിടേണ്ടിവന്ന അനു ഭവങ്ങളുടെ വിശദാംശങ്ങളുമായിരുന്നു അയാൾക്ക് അറിയേണ്ടിയിരുന്നത്. എന്നാൽ എന്താണോ എന്നിൽ നിന്ന് അറിയാൻ ശ്രമിക്കുന്നത്

അക്കാര്യത്തെ സംബന്ധിച്ച് എനിക്കും കാര്യമായി ഒന്നും അറിയില്ലായിരുന്നു. തന്നെക്കുറിച്ച് മറ്റുള്ളവർ അറിയാൻ ആഗ്രഹിക്കുന്ന സംഗതികൾ ഒന്നും തന്നെ തുറന്നുപറയുന്ന തരക്കാരിയല്ലല്ലോ ലൈല.

പൊതുവേ കരയാത്ത പ്രകൃതക്കാരിയായ ലൈല, പക്ഷേ ജയിലിൽ വച്ച് കരഞ്ഞു. അവൾ ഇവിടെ ജയിലിൽ വച്ചല്ലാതെ കരഞ്ഞിട്ടേയില്ല എന്നാണ് എനിക്ക് തോന്നിയിട്ടുള്ളത്. മുഖ്താറിനെ ജയിലിൽ കാണാൻ എത്തിയപ്പോൾ ദീർഘകാലം പരസ്പരം കാണാതിരുന്ന സുഹൃത്തുക്കളെപോലെയാണ് അവർ കെട്ടിപ്പിടിച്ചതും പൊട്ടിക്കരഞ്ഞതും. തന്റെ മക്കളെ അപൂർവ്വമായി കാണുന്നത് ഒഴിച്ചാൽ ഇത് ആദ്യമായിട്ടായിരിക്കും മുഖ്താറിനെ കാണാനായി ഒരാൾ എത്തുന്നത്. തന്നെ സംബന്ധിച്ചിടത്തോളം വിലമതിക്കാനാകാത്തവയാണ് ലൈലയുടെ സന്ദർശനങ്ങൾ എന്നാണ് മുഖ്താർ പറഞ്ഞിട്ടുള്ളത്.

മമ്മയുടെ സഹോദരിയുടെ മക്കളുടെ സുഖാന്വേഷണങ്ങൾ അവർ ഓരോരുത്തരുടെയും പേരിൽ തന്നെ ജയിലിൽ കഴിയുകയായിരുന്ന എനിക്ക് കൈമാറി അതിശയിപ്പിച്ചവളാണ് ലൈല. അങ്ങേയറ്റം നൈസർഗ്ഗികമായും ആഴത്തിലുമായിരിക്കും അവൾ ഇടപെടുക. അങ്ങേയറ്റം സുതാര്യമായാണ് ഞാനും അവളോട് പെരുമാറിയിരുന്നത്. സ്വന്തം കേസിനോട് തോന്നിയിരുന്ന വേദനയേക്കാളേറെ ചില പാർട്ടി അംഗങ്ങളിൽ നിന്ന് ലൈലയ്ക്ക് നേരിടേണ്ടി വന്ന അന്യായങ്ങളായിരുന്നു എന്നെ ഏറെ വിഷമിപ്പിച്ചിരുന്നത്.

"ലൈല ഒരു സ്ത്രീയാണ് സഹോദരാ. അതുപോലൊരാൾ അനുഭാവിയായി ഒപ്പം ഉണ്ടെന്നതിൽ പാർട്ടി അഭിമാനിക്കുകയാണ് വേണ്ടത്. ഈ സ്ത്രീ എന്റെ ജീവൻ ഒടുങ്ങുവോളം ഒപ്പമുണ്ടാകുമെന്ന് തോന്നാൻ കാരണമെന്തെന്ന് അറിയാമോ?"

"എന്താണ്?"

"അവളുടെ ഉറച്ച മനസ്സുതന്നെയാണ്. തെളിഞ്ഞ ചിന്തയുടെ ഉടമ. തനിക്കെതിരെ എന്തൊക്കെ ആരോപണങ്ങൾ ഉയർന്നാലും അവളത് കാര്യമാക്കുന്നതേയില്ല. ഉപദ്രവിക്കാൻ ശ്രമിക്കുന്നവരൊക്കെ ഇല്ലാതായിട്ടും അവൾ ഇപ്പോഴും നമുക്കിടയിൽ തന്നെയുണ്ട്. സ്വയം ഒരു മുറിവായിട്ടും അവൾ നമ്മുടെയൊക്കെ മുറിവുണക്കാനാണ് ശ്രമിക്കുന്നത്."

ഞങ്ങൾ പാർട്ടിയിൽ ചേർന്നപ്പോൾ ലൈലയും അതിൽ അംഗമാകുമെന്നും പാർട്ടി പദ്ധതിയെ അംഗീകരിക്കുകയും ചെയ്യുമെന്നാണ് ഞാൻ ശരിക്കും കരുതിയത്. പ്രത്യേകിച്ച് പാർട്ടിയിലേക്ക് കൂടുതൽ വനിതകളെ റിക്രൂട്ട് ചെയ്യാനുള്ള പദ്ധതി ഉണ്ടായിരുന്ന സ്ഥിതിക്ക്. നേരത്തെ പാർട്ടിക്കുള്ളിൽ പാർശ്വവൽക്കരിക്കപ്പെട്ടതും ദുർബലവുമായ സ്ഥാനം മാത്രമാണ് വനിതകൾക്ക് ലഭിച്ചിരുന്നത്. പക്ഷേ നേരെ വിപരീതമായാണ് സംഭവിച്ചത്. പാർട്ടി അംഗത്വം എന്ന ആശയത്തിന് നേർക്ക് തീർത്തും തണുപ്പൻ സമീപനമാണ് ലൈല സ്വീകരിച്ചത്. അവളുടെ അഭിപ്രായം

എന്തെന്നറിയാനായി ഞാൻ പാർട്ടി പദ്ധതിയെക്കുറിച്ച് വിശദീകരിച്ചപ്പോൾ ലൈലയുടെ പ്രതികരണം ഇങ്ങനെയായിരുന്നു.

"ചില അഭിപ്രായങ്ങൾ നമ്മൾ പങ്കുവയ്ക്കുകയോ അവയിൽ ഐക്യപ്പെടുകയോ ചെയ്തേക്കാം. എന്നാൽ പാർട്ടിയിൽ അംഗമാകും എന്നത് എന്നെ സംബന്ധിച്ച് അത്ര എളുപ്പം തീരുമാനിക്കാൻ സാധിക്കുന്ന കാര്യമല്ല."

"ഇത് ഒരു വിഷയത്തിലെ ബോധ്യത്തിന്റെ പ്രശ്നം മാത്രമാണ്. അല്ലാതെ എവിടെയെങ്കിലും ചേരുന്നതോ പ്രവേശിക്കുന്നതോ പുറത്തു പോകുന്നതോ ആയ സംഗതിയല്ല."

"നിങ്ങളൊക്കെയും പാർട്ടിയിൽ അംഗമായത് ബോധ്യത്തിന്റെ അടിസ്ഥാനത്തിൽ അല്ലേ?"

"പക്ഷേ രാവും പകലും എന്ന ഭേദമില്ലാതെ ആരാധിക്കുന്ന വിശുദ്ധ ചിഹ്നംപോലെ ഒന്നുമായും ഇടപെട്ടേ തീരൂവെന്ന നിർബന്ധമൊന്നും തന്നെ ഞങ്ങൾക്ക് നേരിടേണ്ടി വന്നിട്ടില്ല. അക്കാലത്തെ രാഷ്ട്രീയ സാമൂഹിക യാഥാർത്ഥ്യങ്ങൾ വ്യതിരിക്തമായ മറ്റൊരു ആശയത്തിന്റെ സാധ്യത സൃഷ്ടിച്ചു, അത്രയേ ഉള്ളൂ."

"ഏതെങ്കിലും മൂർത്തിയെ ആരാധിക്കുന്ന വിഷയമല്ല ഞാൻ പറയുന്നത്. മറിച്ച് പാർട്ടി പദ്ധതികളുടെ രൂപീകരണത്തിലും വികാസത്തിലുമായി നമ്മുടെ സർവ്വസാധ്യതകളും ഉപയോഗിക്കണം എന്നാണ് എന്റെ പക്ഷം. ഇതിനായുള്ള ചർച്ച പാർട്ടിക്കുള്ളിൽ ഇനിയും പൂർണ്ണമായിട്ടില്ല എന്നാണ് ഞാൻ വിശ്വസിക്കുന്നത്."

ഞങ്ങളുടെ ചർച്ച പല ദിശകളിലേക്ക് തിരിഞ്ഞുപോയെങ്കിലും എന്നെ അതിശയിപ്പിച്ചത് ലൈലയുടെ ഉറച്ച നിലപാടുകളായിരുന്നു. ഇന്നിപ്പോൾ ജയിലിൽ കഴിയുമ്പോൾ അവളുടെ നിലപാടുകളിലേക്ക് നോക്കുന്ന നേരം മനസ്സിലാകുന്നത് പണ്ട് സ്വീകരിച്ചിരുന്നതിനേക്കാൾ ശക്തമായ സമീപനമാണ് ലൈല ഇപ്പോൾ സ്വീകരിക്കുന്നത് എന്നാണ്. ആരംഭകാലത്ത് കനൽക്കട്ട പോലെയായിരുന്നു ഞങ്ങൾ. യൗവന രക്തം സിരകളിലൂടെ ഒഴുകുന്നവർ. മറ്റുള്ളവരോട് വേലിയേറ്റവും ഇറക്കവും പോലെയായിരുന്നു ഞങ്ങളുടെ സമീപനം. ആ ഘട്ടത്തിൽ പാർട്ടി സ്വീകരിച്ചിരുന്ന പരിഷ്കരണ നിലപാടുകളെ സംബന്ധിച്ച് ഞാൻ ലൈലയോട് വലിയ ആവേശത്തോടെയാണ് സംസാരിച്ചിരുന്നത്. എന്നാൽ പിന്നീട് സഖാക്കൾ തന്നെക്കുറിച്ച് പറയുന്ന കാര്യങ്ങൾ കേട്ടുതുടങ്ങിയതോടെ അവളുടെ കണ്ണുകൾ ദുഃഖത്തോടെ കൂമ്പി അടയാൻ തുടങ്ങി. കയ്പേറിയ ഗുളിക വിഴുങ്ങേണ്ടി വന്ന ആ മുഖഭാവം കണ്ടപ്പോൾ എനിക്ക് വിഷമം തോന്നി. അന്നേരം അവൾ പറഞ്ഞു:

"ഇതാണ് യാഥാർത്ഥ്യം. പ്രതികരണങ്ങൾ ഇങ്ങനെ തന്നെ ആകണമെന്ന് കരുതിക്കൂട്ടി, അവയെ രൂപീകരിക്കാൻ ശേഷിയുള്ള ആളല്ല ഞാൻ. എന്നാൽ ഒരു കാര്യം തീർച്ചയാണ്. നമ്മുടെ മാർഗ്ഗത്തിലെ ഏറ്റവും വലിയ തടസ്സമായി നിൽക്കുന്നത് പൊലീസോ, ഭരണകൂടമോ ഒന്നുമല്ല.

മറിച്ച് നമ്മെ വലയം തീർത്തിരിക്കുന്ന പിന്തിരിപ്പൻ ചിന്തയാണ് പ്രധാന തടസ്സം. സഖാക്കളായ പ്രവർത്തകരുടെ വഴിയിൽ തടസ്സം സൃഷ്ടിക്കുന്നത് മറ്റു ചില സഖാക്കളല്ലാതെ മറ്റാരുമല്ല. ഈ സംവിധാനങ്ങൾക്കെതിരെ ഉറച്ചുനിൽക്കുവാനാണ് നാം ആഗ്രഹിക്കുന്നതെങ്കിൽ ഇത്തരം സഖാക്കളുടെ മുതുകിൽ കത്തി കുത്തിയിറക്കുന്ന സമീപനത്തിനെതിരെ ഉറച്ച നിലപാട് എടുത്തേ തീരൂ. എനിക്കറിയില്ല എന്താണ് അവസ്ഥയെന്ന്. ഏവരും അശുഭാപ്തിയുടെ പടുകുഴിയിലാണ്ടു കിടക്കുമ്പോഴും പരസ്പരം ചെളിവാരിയെറിയുന്ന കളിയിലേർപ്പെടുകയാണ്. ഞാനൊരു താൽക്കാലിക ഇര മാത്രമാണ്. നാളെ അത് നിങ്ങളോ മറ്റാരെങ്കിലുമോ ആകാം... അറിയില്ല."

"പക്ഷേ വ്യക്തികളല്ലല്ലോ, പാർട്ടിയുടെ സിദ്ധാന്തങ്ങളല്ലേ പ്രധാനം?"

"ഇക്കാര്യം പലതവണ ഞാൻ എന്നോട് തന്നെ പറഞ്ഞിട്ടുള്ളതാണ്. ആത്മനിയന്ത്രണം പാലിക്കുക എന്നതാണ് എന്നെ സംബന്ധിച്ച് ഏറെ പ്രധാനം. പക്ഷേ നമുക്കിടയിലെ ബന്ധത്തിന്റെ കാര്യത്തിൽ യാഥാർത്ഥ്യങ്ങളോട് പൊരുത്തപ്പെടാത്ത സിദ്ധാന്തങ്ങളെ ഞാൻ വിശ്വസിക്കാറില്ല."

ഇത്രയും പറഞ്ഞശേഷം ലൈല താഴേക്ക് നോക്കിക്കളഞ്ഞു. അതിനർത്ഥം ഈ വിഷയത്തെക്കുറിച്ച് കൂടുതൽ സംസാരിക്കാൻ അവൾക്ക് താല്പര്യമില്ലെന്നാണ്. ലൈലയുമായി എന്നെ കൂട്ടിയിണക്കുന്ന സംഗതിയെ മായ്ച്ചുകളയാനോ, അത് സ്വയം അപ്രത്യക്ഷമാവുകയോ സാധ്യമല്ലെന്ന് എനിക്ക് ആദ്യമായി തോന്നിയ നിമിഷം കൂടിയായിരുന്നു അത്. വ്യക്തികൾ തമ്മിലുള്ള അഭിപ്രായവ്യത്യാസങ്ങൾ നിലനിർത്തിക്കൊണ്ടു തന്നെ എങ്ങനെ ജീവിക്കാം എന്ന് നിങ്ങളെ പഠിപ്പിക്കാൻ ലൈലയ്ക്ക് സാധിക്കും. ഇക്കാര്യത്തിൽ വിശ്വാസത്തേക്കാൾ ഏറെ ബഹുമാനത്തിനായിരിക്കും സ്ഥാനം. ആ ലൈലയാണ് എന്നിൽ നിറയുന്നത്. അങ്ങനെയാണ് അന്നത്തെ ദിവസം സർവ്വധൈര്യവും സംഭരിച്ചുകൊണ്ട് ഞാൻ അവളുടെ അരികിലേക്ക് ചെല്ലുന്നതും ആ കരം ഗ്രഹിച്ചുകൊണ്ട്...

തന്റെ കേസ് സംബന്ധിച്ച വിവരങ്ങൾ പ്രസിദ്ധീകരിച്ചതിനെ തുടർന്ന് ലൈല അറസ്റ്റ് ചെയ്യപ്പെടുകയും തടവിലാക്കപ്പെടുകയും ചെയ്തതിന്റെ വിശദാംശങ്ങൾ അറിയാമോ എന്ന് മുഖ്താർ എന്നോട് ചോദിച്ചിരുന്നു. എന്നാൽ പ്രത്യേകിച്ചൊന്നും തന്നെ പറയുവാൻ എനിക്ക് സാധിച്ചില്ല. രഹസ്യത്തടങ്കൽ കേന്ദ്രത്തിനെ സംബന്ധിച്ച കൂടുതൽ വിവരങ്ങൾ പങ്കുവയ്ക്കുവാൻ ലൈല തയ്യാറായതുമില്ല. ചോദിക്കാൻ എനിക്കും കഴിഞ്ഞില്ല. ഞങ്ങൾ തമ്മിലുള്ള അടുപ്പം വെച്ച് നോക്കുമ്പോൾ അക്കാര്യം സംബന്ധിച്ച് ലൈല എന്നോട് എല്ലാം പറയും എന്നാണ് ഞാൻ ഉറച്ചു വിശ്വസിച്ചിരുന്നത്.

ലൈലയെ കാണാനായി ഞാൻ അവൾ താമസിക്കുന്ന സ്ഥലത്തേക്ക് ചെന്നിരുന്നു. ഭർത്താവായ മുഹമ്മദാണ് വാതിൽ തുറന്നത്. വളരെ ഊഷ്മളതയോടെയാണ് ഞാൻ അയാൾക്ക് ഹലോ പറഞ്ഞത്. സ്വീകരണ

മുറിയിലേക്ക് അയാൾ എന്നെ കൂട്ടിക്കൊണ്ടുപോയി. അവിടെ ഒരു മൂല യിലുള്ള ഏക കിടക്കയിൽ കിടക്കുകയായിരുന്നു ലൈല. കിടക്കയിൽ മലർന്നു കിടക്കുന്ന ലൈലയുടെ അരികിലേക്ക് ചെന്ന് മുഹമ്മദ് അവളെ പതിയെ കുലുക്കി വിളിച്ചു. എന്നെ കണ്ടതും പതിയെ എഴുന്നേറ്റ് നേരെ നോക്കി. കണ്ണുകൾ നിറഞ്ഞെങ്കിലും മുഖത്തേക്ക് കണ്ണീർ ഒഴുകിയില്ല.

ഞാൻ അവളെ സ്നേഹത്തോടെ ആശ്ലേഷിച്ചു. അല്പം ആയാസ പ്പെട്ട് എഴുന്നേറ്റിരുന്നശേഷം തലയണ ഉയർത്തിവച്ചു. അരയ്ക്ക് കീഴ് പോട്ടുള്ള ഭാഗം പുതപ്പിനടിയിലായിരുന്നു. ആരോഗ്യം എങ്ങനെയുണ്ടെന്ന് ചോദിച്ചതിന് പേരിനെന്തോ മറുപടി മാത്രമാണ് അവൾ പറഞ്ഞത്. ഞങ്ങൾക്ക് അഭിമുഖമായി കിടക്കുന്ന സോഫയിൽ ഇരിക്കുകയാണ് മുഹമ്മദ്. ഞാനാകട്ടെ, അവളുടെ കിടക്കയ്ക്കരികിലെ സോഫയിലാണ് ഇരുന്നത്. കുടിക്കാൻ എന്താണ് വേണ്ടത് എന്ന് ലൈല ചോദിച്ചു. മുഹ മ്മദിന് നേർക്ക് അവൾ ഒന്നു നോക്കി. അതോടെ അയാളും എഴുന്നേറ്റ് ഇതേ ചോദ്യം ചോദിച്ചു. നിർബന്ധിച്ചപ്പോൾ കോഫി മതിയെന്ന് ഞാൻ പറഞ്ഞു. അതോടെ കോഫി തയ്യാറാക്കാനായി മുഹമ്മദ് അടുക്കളയി ലേക്ക് നീങ്ങി. ഞാൻ പിന്നെയും പലതും ചോദിച്ചെങ്കിലും അവളുടെ ഉത്തരങ്ങൾ പേരിന് മാത്രമായിരുന്നു. മുഹമ്മദ് അരികിൽ നിന്ന് മാറു മ്പോൾ അവൾ സംസാരിക്കുമെന്ന് കരുതിയെങ്കിലും അങ്ങനെ സംഭവി ച്ചതേയില്ല. വിശേഷങ്ങൾ എന്തൊക്കെയാണെന്നും സംഘടനയുടെ വിവരങ്ങളെ സംബന്ധിച്ചും അവൾ എന്നോട് ചോദിച്ചു. പാർട്ടിയുടെ പ്രവർത്തനങ്ങളിൽ പുരോഗതി ഉണ്ടായ കാലമായിരുന്നു അത്. പക്ഷേ ആ വിഷയത്തെക്കുറിച്ച് അന്നേരം സംസാരിക്കാൻ എനിക്ക് വലിയ താല്പര്യമില്ലായിരുന്നു. താൻ തടവിൽനിന്ന് മോചിതയായപ്പോൾ പാർട്ടി യിലെ ചില സഖാക്കൾ മുഹമ്മദിന്റെ ഓഫീസിൽ എത്തി തങ്ങൾക്ക് ലൈലയെ സന്ദർശിക്കുവാൻ താല്പര്യമുണ്ടെന്ന് അറിയിച്ചത്രേ. അത് കേട്ടതും ഞാൻ അവളുടെ മുഖത്തേക്ക് നോക്കി. ആ ചുണ്ടുകളിൽ ഒരു ചിരി വിടരുന്ന കാഴ്ചയാണ് ഞാനന്നേരം കാണുന്നത്.

പുതിയ സംഘടനയിൽ ചേർന്നതോടെ പഴയ പാർട്ടിയിലെ അംഗ ങ്ങളായ സഖാക്കളുമായുള്ള എന്റെ ബന്ധമൊക്കെ നിലച്ച വിവരം ലൈലയ്ക്ക് അറിയാവുന്ന കാര്യമാണ്. അതിനാൽ തന്നെ സന്ദർശിക്കാൻ അവർ ആഗ്രഹം പ്രകടിപ്പിച്ചതിനെ സംബന്ധിച്ച് എന്താണ് അഭിപ്രായം എന്ന തിരക്കാനുള്ള ധൈര്യം കാണിച്ചില്ല. അടുക്കളയിൽ നിന്നും തിരികെ വന്ന മുഹമ്മദ് എന്റെ മുന്നിൽ ഒരു കപ്പ് കോഫിയും ഒരു ഗ്ലാസ് വെള്ളവും കൊണ്ടു വച്ചു. പുതിന ചേർത്ത വെള്ളമാണ് ലൈലയ്ക്ക് നൽകിയത്. അകത്തേക്ക് വീണ്ടും കയറിപ്പോയ അയാൾ വസ്ത്രം ധരിച്ച് തിരികെയെത്തി. ലൈലയുടെ നെറുകയിൽ ഒരു ചുംബനം നൽകിയ ശേഷം അയാൾ തന്റെ ജോലി സ്ഥലത്തേക്ക് പോയി. ഈ കണ്ടതൊ ക്കെയും വളരെ സ്വാഭാവികമാണെന്നാണ് സൂചിപ്പിക്കുന്നതെങ്കിലും എന്തോ ഒരു ശ്വാസം മുട്ടുന്ന സാഹചര്യമുണ്ടെന്ന് എനിക്ക് തോന്നാൻ തുടങ്ങി. ഞങ്ങൾക്കൊപ്പം ഇരുന്ന നേരത്തൊന്നും തന്നെ മുഹമ്മദ് ഒരു

വാക്കു പോലും ഉരിയാടിയിരുന്നില്ല. നേരെമറിച്ച് ഇടയ്ക്കിടയ്ക്ക് മുരളു ന്നതുപോലെ ശബ്ദം ഉണ്ടാക്കുകയും അത് മറയ്ക്കാനായി കയ്യിലിരുന്ന പത്രത്തിന്റെ താളുകൾ വെറുതെ മറിക്കാനുമാണ് അയാൾ ശ്രമിച്ചത്. ലൈലയുടെ നിലവിലെ സാഹചര്യങ്ങൾ മുഹമ്മദിനെ എങ്ങനെയാണ് ബാധിച്ചിരിക്കുന്നത് എന്ന് ഞാൻ തിരക്കി. ഒന്നു നെടുവീർപ്പിട്ടശേഷം ലൈല പറഞ്ഞു:

“മൗലീൻ, നോക്കൂ, എനിക്ക് ആ മുറിവുകളെക്കുറിച്ച് കൂടുതൽ കൂടു തൽ ചിന്തിക്കാനുള്ള മാനസികാവസ്ഥ ഇല്ല. എന്റെ ശരീരത്തിൽ ഇപ്പോൾ അവശേഷിച്ചിരിക്കുന്ന മുറിവുകൾ പോലെ തന്നെയാണ് മനസ്സിനേറ്റ ആ മുറിവുകളും. അതിനെക്കുറിച്ച് ഒന്നും ചിന്തിക്കാൻ എനിക്ക് വയ്യ. ചില പ്പോൾ കാലം എല്ലാ മുറിവുകളെയും ഉണക്കുമായിരിക്കും.”

അങ്ങനെയാണ് ലൈലയുടെ ശരീരത്തിലും മുറിവുകൾ ഉണ്ടെന്ന് എനിക്ക് മനസ്സിലാകുന്നത്. അവൾ ആകെ തകർന്നത് പോലെ തോന്നി. അക്കാര്യങ്ങൾ ഒന്നും തന്നെ ചർച്ച ചെയ്യാനും ഇഷ്ടമുള്ളതായി തോന്നു ന്നില്ല. സ്വന്തം ആരോഗ്യത്തിൽ കാര്യമായി ശ്രദ്ധിക്കണമെന്ന് നിർദ്ദേ ശിച്ചശേഷം ഞാൻ യാത്ര പറയാനായി എഴുന്നേറ്റു.

രഹസ്യത്തടവറയിൽ അടയ്ക്കപ്പെട്ടതുമായി ബന്ധപ്പെട്ട ലൈലയുടെ വിവരങ്ങൾ ഒന്നുംതന്നെ ഇതുകാരണം മുഖ്താറിനോട് പറയാൻ എനി ക്കായില്ല. അതുപോലെ അവളുടെ മാനസികവും ശാരീരികവുമായ തകർച്ചയെക്കുറിച്ചും ഞാൻ ഒന്നും തന്നെ പറഞ്ഞില്ല. അത്രമാത്രം അയാൾ ലൈലയെ ഇഷ്ടപ്പെടുന്നുണ്ടെന്ന് എനിക്കറിയാമായിരുന്നു. കാര്യങ്ങൾ അങ്ങനെ തുടർന്നു. പിൽക്കാലത്ത് മുഹമ്മദുമായുള്ള ബന്ധം പിരിഞ്ഞ ശേഷം, ലൈല എന്നെ കാണാനായി ജയിലിലെത്താൻ തുടങ്ങി. ഞങ്ങൾ തമ്മിലുള്ള ബന്ധത്തിന്റെ കാര്യമറിഞ്ഞപ്പോഴും ഏറ്റവും അധികം സന്തോഷിച്ചത് അയാൾ തന്നെയായിരുന്നു. ലൈല പറയാ റുള്ളതുപോലെ ‘തനിത്തങ്ക’മായ മനുഷ്യൻ തന്നെയായിരുന്നു മുഖ്താർ ശരിക്കും!

പന്ത്രണ്ട്

ജയിലിലെ ദിനങ്ങൾ എല്ലാം തന്നെ ഏതാണ്ട് ഒരുപോലെയാണെങ്കിലും ആ ദിവസം മാത്രം മറ്റേതൊരു ദിവസത്തെയുംപോലല്ലെന്ന് തോന്നിയിട്ടുണ്ട്. തലേദിവസം താമസിച്ചാണ് ഉറങ്ങാൻ പറ്റിയതെങ്കിലും രാവിലെ നേരത്തെ തന്നെ എഴുന്നേറ്റു. ആദ്യം ചെയ്തത് സെല്ലിനുള്ളിലെ റേഡിയോ ഓൺ ചെയ്യുകയായിരുന്നു. ഒരു മൂലയിൽ ഇരിക്കുകയായിരുന്ന ജഗ്ഗ് കയ്യിലെടുത്ത് അതിനുള്ളിലുണ്ടായിരുന്ന വെള്ളം വായിലേക്ക് കമഴ്ത്തി. ഉള്ളിലെന്തോ ഒരു നീറ്റൽ പോലെ. എന്തുകൊണ്ടാണെന്നറിയില്ല. അത് കുറയ്ക്കാൻ എന്താണ് വഴിയെന്നുമറിയില്ല. മനസ്സിനുള്ളിൽ മാത്രമല്ല, സെല്ലിനുള്ളിൽ ആകെ ഒരു ശൂന്യത നിറയുന്നത് പോലെ തോന്നി. അതെന്നെ ഭീതിപ്പെടുത്താൻ തുടങ്ങിയപ്പോൾ തിരികെ കിടക്കയിൽ ചെന്നിരുന്നു. തിരിഞ്ഞും മറിഞ്ഞും കമിഴ്ന്നുമൊക്കെ കിടന്നു നോക്കി. കൈകൾ തലയണയ്ക്ക് പിന്നിലേക്ക് കടത്തിവെച്ച് മുറുകെ പിടിച്ച് കിടന്നു നോക്കി.

അനന്തമായ ശൂന്യതയുടെ പിടിയിൽ നിന്നും രക്ഷപ്പെടാനുള്ള ശ്രമങ്ങളൊക്കെ അസാധ്യമായതോടെ തേളിന്റെ കുത്തേറ്റതുപോലെ ഞാൻ ചാടി എഴുന്നേറ്റു. ഉറക്കവസ്ത്രം മാറ്റി ട്രാക്ക് സ്യൂട്ട് ധരിച്ചു കൊണ്ട് ജയിലിന്റെ നടുമുറ്റത്തേക്ക് ചെന്നു. കുറച്ചു നല്ല വായു ശ്വസിക്കാനായാൽ മാനസികനില ശാന്തമാകുമെന്നു തോന്നി. മുറ്റത്തെത്തിയതും പതിവുപോലെ മോഹയെ കണ്ടു. തലയ്ക്ക് അടിയേറ്റ ആളെ പോലെ മുറ്റത്തിന് ചുറ്റും ഉലാത്തുകയാണ് അയാൾ. ഹലോ പറഞ്ഞിട്ടും അയാൾ പ്രതികരിച്ചതേയില്ല. അതാണയാളുടെ പതിവും. അതോടെ അയാളുടെ നേർക്ക് നോക്കാൻ ശ്രമിക്കാതെ മുറ്റത്തിന് ചുറ്റും ഓടാൻ തുടങ്ങി. ആ മനുഷ്യനെ കാണുന്നതുതന്നെ അസ്വസ്ഥത സൃഷ്ടിക്കും. അവസാനിക്കാത്ത വേദനയേ അയാൾ സമ്മാനിക്കൂ. നേരിൽ കാണുന്ന നിമിഷം തന്നെ വേദന നിങ്ങളെ കാർന്നു തിന്നാൻ തുടങ്ങും.

സിരകളിലൂടെയുള്ള രക്തയോട്ടത്തിന്റെ വേഗത കൂടിയതുപോലെ തോന്നി. കൂടുതൽ വേഗത്തിൽ ഓടിയാൽ ശാരീരികവും മാനസികവുമായ ഓജസ്സ് തിരിച്ചു കിട്ടിയേക്കും. സെല്ലിനുള്ളിൽ നിന്നും തീർത്തും

വിഭിന്നമായി ഇവിടെ നല്ല വെളിച്ചവും തെളിമയും ഉണ്ട്. സെല്ലിനുള്ളിലെ ശ്വാസംമുട്ടൽ ആത്മാവിനെയാണ് കാർന്നുതിന്നുന്നത്. മോഹ മുറ്റത്തു നിന്നും തന്റെ സെല്ലിന് നേർക്ക് പോകുന്നത് കണ്ടു. അയാൾ ശ്രദ്ധി ക്കാത്ത വണ്ണം ഞാൻ ഒരു നിമിഷം മോഹയുടെ നേർക്ക് നോക്കി. മറ്റാ രുടെയോ ആണെന്ന മട്ടിലാണ് അയാൾ സ്വന്തം കാലുകൾ വേച്ചുവേച്ച് നടക്കുന്നത്. മുറ്റത്ത് കുറെയേറെ നടന്നതുകൊണ്ടായിരിക്കുമോ? ഓടുന്ന തിനിടയിലും ഞാൻ അയാളെ തന്നെ നോക്കിക്കൊണ്ടിരിക്കുകയായി രുന്നു.

കവാടത്തിനരികിൽ എത്തിയതും മോഹ ഒന്നു നിന്നു. അയാൾ മുറ്റ ത്തിന് നേർക്ക് തിരിഞ്ഞുനോക്കാൻ പോകുന്നു എന്ന് മനസ്സിലായതും ഞാൻ നിലത്തേക്ക് നോക്കിക്കളഞ്ഞു. ശേഷം അയാളുടെ നേർക്ക് നോക്കാതെ ഓട്ടം തുടർന്നു. പിന്നീട് കഴുത്ത് വിവിധ ദിശകളിലേക്ക് തിരിച്ച് വ്യായാമം ചെയ്യുന്നതുപോലെ ഭാവിക്കുന്നതിനിടയ്ക്ക് അയാൾ സ്ഥലം വിട്ടോ എന്ന് നോക്കുകയും ചെയ്തു. പക്ഷേ അയാൾ അവിടെ തന്നെ നിൽക്കുന്നത് കണ്ട് അമ്പരന്നു പോയി. ഞാൻ തലകൊണ്ടോ കൈകൊണ്ടോ ആംഗ്യം കാണിക്കുന്നതും പ്രതീക്ഷിച്ചു നിൽക്കുകയാ ണെന്ന് തോന്നി. അയാൾ എന്നിൽ നിന്ന് എന്താണ് ആഗ്രഹിക്കുന്നത് എന്നറിയാനായി ഓട്ടം നിർത്തി. അതോടെ എന്റെ നേർക്ക് കൈവീശി കാണിച്ച ശേഷം അയാൾ പുഞ്ചിരിച്ചു. ശേഷം അയാൾ കവാടത്തിന് നേർക്ക് തിരിഞ്ഞ് അകത്തേക്ക് കയറിപ്പോയി. ഞാനാകട്ടെ ഇതെല്ലാം കണ്ട് അവിടെത്തന്നെ അമ്പരന്നു നിന്നുപോയി.

മോഹ ആരോടും സംസാരിക്കുകയോ ചിരിക്കുകയോ ചെയ്യാത്ത മനുഷ്യനാണ്. ജയിലിൽ വന്നു പെട്ടതിന്റെ ഞെട്ടലിലായിരുന്നെങ്കിലും ആരെയും കൂസാത്ത ഭാവമായിരുന്നു അയാൾക്ക്. നടുമുറ്റത്ത് ഞങ്ങ ളൊക്കെ ഉണ്ടായിരുന്നാൽ പോലും അയാൾ കണ്ടതായി നടിക്കില്ല. അതു പോലെയാണ് പഴയ സുഹൃത്തായ അഹമ്മദ് ശുഫാനെ അവഗണിക്കു ന്നത്. ശുഫാനെ ദൂരെ നിന്ന് കാണുമ്പോൾ തന്നെ മോഹ അസ്വസ്ഥ നാകുന്നത് ഞാൻ ശ്രദ്ധിച്ചിട്ടുണ്ട്. എന്തോ ഒരു അറപ്പോടുകൂടി മുഖം തിരിച്ചു കളയും.

മോഹ കൺമുന്നിൽ നിന്ന് മറഞ്ഞതും ഞാൻ ഓട്ടം തുടർന്നു. ശരീരം മുഴുവൻ വിയർത്തൊലിക്കുന്നതുപോലെ തോന്നി. അതോടെ ഓട്ടം മതി യാക്കി. ജയിലിലെ കുളിമുറി കേടായി കിടക്കുകയാണ്. ഒരു ബക്കറ്റിൽ തണുത്ത വെള്ളം നിറച്ച ശേഷം വസ്ത്രങ്ങൾ ഊരി മാറ്റി വെള്ളം ദേഹ ത്തേക്ക് ഒഴിച്ചു. ദേഹത്ത് നല്ല ചൂടുണ്ടായിരുന്നിട്ടും വിറയ്ക്കുന്നത് പോലെയാണ് തോന്നിയത്.

സെല്ലിൽ തിരികെ എത്തിയതും ഉറങ്ങിയാൽ കൊള്ളാമെന്നു തോന്നി. അതുകാരണം ഭക്ഷണം ഇപ്പോൾ കഴിക്കേണ്ടെന്ന് തീരുമാ നിച്ചു. അലങ്കോലമായിക്കിടക്കുന്ന കിടക്കയിൽ ചെന്നു കിടന്ന് പുതപ്പ് ദേഹം മുഴുവൻ മൂടി. ഗാഢനിദ്രയിലേക്ക് വഴുതിവീണെങ്കിലും വലിയൊരു

നിലവിളിയും ആരവവും കേട്ട് ഞെട്ടി ഉണർന്നു. ഇടനാഴിയിൽ നിന്ന് എന്തോ ബഹളം കേൾക്കുന്നുണ്ട്. അപ്പോഴേക്കും വിളറിയ മുഖവുമായി സ്വലാഹ് സെല്ലിലേക്ക് ഓടിക്കയറി വന്നു.

“മൗലീൻ ഇറങ്ങി വാ... ആ മോഹ...”

വാക്കുകൾ ഇടറിയ സ്വരത്തിലാണ് സ്വലാഹിന്റെ വായിൽ നിന്ന് പുറത്തുവന്നത്. അയാൾ ചുമലിൽ കുലുക്കി വിളിച്ചതും ഞാൻ പെട്ടെന്ന് എഴുന്നേറ്റു. ഞങ്ങൾ നേരെ മോഹയുടെ സെല്ലിന് നേർക്ക് ഓടി. അവിടെ മറ്റു സഖാക്കളും ഗാർഡുകളും ജയിൽ അധികൃതരുമൊക്കെ തടിച്ചു കൂടിയിട്ടുണ്ട്. പക്ഷേ ആരും തന്നെ സെല്ലിനുള്ളിലേക്ക് നോക്കുന്നതേയില്ല. ഒന്നുകിൽ കണ്ണുപൊത്തുകയോ അല്ലെങ്കിൽ പുറം തിരിഞ്ഞോ നിൽക്കുകയാണ് ഏവരും. അവരിൽ ചിലരെ വകഞ്ഞു മാറ്റി ഞാൻ മുന്നിലേക്ക് ചെന്നു. ഓഹ്.... വേണ്ടായിരുന്നു. മോഹ സെല്ലിനുള്ളിൽ ഒരു കയറിൽ തൂങ്ങി നിൽക്കുന്നു! കയറിൽ തൂങ്ങിയാടുന്ന ശരീരം. നാവ് പുറത്തേക്ക് വന്നിരിക്കുന്നു. തൊട്ടരികിൽ നിൽക്കുകയായിരുന്നു അഹമ്മദ് ശുഫാൻ. ചെവി പൊട്ടുന്ന ശബ്ദത്തിൽ അയാൾ അലറി:

“എന്തിനാ മോഹ... എന്തിനായിരുന്നു?”

ശ്വാസം മുട്ടുന്നതുപോലെയും ഓക്കാനിക്കുന്നത് പോലെയുമാണ് തോന്നിയത്. അതുകാരണം പുറത്തേക്ക് ഓടി. മരണത്തിന്റെ ഗന്ധം അവിടെ മാത്രമല്ല, ജയിലിലാകെ നിറഞ്ഞിരിക്കുകയാണ് എന്ന് തോന്നി. രാവിലെ മോഹയെ കണ്ട രൂപം ഓർമ്മയിലേക്ക് ഇരച്ചെത്തി. അയാൾ എന്റെ നേർക്ക് നോക്കി പുഞ്ചിരിക്കുകയും കൈവീശി കാണിക്കുകയുമാണ്. അതോടെ പിന്നെയും ഛർദ്ദിക്കാൻ തോന്നി. ഓഹ്... അയാളുടെ മനസ്സിലിരിപ്പ് എന്താണെന്ന് തിരിച്ചറിയാൻ അന്നേരം സാധിച്ചിരുന്നെങ്കിൽ... അയാളെ നടുമുറ്റത്ത് വെച്ച് തന്നെ തടയാനായിരുന്നെങ്കിൽ!

പക്ഷേ ആത്മഹത്യ ചെയ്യാനായി സെല്ലിന്റെ മുകൾഭാഗത്തുള്ള ജനാലയിൽ കയറി കയർ കെട്ടുവാൻ മോഹയ്ക്ക് എങ്ങനെയായിരിക്കും സാധിച്ചത്? ഇന്നുവരെയും ഉത്തരം കിട്ടാത്ത ഒരു ചോദ്യമായി അവശേഷിക്കുകയാണ് അത്. ആത്മഹത്യ ചെയ്യാൻ ജയിലിനുള്ളിലെ ആരെങ്കിലും അയാളെ സഹായിച്ചിട്ടുണ്ടാകുമോ? സെല്ലിനുള്ളിലൊരു ചെറിയ കസേരയുണ്ട്. അതിനു മുകളിൽ കയറി നിന്നാൽ പോലും സെല്ലിലെ അഞ്ച് അഴികളുള്ള ജനാലയുടെ മുകളിലത്തെ കമ്പിയിൽ കയർ കെട്ടാൻ സാധിക്കില്ല. ചെറിയ ജനാല മേൽക്കൂരയോട് ചേർന്നാണിരിക്കുന്നത്. അവിടെ വരെ എത്തണമെങ്കിൽ ഒരു ഏണി ഉണ്ടായാലേ പറ്റൂ. ജയിൽ അധികൃതരുടെ കയ്യിൽ മാത്രമാണ് ഏണിയുള്ളത്. ലൈബ്രറിയിലെ മുകളിലുള്ള ഷെൽഫുകളിൽ നിന്ന് പുസ്തകങ്ങൾ എടുക്കേണ്ടി വരുന്നതുപോലെ വളരെ അപൂർവ്വം അവസരങ്ങളിൽ മാത്രമായിരിക്കും ഞങ്ങൾക്ക് ഏണി ഉപയോഗിക്കാനായി ലഭിക്കുകയുള്ളൂ. അതും ഗാർഡുകളുടെ സാന്നിധ്യത്തിലേ സാധിക്കുകയുള്ളൂ. ഷെൽഫിൽ നിന്നും പുസ്തകം എടുത്താൽ ഉടൻ ഗാർഡ് ഏണി തിരികെ കൊണ്ടുപോവുകയും ചെയ്യും.

പൊലീസ് അന്വേഷകർ ജയിലിലെത്തിയപ്പോൾ പുതിയ ജയിലർ വിറച്ചുകൊണ്ടാണ് അവർക്ക് മുന്നിൽ ഹാജരായത്. പുതിയ ജയിലർ നിയമിതനായിട്ട് നാലുമാസം തികച്ചായിട്ടില്ല. തടവുകാരുടെ പ്രക്ഷോഭം അമിതമായ മറ്റൊരു ജയിലിലേക്ക് കമാൻഡർ എന്ന് ഞങ്ങൾ വിളിച്ചിരുന്ന പഴയ ജയിലറെ സ്ഥലംമാറ്റിയിരുന്നു. രാജ്യത്തെ ജയിലുകൾ തടവുകാരെ കൊണ്ട് നിറഞ്ഞുകവിഞ്ഞ കാലമായിരുന്നു അത്. ജനകീയ പ്രക്ഷോഭങ്ങളിൽ പങ്കെടുത്തവർ ആയിരുന്നു പുതിയ ജയിലിൽ അടയ്ക്കപ്പെട്ടവരിൽ ഏറെയും. കമാൻഡർ എന്ന് തന്നെയാണ് പുതിയ ജയിലറെയും ഞങ്ങൾ വിളിച്ചത്. മോഹയുടെ ആത്മഹത്യ ഒരു ദുശ്ശകുനമായാണ് അയാൾ കരുതിയത്. ജയിൽ വാർഡനായി തനിക്ക് ലഭിച്ച പ്രമോഷന്റെ ശോഭ കെടുത്താനായി ആത്മഹത്യ ചെയ്ത മോഹയെ അയാൾ ശപിച്ചുകൊണ്ടേയിരുന്നു.

നിലത്ത് മറിഞ്ഞുകിടക്കുകയായിരുന്ന കസേര എടുത്തു മാറ്റുകയും മഹസർ വിവരങ്ങൾ രേഖപ്പെടുത്താൻ തുടങ്ങുകയും ചെയ്തു. സെല്ലിനു മുന്നിൽ നിന്നും ഇടനാഴിയിലേക്കും പിന്നീട് നടുമുറ്റത്തിലേക്കും നീങ്ങിയ ഞങ്ങളുടെ ഉള്ളിലാകെ പ്രതിഷേധം ഇരുമ്പുകയായിരുന്നു. സെല്ലിനു മുന്നിൽ നിന്നും ഞങ്ങളെ അവർ മാറ്റിനിർത്തിയത് കൊണ്ടല്ല അവിടെ നിന്നും മാറിയത്. മറിച്ച് ആ കാഴ്ച ഏറെ നേരം കണ്ടുനിൽക്കാനുള്ള ശേഷി ഇല്ലാത്തതിനാലായിരുന്നു. പ്രത്യേകിച്ച് കഴുത്തിലെ കുടുക്ക് അഴിച്ചുമാറ്റുന്നത് തീർത്തും അസഹനീയമായിരുന്നു.

ഫോറൻസിക് ഡോക്ടർ ജയിലിലെത്തി. അയാൾ ആദ്യം ചെയ്തത് മോഹ ധരിച്ചിരുന്ന പാന്റ്സ് ഊരി പരിശോധിക്കുകയായിരുന്നു. ശരിക്കും ആത്മഹത്യ ചെയ്തതാണോ, അതല്ല കൊലപ്പെടുത്തിയ ശേഷം തൂക്കിയിട്ടതാണോ എന്നാണറിയേണ്ടത്. ഇതിനായി മരിച്ചയാളുടെ ജനനേന്ദ്രിയം പരിശോധിക്കണം. അവിടെ ബീജത്തിന്റെ സാന്നിധ്യമുണ്ടെങ്കിൽ ആത്മഹത്യയാണെന്ന് മനസ്സിലാകും. ലൈംഗിക ദാഹം മരണം വരെ പുരുഷന്മാരിലുണ്ടാകും. അതിനാൽ തന്നെ ആത്മഹത്യ ചെയ്യുമ്പോഴുള്ള മരണവെപ്രാളത്തിനിടയിലും ബീജം സ്രവിക്കാൻ ഇടയുണ്ട്. മോഹയുടെ ദേഹപരിശോധന റിപ്പോർട്ട് എഴുതുന്നതിനിടയിൽ ഇക്കാര്യം ആ ഡോക്ടറുടെ വായിൽ നിന്ന് തന്നെയാണ് ഞങ്ങൾ കേട്ടത്.

സമയം രാവിലെ പതിനൊന്നായി. ശവമടക്ക് ചടങ്ങ് ധൃതിയിൽ നടത്താനായിരുന്നു ജയിലധികൃതരുടെ പദ്ധതി. എന്നാൽ തിടുക്കപ്പെട്ട് അടക്കം ചെയ്യുന്നതിനെതിരെ ഞങ്ങൾ ബഹളം വച്ചു. ബന്ധുക്കളെ വിവരമറിയിക്കാതെ മോഹയെ അടക്കം ചെയ്യാൻ അനുവദിക്കുന്ന പ്രശ്നമില്ല. താൻ ജയിലറായി ഇവിടെ നിയമിതനായത് മുതൽ ആരും തന്നെ മോഹയെ സന്ദർശിക്കാനായി വന്നിട്ടേ ഇല്ലല്ലോ എന്നായിരുന്നു പുതിയ കമാൻഡറുടെ വാദം. മോഹയ്ക്ക് ബന്ധുക്കളായി അധികമാരുമില്ലെന്ന് ഞങ്ങൾക്കുമറിയാം. പടുവൃദ്ധയായ മാതാവല്ലാതെ വേറെയാരും അയാളെ കാണാനായി ജയിലിൽ വന്നിട്ടുമില്ല. മകൻ ജയിലിലായതോർത്ത്

കരഞ്ഞു കരഞ്ഞ് അവരുടെ കാഴ്ചശക്തി തന്നെ അവസാനം നഷ്ട മായി. അതോടെ ജയിലിൽ വന്ന് മകനെ കാണാനും അവർക്ക് പിന്നീട് കഴിയാതായി. മോഹയുടെ ഗ്രാമത്തിലേക്ക് കത്തയച്ചാൽ തന്നെ തിങ്ക ളാഴ്ച ഒരു ദിവസം മാത്രമേ പോസ്റ്റുമാൻ അവിടേക്ക് വല്ലവിധേനയും പോകുകയുള്ളൂ. എങ്കിലും ഞങ്ങളുടെ കുടുംബക്കാരോ കാമുകിമാരോ പരിചയക്കാരോ വഴി ഒന്ന് ശ്രമിക്കാവുന്നതാണ്.

വളരെ രഹസ്യ സ്വഭാവത്തോടെയാണ് ജയിലധികൃതർ മോഹയുടെ ശവമടക്ക് നടത്താൻ പദ്ധതിയിടുന്നത്. അന്നുതന്നെ മൃതദേഹം മറ മാടിയേ തീരൂ എന്ന് അവർ നിർബന്ധം പിടിച്ചു. ഇതിനെതിരെ ഞങ്ങൾ ഉറക്കെ മുദ്രാവാക്യം വിളിച്ചു. കമാൻഡർ ആകെ അസ്വസ്ഥനായി. അതോടെ സ്വലാഹ് മുന്നോട്ടുവന്നു. ജയിലറുടെ ഓഫീസിലെ ടെലിഫോ ണിൽ നിന്ന് ഒരു ഫോൺകോൾ ചെയ്യാൻ തന്നെ അനുവദിക്കണമെന്ന് അയാൾ ആവശ്യപ്പെട്ടു. പ്രക്ഷോഭം നിർത്തുകയാണെങ്കിൽ മാത്രമേ ആ ആവശ്യം അംഗീകരിക്കൂ എന്നായി ജയിലർ.

സ്വലാഹ് കുടുംബവീട്ടിലേക്കാണ് വിളിച്ചത്. സുആദിനോട് മോഹ ആത്മഹത്യ ചെയ്ത വിവരവും ജയിൽ അധികൃതർ മൃതശരീരം ഇന്നു തന്നെ അടക്കം ചെയ്യാൻ പോകുകയാണെന്നും അറിയിച്ചു. ഇക്കാര്യം മോഹയുടെ ഗ്രാമത്തിലെ അടുത്ത ബന്ധുക്കളിൽ ആരെയെങ്കിലും ഉടൻ അറിയിക്കണമെന്നും സുആദിനോട് ആവശ്യപ്പെട്ടു.

സ്വലാഹ് ഞങ്ങളുടെ അരികിലേക്ക് തിരികെ വന്നത് ബന്ധുക്കളിൽ ആരെയെങ്കിലും ജയിലിലെത്തും എന്ന ഉറച്ച വിശ്വാസത്തോടുകൂടി തന്നെ യായിരുന്നു. ജയിൽഗാർഡുകളുടെ സാന്നിധ്യത്തിൽ മോഹയെ അയാ ളുടെ അന്ത്യവിശ്രമസ്ഥലത്തേക്ക് കൊണ്ടുപോകുന്നത് ഞങ്ങൾ അപ മാനകരമായി കണ്ടത് എന്തുകൊണ്ടാണെന്ന് അറിയില്ല. നിശ്ചിതമായ രീതികളിൽ തന്നെ ശവസംസ്കാരച്ചടങ്ങുകൾ നടന്നേ തീരൂ എന്ന് ഞങ്ങൾ നിർബന്ധം പിടിച്ചു. ഏതാണ്ട് ഒന്നരമണിക്കൂർ കഴിഞ്ഞപ്പോ ഴേക്കും ഗർബിയ്യയ്ക്ക് സമീപത്തുള്ള പ്രദേശങ്ങളിൽ താമസിക്കുന്ന ഞങ്ങളുടെ കുടുംബങ്ങൾ ജയിലിന്റെ പടിവാതിലിൽ എത്തിച്ചേരാൻ തുടങ്ങി. ശവപ്പുടവയും സുഗന്ധവസ്തുക്കളും റോസ്‌വാട്ടറുമൊക്കെ കൊണ്ടാണ് ലല്ലാ ഐശ വന്നത്. സദാ എന്തിനും തയ്യാറായിരിക്കുന്ന ആളാണവർ. വിവരമറിഞ്ഞ ഉടനെതന്നെ മോഹ മരണപ്പെട്ട കാര്യം താൻ അയൽവാസികളിൽ ഒരാളെ അറിയിച്ചെന്നും ആ വ്യക്തി മക്ക യിൽനിന്നും കൊണ്ടുവന്ന ഒരു ശവപ്പുടവ തന്നു വിട്ടിട്ടുണ്ടെന്നും ലല്ലാ ഐശ പറഞ്ഞു.

ജയിൽ അധികൃതർ ഒരു മതപണ്ഡിതനെയും മൃതദേഹം കുളിപ്പി ക്കുന്ന രണ്ട് പേരെയും വിളിച്ചുവരുത്തി. ലല്ല ഐശ കൊണ്ടുവന്ന ശവ പ്പുടവയും സുഗന്ധവസ്തുക്കളുമൊക്കെ ഏൽപ്പിച്ചശേഷം ആബിദിന്റെ പിതാവിനെ മൃതദേഹത്തെ കുളിപ്പിച്ച് കഫൻ പൊതിയുന്ന ചടങ്ങിൽ

പങ്കെടുപ്പിക്കണമെന്ന് ഞങ്ങൾ ആവശ്യപ്പെട്ടു. ജയിലിൽ എത്തിയ ആളുകൾക്ക് ഇരിക്കാനായി ഞങ്ങൾ കിടക്കവിരികളും മറ്റും കൊണ്ടുവന്ന് നടുമുറ്റത്ത് വിരിച്ചു.

നിറവയറുമായാണ് സുആദ് വന്നത്. ഒമ്പതാം മാസം തീരാൻ അവൾക്കിനി ഏതാനും ദിവസങ്ങളേ ബാക്കിയുണ്ടായിരുന്നുള്ളൂ. ഡോക്ടർ നിർബന്ധിച്ചതിനാൽ കഴിഞ്ഞ രണ്ടു മാസക്കാലമായി അവൾ ജയിലിലേക്ക് വരുന്നത് നിർത്തിയിരുന്നു. ഗർഭസ്ഥശിശു ഗർഭാശയമുഖത്തിന് അരികിൽ തലകുത്തനെ കിടക്കുന്ന അവസ്ഥയിലായതിനാൽ അവസാനത്തെ രണ്ട് മാസം യാത്രയൊന്നും ചെയ്യാതെ മലർന്ന് കിടക്കണം എന്ന് അവളോട് ഡോക്ടർ നിർദ്ദേശിച്ചു എന്നാണ് സ്വലാഹ് പറഞ്ഞത്. ബ്രഡ്, ഈന്തപ്പഴം, ഉണക്കിയ അത്തിപ്പഴം, ഒലീവ് എന്നിവയൊക്കെ റബീഅയ്ക്കൊപ്പം വന്ന സുആദ് കൊണ്ടുവന്നിരുന്നു. രണ്ടു കൂട നിറയെ പരേതന്റെ പേരിൽ വിതരണം ചെയ്യാനുള്ള വിഭവങ്ങളുമുണ്ടായിരുന്നു അവരുടെ കയ്യിൽ. സുആദിനെ കണ്ടതും സ്വലാഹ് ഓടിച്ചെന്ന് കെട്ടിപ്പിടിക്കുകയും കയ്യിലിരുന്ന കൂടകൾ ഏറ്റുവാങ്ങുകയും ചെയ്തു.

ലൈലയുടെ കാര്യം ഞാൻ സുആദിനോട് തിരക്കി. പാർട്ടി സെൻട്രൽ കമ്മിറ്റി അംഗങ്ങളുടെ വിചാരണ നടക്കുകയാണെന്നും അതിൽ പങ്കെടുക്കാനായി ലൈല കോടതിയിലേക്ക് പോയെന്നുമാണ് അവൾ പറഞ്ഞത്. മോഹ മരണപ്പെട്ട വിവരം അറിയിച്ചുകൊണ്ട് ലൈലയുടെ വീട്ടിലെ വാതിലിനടിയിലൂടെ ഒരു കുറിപ്പ് എഴുതി ഇട്ടിട്ടുണ്ട് എന്ന് കൂടി സുആദ് പറഞ്ഞു. പാർട്ടിയുമായി ബന്ധപ്പെട്ട വിവരങ്ങൾ ലൈല വഴി അറിയുന്നുണ്ടായിരുന്നെങ്കിലും ഇന്നായിരുന്നു വിചാരണ എന്ന കാര്യം ഞാൻ മറന്നുപോയിരുന്നു.

എത്രയോ വർഷത്തിനുശേഷമായിരിക്കും, ഗ്രൂപ്പുകളായി ഭിന്നിച്ച് നിൽക്കാതെ, ഞങ്ങൾ തടവുകാർ സഖാക്കളായി ഒരുമിച്ചു നിന്നത്. മോഹയുടെ അന്ത്യം ഈ വിധത്തിലായതിൽ അങ്ങേയറ്റം വ്യസനമുണ്ടായിരുന്നു ഞങ്ങൾക്കെല്ലാവർക്കും തന്നെ. മരണത്തിന്റെ പിടിയിൽ നിന്ന്, അല്ലെങ്കിൽ സ്വന്തം കുഴിമാടത്തിൽ നിന്ന്, ഓടിയൊളിക്കുന്നയാളിന്റെ പോലെ വിളറിയിരുന്നു അഹ്മദ് ശൂഫാന്റെ മുഖമാകെ. മോഹയുടെ മൃതശരീരം പുറത്തേക്ക് കൊണ്ടുവന്നതോടെ ഏവരുടെയും ദുഃഖം ഇരട്ടിയായി മാറി. ശവപ്പുടവ പുതപ്പിച്ച മോഹയുടെ ശിരസ്സിൽ അവസാനമായി ഒരു ചുംബനം നൽകാനായി ഞങ്ങളെല്ലാവരും കുനിഞ്ഞ ശിരസ്സുമായി വരിവരിയായി നിന്നു. അന്ത്യയാത്രാമൊഴി ചൊല്ലാനുള്ള തന്റെ ഊഴമെത്തുമ്പോഴേക്കും അഹ്മദ് ശൂഫാൻ പിന്നിലേക്ക് മാറാൻ തുടങ്ങി. അവസാനം വരിയിൽ അയാൾ മാത്രം അവശേഷിക്കുന്ന നിലയെത്തി. എത്രയൊക്കെ അടക്കി നിർത്താൻ ശ്രമിച്ചെങ്കിലും ഞങ്ങളുടെയൊക്കെ കുടുംബാംഗങ്ങളുടെ വിലാപങ്ങൾ ചെവിയിൽ വന്നലയ്ക്കാൻ തുടങ്ങി. എന്നാൽ അഹ്മദ് ശൂഫാൻ പതിഞ്ഞ ചുവടുകളോടെ മോഹയുടെ ശിരസ്സിനരികിലേക്ക് നീങ്ങുന്ന കാഴ്ച കണ്ടതും ഞങ്ങൾക്ക് കരച്ചിൽ

അടക്കാനായില്ല. അയാൾ കുനിഞ്ഞ് ചെന്ന് മോഹയുടെ നെറ്റിയിൽ ചുംബിക്കാനും മുഖത്ത് തന്റെ മുഖംകൊണ്ട് ഉരസാനും തുടങ്ങി. തന്നോട് ക്ഷമിക്കണേ എന്ന് യാചിച്ച കരയുകയായിരുന്നു ശൂഫാൻ.

ഇടർച്ച നിറഞ്ഞ ശബ്ദമായിരുന്നിട്ടും ഖാലിദിന്റെ ഉമ്മയായ ലല്ലാ ഐശ രണ്ടു തവണ കുരവയിട്ടു. ദുഃഖത്തിലാണ്ടു നിൽക്കുകയായിരുന്ന ഞങ്ങൾ ശബ്ദം കേട്ടതും അവരുടെ നേർക്ക് തിരിഞ്ഞുനോക്കി.

“പൊന്നു മക്കളേ, കല്യാണത്തിന് പുതുമാരനായി നേരുന്നത് പോലെ മൂന്നുതവണ കുരവ കേൾക്കാനുള്ള അവകാശമുണ്ട് മോഹയ്ക്കും.”

ജീവിതത്തിൽ ഇന്നോളം വിവാഹം കഴിക്കുകയോ, ഒരു പെണ്ണിനെ അറിയുകയോ ചെയ്യാത്ത മോഹയ്ക്കുവേണ്ടി അവർ മൂന്നാമതും കുരവ യിട്ടു. വിപ്ലവകാരികളുടെ വലയിൽ വീഴുന്നതിനു പകരം, വല്ല പെണ്ണു ങ്ങളുടെയും പിടിയിൽ അകപ്പെട്ടാണ് നീ മരിച്ചതെങ്കിൽ പോലും ഞങ്ങൾ ക്കിത്ര വേദന തോന്നില്ലായിരുന്നു പൊന്നു മോഹാ...

മൃതദേഹം വഹിച്ചുകൊണ്ടു വന്നപ്പോൾ ജയിലറാണ് മുന്നിൽ നട ന്നത്. തൊട്ടുപിന്നിലായി മതപണ്ഡിതനും അസിസ്റ്റന്റ് ജയിലറും ആബി ദിന്റെ പിതാവുമുണ്ട്. തടവുകാരുടെ കുടുംബാംഗങ്ങളായിരുന്നു അവർക്ക് പിന്നാലെ വന്നത്. പതിന്നാല് കുടുംബങ്ങളിൽപെട്ടവരാണ് മൊത്തം പങ്കെടുത്തത്. ആരോഗ്യാവസ്ഥ മോശമായതിനാൽ സുആദിനോട് മാറി നിൽക്കുവാൻ സ്വലാഹ് പറഞ്ഞെങ്കിലും അവൾ കേട്ടില്ല. കരഞ്ഞുകരഞ്ഞ് ആ കണ്ണുകൾ വീർത്തിരുന്നു. എല്ലാവരും പോയിട്ടും ഞങ്ങൾ മാത്രം അവിടെത്തന്നെ നിന്നതേയുള്ളൂ. അഹ്മദ് ശൂഫാന്റെ കരച്ചിൽ കണ്ട പ്പോൾ അയാൾ ഇതിനുമുമ്പ് ആരുടെയും പേരിൽ കരഞ്ഞിട്ടേയില്ലെന്ന് തോന്നിപ്പോയി.

മൃതശരീരം അടക്കം ചെയ്യാനായി പുറത്തേക്ക് പോയ കുടുംബാംഗ ങ്ങൾക്ക് തിരിച്ചു ഞങ്ങളുടെ അരികിലേക്ക് വരാനുള്ള നേരമില്ലായിരുന്നു. എന്നാൽ അന്ന് മോഹയുടെ സംസ്കാരച്ചടങ്ങുകളിൽ പങ്കെടുത്ത കുടും ബാംഗങ്ങൾ ഒന്നടങ്കം പിറ്റേന്ന് വീണ്ടും ജയിലിലെത്തി ഞങ്ങളെ കാണു മെന്ന് കരുതിയതേയില്ലായിരുന്നു. പക്ഷേ അക്കൂട്ടത്തിൽ സുആദ് മാത്രം ഇല്ലായിരുന്നു. ഖബർസ്ഥാനിൽ നിന്നും അവളെ ആംബുലൻസിൽ നേരെ ആശുപത്രിയിലേക്ക് കൊണ്ടുപോയിരുന്നു.

പക്ഷേ പിറ്റേന്ന് കാണാൻ വന്നവരുടെയൊക്കെ വാക്കുകളാകെ കനൽക്കട്ട പോലെ ജ്വലിക്കുകയായിരുന്നു. ഇതിനുമുമ്പൊരിക്കലും അവർ ആരും തന്നെ ഇത്ര കുപിതരായി കണ്ടിട്ടേയില്ല. എന്നാൽ അതിന്റെ കാരണമെന്തെന്നറിഞ്ഞതും ഞങ്ങളും മുമ്പൊരിക്കലും ഇല്ലാത്ത വിധം പൊട്ടിത്തെറിക്കാൻ തുടങ്ങി. മോഹയുടെ കുഴിമാടത്തിന് ചുറ്റും ചങ്ങല കൊണ്ട് കെട്ടിയത്രെ. അയാളുടെ തടവുകാലം കഴിയാത്തതാണത്രേ കാരണമായി പറഞ്ഞത്. ശരിക്കുള്ള തടവുകാലം കഴിയുന്നതുവരെ ഈ ചങ്ങല കുഴിമാടത്തിന് ചുറ്റും തന്നെ കാണുമത്രേ. തനിക്കോ ജയിലിലെ അധികാരികൾക്കോ ഇക്കാര്യത്തിൽ ഒരു പങ്കുമില്ലെന്നും മുകളിൽ

നിന്നുള്ള നിർദ്ദേശമാണെന്നും ഇതൊരു പുതിയ കാര്യമേയല്ലെന്നുമാണ് ജയിലർ അറിയിച്ചത്. സാധാരണ തടവുകാരുടെ കാര്യത്തിൽ ഇതാണ് കീഴ്വഴക്കമെന്നും അയാൾ കൂട്ടിച്ചേർത്തു.

കുടുംബാംഗങ്ങളുടെ സന്ദർശനം പെട്ടെന്ന് അവസാനിപ്പിക്കണമെന്ന് ജയിലധികൃതർ നിർബന്ധം പിടിച്ചെങ്കിലും ഞങ്ങൾ ഇടനാഴിയിൽ തന്നെ നിന്ന് പ്രതിഷേധിക്കാൻ തുടങ്ങി. ഏതെങ്കിലും ഒരു വിഷയത്തിന്റെ പേരിൽ ഞങ്ങൾ തടവുകാർ ഒറ്റക്കെട്ടായി സമരം ചെയ്യുന്നത് എത്രയോ കാലത്തിനു ശേഷമായിരിക്കും. പോരാട്ടവീര്യം വൈകുന്നേരമായിട്ടും ഞങ്ങളെ വിട്ടുപോയതേയില്ല.

പിറ്റേന്ന് പുറത്തിറങ്ങിയ രണ്ട് ദിനപത്രങ്ങളുടെ പ്രധാന വാർത്ത ജയിലിൽ മോഹ എന്ന തടവുകാരൻ ആത്മഹത്യ ചെയ്തതും അയാളെ മറമാടിയ കുഴിമാടത്തിനു ചുറ്റും ചങ്ങല കൊണ്ട് ബന്ധിച്ചതുമായിരുന്നു. മോഹയുടെ നിര്യാണത്തിൽ അനുശോചിച്ചുകൊണ്ടും ഖബർ ചങ്ങല കൊണ്ട് ബന്ധിച്ചതിലുള്ള പ്രതിഷേധം രേഖപ്പെടുത്തിക്കൊണ്ടും ഞങ്ങൾ തടവുകാർ ഒരു പ്രസ്താവന പുറപ്പെടുവിക്കുകയും ചെയ്തു.

ഒരാഴ്ച കഴിഞ്ഞതോടെ ആ വിഷയത്തിന്റെ തീവ്രത കെട്ടടങ്ങാൻ തുടങ്ങി. പക്ഷേ മോഹയുടെ ആത്മാവ് ഞങ്ങളുടെ ശിരസ്സിനു മുകളിൽ തന്നെ ചുറ്റിതിരിഞ്ഞതേയുള്ളൂ. ആ മരണം സൃഷ്ടിച്ച വേദന ശക്ത മായിത്തന്നെ തുടർന്നത് സുആദ് ഒരു കുഞ്ഞിന് ജന്മം നൽകിയെന്ന വാർത്ത കേൾക്കുന്നതു വരെയായിരുന്നു. മോഹയുടെ സംസ്കാരച്ചടങ്ങ് നടന്ന് ഒരാഴ്ചയോളമാണ് സുആദിന് ആശുപത്രിയിൽ കഴിയേണ്ടി വന്നത്. ഒരു മണിക്കൂർ കൂടി താമസിച്ചാണ് ആശുപത്രിയിൽ എത്തിയിരുന്ന തെങ്കിൽ കുഞ്ഞിന്റെ ജീവൻ അപകടത്തിലാകുമായിരുന്നു എന്നാണ് ഡോക്ടർ പറഞ്ഞത്.

ജയിലിലെ ദുഃഖാന്തരീക്ഷം അല്പം തണുപ്പിക്കാൻ പോന്നത് തന്നെ യായിരുന്നു സുആദിന് കുഞ്ഞു ജനിച്ചു എന്ന വാർത്ത. സന്തോഷം കൊണ്ട് തുള്ളിച്ചാടുകയായിരുന്നു സ്വലാഹ്. മൂന്നുദിവസം കഴിഞ്ഞ് അവസരം കിട്ടിയപ്പോൾ തന്റെ കുഞ്ഞിനെ കാണാനായി അയാൾ ആശു പത്രിയിലേക്ക് പറക്കുകയായിരുന്നു. മോഹ മരിച്ച ദിവസം വരെ സ്വലാ ഹിന്റെ ഭാര്യ സുആദ് ഗർഭിണിയാണെന്ന വിവരം ജയിൽ അധികൃതർക്ക് അറിയില്ലായിരുന്നു. സുആദ് സ്വലാഹിനെ വിവാഹമോചനം ചെയ്ത് വേറെ കല്യാണം കഴിച്ചോ എന്നാണ് ഗാർഡുകളിൽ ഒരാൾ എന്നോട് ചോദിച്ചത്. എന്തു മറുപടി പറയണമെന്ന് നിശ്ചയമില്ലാത്തതിനാൽ ഞാനത് അവഗണിച്ചതേയുള്ളൂ. അറിയാതെ എന്തെങ്കിലും പറഞ്ഞു പോയാൽ രഹസ്യം പുറത്താകും. അപ്പോൾ പിന്നെ ചോദ്യം കേട്ടതായി ഭാവിക്കാതെ നടന്നു നീങ്ങുക മാത്രമേ വഴിയുണ്ടായിരുന്നുള്ളൂ.

സുആദിനെ സന്ദർശിച്ചശേഷം സ്വലാഹ് തിരികെ വന്നത് തന്റെ കുഞ്ഞിന്റെ സുഗന്ധം ചുണ്ടുകളിലും മൂക്കിലും കണ്ണുകളിലും പേറി

ക്കൊണ്ടായിരുന്നു. ആ പരിമളം ഞങ്ങൾക്ക് കൂടി സമ്മാനിക്കാനായി അയാൾ ഞങ്ങളെയും ചുംബിച്ചു.

“സ്വലാഹേ, എന്താ കുഞ്ഞിന് പേരിടാൻ പോകുന്നത്?”

“സ്വമദ്... ഞാനവനെ സ്വമദ് എന്ന് പേരിടും.”

ഞങ്ങളെ ആദ്യം വിട്ടുപിരിഞ്ഞ സ്വമദ് മഹ്ദാവിയുടെ സ്മരണയ്ക്കായി ജയിലിന് പുറത്തുള്ള പല സഖാക്കളും സുഹൃത്തുക്കളുമൊക്കെ തങ്ങളുടെ കുഞ്ഞുങ്ങൾക്ക് സ്വമദ് എന്ന പേര് നൽകിയിരുന്നു. രക്തസാക്ഷികളുടെ പേരുകൾ സ്വന്തം കുഞ്ഞുങ്ങൾക്ക് നൽകുകയല്ലാതെ ഞങ്ങൾക്ക് മറ്റൊന്നും ചെയ്യാനില്ലായിരുന്നു. ഉമർ, മഹ്ദി, സ്വമദ്, അമീൻ, അബ്ദുൽ ലത്തീഫ്, സഈദ, സുബൈദ... ഈ പേരുകൾ എല്ലാം കുഞ്ഞുങ്ങളുടെ രൂപത്തിൽ ഞങ്ങളുടെ മുന്നിൽ ഓടി നടക്കുന്നത് കാണാനായിട്ടുണ്ട്.

സുആദ് പിന്നീട് രണ്ടാഴ്ചയിലൊരിക്കൽ സ്വലാഹിനെ വന്നു കാണുവാൻ തുടങ്ങി. ഈ വിഷയത്തിൽ അപമാനിതരായ ജയിലധികൃതരാകട്ടെ കുട്ടിയെ കൊണ്ടുവരുവാൻ മാത്രം അനുമതി നൽകിയില്ല. കുഞ്ഞുങ്ങളെ തടവുകാരെ സന്ദർശിക്കാനായി കൊണ്ടുവരുന്നത് ജയിൽ നിയമം വിലക്കിയിട്ടുള്ളതാണ് എന്ന് പറഞ്ഞാണ് തടഞ്ഞത്. കുട്ടികളുടെ മാനസികാവസ്ഥയെ അത് മോശമായി ബാധിക്കുമെന്ന് തങ്ങൾക്ക് ഭയമുണ്ടെന്നാണ് അവർ ന്യായം പറഞ്ഞത്. പക്ഷേ നീണ്ട ശ്രമങ്ങൾക്കൊടുവിൽ ഒരു ദിവസം സുആദ് കുഞ്ഞുസ്വമദിനേയും കൊണ്ട് ജയിലിലേക്ക് വന്നു. ഞങ്ങളെല്ലാം ചുറ്റും കൂടുകയും അവന് ചുംബനം നൽകുകയും ചെയ്തു. പണ്ടെങ്ങോ നഷ്ടമായ ശൈശവത്തിന്റെ സുഗന്ധമാണ് ഞങ്ങൾ ആ കുഞ്ഞിന്റെ ഗന്ധത്തിലൂടെ മണത്തറിഞ്ഞത്.

സ്വലാഹിന് ഭാര്യയെയും കുഞ്ഞിനേയും കാണാൻ കൊതിയായിയെന്ന് മനസ്സിലായതും ഞങ്ങൾ അവരെ തനിയെ വിട്ടു. അതിനുമുമ്പായി ഒരു ജഗ്ഗിൽ ചായയും കൈവശമുണ്ടായിരുന്ന പലതരം മധുരപദാർത്ഥങ്ങളും ശേഖരിച്ച് അവർക്ക് കഴിക്കാനായി നൽകി. ഞങ്ങളുടെ കൺമുന്നിൽ ആണ് സ്വമദ് വളർന്നത്. സെല്ലിനുള്ളിൽ വച്ച് സ്വലാഹ് തയ്യാറാക്കിയ ഒരു പദ്ധതിയായിരുന്നു അവനാദ്യം. പിന്നീട് അത് ഉദരത്തിലെ ഗർഭസ്ഥശിശുവായി. ശേഷം ഇപ്പോഴിതാ, രക്തവും മാംസവുമൊക്കെ ചേർന്ന് ഞങ്ങളുടെ കൺമുന്നിൽ മുല കുടിക്കുകയും കരയുകയും പുഞ്ചിരി തൂകുകയുമൊക്കെ ചെയ്യുന്ന ശിശുവായി മാറിയിരിക്കുന്നു. അങ്ങനെ സ്വമദ് വീണ്ടും ഞങ്ങളുടെ കൺമുന്നിൽ തന്നെ വളരാൻ തുടങ്ങി.

അഞ്ചുവർഷങ്ങൾ പിന്നിട്ടതും സ്വമദ് പിതൃസഹോദരന്റെ ഒപ്പമാണ് ജയിലിലേക്ക് വരാൻ തുടങ്ങിയത്. അപ്പോഴേക്കും വിവാഹമോചനം നേടി സുആദ് സ്വലാഹിന്റെ ജീവിതത്തിൽ നിന്ന് പിൻവാങ്ങിയിരുന്നു. തങ്ങൾ എന്തുകൊണ്ടാണ് വേർപിരിഞ്ഞതെന്ന് ഇന്നുവരെയും സ്വലാഹ് പറഞ്ഞിട്ടേയില്ല. എന്നല്ല എന്താണ് ശരിക്കും സംഭവിച്ചത് എന്ന് തനിക്ക്

അറിയില്ലെന്നാണ് ജീവിതത്തിൽ സംഭവിച്ചു കഴിഞ്ഞതും സംഭവിക്കാൻ ഇരിക്കുന്നതുമായ കാര്യങ്ങളെ പിടിച്ച് സ്വലാഹ് സത്യം ചെയ്ത് പറഞ്ഞത്. സുആദിന്റെ ജയിലിലേക്കുള്ള വരവുകൾ കുറഞ്ഞതോടെയും സ്വലാഹ് അതിന്റെ കാരണം അന്വേഷിക്കാൻ തുടങ്ങിയതോടെയുമാണ് അകൽച്ച തുടങ്ങിയത്. പിന്നീട് ഒരു മാസത്തോളം ഒക്കെ സുആദ് ജയിലിലേക്ക് വരാതെയായി. കാരണമറിഞ്ഞേ തീരൂ എന്ന് സ്വലാഹ് വാശി പിടിച്ചു. കാര്യങ്ങൾ ചെന്നവസാനിച്ചത് തനിക്ക് വിവാഹമോചനം വേണമെന്ന സുആദിന്റെ ആവശ്യത്തിലായിരുന്നു. ഗത്യന്തരമില്ലാതെ സ്വലാഹിന് അത് അംഗീകരിക്കേണ്ടി വന്നു. എന്നാൽ മൂന്നാം മാസം കഴിഞ്ഞതും സുആദ് വേറെ വിവാഹം കഴിച്ചു എന്ന വാർത്ത കേട്ട് അയാൾ അന്തം വിട്ടു പോയി.

സ്വലാഹിന്റെ അസ്തിത്വത്തിനുതന്നെ ഏറ്റ പ്രഹരമായിരുന്നു അത്. പിന്നീട് ഒരു വർഷത്തോളം നീണ്ട നിശ്ശബ്ദതയുടെ പിടിയിലമരാനായിരുന്നു അയാളുടെ വിധി. ആകെയുള്ള സന്തോഷം മകനായ സ്വമദ് മാത്രമായിരുന്നു. ഓരോ തവണ മകനെ കാണാനാകുമ്പോൾ മാത്രമായിരുന്നു അയാളുടെ മുഖത്ത് താൽകാലികമായിട്ടാണെങ്കിലും ഒരു പുഞ്ചിരി വിടർന്നിരുന്നത്.

മുഖ്താർ എന്നെ കണ്ടേ തീരൂ എന്ന് ആവശ്യപ്പെട്ടുവെന്നറിഞ്ഞു. എന്താണ് കാര്യമെന്നറിയില്ല. ഗാർഡായ ഇലാലിനോടാണ് അയാൾ ഇക്കാര്യം പറഞ്ഞത്. ഇരുപതു ദിവസം കൂടുമ്പോൾ ഒരിക്കൽ മാത്രമാണ് മുഖ്താറിന് ജയിലിന്റെ മുറ്റം കാണാനാകുന്നത്. അന്നാണ് ഞങ്ങളെ കാണണമെന്ന് അയാൾ ഗാർഡ് ഇലാലിനോട് ആവശ്യപ്പെട്ടത്. തടവറയുടെ ഇരുളിൽ നിന്നുള്ള മോചനമാണ് ഞങ്ങളെ സംബന്ധിച്ച് ജയിലിന്റെ നടുമുറ്റം. മുഖ്താറിനെ കാണാൻ ആദ്യം ഒന്നും ഗാർഡുകൾ ഞങ്ങളെ അനുവദിച്ചിരുന്നില്ല. ഇന്നത്തെ ദിവസമാകട്ടെ, ലൈലയുടെ സന്ദർശനവുമുണ്ട്. വല്ലാത്ത ധർമ്മസങ്കടത്തിലാണ് അകപ്പെട്ടത്. മുഖ്താറിനെ കാണാനായി മുറ്റത്തേക്ക് പോകണോ അതോ ലൈലയെ കാത്ത് ഇടനാഴിയിൽ തന്നെ നിൽക്കണമോ? എന്തായാലും മുഖ്താറിനെ കാണാൻതന്നെ തീരുമാനിച്ച് മുറ്റത്തേക്ക് ചെന്നു. അപ്പോഴാണ് അറിയുന്നത് അയാൾക്കും ലൈലയെ കാണണമെന്ന്.

ഇക്കാര്യം ഗാർഡ് ഇലാലുമായി സംസാരിച്ച് തീരുമാനമാക്കി. അതിനായി അയാൾക്ക് കൊടുക്കേണ്ടതെല്ലാം കൊടുക്കണം. പുകവലി നിർത്തിയതിനാൽ എനിക്ക് ലഭിക്കുന്ന സിഗരറ്റ് കൂടുകളൊക്കെ ഇലാലിനാണ് കൊടുത്തു കൊണ്ടിരുന്നത്. അതോടെ അയാളുടെ മുഖം വിടർന്നു. ശേഷം ഞാനും മുഖ്താറും മുറ്റത്തുനിന്ന് ഇടനാഴിയിലേക്ക് കയറുന്നത് കാണാത്തതുപോലെ നിന്നു. ഞാൻ വേറൊരു വിരിപ്പ് കൂടി കയ്യിൽ കരുതിയിരുന്നു. എനിക്കും ലൈലക്കും ഇരിക്കാനുള്ള വിരിപ്പിന് സമീപത്തായി അതും കൂടി വിരിച്ചു. സാധാരണ ഞാനും ലൈലയും ഇരിക്കാറുള്ള സ്വകാര്യ അറയിൽ നിന്ന് മാറി ഇടനാഴിയിൽ മറ്റുള്ളവർക്ക് കൂടി കാണാവുന്ന സ്ഥലമാണ് ഞങ്ങൾ ഇരിക്കാനായി തിരഞ്ഞെടുത്തത്.

ഇതു കണ്ടതും ആബിദ് കൈകൊട്ടിക്കൊണ്ട് തന്റെ വിരിപ്പുമെടുത്ത് ഞങ്ങളുടെ സ്ഥിരം താവളമായ 'പ്രണയ അറ'യിലേക്ക് കയറി.

ലൈല വന്നു. മുഖ്താറിനെ കണ്ടതും അവളുടെ മുഖം വിടർന്നു. സന്തോഷം വന്നാൽ അവളെ കണ്ടാൽ ഒരു കുഞ്ഞിനെ പോലെയാണെന്നേ തോന്നൂ. അവൾ ഊഷ്മളതയോടെ ആലിംഗനം ചെയ്തു. ഇരു കൈകൊണ്ടും ലൈലയെ അണച്ചു പിടിക്കുന്നതിനിടയിൽ മുഖ്താർ ഉറക്കെ ചോദിച്ചു:

"നീ ഇപ്പോഴും പഴയ പിടിവാശിക്കാരി തന്നെയാണോ?"

അതുകേട്ടതും ലൈല പുഞ്ചിരിച്ചു. പിന്നീട് അവളുടെ മുഖത്ത് വിരിഞ്ഞ ഭാവത്തിന്റെ അർത്ഥം എന്തായിരിക്കും എന്ന് മനസ്സിലാക്കാനേ സാധിച്ചില്ല.

മുഖ്താർ ചിരിച്ചുകൊണ്ട്, ഇരിക്കാനായി ലൈലയുടെ കയ്യിൽ പിടിച്ചു വലിച്ചു. മുഖ്താർ വിരിപ്പിലിരുന്നു. അന്നേരമാണ് എന്നെ പതിവുപോലെ ആലിംഗനം ചെയ്തില്ലല്ലോ എന്ന കാര്യം ലൈല ഓർത്തത്. അവഗണിക്കപ്പെട്ട കുട്ടിയുടെ മാനസികാവസ്ഥയായിരുന്നു അന്നേരമെന്റേത്. പക്ഷേ ലൈല രക്ഷയ്ക്കെത്തി. മുഖ്താറിന്റെ പിടിവിട്ട ശേഷം അവൾ എന്റെയരികിലേക്ക് വന്നു. കെട്ടിപ്പിടിച്ചപ്പോൾ ഞാൻ അവൾക്കൊരു ചുംബനം നൽകി. ശേഷം ഞങ്ങൾ മൂവരും നിലത്തേക്കിരുന്നു.

പാർട്ടിയിലെ ശത്രുക്കളായി മാറിയ സഖാക്കളുടെ വിചാരണയെ സംബന്ധിച്ച വിവരങ്ങളായിരുന്നു മുഖ്താറിന് അറിയേണ്ടിയിരുന്നത്. കേസ് സംബന്ധിച്ച് സർവ്വതും അറിയണമായിരുന്നു അയാൾക്ക്. ഒരു നിമിഷം ഞാനൊരു അധികപ്പറ്റാണെന്ന് തോന്നി. അതോടെ സെല്ലിൽ പോയി ചായ തയ്യാറാക്കി കൊണ്ടുവരാമെന്ന് പറഞ്ഞ് ഞാൻ എഴുന്നേറ്റു. ലൈലയ്ക്ക് പതിവുപോലെ കട്ടൻചായ മതിയെന്ന് പറഞ്ഞു. മുഖ്താറിനായി ഗ്രീൻടീയും തയ്യാറാക്കി. അവർ സ്വകാര്യമായി സംസാരിച്ചോട്ടെ എന്നു കരുതി ഞാൻ പരമാവധി വൈകിയാണ് ചായയുമായി തിരികെപ്പോയത്. എന്നാൽ ഇത്ര വൈകിയതെന്താണെന്നാണ് ലൈല തിരികെ ചെന്നപ്പോൾ ചോദിച്ചത്. ശേഷം തുടക്കത്തിൽ എങ്ങനെയായിരുന്നു അതുപോലെ തന്നെ അവർ തുടർന്നും സംസാരിച്ചുകൊണ്ടിരുന്നു.

നിലവിലെ സാഹചര്യത്തെ സംബന്ധിച്ച് മറ്റു പാർട്ടികളുടെ നിലപാടെന്താണെന്ന് ഞാൻ ചോദിച്ചു.

"പാർട്ടി ആസ്ഥാനങ്ങളിൽ വച്ച് കൈയ്യടിച്ച് അംഗീകരിച്ചവയാണെങ്കിലും തങ്ങളുടെ പ്രസ്താവനകളെ സംബന്ധിച്ച് ഏവരും ഖേദിക്കുകയാണിപ്പോൾ."

ഇതാദ്യമായിട്ടായിരിക്കും ഏതെങ്കിലും ഒരു കാര്യത്തിൽ ലൈല പക്ഷഭേതം കാണിക്കുന്നത് പോലെ തോന്നുന്നത്. മറ്റെന്തിനെയോ പ്രതിരോധിക്കാൻ പാടുപെടുന്നതുപോലെ. പക്ഷേ വിഷയത്തെ അതിന്റെ സർവ്വ കോണുകളിലൂടെയും വിലയിരുത്താനാണ് മുഖ്താർ ശ്രമിച്ചത്.

പാർട്ടിയെയും അതിന്റെ അന്തർധാരകളെയും കുറിച്ച് അയാൾ സംസാരിച്ചു. എന്തൊക്കെ ഭൂകമ്പങ്ങളിലൂടെയാണ് കടന്നുപോയതെങ്കിലും നിലവിലെ യാഥാർത്ഥ്യങ്ങളെ പ്രതിഫലിക്കുന്ന ഒരു ചട്ടക്കൂട് പാർട്ടിയുടേത് മാത്രമാണത്രേ. ഈ യാഥാർത്ഥ്യത്തിന്റെ പ്രതിഫലനമാണ് അടുത്തയിടെ നടന്ന ജനകീയ പോരാട്ടങ്ങൾ. ജനകീയ പ്രക്ഷോഭത്തെ നയിച്ച നേതാക്കന്മാരായ ഫഖീഹ് ബസരിയെയും മെഹദി ബിൻബർകയെയും കുറിച്ചും പാർട്ടിക്കുള്ളിലെ വൈരുദ്ധ്യങ്ങളെ സംബന്ധിച്ച് അവർ സദാ പ്രകടിപ്പിച്ചിരുന്ന വികാരങ്ങളെക്കുറിച്ചും മുഖ്താർ സംസാരിച്ചു. ആ രണ്ടു നേതാക്കളുടെയും വ്യക്തിജീവിതങ്ങളിലെ വിശദാംശങ്ങളെ സംബന്ധിച്ച് വളരെ ആത്മവിശ്വാസത്തോടെയായിരുന്നു മുഖ്താർ സംസാരിച്ചത്. ഞങ്ങളാകട്ടെ ശ്രദ്ധാപൂർവ്വം അതൊക്കെയും കേട്ടിരുന്നു.

മുഖ്താർ സ്കൂളിലേ പോയിട്ടില്ലാത്ത വ്യക്തിയായിരുന്നു. വെറുമൊരു കർഷകൻ. പക്ഷേ ദേശീയ പ്രസ്ഥാനത്തിന്റെ പാഠശാലയുടെ ഭാഗമാകാൻ സാധിച്ച മുഖ്താറിന് രാഷ്ട്രീയ പ്രവർത്തനങ്ങളിൽ തന്റേതായ ഇടം കണ്ടെത്താനായി. കൃത്യമായ ധാരണകളുടെ അടിസ്ഥാനത്തിലുള്ള ആത്മവിശ്വാസമായിരുന്നു സർവ്വവിനാശത്തിൽ നിന്നുമുള്ള അയാളുടെ പ്രതിരോധകവചമായി മാറിയത്. അങ്ങേയറ്റം പക്വതയുള്ളൊരു മനുഷ്യനായാണ് മുഖ്താറിനെ ഞാൻ കണ്ടത്. മനസ്സിനെ സ്വന്തം കയ്യിലെടുത്ത് അമ്മാനമാടാൻ കഴിവുള്ള ഒരാൾ. ആ മനസ്സിന് പുതുരൂപം നൽകുവാനും അതിന്റെ ശക്തിയും ദൗർബല്യവും എന്തൊക്കെയാണെന്ന് കൃത്യമായി നിർണയിക്കുവാനുമുള്ള ശേഷി അയാൾക്കുണ്ടായിരുന്നു.

ഇടനാഴിയിലേക്ക് ഒരു പൂച്ച കയറിവരുന്നത് കണ്ടു. ചുമരിൽ ദേഹം ഉരസുകയാണത്. വാലറ്റത്ത് മൈലാഞ്ചി നിറം പൂശിയ പൂച്ചയാണത്. കറുപ്പും ചാരവും നിറങ്ങൾ കലർന്ന മറ്റു പൂച്ചകളിൽ നിന്നും വിഭിന്നമായി ഈ പൂച്ചയ്ക്ക് മാത്രമാണ് തനിവെള്ളനിറം ഉള്ളത്. സെൻട്രൽ ജയിലിലേക്ക് വന്ന കാലം മുതലേ ഈ പൂച്ചകൾ ജയിലിലെ ഞങ്ങളുടെ ജീവിതത്തിന്റെ ഭാഗമായി മാറിയിരിക്കുന്നു എന്ന് വേണം പറയാൻ. ഞങ്ങളും പൂച്ചകളും ഗാർഡുകളും പിന്നെ അഴികളും ചേർന്നതാണ് ജയിൽ എന്നു പറയാം.

സെല്ലുകളുടെ ചുവരുകളിൽ ചായമടിക്കാനോ കുമ്മായം പൂശാനോ തീരുമാനിച്ചപ്പോൾ തന്റെ സെല്ലിന്റെ ചുവരിൽ ഏത് നിറമാണ് പൂശേണ്ടതെന്ന് ഞങ്ങൾ മോഹയോട് ചോദിച്ചിരുന്നു. ആ നിറത്തിലുള്ള ചായം ഖാലിദിന്റെ ഉമ്മ ലല്ല ഐശ കൊണ്ടുവന്നു തരും. മാത്രമല്ല പെയിന്റ് ചെയ്യുന്ന പണിയുടെ ചുമതല ഞങ്ങൾ മോഹയെ ഏൽപ്പിക്കുകയും ചെയ്തു. അങ്ങനെയെങ്കിലും അയാളുടെ യാതനകൾക്ക് ഒരു ശമനം ഉണ്ടാകട്ടെ എന്നാണ് ഞങ്ങൾ കരുതിയത്. അയാളുടെ പ്രശ്നങ്ങൾ ഞങ്ങളെ കൂടിയാണ് ബാധിച്ചിരുന്നത്. പക്ഷേ മുഖത്തേക്ക് നോക്കിയാൽ തന്നെ മനസ്സിലാകും അയാളുടെ വേദനയ്ക്ക് എത്രമാത്രം ആഴമുണ്ടെന്ന്. മോഹ തന്റെ സെല്ലിൽ ചായമടിക്കേണ്ടെന്ന് പറഞ്ഞു കളഞ്ഞു.

"ചായമടിക്കാൻ ഇതെന്താ എന്റെ തന്തയുടെ വീടാണോ?"

"ഇത് നിന്റെ വീടല്ലേ മോഹാ... നിന്റെ സ്വന്തം വീട്? ഒന്നും രണ്ടു മല്ല. ഇരുപതു വർഷങ്ങൾ കഴിയേണ്ട വീട്. ആരെങ്കിലും കേട്ടാൽ വിശ്വ സിക്കുമോ? ഇരുപത് വർഷങ്ങൾ എന്ന് പറയാൻ എന്തെളുപ്പം. പക്ഷേ അത്രയും കാലം ഇവിടെ കഴിയേണ്ടവരാണ് നാം എന്നു കേട്ടാൽ ആരെ ങ്കിലും വിശ്വസിക്കുമോ?"

ഒതുങ്ങിക്കൂടിയിരിക്കുന്ന മോഹയെ എങ്ങനെ ബാധിക്കുമെന്ന് ഒന്നും ചിന്തിക്കാതെയാണ് സ്വലാഹ് ഇത്രയും പറഞ്ഞത്. ഇതു കഴിഞ്ഞ് നാലാം ദിവസം സാധിക്കുമെങ്കിൽ മൈലാഞ്ചി നിറത്തിലുള്ള ചായം കൊണ്ടു വരുവാൻ ലല്ലാ ഐശയോട് പറയാൻ മോഹ എന്നോട് ആവശ്യപ്പെട്ടു. എന്തുകൊണ്ടാണ് മൈലാഞ്ചി നിറം വേണമെന്ന് പറഞ്ഞതെന്ന് ഞങ്ങൾ ആരും തന്നെ അയാളോട് തിരക്കിയില്ല. ഞങ്ങൾ കാര്യം ലല്ലാ ഐശയെ അറിയിക്കുക മാത്രം ചെയ്തു. മോഹയുടെ ആവശ്യം കേട്ട് അതിശയി ച്ചെങ്കിലും അയാളുടെ യാതനകൾക്ക് ഏതെങ്കിലും തരത്തിൽ മൈലാഞ്ചി ഒരു ശമനമായിരിക്കും എന്നാണ് വിശ്വസിക്കാൻ ശ്രമിച്ചത്.

തൊട്ടടുത്ത ആഴ്ച തന്നെ ലല്ലാ ഐശ മൈലാഞ്ചി നിറത്തിലുള്ള ചായവുമായി ജയിലിലെത്തി. പെട്ടി തുറന്നതും മോഹയുടെ മുഖം വിടർന്നു. മണത്തു നോക്കിയശേഷം അയാൾ ലല്ലാ ഐശയ്ക്ക് നന്ദി പറഞ്ഞു. പിന്നെ പെട്ടിയുമെടുത്തുകൊണ്ട് തന്റെ സെല്ലിലേക്ക് പോയി. എന്നാൽ പിറ്റേദിവസം ജയിലിലെ വെള്ളപൂച്ചയുടെ വാലിൽ മൈലാഞ്ചി നിറം പൂശിയിരിക്കുന്നത് കണ്ടപ്പോഴാണ് ഞങ്ങൾ അമ്പരന്നു പോയത്. ആ പൂച്ചയെ കളിപ്പിക്കുന്നതായിരുന്നു മോഹയുടെ പ്രധാന വിനോദം. അതിന്റെ മുതുകിൽ തഴുകുകയും വാലിൽ പതിയെ പിടിക്കുകയും ചെയ്യും. പിറകുകാലുകൾ മടക്കി പൂച്ച നിലത്തിരിക്കുമ്പോൾ അതിന്റെ വാലിൽ മൈലാഞ്ചി പുരട്ടി കൊടുക്കും. മൈലാഞ്ചി നിറം മങ്ങിയാൽ ഉടൻ വേറെ പുരട്ടി കൊടുക്കും. മൈലാഞ്ചിയുടെ മണ്ണിന്റെ സ്പർശമാ യിരിക്കും ഏതെങ്കിലുമൊരു തരത്തിൽ തന്റെ കൺമുന്നിൽ നിറഞ്ഞു നിൽക്കണമെന്ന് മോഹ ആഗ്രഹിച്ചിരുന്നത് എന്നാണ് എനിക്ക് തോന്നി യിട്ടുള്ളത്.

യാത്ര പറയാനായി മുഖ്താർ എഴുന്നേറ്റു. ഇടനാഴിയുടെ അങ്ങേ യറ്റം വരെ ഞാനും ലൈലയും ഒപ്പം ചെന്നു. അവിടെനിന്ന് അയാൾ മുറ്റ ത്തേക്കും പിന്നീട് വധശിക്ഷ കാത്തു കിടക്കുന്നവരെ പാർപ്പിച്ചിരിക്കുന്ന സെല്ലുകൾ സ്ഥിതി ചെയ്യുന്നിടത്തേക്കും നീങ്ങി. ഈ മനുഷ്യൻ എത്ര മാത്രം മനസ്സ് കീഴടക്കിയിരിക്കുന്നു എന്ന് ചിന്തിച്ചുകൊണ്ടാണ് അയാൾ കൺമുന്നിൽ നിന്ന് അപ്രത്യക്ഷമാകുന്നതുവരെ ഞങ്ങൾ നോക്കി നിന്നത്. ശേഷിക്കുന്ന സന്ദർശന സമയം ഉപയോഗപ്പെടുത്താനാണ് പിന്നെ ഞങ്ങൾ ശ്രമിച്ചത്.

ലൈല സ്വലാഹിന് സുഖമാണോ എന്ന് തിരക്കുകയും തനിക്ക് അയാളെ ഒന്ന് കാണാനാകുമോ എന്ന് ചോദിക്കുകയും ചെയ്തു. മകനോ

കുടുംബാംഗങ്ങളിൽ ആരെങ്കിലുമോ സന്ദർശിക്കാൻ വരുമ്പോൾ മാത്രമേ സ്വലാഹ് ഇപ്പോൾ ഇടനാഴിയിലേക്ക് വരുന്നതായി കാണാറുള്ളൂ. മുമ്പൊക്കെയാണെങ്കിൽ ആഴ്ചയിൽ എല്ലാ ദിവസവും മറ്റു സഖാക്കളുടെ കുടുംബാംഗങ്ങൾ സന്ദർശനത്തിനെത്തുമ്പോൾ ഒപ്പം കൂടുന്ന ആളായിരുന്നു സ്വലാഹ്. ആബിദിനെ കാണാനായി റബീഅയോ ഉമ്മയോ വരികയാണെങ്കിൽ പുറത്തെ വിശേഷങ്ങൾ അറിയാനായി സ്വലാഹ് അടുത്തു കൂടും. ആബിദ് ഉമ്മയുമായി സംസാരിക്കുന്നത് തക്കം നോക്കി സ്വലാഹ് സൂര്യനുകീഴിലുള്ള സർവ്വ വിഷയങ്ങളെ സംബന്ധിച്ചും റബീഅയോട് സംസാരിക്കും. എല്ലാ സന്ദർശനങ്ങളുടെയും കേന്ദ്രബിന്ദു ആയിരിക്കും സ്വലാഹ്.

ഇപ്പോഴാകട്ടെ, തന്നെ സംബന്ധിക്കുന്ന സന്ദർശനങ്ങൾക്ക് മാത്രമായേ അയാൾ പുറത്തേക്ക് വരാറുള്ളൂ. അതിൽ ഏറ്റവും വിലമതിക്കാത്തതായി അയാൾ കാണുന്നത് മകൻ സ്വമദ് വരുന്നതാണ്. സർവ്വകാര്യങ്ങളിലും തുറന്ന് ഇടപഴകുന്ന ആളായിരുന്നു ഒരുകാലത്ത് സ്വലാഹ്. വ്യായാമം, ലൈബ്രറി, ടെലിവിഷൻ മുറി തുടങ്ങി മുട്ടയിട്ട് പെരുകുന്ന വെള്ളരിപ്രാവുകൾ വരെ എന്തിനുമേതിനും അയാളുണ്ടാകും. തന്റെ പ്രാവുകളെയെല്ലാം, പ്രത്യേകിച്ച് ഏറെ പ്രിയപ്പെട്ട ബിൽക്കീസ് എന്ന പ്രാവിനെയുമൊക്കെ, സ്വലാഹ് കയ്യൊഴിയുമെന്ന് ആരും സ്വപ്നത്തിൽ പോലും വിചാരിച്ചിട്ടുണ്ടാകില്ല.

തന്റെ മുന്നിലൂടെ തലയെടുപ്പോടെ നടക്കുന്നത് കണ്ട് ഈ പ്രാവിനെ ബിൽക്കീസ് എന്ന് പേരിട്ടതും സ്വലാഹ് തന്നെയാണ്. തന്റെ ജന്മദിനത്തിന്റെ അന്ന് റഷീദ് ഉമരിയാണ് ആ പ്രാവിനെ സ്വലാഹിന് സമ്മാനിച്ചത്. അയാൾക്ക് അതിനെ എവിടെ നിന്ന് കിട്ടിയെന്നറിയില്ല. ജന്മദിനാശംസകൾ അറിയിക്കാനായി റഷീദിന്റെ സെല്ലിൽ ആദ്യമെത്തിയതായിരുന്നു സ്വലാഹ്. അപ്പോഴാണ് ഈ പ്രാവിനെ അവിടെ കണ്ട് സ്വലാഹ് അതിശയിച്ചു പോകുന്നത്.

“പടച്ചവനേ കൊള്ളാമല്ലോ, സെല്ലിനുള്ളിലൊരു വെള്ളരിപ്രാവോ!”

അതോടെ ആ പ്രാവിനെ എടുത്തോളൂ എന്ന് റഷീദ് നിർബന്ധിച്ചത്രേ. എന്തായാലും അങ്ങനെ ബീൽക്കീസ് സ്വലാഹിന്റെ സ്വന്തമായി മാറി. തന്റെ കുടുംബാംഗങ്ങൾ സന്ദർശനത്തിന് എത്തുമ്പോൾ പ്രാവുകളെ കുറിച്ച് സംസാരിക്കും. അവ ഇണ ചേരുന്നതും മുട്ടവിരിഞ്ഞ് കുഞ്ഞ് പ്രാവുകൾ ജനിക്കുന്നതുമൊക്കെ നിരീക്ഷിക്കും. പ്രാവുകളുടെ എണ്ണം വർധിച്ചതോടെ അവയ്ക്ക് എന്ത് തീറ്റ നൽകും എന്നതായി ചോദ്യം. അതിനു വേണ്ട വിഭവങ്ങൾ എവിടെ നിന്ന് സംഘടിപ്പിക്കും? ഇക്കാര്യം പറഞ്ഞ് ഞങ്ങൾ ചിരിച്ചെങ്കിലും കമ്മിറ്റികളിൽ ഒന്നിന്റെ മീറ്റിങ്ങിൽ ചർച്ച ചെയ്യാനുള്ള അജണ്ടകളിലൊന്നായി ഇക്കാര്യം രേഖപ്പെടുത്തി വയ്ക്കാനാണ് സ്വലാഹ് ശ്രമിച്ചത്. പക്ഷേ, സ്വലാഹ് കയ്യൊഴിഞ്ഞതോടെ അതേ പ്രാവുകൾ തടവുകാരുടെ ഭക്ഷണ വിഭവമായി മാറുന്നതും കാണേണ്ടി വന്നു.

സ്വലാഹിനെ കാണണമെന്ന് ലൈല നിർബന്ധം പിടിച്ചപ്പോൾ ഞാൻ ചോദിച്ചു:

"ആദ്യം പറഞ്ഞു മുഖ്താറിനെ കാണണമെന്ന്. ഇപ്പോൾ പറയുന്നു സ്വലാഹിനെ കാണണമെന്ന്. ഇനി ആരെയാണോ ആവോ കാണേണ്ടത്?"

"പേടിക്കേണ്ട. സന്ദർശനസമയം തീരാൻ ഇനി അരമണിക്കൂറേ ബാക്കിയുള്ളൂ."

ഞാൻ ലൈലയെ നിരുത്സാഹപ്പെടുത്താൻ ശ്രമിച്ചത് സ്വലാഹ് അവളെ കാണുന്നതിനുള്ള അനിഷ്ടം കൊണ്ടേ ആയിരുന്നില്ല. മറിച്ച് ലൈലയെ കാണാനായി പുറത്തേക്ക് വരുന്ന കാര്യം പറഞ്ഞ് സ്വലാഹിനെ വിളിച്ചുകൊണ്ടുവരുന്നതിലുള്ള ബുദ്ധിമുട്ട് കാരണമായിരുന്നു. അടുത്ത കാലത്തായി അയാളാകെ ദുഃഖിതനായി സെല്ലിൽ തന്നെ ഒതുങ്ങിക്കൂടുന്ന കാര്യം ലൈലയ്ക്ക് അറിയാനിടയില്ല. ഇത്രയ്ക്ക് ദുഃഖിതനാകാൻ എന്തിരിക്കുന്നു എന്ന് എനിക്ക് മനസ്സിലാകുന്നതേയില്ല. ഉൾക്കൊള്ളാനോ ദഹിക്കാനോ സാധിക്കാത്ത ഒട്ടനേകം കാര്യങ്ങൾ ജയിലിനുള്ളിൽ നടക്കാറുണ്ട്. സന്തോഷത്തിന്റെ ഒരു മിന്നൽപ്പിണർ നിങ്ങളുടെ ദേഹത്ത് കൂടി കടന്നു പോകും. പിന്നീട് എന്തുകൊണ്ടാണെന്ന് അറിയാത്ത വിധം അതൊരു ദുഃഖമായി മാറും. ഈ മാറ്റങ്ങൾക്കും തകിടം മറിച്ചലുകൾക്കുമെല്ലാം കാരണം സെല്ലുകൾക്കകത്തെ ഇരുളിൽ കഴിയുന്നത് തന്നെയാണെന്ന് മനസ്സിലാക്കാവുന്നതേയുള്ളൂ. മോഹ ആത്മഹത്യ ചെയ്തതിനുശേഷം മരണമെന്ന ഭീതി ഞങ്ങളെ വല്ലാതെ അലട്ടാൻ തുടങ്ങി. ജയിലിൽ മരണത്തിന് സാക്ഷിയാകുന്നത് അതാദ്യമായിട്ടായിരുന്നു. കൂട്ടത്തിലെ സ്വമദ് മഹ്ദാവിയാകട്ടെ ആശുപത്രിയിൽ വച്ചാണ് രക്തസാക്ഷിയായത്. അതിനാൽ തന്നെ ജയിലിലുണ്ടായിരുന്നവർക്കൊന്നും ആ മരണത്തിന് സാക്ഷിയാകേണ്ടി വന്നിരുന്നില്ല.

മോഹയുടെ ആത്മഹത്യ തടവുകാരുടെ ജീവിതത്തിൽ വഴിത്തിരിവായ സംഭവമായിരുന്നു. സഖാക്കളുടെ കൂട്ടത്തിലെ ലോലബി ഗ്രൂപ്പ് ഒരു കത്ത് തയ്യാറാക്കി അതിന്റെ മൂന്നു പകർപ്പുകൾ ഉന്നത അധികാരികൾക്ക് അയച്ചുകൊടുത്തു. തങ്ങൾക്ക് പൊതുമാപ്പ് നൽകണമെന്നായിരുന്നു അവരുടെ ആവശ്യം. ഇതുവരെയുള്ള തങ്ങളുടെ പ്രവർത്തനങ്ങളെയും അനുഭവങ്ങളെയുമൊക്കെ തള്ളിപ്പറയുകയും ആത്മവിമർശനം നടത്തുന്നതായും മാപ്പപേക്ഷിക്കുന്നതായും അറിയിച്ചുകൊണ്ടുള്ള കത്ത് ആയിരുന്നു അത്.

ആഭ്യന്തരവകുപ്പാകട്ടെ, ഈ അവസരം വെറുതെ വിടുവാൻ ഒരുക്കമായിരുന്നില്ല. അവർ ഈ കത്തിന്റെ പകർപ്പ് വാർത്താ ഏജൻസിക്ക് കൈമാറുകയും ഏജൻസി അത് സകല പത്രങ്ങൾക്കും അയച്ചുകൊടുക്കുകയും ചെയ്തു. ആദ്യം കത്തിന്റെ ഉള്ളടക്കവും പിന്നാലെ കത്ത്

മുഴുവനായുമാണ് പുറത്തുവന്നത്. ജയിലിൽ ഉണ്ടായിരുന്ന ഞങ്ങളടക്കമുള്ള മറ്റു ഗ്രൂപ്പുകളിലെ സഖാക്കൾ ഇതറിഞ്ഞതും ഞെട്ടിപ്പോയി. അടുത്തകാലത്തായി സ്വലാഹ് കൂടുതൽ ദുഃഖിതനായി മാറിയതിന്റെ രഹസ്യം അപ്പോഴാണ് മനസ്സിലായത്. ഈ വിഷയം സംബന്ധിച്ച് അയാൾ എന്താണ് ലൈലയോട് പറഞ്ഞതെന്നറിയില്ല. ലൈല കാണാൻ ആഗ്രഹിക്കുന്നുവെന്ന് അറിയിച്ചപ്പോൾ സ്വലാഹ് അത് സ്വീകരിക്കുകയും പെട്ടെന്ന് ഇടനാഴിയിലേക്ക് വരികയും ചെയ്തത് കണ്ട് ഞാൻ അമ്പരന്നു പോയിരുന്നു. അവർ പരസ്പരം ആലിംഗനം ചെയ്യുകയും നിലത്ത് വിരിപ്പിൽ ഇരുന്ന് പല വിഷയങ്ങളും സംസാരിക്കാനും തുടങ്ങി. അന്നേരം സ്വലാഹ് പറഞ്ഞ ഒരു വാചകം ഇപ്പോഴും ഓർമ്മയുണ്ട്.

"സംഭവിച്ചു കഴിഞ്ഞ കാര്യങ്ങളേക്കാൾ ഏറെ ദുഷ്കരമായ സംഗതിയാണ് വരാനിരിക്കുന്നത്."

പതിമ്മൂന്ന്

പത്രത്തിന്റെ വരവിനൊപ്പം ആ വാർത്ത മിന്നൽപോലെയാണ് പ്രചരിച്ചത്. സർവ്വത്ര തോന്ന്യാസങ്ങളും കുത്തിനിറച്ച തങ്ങളുടെ കത്ത് അധികാരികളുടെ കയ്യിൽ മാത്രമേ ഇരിക്കുകയുള്ളൂ എന്നായിരുന്നു ഗ്രൂപ്പുകാർ കരുതിയത്. നേരെമറിച്ച് അത് രാജ്യത്തിനകത്തും പുറത്തും വ്യാപകമായി പ്രചരിപ്പിക്കപ്പെടുമെന്ന് അവർ കരുതിയതേയില്ലായിരുന്നു. മാപ്പപേക്ഷ നൽകുക, അതിനായി കാത്തിരിക്കുക, ഏതുവിധേനയും ജയിലിൽ നിന്ന് മോചിതരാകുക... ഇത്രയേ ലോലബിയും കൂട്ടരും കരുതിയിരുന്നുള്ളൂ. പക്ഷേ കാര്യങ്ങൾ മറ്റൊരു ദിശയിലേക്കാണ് തിരിഞ്ഞതെന്നു മാത്രം. എന്നാൽ ആ കത്ത് വായിച്ചപ്പോൾ ഏതെങ്കിലും നിശ്ചിത വ്യക്തികളെയോ അനുഭവങ്ങളെയോ സംബന്ധിച്ച കൃത്യമായ ഒരു ആത്മവിമർശനമൊന്നും അതിൽ ഞങ്ങൾക്ക് കണ്ടെത്താനുമായില്ല. മറിച്ച് ഞങ്ങളിൽ ചിലരുടെ മേലുള്ള സ്വഭാവഹത്യയായിരുന്നു അതിൽ കണ്ടത്. അപവാദങ്ങൾ, മുറിപ്പെടുത്തൽ, അപമാനിക്കൽ ഇവയൊക്കെയായിരുന്നു ആ കടലാസിൽ കുത്തിനിറച്ചിരുന്നത്. എല്ലാ അർത്ഥത്തിലും ഞെട്ടിക്കുന്ന ഉള്ളടക്കം. ഞങ്ങൾക്കിടയിൽ നിന്ന് ഒരിക്കലും ഇങ്ങനെയൊരു സംഗതി പുറത്തേക്ക് വരില്ല. അധികാരി വർഗ്ഗം ഞങ്ങളെ തടവിലാക്കി വിചാരണയ്ക്കായി ഹാജരാക്കിയ സമയത്ത് പോലും ഉന്നയിക്കാത്ത ആരോപണങ്ങളാണ് ഈ കണ്ടത്. ഞങ്ങൾ നേരത്തെ ഒരു ആത്മവിമർശന പദ്ധതിക്ക് ആലോചിച്ചപ്പോൾ ഏറ്റവും ശക്തമായി എതിർത്തവരാണ് ഈ ഗ്രൂപ്പുകാർ. ഇവർ കാരണമാണ് ഇന്നേവരെ ആ പദ്ധതി നടക്കാതെ പോയതും.

സ്വലാഹിന്റെ ദുർബലാവസ്ഥ മുതലെടുത്ത് അവർ ഈ വിഷയം അയാൾക്ക് മുന്നിൽ അവതരിപ്പിച്ചു. വായിക്കാത്ത കത്തിൽ ഒപ്പിട്ടു നൽകണമെന്ന് അവർ അയാളോട് ആവശ്യപ്പെട്ടു. കത്ത് കയ്യിൽ കിട്ടുന്നതുവരെ ഞങ്ങൾ ഇക്കാര്യങ്ങളൊന്നും അറിഞ്ഞതേയില്ല. കത്ത് വായിച്ചതും അരിശം അടക്കാനാകാതെ മുമ്പൊരിക്കലും ചെയ്തിട്ടില്ലാത്ത വിധത്തിൽ ബഹളം വയ്ക്കാനും ശാപവാക്കുകൾ ചൊരിയാനുമാണ് ഞങ്ങൾ തുനിഞ്ഞത്. കത്ത് തയ്യാറാക്കിയവരെ ഒന്നടങ്കം ജീവനോടെ കത്തിക്കണം എന്നാണ് മനസ്സ് പറഞ്ഞത്.

ലോലബി തന്റെ സംഘാംഗങ്ങളെയും കൂട്ടിക്കൊണ്ട് സെല്ലുകളിൽ നിന്ന് പുറത്തിറങ്ങി, ജയിലധികൃതരുടെ അടുത്തേക്ക് നീങ്ങി. അങ്ങേയറ്റം അപമാനകരമായ കാര്യമാണ് സംഭവിച്ചിരിക്കുന്നത്. ഞങ്ങളിൽ നിന്ന് സംരക്ഷണം വേണമെന്നായിരുന്നു അവർ അധികൃതരോട് ആവശ്യപ്പെട്ടത്. അവരുടെ ഈ പ്രവൃത്തി ഞങ്ങളുടെ അരിശം വർദ്ധിപ്പിച്ചതേയുള്ളൂ. ഞങ്ങൾ നടുമുറ്റത്തേക്ക് നീങ്ങി. ലോലബിയും കൂട്ടരും അരമണിക്കൂറിലധികം നേരമാണ് ജയിൽ ഓഫീസിന് മുന്നിൽ കാത്തുനിന്നത്. ശേഷം ഓരോരുത്തരായി തങ്ങളുടെ സെല്ലുകളിലേക്ക് തിരികെ പോയി. അകത്തു കയറിയശേഷം സെല്ലിന്റെ വാതിലടയ്ക്കുകയും ചെയ്തു. അധികാരികൾ പറഞ്ഞത് പ്രകാരം ആയിരുന്നു അവർ ഇതും ചെയ്തത്. എന്നിട്ടും ഞങ്ങൾ അധിക്ഷേപങ്ങൾ ചൊരിയുന്നത് തുടർന്നതേയുള്ളൂ. അവസാനം സ്വലാഹിന്റെ വേദന തുളുമ്പുന്ന വാക്കുകൾ പുറത്തേക്ക് വന്നു:

“പതിനഞ്ചു വർഷങ്ങൾക്കു ശേഷം, കൃത്യമായി പറഞ്ഞാൽ നൂറ്റിയെൺപതു മാസങ്ങൾക്ക് ശേഷം, സ്വമദ് മഹ്ദാവിയുടെ രക്തസാക്ഷിത്വത്തിനും മോഹയുടെ നഷ്ടത്തിനും ശേഷം, സ്വന്തം പരാജയത്തിനും ഛിദ്രതയ്ക്കും സ്വയം പീഡനത്തിനും ശേഷം, ഇതുവരെ സ്നേഹിച്ചവരെയും സ്നേഹിക്കാനിരുന്നവരെയും നഷ്ടപ്പെടുത്തിയ ശേഷവും ഒന്ന് തിരിഞ്ഞു നോക്കൂ കൂട്ടരേ. സ്വന്തം കുഴിമാടങ്ങൾക്കകത്തല്ലേ നാം ഇത്തിരി ജീവിതത്തിന് വിത്തുപാകാൻ നോക്കുന്നത്? ശരിക്കും ഈ തടവറയും ശവക്കുഴിയും തമ്മിൽ വല്ല വ്യത്യാസവുമുണ്ടോ? കാലൊന്ന് നീട്ടിയാൽ കക്കൂസ് കുഴിയിൽ അകപ്പെടുന്ന സെല്ലുകൾക്കകത്തേക്കല്ലേ അവർ നമ്മെ വലിച്ചെറിഞ്ഞിരിക്കുന്നത്? ഇവിടെയല്ലേ നാം ഉറങ്ങുന്നതും? ഇവിടെയല്ലേ നാം മൂത്രമൊഴിക്കുന്നതും മലം വിസർജ്ജിക്കുന്നതും? വർഷങ്ങൾ എത്രയായി എല്ലാം ഇതിനുള്ളിൽ അരങ്ങേറാൻ തുടങ്ങിയിട്ട്? നേരെ ചൊവ്വേ കൈകൾ ഒന്ന് നീട്ടിപ്പിടിച്ചാൽ ചുവരിൽ തട്ടുന്ന വീതിയല്ലേയുള്ളൂ ഈ സെല്ലുകൾക്ക്? കാൽ നീട്ടിയാൽ കക്കൂസ് കുഴിയിൽ തട്ടുന്നത് നോക്കുമ്പോൾ നിങ്ങളുടെ ഉയരത്തിന്റെ അത്ര വീതി പോലുമില്ലല്ലോ ഇവയ്ക്ക്?

എന്നിട്ടും നാം ഈ കുഴിമാടത്തെ ജീവിക്കാൻ പറ്റിയൊരിടമായി മാറ്റിയെടുത്തു. കൊല്ലാൻ ഉദ്ദേശിച്ചാണ് വലിച്ചെറിഞ്ഞതെങ്കിലും നാം ഈ സെല്ലുകളെ മിനുക്കി എടുത്തു. അങ്ങനെ നാം ഇവിടെ ജീവിതം പച്ചപിടിപ്പിക്കുമ്പോഴാണ് ലോലബിയും കൂട്ടരും എല്ലാം കവരാനെത്തുന്നത്.

ഇത്രയൊക്കെ സഹിച്ചിട്ടും നാം എത്രമാത്രം അപമാനിതരാണെന്ന് നോക്കൂ. എത്രയെത്ര നഷ്ടങ്ങൾ സഹിച്ചവരാണ് നാമെന്ന് ചിന്തിച്ചു നോക്കൂ കൂട്ടരേ. അപ്പോൾ മനസ്സിലാകും ഇന്ന് നാം എത്രമാത്രം ചതിക്കപ്പെട്ടുവെന്ന്.”

ഇത്രയും പറഞ്ഞു കഴിഞ്ഞതും സ്വലാഹ് കിതയ്ക്കാൻ തുടങ്ങി. മുമ്പൊരിക്കലും തോന്നാത്ത വിധം എനിക്ക് അയാളുടെ കാര്യത്തിൽ

ഭയം തോന്നി. ജയിലിൽ ഇതുവരെ ചെലവിട്ട വർഷങ്ങളെ അയാൾ മാസങ്ങളും ദിവസങ്ങളുമായി എണ്ണുകയാണല്ലോ എന്നോർത്തപ്പോൾ ഞങ്ങൾക്ക് കരച്ചിലടക്കാൻ ആയില്ല. ഈ കഴിഞ്ഞ വർഷങ്ങളൊക്കെയും അനന്തമായ അക്കങ്ങളാണെന്ന് പറഞ്ഞ് സ്വലാഹ് പൊട്ടിക്കരയുകയായിരുന്നു.

എന്തായാലും ലോലബിയുടെയും കൂട്ടരുടെയും ആ കത്ത് മറ്റു ഗ്രൂപ്പുകൾക്കിടയിൽ അതുവരെ നഷ്ടമായിരുന്ന ഐക്യം പുനഃസ്ഥാപിക്കുവാനൊരു കാരണമായി മാറി എന്ന് പറയാതെ വയ്യ. ഞങ്ങൾ പരസ്പരം അഭിവാദ്യം ചെയ്യാനും മുറ്റത്ത് ഒരുമിച്ചിരിക്കാനും പുറത്തുനിന്ന് ലഭിക്കുന്ന വാർത്തകൾ പങ്കുവെയ്ക്കാനുമൊക്കെ തുടങ്ങി. ഞങ്ങൾ ഇതൊക്കെ അവസാനിപ്പിച്ചിട്ട് കാലമേറെ ആയതായിരുന്നു. അങ്ങനെ ഞങ്ങൾ ഒത്തൊരുമിച്ചു. ലോലബിയുടെയും കൂട്ടരുടെയും കത്തിന്റെ വിലയായിരിക്കാം അത്. ചൊറിപിടിച്ച ഒട്ടകത്തിന്റെ അവസ്ഥയായിരുന്നു ലോലബിയുടെ സംഘത്തിന്. അവർക്ക് സെല്ലുകളിൽ നിന്ന് പുറത്തിറങ്ങി നടുമുറ്റത്തേക്ക് വരാനോ, ഇടനാഴിയിൽ വച്ച് ഞങ്ങളുടെ മുഖത്തേക്ക് നോക്കാനോ പോലുമുള്ള ധൈര്യമില്ലാതായി. പകൽ മുഴുവൻ സ്വന്തം സെല്ലുകൾക്കുള്ളിൽ വെരുകുകളെ പോലെ നിന്നു തിരിയാനേ അവർക്ക് കഴിഞ്ഞുള്ളൂ. അവരുടെ സംഘാംഗങ്ങൾ തമ്മിലുള്ള കൂടിക്കാഴ്ചകൾ പോലും വിരളമായി മാറി. ഭൂരിഭാഗം സമയവും സ്വന്തം സെല്ലുകൾക്ക് അകത്തുതന്നെ ഒതുങ്ങിക്കൂടാനാണ് അവർ ശ്രമിച്ചത്. മാപ്പപേക്ഷിച്ചുകൊണ്ടുള്ള അവരുടെ കത്ത് അവഗണിക്കപ്പെട്ടത് തന്നെയായിരുന്നു കാരണം. മാപ്പപേക്ഷ നിരസിക്കപ്പെടുകയും ചെയ്തു. സത്യം പറഞ്ഞാൽ അവർ ഞങ്ങളുടെ കണ്ണിൽപ്പെടാതെ ഒഴിഞ്ഞുമാറി നടക്കുകയായിരുന്നു എന്ന് മാത്രമല്ല, തങ്ങളുടെ സംഘത്തിൽപ്പെട്ടവരെപ്പോലും അഭിമുഖീകരിക്കാനാകാത്ത അവസ്ഥയിലായിരുന്നു.

സ്വമദ് മഹ്ദാവിയുടെ ഭാര്യ കൻസ ഞങ്ങളെ കാണാനായി ജയിലിലെത്തിയ ദിനം ഏറെ പ്രിയപ്പെട്ടതായിരുന്നു. കൻസ ഇതാദ്യമായിട്ടായിരിക്കും ജയിലിന്റെ പടിവാതിൽ കടന്നുവരുന്നത്. ജയിലിനുള്ളിൽ സന്ദർശകരെ സ്വീകരിക്കാൻ അനുവദിക്കണം എന്ന ആവശ്യമൊക്കെ ഞങ്ങൾ ഉന്നയിക്കുന്നതിനു മുൻപേ സ്വമദ് മരണപ്പെട്ടിരുന്നു. ഞങ്ങൾ കൻസയ്ക്ക് ചുറ്റും കൂടുകയും അവൾക്കും മക്കളായ നദയ്ക്കും സ്വമദിനും സുഖമല്ലേ എന്നൊക്കെ തിരക്കി. ഞങ്ങൾ തടവിലാക്കപ്പെട്ടപ്പോൾ രണ്ടാമത്തെ കുട്ടിയെ രണ്ടുമാസം ഗർഭം ധരിച്ചിരിക്കുകയായിരുന്നു. അവൾ ആ കുഞ്ഞിന് ജന്മം നൽകിയപ്പോഴാകട്ടെ, ഇരുളടഞ്ഞ പൊലീസ് താവളങ്ങളിലും രഹസ്യത്തടവറുകളിലും ഒക്കെ അകപ്പെട്ട ഞങ്ങളെപ്പറ്റി യാതൊരു വിവരവും കുടുംബാംഗങ്ങൾക്ക് അറിയില്ലായിരുന്നു. ഞങ്ങളെ എന്നന്നേക്കുമായി നഷ്ടപ്പെട്ടു കാണും എന്നാണ് മിക്ക കുടുംബങ്ങളും കരുതിയിരുന്നത്. അതിനാൽ തന്നെ കാണാതായ ഭർത്താവിന്റെ പേരാണ് തന്റെ രണ്ടാമത്തെ കുട്ടിക്ക് നൽകിയത്, സ്വമദ്. പിന്നീട്

ഞങ്ങളെ കോടതിയിൽ വിചാരണയ്ക്കായി ഹാജരാക്കിയപ്പോഴാണ് തന്റെ മകന് രണ്ടു വയസ്സായെന്നും തന്നെ കാണാനായി വരുന്നുണ്ടെന്നും സ്വമദ് അറിഞ്ഞത്. മകന്റെ പേരെന്തെന്ന് അയാൾ ചോദിച്ചപ്പോൾ ഇതു വരെ പേരിട്ടിട്ടില്ലെന്നാണ് അവർ പറഞ്ഞത്. അവനെ ഗസ്സാൻ എന്ന് പേരിട്ടാൽ മതിയെന്നായിരുന്നു സ്വമദിന്റെ അഭിപ്രായം. ഭാര്യയുടെ കണ്ണു കളിലേക്ക് നോക്കാനുള്ള ധൈര്യം ഇല്ലാതെ അയാൾ അവളുടെ കഴു ത്തിലേക്കും മാറിലേക്കും തലമുടിയിലേക്കും മാത്രമാണ് നോക്കിയത്. അവളുടെ കണ്ണുകളിലേക്ക് നോക്കാൻ വയ്യ. നോക്കിയാൽ കാണുന്നത് താൻ കാരണക്കാരനായ അവളുടെ ദുഃഖം മാത്രമായിരിക്കും.

സ്കൂളിൽ പോകുക, ബാലെ, പിന്നെ പിയാനോ വായിക്കുക ഇതൊക്കെ മാത്രമായിരുന്നു കൻസയുടെ ലോകം. ആ കൻസയാണ് പിന്നീട് സ്വമ ദിന്റെ വലയിലാവുകയും അയാളെ കാണാനായി സ്ഥിരമായി കോളേജി ലേക്ക് പോകാനും തുടങ്ങിയത്. എന്നാൽ അയാളുടെ രാഷ്ട്രീയപ്രവർ ത്തനങ്ങളെക്കുറിച്ച് ഒന്നുമവൾക്ക് അറിയില്ലായിരുന്നു. സ്വമദാകട്ടെ കോളേജിൽ പഠിക്കുന്നു എന്ന പേരല്ലാതെ ക്ലാസുകളിൽ ഒന്നും തന്നെ കാര്യമായി പങ്കെടുക്കാറേ ഇല്ലായിരുന്നു. സ്വമദ് രക്തസാക്ഷിയായപ്പോൾ തന്റെ മകന് സ്വമദ് എന്ന പേര് നൽകാനായി കൻസ വ്യക്തി നിയമ വകുപ്പിന്റെ ഓഫീസിലേക്ക് ചെന്നു. അവിടെ അവരുടെ ഒരു ബന്ധു ജോലി ചെയ്തിരുന്നതിനാൽ കാര്യമായ തടസ്സങ്ങൾ ഉണ്ടാകേണ്ടിയിരു ന്നില്ല. പക്ഷേ കുട്ടിയുടെ പിതാവ് രക്തസാക്ഷിയായതിനാൽ നേരെ മറിച്ച് ഒട്ടനേകം പ്രതിബന്ധങ്ങളാണ് കൻസയുടെ മുന്നിൽ നിരന്നത്. കുടുംബത്തിലുള്ള മറ്റുള്ളവരെയൊക്കെ കുഞ്ഞിനെ സ്വമദ് എന്ന് തന്നെയാണ് പിന്നെയും വിളിച്ചത്. പക്ഷേ കൻസ മാത്രം തന്റെ മകനെ മുഴുവൻ പേരിട്ടേ വിളിക്കൂ. അങ്ങനെയാണ് ഇപ്പോൾ വളർന്ന് വലിയ കുട്ടിയായ ഗസ്സാൻ സ്വമദ് മഹ്ദാവിയെക്കുറിച്ച് കൻസ ഞങ്ങളോട് സംസാരിച്ചത്.

“അവൻ സ്വമദിനെപ്പോലെ തന്നെയാണ് കാണാൻ ഏതാണ്ട്. ഇപ്പോൾ വയസ്സ് പതിനാറായി. നന്നായി പഠിക്കും. വാപ്പയെയും നിങ്ങ ളെയും കുറിച്ച് ഞാൻ അവനോട് എപ്പോഴും സംസാരിക്കാറുണ്ട്. നിങ്ങളെ സന്ദർശിക്കാൻ വരണമെന്ന് അവൻ നിർബന്ധം പിടിക്കും. എന്നാൽ കുറച്ചുകൂടി മുതിർന്ന പ്രായമായിട്ട് മതിയെന്ന് കരുതിയാണ് ഞാൻ കൂട്ടി ക്കൊണ്ടു വരാത്തത്.”

“ഇല്ല, ഇല്ല. ഞങ്ങൾ ഇവിടെ ജയിലിൽ കഴിയുമ്പോൾ അവൻ എങ്ങ നെയാണ് പ്രായമാകുന്നത്? ഞങ്ങൾ അവനെ വീട്ടിൽ വന്ന് കണ്ടോളാം എന്ന് പറഞ്ഞേക്കൂ.”

സ്വലാഹിന്റെ വാക്കുകൾ കേട്ടതും കൻസ പൊട്ടിച്ചിരിച്ചു പോയി. ഇടനാഴിയിൽ എങ്ങും ആ ചിരിയുടെ പരിമളം പരന്നു. ഞങ്ങളെല്ലാവരും അവൾക്ക് ചുറ്റും കൂടി. ലോലബിയെയും കൂട്ടരെയും കുറിച്ച് കൻസ തിരക്കി. എല്ലാവരെയും കാണാനാണ് താൻ വന്നതെന്ന് അവൾ കൂട്ടി ച്ചേർത്തു. തന്റെ രക്തസാക്ഷിയായ ഭർത്താവിന്റെ സഖാക്കളാണ്

ഞങ്ങളെല്ലാവരും തന്നെ. ഞങ്ങളുടെ ഇടയിലെ അഭിപ്രായവ്യത്യാസങ്ങളെക്കുറിച്ചൊന്നും അവൾക്ക് അറിയാനും താല്പര്യമില്ല.

"സ്വമദിന്റെ ഗന്ധം നിങ്ങളിൽ നിന്നും പകർന്നെടുക്കാനാണ് ഞാൻ വന്നത്. അതിനാൽ ലോലബിയെയും ബാക്കി സുഹൃത്തുക്കളേക്കൂടി വിളിക്കാമോ?"

"അതിന് ലോലബിക്ക് നിറമോ ഗന്ധമോ ഒന്നുമില്ലല്ലോ, കൻസാ. സ്വമദിന്റെ ഒരു പരിമളവും അയാളിൽനിന്ന് പ്രതീക്ഷിക്കേണ്ട. എന്നു മാത്രമല്ല ആ മനുഷ്യന്റെ ദുർഗന്ധം കാരണം ഞങ്ങൾ മൂക്കുപൊത്തിയാണ് നടക്കുന്നത്."

വൈകാരികമായ ശരീര ചലനങ്ങൾക്കൊപ്പം ഇത്രയും പറഞ്ഞ ആബിദിന് നേർക്ക് രൂക്ഷമായി നോക്കിയശേഷം തനിക്ക് ലോലബിയെയും കൂട്ടരെയും കണ്ടേ തീരൂ എന്ന് കൻസ ആവർത്തിച്ചു. അതോടെ ആ പണി ആര് ചെയ്യുമെന്നുള്ളതായി ഞങ്ങളെ കുഴക്കിയ പ്രശ്നം. അവസാനം ആ ജോലി ഏറ്റെടുക്കാൻ സ്വലാഹിനെ നിർബന്ധിച്ചു. അയാൾക്കാവുമ്പോൾ കവിതയുടെ രൂപത്തിലോ മറ്റോ അവരെ വിളിക്കാമല്ലോ?"

"ദൈവം കാക്കട്ടെ! ആ ലോലബിയുടേയും കൂട്ടരുടെയും പേര് ഉച്ചരിച്ച് എന്റെ കവിതയെ മലീമസമാക്കുകയോ, ഒരിക്കലുമില്ല!"

യാചിക്കുന്നതുപോലെ കൻസ സ്വലാഹിന്റെ നേർക്ക് നോക്കി. അതു കണ്ടതും മനസ്സില്ലാമനസ്സോടെയാണെങ്കിലും അയാൾ സെല്ലുകൾക്ക് അരികിലേക്ക് പതിയെ നടന്നു. സ്വലാഹിക്കാര്യം എങ്ങനെ ലോലബിയോടും കൂട്ടരോടും അവതരിപ്പിച്ചുവെന്നറിയില്ല. പക്ഷേ കൻസയുടെ മുഖത്തുനിന്നും തല തിരിച്ചതും കാണുന്നത് കുനിഞ്ഞ ശിരസ്സുകളോടെ ഞങ്ങൾക്ക് നേരെ നടന്നടുക്കുന്ന ലോലബിയേയും കൂട്ടരെയുമാണ്. ലോലബി കൈവിരലുകൾ കോർത്തുപിടിക്കുകയും പിന്നെ അഴിക്കുകയും ശേഷം പാന്റ്സിന്റെ പോക്കറ്റുകൾക്കുള്ളിലേക്ക് തിരുകുന്നതുമൊക്കെ കാണാം. കുറ്റം ചെയ്യുന്നതിനിടയിൽ കയ്യോടെ പിടികൂടപ്പെട്ടാൽ എന്താണവസ്ഥ, അതേ ഭാവമായിരുന്നു അവർക്കെല്ലാവർക്കും. കൻസ ഞങ്ങൾക്കിടയിൽ നിന്ന് അരികിലേക്ക് ചെല്ലുകയും അവരെ ആശ്ലേഷിക്കാനും തുടങ്ങി.

കൻസ എന്ന വാക്കിനർത്ഥം 'നിധി' എന്നാണ്. ശരിക്കും അവൾ ഒരു നിധി തന്നെയാണ്. തീർത്തും എന്താണ് അവൾ എന്ന് മനസ്സിലായില്ലെങ്കിൽക്കൂടിയും നേരെ നോക്കി എനിക്കത് ഉൾക്കൊള്ളാനാകും. ചെറിയൊരു കുളിർക്കാറ്റ് പോലെയാണ് അന്ന് വൈകുന്നേരം കൻസ ഞങ്ങളുടെ അരികിൽ നിന്ന് പോയത്. ആ ശക്തമായ സാന്നിധ്യം പിന്നീടും ഞങ്ങൾക്കിടയിൽ തന്നെ തങ്ങിനിന്നു.ആ ആഴ്ച മുഴുവൻ ഞങ്ങൾ അക്കാര്യത്തെ സംബന്ധിച്ചു തന്നെ സംസാരിച്ചുകൊണ്ടേയിരുന്നു.

ഒരു രക്തസാക്ഷിയുടെ ഭാര്യ പക്ഷേ ഇതുപോലെയൊക്കെ ആകണമോ? രക്തസാക്ഷിയുടെ പേര് നിലനിർത്താനായി ഞങ്ങൾ ഈ ഭാരം

ഒക്കെ കൻസയുടെ മേൽ ചുമത്തുന്നത് ശരിയാണോ? ഇതിന്റെയെല്ലാം ആവശ്യം ശരിക്കും അവൾക്കുണ്ടോ? ഈ യാതനകളെല്ലാം സഹിക്കേണ്ട ബാധ്യതയുണ്ടോ? സ്വമദ് മഹ്ദാവി രക്തസാക്ഷിയാകുമ്പോൾ കൻസയ്ക്ക് ഇരുപത്തിനാല് വയസ്സ് തികഞ്ഞിരുന്നില്ല. ഇനിയെങ്കിലും നാം അവരെ വെറുതെ വിടേണ്ടതല്ലേ? ഇറുകിപ്പിടിച്ച വസ്ത്രങ്ങളും ചുണ്ടുകളിൽ ലിപ്സ്റ്റിക്കും ധരിക്കുന്ന ഭാര്യമാരും കാമുകിമാരുമൊക്കെയുള്ളവരാണ് ഞങ്ങൾ. അപ്പോഴും രക്തസാക്ഷിയുടെ ഭാര്യയുടെ നെറ്റിയിൽ പൊതുസ്വത്താണെന്ന പലക കെട്ടിത്തൂക്കാനാണ് നമുക്ക് താല്പര്യം. അതിനാൽതന്നെ രക്തസാക്ഷിയുടെ പേരും പവിത്രതയും നിലനിർത്താൻ ബാധ്യസ്ഥയാണെന്ന് നമ്മൾ അവളെക്കുറിച്ച് കരുതുന്നു. എടുത്താൽ പൊങ്ങുന്ന ഭാരമാണോ എന്ന് തിരക്കാതെയാണ് ഈ പവിത്രതയുടെ ഭാണ്ഡക്കെട്ട് നാം അവളുടെ ചുമലിൽ ഏറ്റിക്കൊടുക്കുന്നത്. അതേസമയം അവളെ സ്വതന്ത്രയാക്കുകയാണെന്നും വളരാൻ അനുവദിക്കുകയാണെന്നും പറയുകയും ചെയ്യും. രക്തസാക്ഷിയെ അനുസ്മരിക്കാൻ എന്നവണ്ണം ഔദാര്യം പോലെ നാം അവളുടെ മേൽ ചാർത്തുന്ന സംഗതികൾ കൻസയെ എങ്ങനെയായിരിക്കും ബാധിക്കുക? എന്താണ് തനിക്ക് നഷ്ടപ്പെട്ടതെന്നോ, എന്താണ് നഷ്ടപ്പെട്ടുകൊണ്ടിരിക്കുന്നതെന്നോ നാം അവളോട് ചോദിക്കാറുണ്ടോ? നമ്മൾ തീർത്ത കൂടിനുള്ളിൽ അവൾ അതിവേഗം സഞ്ചരിച്ചേ തീരൂ എന്ന് നാം നിർബന്ധം പിടിക്കുന്നതെന്തിനാണ്? സ്വമദിനെ കൊന്നവർ കരുതിക്കൂട്ടി ചെയ്തതൊന്നുമല്ല അത്. എന്നാൽ നാമാകട്ടെ അയാളുടെ വിധവയെ ഒരായുസ്സ് മുഴുവൻ ദാഹിക്കാനായി വിട്ടുകൊടുക്കുകയാണ് ചെയ്യുന്നത്. കൻസയെ വിലാപ വസ്ത്രങ്ങളിലല്ലാതെ കാണുവാൻ നാം ആഗ്രഹിക്കുന്നില്ല. എന്തുകൊണ്ടാണ് ഇങ്ങനെയൊക്കെ സംഭവിക്കുന്നത്?

സ്വന്തം സ്ത്രീകളിൽ നിന്ന് എത്രയെത്ര കാര്യങ്ങളാണ് നാം പ്രതീക്ഷിക്കുന്നത്. കാണാൻ വരാറുള്ള ലൈലയെ നോക്കുമ്പോൾ തന്നെ ഞാൻ റബീഅയെയും സീനയേയും സമീറയെയും പിന്നെ ജയിലിൽ കഴിയുന്ന ഞങ്ങളെയുൾക്കൊള്ളുന്ന മറ്റെല്ലാ സ്ത്രീകളെക്കുറിച്ചും ചിന്തിക്കാറുണ്ട്. അന്നേരം ചോദ്യങ്ങൾ ഒന്നൊന്നായി ഉയർന്നു വരും:

ഈ തടവറയിൽ നിന്ന് പുറത്തിറങ്ങാൻ വിധിയുണ്ടെന്ന് കരുതുക. അങ്ങനെ പുറത്തിറങ്ങാനായാൽ തെരുവുകളിൽ അലയുന്ന ശരീരങ്ങൾ അന്നും നമ്മെ മോഹിപ്പിക്കുമോ? കണ്മുന്നിലൂടെ നിതംബങ്ങൾ കുലുക്കി നടന്നകലുന്ന സ്ത്രീകളെ അന്നും ഞങ്ങൾ തിരിഞ്ഞു നോക്കുമായിരിക്കുമോ? ഇത്തരം ചോദ്യങ്ങൾ ഉരുത്തിരിയുമ്പോൾ തന്നെ എന്തോ വല്ലായ്മ തോന്നും. അപമാനകരമായ കാര്യമാണവ. പക്ഷേ ലൈല, റബീഅ, സമീറ, സീന തുടങ്ങിയവരെയൊക്കെ നോക്കിയ കാലങ്ങളിൽ ഇതൊക്കെയൊരു യാഥാർത്ഥ്യം തന്നെയായിരുന്നു. ഈ സ്ത്രീകൾക്കായി ചെയ്യാവുന്ന കാര്യങ്ങളിലൊന്ന് ഹൃദയങ്ങളിലും മനസ്സുകളിലും സിരകളിലും മാത്രമല്ല കണ്ണുകളിൽക്കൂടി അവർക്കൊരിടം നൽകുക എന്നതാണ്. ലൈലയെ മാത്രം ഉൾക്കൊള്ളുന്ന കണ്ണുകൾ വച്ച് വേണം ഞാൻ

ലോകത്തെ കാണേണ്ടത്. ഞങ്ങൾക്ക് മുമ്പേ ജയിൽ മോചിതരായ സഖാക്കളുടെ പലരുടെയും വൈകാരികബന്ധങ്ങൾ തകർന്നതിന്റെ പശ്ചാത്തലത്തിലാണ് ഇത് പറയുന്നത്.

പത്തുവർഷം തടവു കഴിഞ്ഞ് പുറത്തിറങ്ങിയ പലരുടെയും ബന്ധങ്ങൾ ഒന്നും രണ്ടും മാസങ്ങൾക്കുള്ളിൽ തന്നെ തകരാൻ തുടങ്ങി. ഇസ്മാഈൽ സൻബരിയും നസ്ഹയും തമ്മിലും ഫുആദ് ഖഷ്‌ലിയും റജായും തമ്മിലുമുള്ള ബന്ധങ്ങൾ തന്നെ ഉദാഹരണം. അപ്പോഴെല്ലാം തീർത്തും മനസ്സിലാക്കാനാകാത്ത കാര്യങ്ങളുണ്ട്: സ്ത്രീയും പുരുഷനും ആയ രണ്ടുപേർക്കിടയിലെ ബന്ധം പൊട്ടിമുളയ്ക്കുന്നത് എങ്ങനെയായിരിക്കും? എങ്ങനെയായിരിക്കും അതിന് ആഴമേറുന്നതും പിന്നെ ചിലപ്പോൾ അവസാനിക്കുന്നതും? ജയിലിൽ നിന്നും പുറത്തിറങ്ങുന്നയാൾക്ക് മറ്റേതൊരു ജീവിയേക്കാളും ഏറെ ആർത്തിയായിരിക്കും ജീവിതത്തിനോട് എന്നാണ് ലൈല പറയാറുള്ളത്.

"ജീവിതത്തെയും അതിലെ സർവ്വ സംഗതികളെയും നിങ്ങൾ ആർത്തിയോടെയാണ് അഭിമുഖീകരിക്കുന്നത്. ഏതു കാര്യവും നഷ്ടമാകുമ്പോൾ ഇരട്ട നഷ്ടബോധമാണ് തടവുകാരന് തോന്നുക. അതുപോലെ പുറത്തിറങ്ങാൻ അവസരം ലഭിക്കുമ്പോൾ നഷ്ടപ്പെട്ടതിനൊക്കെ ചേർത്ത് ഇരട്ട നഷ്ടപരിഹാരം വേണമെന്നും അയാൾ കൊതിക്കും. അങ്ങനെയാണ് അത്യാർത്തിയുടെ രാക്ഷസന്മാർ നിങ്ങളുടെ മനസ്സുകളിൽ ഉയർന്നു വരുന്നത്. രതിക്കും റൊട്ടിക്കും മദ്യത്തിനും കടലിനും വേണ്ടി നിങ്ങൾ ദാഹിക്കും. വെറും മണ്ണിന്റെ ഗന്ധം പോലും നിങ്ങളെ ആർത്തി പിടിപ്പിക്കും."

തടവുകാരന്റെ ആർത്തികളുടെ പട്ടിക എണ്ണിത്തിട്ടപ്പെടുത്താൻ ശ്രമിക്കുന്ന ലൈലയെ തന്നെ നോക്കിയിരിക്കുകയാണ് ഞാൻ. ഇതൊക്കെയും മുഖഭാവങ്ങളും കൈകൊണ്ടുള്ള ആംഗ്യങ്ങൾക്കും ഒപ്പമാണ് പറയുന്നത്. ഞാൻ ആ കൈകളെ എന്നിലേക്ക് പിടിച്ചണച്ചു.

"പക്ഷേ തടവുകാർക്ക് രതിയോട് ആർത്തി ഉണ്ടാകുമെന്ന് നീ പറയുന്നത് അസാധ്യമായ കാര്യമാണ്. കാരണം ജയിൽ ഞങ്ങളെ തകർത്തെറിഞ്ഞിരിക്കുകയാണ്. അതിൽനിന്ന് മുക്തനാവുക എന്നത് എളുപ്പമുള്ള കാര്യമേയല്ല."

പൊട്ടിച്ചിരിച്ചുകൊണ്ടാണ് ഇതിനോട് ലൈല പ്രതികരിച്ചത്.

"അതെന്താ അങ്ങനെ? പടച്ചവൻ കാക്കട്ടെ!"

ഞങ്ങളുടെ പ്രശ്നങ്ങളെയും യാതനകളെയും സംബന്ധിച്ചും ലൈലയ്ക്ക് അറിയാമെന്നത് എനിക്ക് തീർച്ചയായുള്ള കാര്യമാണ്. ഞങ്ങൾ അനുഭവിക്കുന്ന ലൈംഗികദാരിദ്ര്യവും എന്തെങ്കിലും തരത്തിലുള്ള ലൈംഗിക ബന്ധങ്ങൾക്ക് അവസരങ്ങൾ ഉണ്ടെങ്കിൽ തന്നെയും അതിലുള്ള സങ്കീർണ്ണതകളെക്കുറിച്ചും അവൾക്ക് നന്നായറിയാം.

എന്നിട്ടും ഞങ്ങൾ അനുഭവിച്ച യാതനകളെക്കുറിച്ച് അവൾ പരിഹാസ ഭാവത്തിൽ സംസാരിക്കുന്നത് എന്തിനാണെന്നാണ് മനസ്സിലാകാത്തത്. വിശദീകരിക്കാമോ എന്ന് ചോദിക്കാനും സാധിച്ചിട്ടില്ല. പെട്ടെന്നാണ് ലൈലയുടെ സ്വരം മാറിയത്. ചില കാര്യങ്ങളെ സംബന്ധിച്ച് വളരെ പേരിനുള്ള ന്യായീകരണങ്ങളേ അവൾ നിരത്താറുള്ളൂ എന്നറിയാം. ഇസ്മാഈൽ നസ്ഹയുമായുള്ള ബന്ധം വിച്ഛേദിക്കുവാൻ തീരുമാനിച്ചതിനെ തുടർന്നുണ്ടായ കാര്യങ്ങൾ പിന്നീട് അവൾ വളരെ വേദനയോടെയാണ് വിശദീകരിച്ചത്. സെൻട്രൽ ജയിലിൽ തടവിൽ കഴിഞ്ഞ ഇസ്മാഈലിനായി നസ്ഹ കാത്തിരുന്നത് പത്തുവർഷക്കാലമായിരുന്നു.

“നോക്കൂ, ത്യാഗത്തിനെയും സന്നദ്ധതയെയും കുറിച്ച് ഒന്നും തന്നെ ഇവിടെ ആരും സംസാരിക്കുന്നതേയില്ല. കാലം പുതിയ മൂല്യങ്ങൾ സൃഷ്ടിക്കാൻ തുടങ്ങിയിരിക്കുന്നു. കഴിഞ്ഞതെല്ലാം മറക്കാൻ നസ്ഹയ്ക്കും സാധിക്കേണ്ടിയിരിക്കുന്നു. എന്നല്ല അതിനു നേർക്ക് വാതിൽ കൊട്ടിയടക്കുകയാണ് വേണ്ടത്.”

സർവ്വസീമകളും ലംഘിച്ച് അധിക്ഷേപങ്ങൾ നടത്തിയ ആളാണ് ഇസ്മഈലെന്ന് സകലർക്കും അറിയാമായിരുന്നു. ഇക്കാര്യത്തെ സംബന്ധിച്ച് നസ്ഹ സുആദിനോടും ലൈലയോടും റബീഅയോടുമൊക്കെ പറഞ്ഞിരുന്നു. കരഞ്ഞ് കരഞ്ഞ് തളർന്ന് വീണുപോയ നസ്ഹാ അയാളുടെ മുന്നിൽ മുട്ടുകുത്തി നിന്ന് കൈകളിൽ ചുംബിക്കുക വരെ ചെയ്തു. പക്ഷേ ഇസ്മാഈൽ അവിടെയൊന്നുമില്ലായിരുന്നു. സ്ത്രീകൾ ഒന്നിലധികം തലങ്ങളിൽ ശക്തി കാട്ടുവാൻ കഴിവുള്ളവരാണ്. ഒന്നിലധികം മേഖലകളിൽ ഇടപഴകാനും ഒന്നിലധികം ദൗത്യങ്ങൾ നിർവഹിക്കാനും അവൾക്ക് ഒരേസമയം സാധിക്കും. പക്ഷേ ഇത് ശരീരവുമായി ബന്ധപ്പെട്ട കാര്യമാണെങ്കിൽ ഒന്നാമത്തെ പ്രഹരത്തിൽ തന്നെ അവർ തകർന്നുപോകും. ഇസ്മാഈലുമായുള്ള ശാരീരിക ബന്ധത്തിൽ കടിച്ചു തൂങ്ങാനായാൽ തങ്ങൾ തമ്മിലുള്ള ബന്ധം വിച്ഛേദിക്കപ്പെടുകയില്ല എന്നായിരുന്നു നസ്ഹ വിശ്വസിച്ചത്. അതിനാൽ ആ ബന്ധത്തിൽ കടിച്ചു തൂങ്ങാനായിരുന്നു അവളുടെ ശ്രമം. ഈ ബന്ധത്തിൽ കഴിയുന്നത്ര ദൂരം പോയവളാണ് താനെന്നാണ് നസ്ഹ പറഞ്ഞിട്ടുള്ളത്. എന്താണ് ഈ ‘കഴിയുന്നത്ര ദൂരം’ എന്ന് നിങ്ങൾ ചോദിച്ചാൽ അവൾ മറുപടി പറയുക ശാരീരികബന്ധമാണ് താൻ ഉദ്ദേശിച്ചത് എന്നായിരിക്കും.

താൻ ശരിക്കും അകപ്പെട്ടിരിക്കുന്ന ഊരാക്കുടുക്കിന്റെ തനിരൂപത്തെക്കുറിച്ച് നേരത്തെ മനസ്സിലാക്കിയിരുന്നുവെങ്കിൽ നസ്ഹ അതിന്റെ പടിയിൽ നിന്ന് കുതറി മാറുവാൻ ശ്രമിച്ചേനെ. കഴിഞ്ഞ പത്തുവർഷക്കാലം സെൻട്രൽ ജയിലിലേക്ക് സഞ്ചരിച്ചിരുന്ന നസ്ഹയുടെ ജീവിതത്തിൽ ലൈംഗികതയ്ക്ക് എന്താണ് പ്രസക്തി? ശൈത്യകാലത്തും വേനൽക്കാലത്തും ഒരു വ്യത്യാസവും ഇല്ലാതെ യാത്ര ചെയ്തവളെ സംബന്ധിച്ച് ലൈംഗികതയ്ക്ക് എന്ത് പങ്ക്? ഒന്ന് ഇടത്തോട്ടോ വലത്തോട്ടോ തിരിഞ്ഞു നോക്കിയാൽ ജീവിതത്തിന്റെ വിലപ്പെട്ട പത്തു വർഷങ്ങൾ

നഷ്ടപ്പെട്ടു എന്ന് തിരിച്ചറിയുന്നു എന്ന് പറഞ്ഞാൽ എന്താണർത്ഥം? ശരിക്കും ഇതിനൊക്കെ അർത്ഥമെന്താണ് ?

നസ്ഹയിൽ നിന്നും തീർത്തും വ്യത്യസ്തയായിരുന്നു റജാ. ഫുആദുമായുള്ള ബന്ധം തന്റെ മനസ്സിനൊരു ഭാരമായി മാറാൻ തുടങ്ങുന്നു എന്ന് മനസ്സിലാക്കിയപ്പോൾ തന്നെ അവൾ പൊട്ടിത്തെറിച്ചു. റജാ ഫുആദിനെ അപൂർവമായേ കാണാറുള്ളൂ എന്ന അവസ്ഥയായി. ഫുആദും ഇസ്മാഈലും ഒപ്പം ജയിൽ മോചിതരായവരും മറ്റൊരു രാഷ്ട്രീയ ജീവിതമാണ് പിന്നീട് സ്വീകരിച്ചത്. അവരെല്ലാവരും ചേർന്ന് പുതിയൊരു രാഷ്ട്രീയ പ്രസ്ഥാനം രൂപീകരിക്കാൻ തുടങ്ങി. അതിന്റെ നിയമാവലിയും പൊതുവായ ചിന്താധാരയും അടിസ്ഥാന സിദ്ധാന്തങ്ങളുമൊക്കെ ജയിലിൽ കഴിയുന്ന കാലത്ത് തന്നെ അവർ രൂപപ്പെടുത്താൻ തുടങ്ങിയതായിരുന്നു. ജയിൽമോചിതരായി ഒരു വർഷം കഴിഞ്ഞതും രാഷ്ട്രീയ പദ്ധതിയുടെ തുടക്കമെന്നോണം അവർ ഒരു വാരിക പ്രസിദ്ധീകരിക്കുവാൻ തുടങ്ങി. സ്ഥാപന ഘട്ടത്തിൽ ഏറെക്കുറെ സാംസ്കാരിക സ്വഭാവത്തിലുള്ള ഒരു സംഘടന എന്ന പ്രതീതിയാണ് അവർ സൃഷ്ടിച്ചത്. വർഷങ്ങൾക്ക് മുമ്പ് ഇടതുപക്ഷ പ്രസ്ഥാനത്തിൽ പ്രവർത്തിച്ചവരായിരുന്നു ഇവരെല്ലാവരും. പുതിയ സംഘടനയുടെ മുഖ്യഭാവവും ഇടതുപക്ഷത്തിന്റേതു തന്നെയായിരുന്നു.

ഫുആദും കൂട്ടരും രാജ്യത്തുനിന്നും നാടുകടത്തപ്പെട്ടിരുന്ന, ദേശീയ പ്രസ്ഥാനത്തിന്റെ ചിഹ്നങ്ങളിലൊന്നായിരുന്ന, അബ്ദുർറഹ്മാൻ സഅദിയുമായി ചർച്ച നടത്തുകയും തങ്ങളുടെ പ്രസ്ഥാനത്തിന്റെ അധ്യക്ഷനാകുവാൻ ക്ഷണിക്കുകയും ചെയ്തു. ദേശീയ പ്രസ്ഥാനത്തിന്റെ ചരിത്ര വേരുകളെയും യുവാക്കളുടെ രാഷ്ട്രീയ അനുഭവങ്ങളെയും തമ്മിൽ സംബന്ധിക്കുന്ന പാലമായി അദ്ദേഹം മാറുമെന്നാണ് കരുതിയത്. അബ്ദുൽ കരീം ഖത്താബി, അഹ്മദ് ഹൻസാലി, ഹുമാൻ ഫത്വാകി, ഇബ്റാഹീം റൗദാനി തുടങ്ങിയ ദേശീയ പ്രസ്ഥാന നായകരെ സംബന്ധിച്ച ഓർമ്മകളെ ഊതിക്കാച്ചിയെടുക്കുക എന്നത് സുപ്രധാനമായ കാര്യമായിരുന്നു. ഇടതുപക്ഷ രാഷ്ട്രീയം സിരയ്ക്കുപിടിച്ച ചെറുപ്രായക്കാർ തന്നെയായിരുന്നു ഈ പുതിയ സംഘടനയിലേക്ക് ആകർഷിക്കപ്പെട്ടത്. എന്നാൽ അക്കാര്യം പരസ്യമായി പറഞ്ഞിരുന്നില്ല എന്ന വ്യത്യാസമേ ഉണ്ടായിരുന്നുള്ളൂ. ദേശീയ സമരപൈതൃകത്തെ സംബന്ധിച്ച ഓർമ്മകളുടെ തീക്കനലിൽ വളർന്നതായിരുന്നുവെങ്കിലും പ്രസ്ഥാനത്തിന് വർത്തമാന കാലവുമായും ഭാവിയുമായും ഒത്തുചേർന്നേ മുന്നോട്ടുപോകാനാകൂ.

എന്തായാലും ഫുആദ് ഖഷ്‌ലി പ്രസ്ഥാന കാര്യങ്ങളിൽ കഴുത്തോളം മുങ്ങി പ്രവർത്തിക്കാൻ തുടങ്ങി. റജായ്ക്ക് അയാളെ ഒന്ന് കാണണമെങ്കിൽ ആഴ്ചയവസാനം അല്പം സമയം കിട്ടിയാലായി എന്ന അവസ്ഥയായി. എന്നാൽപോലും പലപ്പോഴും അയാൾ അവളെ തേടി എത്താതായി. റജാ കുറെ കാത്തിരുന്നു. അവസാനം അവൾ പ്രതിഷേധിച്ചു.

പിന്നെ ഞങ്ങളെ കാണാനായി ജയിലിലെത്തിയപ്പോൾ അവൾ പൊട്ടിത്തെറിച്ചു. ഫുആദു മായുള്ള ബന്ധം വേർപ്പെടുത്താൻ തീരുമാനിച്ച റജായെ ശാന്തയാക്കാൻ ഞങ്ങൾ നോക്കിയെങ്കിലും അഗ്നിപർവ്വതം കണക്കെ അവൾ പൊട്ടിത്തെറിച്ചതേയുള്ളൂ.

കരയുന്നതിനിടയിലും അവൾ സംസാരിച്ചുകൊണ്ടേയിരുന്നു. കണ്ണുനീർ ഒഴുകി കഴുത്തു വരെ എത്തിയിട്ടും അവൾ കൈ നീട്ടി അത് തുടച്ചതേയില്ല. വായിൽ നിന്നും വാക്കുകളെ സ്വതന്ത്രമായി പുറത്തേക്ക് വരുവാൻ അനുവദിച്ച പോലെ കണ്ണുനീരിനെയും അവൾ സ്വതന്ത്രമാക്കി വിട്ടതേയുള്ളൂ.

"ഈ തീരുമാനം പരമാവധി നീട്ടിവയ്ക്കുവാൻ ഞാൻ ഏറെ ശ്രമിച്ചു എന്ന് പറഞ്ഞാൽ നിങ്ങൾ വിശ്വസിക്കണം. എന്റെ ഹൃദയത്തിനേറ്റ മുറിവുകൾക്ക് നേരെ ഫുആദ് നോക്കുമെന്ന് കരുതിയെങ്കിലും അയാൾ അവിടെയൊന്നും ഉണ്ടായിരുന്നതേയില്ല. താൻ പ്രഥമ പരിഗണന കൊടുക്കുന്ന സംഗതികളെ അവഗണിക്കണമെന്നൊന്നും ഞാൻ അയാളോട് ആവശ്യപ്പെടുന്നില്ല . എന്നാൽ അയാളുടെ പരിഗണനാവിഷയങ്ങളുടെ പട്ടികയിൽ അവസാനത്തേതിന് തൊട്ടുമുമ്പുള്ള സംഗതിയാകാൻ ഞാൻ എന്തായാലും ഒരുക്കമേയല്ല. പത്തു വർഷക്കാലമാണ് ഞാൻ കാത്തിരുന്നത്. ഇപ്പോഴും ആ കാത്തിരിപ്പ് തുടരുന്നത് രാത്രി ഇരുട്ടി വെളുക്കാറാകുമ്പോൾ മാത്രം തിരിച്ചെത്താറുള്ള ഒരു മനുഷ്യനെ നോക്കിയാണ്. ഇനിയും ഒരു പത്ത് വർഷം കൂടി കാത്തിരിക്കണം എന്നാണോ പറയുന്നത്?

ജയിലിന്റെ ഇരുളിൽനിന്നും കടന്നുവരുന്നയാൾക്ക് വേണ്ടിയല്ല ഇപ്പോൾ കാത്തിരിക്കുന്നത് എന്ന വ്യത്യാസമേയുള്ളൂ. ആ മനുഷ്യന്റെ കാലടി ശബ്ദമോ കാറിന്റെ ശബ്ദമോ പ്രതീക്ഷിച്ച് ജനാലയ്ക്ക് പിന്നിലോ, വാതിലിന് പിറകിലോ കാത്തിരിക്കുകയാണ് ഞാനിപ്പോൾ. അവസാനത്തെ യോഗത്തിൽ നിന്നും അടിച്ചു പുറത്താക്കുന്നതുവരെ തിരിച്ചുവരാത്ത ഭർത്താവിനെയും കാത്ത് ഞാനിരിക്കുന്നത് ഉണങ്ങാത്ത മുറിവുകളോടും, ഞാനെന്ന സ്ത്രീയെ തന്നെ ശപിക്കുന്ന മനസ്സോടും കൂടിയായിരിക്കും. നേരം പുലരുന്നതുവരെ ഏതെങ്കിലും മദ്യശാലകളിൽ ഇരുന്ന് കുടിച്ചു കൂത്താടി, അവസാനം അവിടെ നിന്ന് പുറത്താക്കുമ്പോൾ മാത്രം വീട്ടിലേക്ക് തിരിച്ചു വരുന്ന മദ്യപനായ ഭർത്താവിനെ കാത്തിരിക്കുന്ന സ്ത്രീയും ഞാനും തമ്മിൽ യാതൊരു വ്യത്യാസവുമുണ്ടാകില്ല. ഞാനും ആ സ്ത്രീയും തമ്മിൽ ഒരു സാമ്യവുമില്ലെന്ന് പറയരുത്. ആവശ്യത്തിലുമധികം കാത്തിരുന്നു കഴിഞ്ഞു. ഞാനിപ്പോൾ സ്വന്തം മനസ്സ് പറയുന്നതെന്താണോ, അതിനു മാത്രമേ ചെവി കൊടുക്കാൻ ഉദ്ദേശിക്കുന്നുള്ളൂ. ഹൃദയത്തിനു മാത്രം."

റജാ സംസാരിക്കുകയും കരയുകയും ചെയ്യുന്നത് വേദനയോടെ കണ്ടുനിൽക്കാനേ ഞങ്ങൾക്ക് സാധിച്ചുള്ളൂ. അവൾക്കൊപ്പം ഞങ്ങളെ കാണാൻ വന്ന റബീഅയും ലൈലയും ഞെട്ടലോടെ എല്ലാം കേട്ടിരുന്നതേയുള്ളൂ. റബീഅ റജായോട് ചേർന്നിരുന്ന് കണ്ണീരൊപ്പികൊടുക്കുവാൻ

ശ്രമിച്ചു. പിന്നീട് ഏറെ നേരം നിശ്ശബ്ദത ഞങ്ങളുടെ മുകളിൽ ആ ഇട നാഴിയിൽ കട്ടപിടിച്ച് നിൽക്കാൻ തുടങ്ങി. റജായുടെ തേങ്ങലുകൾ മാത്രമേ കേൾക്കാനുള്ളൂ.

സ്ത്രീയുമായുള്ള ബന്ധത്തിന്റെ ആരംഭത്തിൽ മാത്രമായിരിക്കും ഞങ്ങൾ പുരുഷന്മാർ അവരുമായി കടിച്ചുതൂങ്ങുന്ന രീതിയിൽ ബന്ധം സ്ഥാപിക്കുക. എന്നാൽ അതൊരു സാധാരണവും ലളിതവുമായ ബന്ധം അല്ലാതായി മാറുകയോ, അല്ലെങ്കിൽ അവരെ നഷ്ടപ്പെടാൻ തുടങ്ങുക യാണെന്ന് തോന്നുകയോ, അല്ലെങ്കിൽ ഈ ബന്ധം അവസാനിപ്പിക്കാ നുള്ള ശേഷി സ്ത്രീകൾക്കുണ്ടെന്ന് തിരിച്ചറിയുകയോ ചെയ്യുമ്പോൾ മാത്രമായിരിക്കും പുരുഷൻ ഉണർന്നെഴുന്നേൽക്കുന്നത്. അന്നേരം മാത്രമായിരിക്കും അയാൾ പറയുന്നത്: "നീ എന്റേതാണ്... എന്റെ മാത്ര മാണ് നീ... ഞാനല്ലാതെ നിനക്കാരുമുണ്ടാകില്ല."

എന്തായാലും ആ ബന്ധം അവസാനിപ്പിക്കാനുള്ള റജായുടെ തീരു മാനം ഫുആദ് ഖഷ്‌ലിയുടെ വൈകാരിക ജീവിതത്തിന് ഏൽപ്പിച്ച കനത്ത പ്രഹരമായിരുന്നു. റജാ ഇക്കാര്യത്തിൽ ഒരു ഉറച്ച തീരുമാന മെടുത്തശേഷം മാത്രമാണ് അയാൾക്ക് ആ ഞെട്ടലിൽ നിന്ന് ഉണരാൻ സാധിച്ചത് തന്നെ. വീണുപോയ വിള്ളലുകൾ കൂട്ടിച്ചേർക്കുവാൻ പറ്റു മോയെന്ന് ഫുആദ് കിണഞ്ഞു ശ്രമിച്ചതാണ്. പക്ഷേ അതിനോടകംതന്നെ റജാ അവളുടെ പാട്ടിനു പോയിരുന്നു.

ഭാഗം രണ്ട്

മുറിവുകളേ, ശുഭരാത്രി

പതിന്നാല്

പ്രിയപ്പെട്ട മുറിവുകളേ, നിങ്ങൾക്ക് ശുഭരാത്രി നേരുന്നു. സൗദി നോവലിസ്റ്റ് അബ്ദുർ റഹ്മാൻ മുനീഫിന്റെ ഒരു കഥാപാത്രമുണ്ട്, ത്വാലി ഇൽ അരീഫി. മുറിവുകളേ, നിങ്ങളുടെ ഉള്ളിൽ മാന്തി നോക്കുവാനാണ് അയാളുടെ ശ്രമം. ഞാനും അത് നിരസിക്കുന്നതുമില്ല. ജയിലിനകത്ത് തടവുകാരുടെ യാതനകൾ അനുഭവിക്കുന്ന കഥാപാത്രമാണ് അരീഫി. കണ്ണിൽ കെട്ടിയിരിക്കുന്ന തുണി സമ്മാനിക്കുന്ന ഇരുളിനിടയിലൂടെ ആകെ കാണാവുന്ന അല്പം കാഴ്ച എന്തെന്ന് വിവരിക്കുവാനായി മുന്നോട്ടു തള്ളപ്പെടുന്ന അവസ്ഥയിലായിരുന്നു ഞാൻ.

രഹസ്യപ്പൊലീസ് തടവറയിലെ ദിനങ്ങളെക്കുറിച്ച് വിവരിക്കുവാനായിരുന്നു അരീഫി എന്നെ നിർബന്ധിച്ചിരുന്നത്. രാവിന്റെ ഇരുളുകളെയാകെ കഥകൾ കൊണ്ടുനിറയ്ക്കുവാൻ ഞാൻ എന്തായാലും ആയിരത്തൊന്ന് രാവുകളിലെ ഷഹ്റസാദ് ഒന്നുമല്ല. ചിതറിയ ശേഷികൾ വല്ലവിധേനയും സംഭരിച്ച് അരീഫിയുടെ ചെവിയിൽ എന്റെ മുറിവുകളുടെ കഥകൾ ചൊല്ലാൻ തുടങ്ങിയപ്പോൾ അയാൾ പറഞ്ഞു:

"ഇവിടെ ഇരിക്കൂ ലൈലാ. ഹൃദയം ശാന്തമാകട്ടെ. ഇവിടെ ഇരിക്കൂ. നിന്റെ സൗന്ദര്യവും മുറിവുകളുടെ പുതുമയുമൊക്കെ എന്റെ മുറിവുകൾക്കൊരു ശമനമാകും."

രാത്രി നേരത്തെ കണ്ണുനീർത്തുള്ളിപോലെ ദുഃഖത്തിന്റെ മൂലയിൽ ഒതുങ്ങിക്കൂടി ഇരിക്കുകയാണ് ഞാൻ. ഒരാൾക്കുതന്നെ ശരീരം നിറയെ മുറിവുകളുണ്ടായിരിക്കെ, എങ്ങനെയാണ് മറ്റൊരാളുടെ മുറിവുകൾക്ക് സാന്ത്വനമാകാൻ കഴിയുന്നത്? ഓർമ്മകളെ ക്രമപ്പെടുത്തിയെടുക്കുവാൻ ധാരാളം സമയം കിട്ടിയാലേ മുറിവുകളെക്കുറിച്ച് സംസാരിക്കാനാകൂ. എന്നാൽ ശകലങ്ങളായ ഓർമ്മകളെക്കുറിച്ചായാലും കുഴപ്പമില്ല, പറഞ്ഞേ തീരൂ എന്നാണ് അരീഫി നിർബന്ധിച്ചത്. ഞങ്ങളുടെ വേദനകളെക്കുറിച്ച് ഏതാനും ശകലങ്ങൾ കേട്ടാൽപോലും കടലാസ്സുകൾ നിറയെ ആ വേദനകളുടെ നീണ്ടകഥകൾ എഴുതാനാകും. അങ്ങനെ പറഞ്ഞാണ് അരീഫി പിന്നെയും നിർബന്ധിച്ചത്. ചാട്ടവാറിന്റെയും വൈദ്യുതിയുടെയും ചൂടറിയുകയും പിന്നെ ആ വേദനകളൊക്കെയും കടലാസിലേക്ക്

പകർത്തുകയും ചെയ്യുന്നത്, നിങ്ങൾക്ക് കിടക്കയിലേക്ക് ചാഞ്ഞു കിടന്നോ കഫേയിലെ കസേരയിൽ ചാരിയിരുന്നോ എന്റെ വേദനകൾ വായിക്കാനല്ലേ?

ത്വാലിഇൽ അരീഫിയുടെ ഒരു ശകലം എന്റെ ഉള്ളിലും ഉണ്ട്. എന്റെ ഉള്ളിൽ പൊട്ടിച്ചിതറുകയും തകർക്കുകയും ചെയ്യുന്ന അരീഫി ഉള്ളിലു ണരുന്ന ചോദ്യങ്ങളെയാകെ ഊതിക്കത്തിക്കുകയും ചെയ്യും. അയാളോട് എല്ലാ വിശദാംശങ്ങളും പറയാനാകാതെ ഞാൻ കുഴങ്ങും. വരികളിലും അക്ഷരങ്ങളിലും കുടിയിരിക്കുന്ന അരീഫി മഹാമേരുവായ വൃക്ഷത്തെ പോലെ തലയുയർത്തി നിൽക്കും. അയാളിലൂടെയാണ് ഞാൻ. 'വലീമ' എന്ന അറബി നോവലിനെക്കുറിച്ച് ഓർക്കുന്നത്. അൾജീരിയയിലെ കമ്മ്യൂ ണിസ്റ്റ് വിപ്ലവകാരികളുടെ കഥ പറയുന്ന സിറിയൻ എഴുത്തുകാരൻ ഹൈദർ ഹൈദറിന്റെ നോവലാണത്. മരണം, കൊലപാതകം, പീഡന ങ്ങൾ എന്നിവയൊക്കെയാണ് ഏറ്റവും സുന്ദരമായി ആവിഷ്കരിക്കാൻ കഴിയുന്ന ആശയങ്ങൾ എന്ന് അവകാശപ്പെടുന്ന ഈ നോവൽ എന്നെ ശരിക്കും അമ്പരപ്പിച്ചിട്ടുണ്ട്. തുടക്കം മുതൽ ഒടുക്കം വരെയുള്ള കാവ്യ ഗുണം നിറഞ്ഞ ഗദ്യത്തിലാണ് അതിന്റെ ശക്തി ഒളിഞ്ഞിരിക്കുന്നത്.

ഫുല്ലാ ബൂഅനാബിന്റെയും മഹദി ജവാദിന്റെയും കഥ യോഗിയുടെ മനസ്സോടെയേ വായിക്കാനാകൂ. സ്വേച്ഛാധിപതിയായ ഉബൈദുല്ല കുലൈ ബിയുടെ കഥാപാത്രം എന്നെയും തടുത്തു നിർത്തും. ദേശീയ പ്രസ്ഥാ നത്തെ അടിച്ചമർത്തലിലൂടെ പിച്ചിച്ചീന്താൻ ശ്രമിക്കുന്ന കഥാപാത്രമാണ് അത്. യുദ്ധം അരങ്ങേറിയ നാളുകളുടെ കഥ വായിച്ചപ്പോൾ എന്റെ മനസ്സും എത്രമാത്രം ആടിയുലയുകയായിരുന്നു. സ്വന്തത്തെ ഹോമി ക്കാൻ ഞാനും സന്നദ്ധയായിരുന്നു. അതുപക്ഷേ കുലൈബിയുടെ പേരിലോ ജനത്തിന്റെ പേരിലോ അല്ല. മറിച്ച് എന്റെയുള്ളിൽ പൊട്ടി ച്ചിതറിയ അറബി ബിംബത്തിന്റെ പേരിലായിരിക്കും. ഹൈദറിന്റെ നോവ ലിലെ കുലൈബിയുടെ ക്രൂരതകളെക്കുറിച്ച് ഓർക്കുമ്പോൾ തന്നെ ഛർദ്ദി ക്കാൻ തോന്നും. കഴിഞ്ഞ ജൂലൈ മാസത്തിൽ തോന്നിയതുപോലെ മനം പിരട്ടും. 'ഇവിടെനിന്ന് ആരംഭിക്കാം, ഈ മനംപിരട്ടലിൽ നിന്നാകട്ടെ തുടക്കം' എന്നൊന്നും പറഞ്ഞു കളയല്ലേ അരീഫി. എന്നിട്ടും കഥ പറ യുന്നത് ഞാൻ എന്തുകൊണ്ടാണ് പിന്നേയ്ക്ക് മാറ്റിവയ്ക്കുന്നത് എന്ന് മാത്രം അറിയില്ല. പിതാവും സഹോദരനും കുറെ എഴുത്തുകാരുമടങ്ങുന്ന കാവൽ മാലാഖമാരുണ്ടെങ്കിലും നീയായിരുന്നു എന്റെ ഉള്ളിനെ ഏറ്റവു മധികം ആളിക്കത്തിച്ചിരുന്നത്. എന്തായാലും സ്വന്തം ശരീരത്തിനോട് തോന്നുന്ന അങ്ങേയറ്റത്തെ യോഗാത്മക ചിന്തയോടെ ഞാൻ പറഞ്ഞു തുടങ്ങാം. അപ്പോൾ അരീഫി എന്റെ ശരീരത്തിലേക്ക് ഉറ്റുനോക്കുവാൻ തുടങ്ങി. മാറിടങ്ങളുടെ നിമ്നോന്നതങ്ങളിലേക്ക് അയാൾ തുറിച്ചു നോക്കു ന്നത് കണ്ടതും ഞാൻ പറഞ്ഞു:

"പ്രപഞ്ചത്തിലെ ഏറ്റവും വലിയ വസ്തു എന്താണെന്ന് ചോദിച്ചാൽ ഞാൻ സത്യമായും പറയുക, അത് സ്ത്രീയുടെ മാറിടങ്ങളാണ് എന്നാ യിരിക്കും കേട്ടോ."

മുമ്പൊരിക്കലും സംഭവിച്ചിട്ടില്ലാത്ത തരത്തിൽ വിങ്ങിപ്പൊട്ടുവാൻ തയ്യാറായി നിൽക്കുകയായിരുന്നു ഞാനന്നേരം. തൊണ്ടയ്ക്കുള്ളിൽ ഒരു മുഴ ഹൃദയത്തിനെക്കൂടി പൊള്ളിക്കാൻ തുടങ്ങി. കണ്ണുനീർ താഴേക്ക് ഒഴുകാൻ നോക്കിയെങ്കിലും ഞാൻ അതിനെ തടുത്തു നിർത്തുവാൻ ശ്രമിച്ചു. സർവ്വതിനോടുമുള്ള തൃഷ്ണ ഇല്ലാതാവാൻ തുടങ്ങി. മാറിടങ്ങളോടുള്ള അടങ്ങാത്ത പ്രണയത്തിന്റെ കാര്യത്തിൽ കാമുകനും പീഡകനും ഒന്നായിത്തീരുന്നത് എങ്ങനെയാണ് പടച്ചവനെ?

രഹസ്യത്തടവറയിൽ കഴിഞ്ഞ ജൂലൈ മാസത്തിലെ ദിനങ്ങൾ മനസ്സിലേക്ക് ഓടിയെത്തുന്നു. അതും അവയുടെ സർവ്വ തൃഷ്ണയോടും കൂടി. യനാറൂസ് പുണ്യാളന്റെ ആശ്രമത്തിൽ ദയ യാചിച്ച് അനക്കമറ്റ് കിടക്കുന്ന ഒരു ശവശരീരം മാത്രമായിരുന്നു ഞാനന്നേരം. ഹൃദയം അതിതീവ്രമായി മിടിക്കാൻ തുടങ്ങി. അത് നെഞ്ചിൻകൂടിൽനിന്നും ഇളകിത്തെറിക്കുമെന്നോ, സ്പന്ദനം തന്നെ നിലച്ചുപോയേക്കുമെന്നോ തോന്നിപ്പോയി. ഭീതി എന്നത് ഞങ്ങളിൽ വേരുറച്ചൊരു സംഗതിയായി മാറിയിരിക്കുന്നു. അതിനാൽ തന്നെ ഈ രാജ്യത്തെ ജയിലുകളിൽ ദൃഢചിത്തതയ്ക്ക് സ്ഥാനമുണ്ടെന്ന് ആരെങ്കിലും പറഞ്ഞാൽ വിശ്വസിക്കാൻ തന്നെ സാധിക്കില്ല. ഞങ്ങൾ തടവുകാർക്കെതിരെയുള്ള പീഡനങ്ങളെ എന്തിന് വിശുദ്ധമായ ദൃഢചിത്തത കൊണ്ടുമാത്രം നേരിടണം? അവർ ഞങ്ങളോട് ചെയ്യുന്ന ക്രൂരതകളൊക്കെയും എന്തിന് സ്വാഭാവികമായ സംഗതികളായി മാത്രം ചുരുക്കിക്കാണണം? ധരിച്ചിരുന്ന വസ്ത്രങ്ങളൊക്കെ അഴിച്ചുമാറ്റാൻ അവർ ആവശ്യപ്പെടുമ്പോൾ സ്വന്തം ശരീരത്തോട് പൊരുത്തപ്പെടുവാൻ പറ്റിയ അവസ്ഥയിലേക്ക് ഞാൻ എത്തിച്ചേർന്നിരുന്നില്ല.

“എല്ലാം അഴിച്ചു മാറ്റടീ... ഇല്ലെങ്കിൽ ഞങ്ങൾ തന്നെ ചെയ്തു തരാം.”

അപ്പോഴാണ് സ്വെറ്ററിന് അടിയിൽ ധരിച്ചിരുന്ന ബ്രായുടെ കാര്യം ഓർത്തത് തന്നെ. ജീൻസ് പാന്റ്സ് ഊരി മാറ്റുന്നതിനിടയിൽ ഏത് അടിവസ്ത്രമാണ് ധരിച്ചിരിക്കുന്നതെന്നറിയാനായി തൊട്ടു നോക്കേണ്ടിവന്നു. തടവിലാകുന്നതിന് രണ്ടാഴ്ച മുമ്പ് ഫരീദ സമ്മാനിച്ച ബഗ്രീർ പാൻകേക്കുപോലെ അവർക്ക് മുമ്പിൽ അർദ്ധനഗ്നയായി നിൽക്കേണ്ടി വരുന്നതിൽ അങ്ങേയറ്റം ഭീതിയും ലജ്ജയും ആണ് എനിക്കന്നേരം തോന്നിയത്. അടിവസ്ത്രം കോട്ടൺ തുണിയാണെന്ന് മനസ്സിലായപ്പോൾ വലിയ ആശ്വാസം തോന്നി. അത്രയെങ്കിലും നഗ്നത മറഞ്ഞിരിക്കുമല്ലോ? ഒന്നാലോചിച്ച് നോക്കൂ അരീഫീ, ഒരു അടിവസ്ത്രം ചോദ്യം ചെയ്യുന്ന പീഡകന്മാരിൽ നിന്ന് നിങ്ങൾക്ക് പരിചയായി മാറുന്ന കാര്യം. ആശങ്കയുടെ പിടിയിലമരുമ്പോൾ ഭീതിയെ ആട്ടിയകറ്റാനാകുന്നില്ല. ശരീരത്തിന്റെ കാര്യവുമായി ബന്ധപ്പെടുമ്പോൾ നാണം കുണുങ്ങിയായൊരു പെൺകുട്ടി തന്നെയാണ് ഞാനിപ്പോഴും. പാന്റ്സ് ഊരുന്നതിനു മുമ്പ് ബ്രാ അഴിക്കാൻ ശ്രമിച്ചെങ്കിലും വിജയിച്ചില്ല. ബ്രായുടെ കുടുക്കഴിക്കാനായി മുതുകിലേക്ക് കൈകൾ നീട്ടിയെങ്കിലും കാര്യം നടക്കുന്നില്ല.

അത്രമാത്രം വിറയ്ക്കുകയായിരുന്നു കൈകൾ. അതോടെ പീഡകന്മാർ മുന്നോട്ടുവന്ന് ബ്രാ മുന്നിൽ നിന്ന് തന്നെ വലിച്ചു പൊട്ടിച്ചെടുത്തു. പിന്നെ അതുവച്ചുതന്നെ എന്റെ മാറത്തടിച്ചു. അടിവസ്ത്രം മാത്രം ധരിച്ച് നിൽക്കുമ്പോൾ എന്റെ ശരീരത്തിൽ രഹസ്യപ്പൊലീസുകാരുടെ ശ്രദ്ധയാകർഷിച്ചത് മാറിടങ്ങൾ തന്നെയായിരിക്കും. അല്ലെങ്കിൽ മുലക്കണ്ണുകൾ. കട്ടിയുള്ള കറുത്ത തുണികൊണ്ട് കണ്ണുകൾ കെട്ടിയിരുന്നെങ്കിൽപോലും എന്റെ മാറിടങ്ങളിലേക്ക് അവർ തുറിച്ചുനോക്കുന്നത് എനിക്ക് തിരിച്ചറിയാമായിരുന്നു. അവരുടെ വാക്കുകൾ തന്നെയാണ് അക്കാര്യം വിളിച്ചു പറഞ്ഞത്. പൊട്ടിച്ചിരിച്ചുകൊണ്ട് അവർ അരികിലേക്ക് നടന്നടുത്തു. അവരിൽ ഒരാൾ എന്റെ മുലക്കണ്ണുകളിൽ പിടിച്ചു വലിച്ചപ്പോൾ ഓർത്തുപോയത് മുലക്കണ്ണുകൾകൊണ്ട് പണിത പിരമിഡുകളെക്കുറിച്ച് കവിത എഴുതിയ സിറിയൻ കവി നിസാർ ഖബ്ബാനിയെ ആയിരുന്നു.

ഇതിനിടയിൽ മുഖത്തേക്ക് തുപ്പൽ തെറിക്കും വിധത്തിൽ മറ്റൊരാൾ അലറുന്നത് കേട്ടു:

“ഈ സോഷ്യലിസ്റ്റ് നായിന്റെ മക്കൾ പെണ്ണുങ്ങളുടെ കാര്യത്തിൽ വലിയ കേമന്മാർ തന്നെയാണ്. കണ്ടില്ലേ, ഇവളുടെ ലക്ഷണമൊത്ത ശരീരം? താനും രാഷ്ട്രീയക്കാരിയാണെന്നല്ലേ ഇവളൊക്കെ പറയുന്നത്.”

അപ്പോൾ മാത്രമാണ് ഞാൻ ഏതെങ്കിലും അക്രമിസംഘത്തിന്റെ പിടിയിലല്ല അകപ്പെട്ടിരിക്കുന്നത് എന്ന് മനസ്സിലായത്. രഹസ്യപ്പൊലീസിന്റെ തടങ്കലിലാണെന്നർത്ഥം. അപ്പോഴും എന്റെ കാര്യത്തിൽ എന്തോ പിഴവ് ഇവർക്ക് പറ്റിയിട്ടുണ്ടാകുമെന്ന് തോന്നി. ഞാൻ പാർട്ടി പ്രവർത്തനത്തിൽ ഏർപ്പെടുകയോ, അതിൽ അംഗമാകുകയോ ചെയ്തിട്ടില്ലല്ലോ ഇതുവരെ? എപ്പോഴൊക്കെ പാർട്ടിയിൽ അംഗത്വം എടുക്കുന്ന വിഷയം ഉയർന്നു വന്നിട്ടുണ്ടോ അപ്പോഴൊക്കെ എനിക്ക് വല്ലാത്ത ശ്വാസംമുട്ടലായിരിക്കും അനുഭവപ്പെടുക. അതിനാൽ തന്നെ പാർട്ടി അനുഭാവികളുടെ ചർച്ചായോഗങ്ങളിൽ ഒന്നും തന്നെ ഞാൻ പങ്കെടുക്കാറുമില്ലായിരുന്നു.

എന്നിട്ടും എന്തിനായിരിക്കും ചോദ്യം ചെയ്യലിന്റെ തുടക്കത്തിൽ തന്നെ അങ്ങേയറ്റം അപമാനകരമായ വാക്കുകൾ ചൊരിഞ്ഞ് രഹസ്യപ്പൊലീസുകാർ ആക്രമിക്കാൻ തുനിയുന്നത്? ഈ വാക്കുകൾ തന്നെയാണ് എന്തോ പിശക് എന്റെ കാര്യത്തിൽ സംഭവിച്ചിട്ടുണ്ടെന്ന് തോന്നുവാൻ കാരണം. അതിനാൽ തന്നെ പ്രതീക്ഷ കൈവിട്ടില്ല. എന്റെ പേര് ചോദിച്ച ശേഷം, ആളു മാറിപ്പോയെന്ന് ക്ഷമാപണം നടത്തി, അവർ എന്നെ മോചിപ്പിക്കും എന്ന പ്രതീക്ഷയായിരുന്നു മനസ്സിലന്നേരവും ഉണ്ടായിരുന്നത്.

വാതിൽ വലിച്ചടച്ച ശേഷം അവർ പുറത്തേക്ക് പോയി. എന്റെ കണക്കുകൂട്ടൽ ശരിയാണെങ്കിൽ ഒരു നാലു മണിക്കൂർ കഴിഞ്ഞതും അവർ

വീണ്ടും മുറിയിലേക്ക് കയറി വന്നു. അത് എന്തോ തീരുമാനിച്ചുറച്ച ഭാവത്തിൽ തന്നെയായിരുന്നു. അതെന്താണെന്ന് മാത്രം അപ്പോൾ അറിയില്ലായിരുന്നു. നെഞ്ച് വേഗത്തിൽ മിടിക്കാൻ തുടങ്ങി. 'കണ്ണിൽ പൊന്നീച്ച പറക്കുന്നത് വരെ ടീച്ചർ തല്ലും' എന്ന് ഞങ്ങൾ കുട്ടികളായിരുന്നപ്പോൾ പറയാറുള്ളത് ഓർത്തുപോയി. അത് വെറും വർത്തമാനമായിരുന്നില്ല എന്ന് ഇപ്പോൾ മനസ്സിലാകുന്നു. കണ്ണുകൾ കറുത്ത തുണി കൊണ്ട് കെട്ടിയിരുന്നെങ്കിലും ശരിക്കും പൊന്നീച്ച പറക്കുന്നത് ഒന്നിന് പിറകെ മറ്റൊന്നെന്ന തരത്തിലുള്ള മർദ്ദനം തുടങ്ങിയതോടെ ഞാൻ കാണാൻ തുടങ്ങി. സ്കൂളല്ല, രഹസ്യപ്പൊലീസിന്റെ കേന്ദ്രമാണ് എന്ന വ്യത്യാസമേയുള്ളൂ. ഇതിൽ ഏറ്റവും വികൃതമായ കാര്യം എന്ന് പറയുന്നത് മർദ്ദകൻ അതിനായി കയ്യോങ്ങുന്നതോ, അയാളുടെ കൈ തങ്ങളുടെ ദേഹത്തേക്ക് പാഞ്ഞടുക്കുന്നതോ കാണാൻ കഴിയില്ല എന്നതാണ്. അതിന് കഴിഞ്ഞിരുന്നെങ്കിൽ ആ പ്രഹരം ഏറ്റുവാങ്ങാനായി ഒന്ന് തയ്യാറെടുക്കുകയെങ്കിലും ചെയ്യാമായിരുന്നു.

പിന്നീടായിരിക്കും ചാട്ട കൊണ്ട് മർദ്ദിക്കുന്ന ഘട്ടത്തിലേക്ക് അവർ പ്രവേശിക്കുക. ശരീരത്തിലാകമാനം ചാട്ടയുടെ പാടുകൾ വീണു കൊണ്ടേയിരിക്കും. ഓക്കാനം തൊണ്ടയിലേക്ക് ഉയർന്നു വരും. നീറ്റൽ നെഞ്ചിലേക്ക് ആഴ്ന്നിറങ്ങും. എപ്പോഴാണ് ബോധമറ്റ് നിലത്തേക്ക് വീണതെന്നോ, അടുത്ത പീഡനമുറ ആരംഭിച്ചതോടെ എപ്പോഴാണ് ഉണർന്നതെന്നോ ഓർമ്മ കിട്ടുന്നതേയില്ല. മനസ്സിലാകാത്ത കാര്യം പീഡകന്മാർ നിരന്തരം എന്തിനാണ് ഇടത്തെ കവിളിൽ തന്നെ മാറിമാറി അടിച്ചിരുന്നത് എന്നും, ഇടത്തെ മുലക്കണ്ണുകളിൽ തന്നെ വൈദ്യുതി ഷോക്ക് ഏൽപ്പിക്കാൻ ശ്രമിച്ചിരുന്നതും എന്നതായിരുന്നു. ശരീരത്തിന്റെ ഇടതു വശത്ത് മാത്രം കാണുന്നതെന്ന് അവർ കരുതുന്ന 'അരുതേ' എന്ന വാക്ക് ഞങ്ങളുടെ വായിൽ നിന്ന് കേൾക്കുവാൻ വേണ്ടി ആയിരിക്കും എന്നാണ് എനിക്ക് തോന്നിയത്.

രണ്ടാംഘട്ട പീഡനത്തിലേക്ക് പ്രവേശിച്ചപ്പോൾ മാത്രമാണ് അതുവരെ നടന്നത് ഒരു തയ്യാറെടുപ്പ് മാത്രമായിരുന്നു എന്ന് മനസ്സിലായത്. അയയിൽ ഉണക്കാനിട്ടിരിക്കുന്ന പാന്റ്സ് പോലെ കാലുകൾ മുകളിലും ശിരസ്സ് കീഴിലുമായി കെട്ടിത്തൂക്കിയപ്പോൾ വേദന കൊണ്ട് നുറുങ്ങുകയായിരുന്നു ശരീരമാകെ. ദേഹത്ത് ആകമാനം വേദന വർധിക്കാൻ തുടങ്ങി. മുതുക് പൊള്ളുന്നതായും കൈകാലുകളൊക്കെ നുറുങ്ങുന്നതു പോലെയും അനുഭവപ്പെടുകയാണ്. എവിടെനിന്നാണെന്ന് അറിയില്ല ദേഹത്തേക്കും വയറിലേക്കും നെഞ്ചിലേക്കും കഴുത്തിലേക്കും പിന്നെ മുഖത്തേക്കുമൊക്കെ വെള്ളം ഇറ്റിറ്റു വീഴുന്നുണ്ട്. ഈർപ്പം നിറഞ്ഞ മേൽക്കൂരയിൽ നിന്ന് ഇറ്റ് വീഴുന്നതായിരിക്കുമോ, അതോ ശ്വാസമടക്കി ഈ മുറിയിൽ തന്നെ പതിയിരിക്കുന്ന പീഡകന്മാരിൽ ആരെങ്കിലും, ഉറുമ്പ് ഇഴയുന്നതുപോലെയോ, ഉപ്പ് വിതറുന്നതുപോലെയോ എന്റെ ദേഹത്തേക്ക് മനപ്പൂർവ്വം വെള്ളം ഇറ്റി വീഴിക്കുന്നതായിരിക്കുമോ?

ദയവുചെയ്ത് ഇവരെന്നെ കെട്ടഴിച്ച് താഴേക്കിറക്കിയിരുന്നെങ്കിൽ മതിയായിരുന്നു. എന്നിട്ട് വേണം എനിക്ക് ദേഹം മുഴുവൻ ഒന്ന് നന്നായി ചൊറിയുവാൻ.

കുറേനേരം കഴിഞ്ഞതും എന്റെ ശരീരം നിലത്തേക്ക് പതിച്ചു. അവയവങ്ങൾ ആകെ നിലത്ത് വീണ് ചിതറുന്നതുപോലെയാണ് തോന്നിയത്. പെട്ടെന്ന് വാതിൽ തുറക്കുന്ന ശബ്ദം കേട്ടു. വേദനയുടെ പരമകോടിയിലായിരുന്നു ഞാനന്നേരം. ഓക്കാനം സഹിക്കാനാകുന്നില്ല. വാതിൽ തുറന്നുവെങ്കിലും ആരുടെയും കാലടി ശബ്ദം അരികിലേക്ക് വരുന്നതായി തോന്നുന്നില്ല. ഏതാനും മിനിറ്റുകൾ കഴിഞ്ഞതും കുറെ രഹസ്യപ്പൊലീസുകാരുടെ ബൂട്ടുകളുടെ ശബ്ദം ചെവിയിൽ വന്നലയ്ക്കാൻ തുടങ്ങി. അവരുടെ അട്ടഹാസം കേൾക്കാമായിരുന്നു.

“തുണിയില്ലാത്ത ചന്തിയാണോ നിനക്ക് കാണേണ്ടത്?”

കെട്ടിത്തൂക്കിയിരിക്കുകയായിരുന്ന എന്നെ കെട്ടഴിച്ച് നിലത്തേക്കിറക്കിയ ശേഷം, ഗാർഡിനോട് എന്റെ വസ്ത്രങ്ങൾ തിരികെ നൽകുവാൻ രഹസ്യപ്പൊലീസുകാർ ആവശ്യപ്പെട്ടു. ശേഷം അവർ ഇറങ്ങിപ്പോയി. സത്യം പറഞ്ഞാൽ ഇതുവരെയും എന്നെ ചോദ്യം ചെയ്യുന്ന പ്രക്രിയ ആരംഭിച്ചിട്ടില്ല. അതിനാൽ തന്നെ എന്റെ കാര്യത്തിൽ എന്തോ അബദ്ധം ഇവർക്ക് പറ്റിയിട്ടുണ്ടെന്ന് വീണ്ടും മനസ്സ് പറയാൻ തുടങ്ങി.

കൈകാലുകളിലെ കെട്ടും കണ്ണുകൾ മറച്ചിരുന്ന തുണിയും അഴിച്ചു മാറ്റിയ ശേഷം എന്റെ വസ്ത്രങ്ങൾ എടുത്തുകൊണ്ടു വരുവാനായി ഗാർഡ് പുറത്തേക്ക് പോയി. കണ്ണുകൾ തിരുമ്മാൻ തുടങ്ങിയതോടെ മുന്നിലാകെ മൂടൽമഞ്ഞ് നിറയുന്നതുപോലെ തോന്നി. ഹാജി എന്ന് വിളിക്കുന്ന ഗാർഡിന്റെ രൂപം പതിയെ പതിയെ അപ്രത്യക്ഷമായി. അയാളെ ശരിക്കും ഒന്ന് കാണുവാൻ ഇതുവരെ സാധിച്ചിട്ടില്ല. പതിയെപ്പതിയെ കാഴ്ച വ്യക്തമാകാൻ തുടങ്ങി.

ചതുരാകൃതിയിലുള്ളൊരു മുറിയാണെന്നാണ് കണ്ടാൽ തോന്നുന്നത്. ഒരു മൂലയിലൊരു കിടക്ക ഉണ്ടെന്നത് ഒഴിച്ചുനിർത്തിയാൽ തീർത്തും ശൂന്യമായ മുറി. വലതുവശത്തായി അടഞ്ഞുകിടക്കുന്നൊരു വാതിൽ കാണാം. ഒപ്പം ഈ മുറിയിലേക്ക് കയറിവരാനുള്ള പ്രധാന വാതിലുമുണ്ട്. വയറിലേക്കും പിന്നെ താഴ്ഭാഗത്തേക്കും സൂക്ഷിച്ചു നോക്കിയപ്പോൾ കരച്ചിൽ വന്നു. നെഞ്ചും കാലുകളും ശരീരമാകെ തന്നെ രക്തക്കറ പുരണ്ടിരിക്കുന്നു. അതു പക്ഷേ ചാട്ടകൊണ്ട് അടിച്ചപ്പോൾ ഉണ്ടായ മുറിവുകളിലെ രക്തമായിരുന്നില്ല, മറിച്ച് എന്റെ തന്നെ ആർത്തവ രക്തമായിരുന്നു. സാധാരണ ഉണ്ടാകുന്നതിലും നേരത്തെയാണ് ഇത്തവണ ആർത്തവം ആരംഭിച്ചിരിക്കുന്നത്. കഴുത്തിലും മുഖത്തും ഒക്കെ ഉണങ്ങിപ്പിടിച്ചിരിക്കുന്ന രക്തക്കറകൾ ഇളക്കിക്കളയാൻ ശ്രമിച്ചുനോക്കി. കൈയ്ക്ക് തല കൊടുത്ത് കുനിഞ്ഞിരുന്ന് കരയാനേ സാധിച്ചുള്ളൂ. മുമ്പൊരിക്കലും ഇത്ര തീവ്രമായി ഞാൻ കരഞ്ഞിട്ടേയുണ്ടാകില്ല. നേരത്തെ ദേഹത്തേക്ക് ഇറ്റിറ്റു വീണിരുന്നത് ജലത്തുള്ളികളായിരുന്നില്ല.

അത് എന്റെതന്നെ രക്തത്തുള്ളികളായിരുന്നു. എന്റെ രക്തം. കരച്ചിൽ കേട്ടതും ഗാർഡ് ഓടിവന്നു. ഒന്നു സൂക്ഷിച്ചു നോക്കിയ ശേഷം അയാൾ എന്നെ കക്കൂസിലേക്ക് പോകാനായി എഴുന്നേൽക്കാൻ സഹായിച്ചു. വലതുവശത്തായി അടഞ്ഞുകിടന്ന വാതിൽ കക്കൂസിന്റേതായിരുന്നു. എന്നെ അവിടെ കൊണ്ട് നിർത്തിയ ശേഷം ചെറിയൊരു തുണി എടുക്കാനായി അയാൾ പോയി. കക്കൂസിനകത്തേക്ക് കാലെടുത്തുവച്ച ഉടനെ അതിന്റെ മൂലകളിൽ ഉണ്ടായിരുന്ന പാറ്റകൾ ചുവരിലേക്ക് ഓടിക്കയറുന്നത് കണ്ടു. കുമ്മായം പൂശിയ ചുവരിന്റെ കുറച്ചുഭാഗങ്ങൾ അടർന്നു ടോയ്ലറ്റ് സീറ്റിനു മുകളിലേക്ക് വീഴുകയും ചെയ്തു. കക്കൂസിൽ ചെന്നിരുന്ന ശേഷം പൈപ്പ് തുറന്നതും തണുത്ത വെള്ളം പുറത്തേക്ക് വരാൻ തുടങ്ങി. മൂത്രമൊഴിച്ചു കഴിഞ്ഞതും പതിയെ കഴുകി. യോനീമുഖത്ത് ഉണങ്ങിപ്പിടിച്ചിരുന്ന രക്തക്കറകൾ ഇളക്കിക്കളയാൻ ശ്രമിച്ചുനോക്കി.

ദേഹം തുടയ്ക്കാൻ കിട്ടിയതൊരു സോക്സ് ആയിരുന്നു. വല്ലാത്ത മുശിടായിരുന്നു അതിന്. സൂക്ഷിച്ചു നോക്കിയ ശേഷം ഞാനത് കക്കൂസിനുള്ളിലെ ബക്കറ്റിലേക്കിട്ടു. അതാകട്ടെ വെള്ളത്തിനു മുകളിൽ പൊങ്ങിക്കിടക്കുകയാണ് ചെയ്തത്. ടാപ്പ് അടച്ച ശേഷം പുറത്തേക്കിറങ്ങി. അടിവസ്ത്രം എടുത്ത് നാലായി മടക്കി, നനവുള്ള ഭാഗം താഴെ വരുന്ന വിധത്തിൽ, പാന്റ്സിനകത്തേക്ക് തിരുകി വെച്ചു. ഇനി വരുന്ന ആർത്തവരക്തത്തെയെങ്കിലും അത് ഉപയോഗിച്ച് തടുത്തുനിർത്താനായിരുന്നെങ്കിൽ!

അപ്പോഴേക്കും ഗാർഡ് കയറി വന്നു. അയാൾ വീണ്ടും കറുത്ത തുണി കൊണ്ട് എന്റെ കണ്ണുകൾ കെട്ടുകയും നേരത്തെ ഇരുന്ന സ്ഥലത്തേക്ക് കൂട്ടിക്കൊണ്ടു പോകുകയും ചെയ്തു. നിലത്തേക്കിരിക്കുമ്പോൾ വല്ലാത്ത ഭാരമായിരുന്നു ദേഹത്തിന്. കാലുകൾ ചൊറിഞ്ഞുകൊണ്ട് കുറേ നേരം ഇരുന്നു. അന്നേരമാണ് അബ്ബാസിനെക്കുറിച്ച് ഓർത്തു പോയത്. അയാളും ചിലപ്പോൾ ഇതേ മുറിയിൽ കഴിഞ്ഞിട്ടുണ്ടാവും. അയാളുടെ കണ്ണുകൾ എന്നെ എത്തിനോക്കുന്നത് കാണാം. നാളെ വരാൻ പോകുന്ന സമൂഹത്തെ സംബന്ധിച്ച അയാളുടെ സ്വപ്നങ്ങൾ ഓർമ്മ വന്നു. പട്ടണത്തിലെ ഏറ്റവും വലിയ ഹോട്ടലിനു നേരെയും അതിനോട് ചേർന്ന് വിശാലമായ പൂന്തോട്ടത്തെയും ചൂണ്ടി അയാൾ പറഞ്ഞതോർക്കുന്നു: “നാളെയുടെ സമൂഹത്തിൽ നാം ഈ ഹോട്ടലിനെ വിദ്യാഭ്യാസ സമിതിയുടെ ആസ്ഥാനമാക്കി മാറ്റും. പിന്നെ ഈ പൂന്തോട്ടം കുട്ടികൾക്ക് വലിയ കളികളിൽ ഏർപ്പെടാനുള്ള മൈതാനമായി മാറും, നോക്കിക്കോളൂ.”

ചുമരിൽ സ്പർശിച്ചപ്പോഴാണ് ഞാൻ മുറിയുടെ മൂലവരെ എത്തിയെന്ന് മനസ്സിലായത്. അതോടെ ആദ്യമെത്തിയ സ്ഥലം മുതൽ ഇവിടം വരെ മുറിക്ക് എത്ര വലിപ്പമുണ്ടെന്ന് അളന്നു കണ്ടുപിടിക്കണമെന്ന് തോന്നി. അബ്ബാസിനെ കാണുമ്പോൾ അക്കാര്യം അറിയിക്കണം. ‘നാളെയുടെ സമൂഹം’ നിലവിൽ വരുമ്പോൾ ഈ മുറി അന്വേഷിച്ച് കണ്ടെത്തി,

മറ്റന്തെങ്കിലും ആവശ്യത്തിനായി ഉപയോഗിക്കണം. അഞ്ചു മീറ്റർ വീതിയും ആറ് മീറ്റർ നീളവും. അതിൽ കൂടുതൽ വലുപ്പവുമുണ്ടെന്ന് തോന്നുന്നില്ല. ശിശുസഹജമായ നിർമ്മല മുഖത്തോടും നിഷ്കളങ്കമായ പുഞ്ചിരിയോടും കൂടി മണ്ണിൽ 'നാളെയുടെ സമൂഹത്തെ' വാർത്തെടുക്കാൻ നോക്കുകയാണ് അബ്ബാസ്. അല്ലെങ്കിൽ ഗാർഡുകളുടെ ടാങ്കുകൾക്ക് മുകളിലേക്ക് ഉരുണ്ടു കയറുവാൻ ശേഷി ലഭിക്കാനായി തന്റെ കളിപ്പാട്ട വണ്ടിയുടെ ടയറുകൾ ഊതി വീർപ്പിക്കുവാൻ നോക്കുകയായിരിക്കും.

ആർത്തവരക്തം താഴേക്കു വരുന്നതുപോലെ തോന്നി. അതിനെ തടഞ്ഞുനിർത്താൻ ഇനി ആകെയുള്ളത് ബ്രാ മാത്രമാണ്. വയറുവേദന സഹിക്കാതെ ആയപ്പോൾ അത് വയറിൽ മുറുകെ കെട്ടിയിരിക്കുകയായിരുന്നു. അതോടെ വയറിന്റെ ഭാഗത്തുനിന്ന് ബ്രാ അഴിച്ചെടുത്ത് രണ്ടായി മടക്കി ജീൻസ് പാന്റ്സിനകത്തേക്ക് തിരുകി. ബ്രായുടെ കുടുക്ക് വരുന്ന ഭാഗം താഴെയായിരിക്കാൻ പ്രത്യേകം ശ്രദ്ധിച്ചു.

പൊന്ന് അരീഫീ, വൈദ്യുതി കൊണ്ട് ഷോക്കേൽപ്പിക്കുന്നതിനെ കുറിച്ച് കേട്ടിട്ടുണ്ടെങ്കിലും അത് ഇത്രമാത്രം ഭീകരമാണെന്ന് കരുതിയില്ല. എത്രയെത്ര തരം ചാട്ടവാറുകളെയാണ് പരിചയപ്പെട്ടത്. അവയുടെ നീളവും വീതിയും ഇനവുമൊക്കെ ഇപ്പോൾ നല്ല നിശ്ചയമുണ്ട്. അതുപോലെ തന്നെയാണ് കുപ്പികൾ ശരീരത്തിലെ ദ്വാരങ്ങളിലേക്ക് കുത്തിക്കയറ്റുന്ന പീഡനരീതി. അതിൽതന്നെ കൊക്കക്കോള കുപ്പിയോട് പീഡകന്മാർക്ക് ഇത്ര താൽപര്യമെന്താണെന്ന് മാത്രം മനസ്സിലായിട്ടില്ല. അവയെ കൊക്കക്കോള കുപ്പി എന്ന പേരിട്ടു തന്നെയാണ് അവർ വിളിച്ചിരുന്നത്. അന്നേരം തന്നെയാണ് എനിക്ക് ഈജിപ്ഷ്യൻ നോവലിസ്റ്റ് സുൻഉല്ല ഇബ്റാഹീമിനെ ഓർമ്മ വന്നത്. കൊക്കക്കോള കുപ്പി കൊണ്ട് പലതുണ്ട് പ്രയോജനങ്ങളെന്ന് മനസ്സ് വീണ്ടും പറയാൻ തുടങ്ങി. അതൊക്കെയും ഇപ്പോഴും വിഭാവനം ചെയ്യാൻ സാധിക്കും. പക്ഷേ മറ്റു പല പീഡനരീതികളെക്കുറിച്ചും ഇപ്പോൾ ഓർമ്മ വരുന്നില്ലല്ലോ, അരീഫീ. അവയെക്കുറിച്ച് ഒന്നുംതന്നെ മറ്റേതെങ്കിലും പുസ്തകങ്ങളിൽ വായിക്കാനോ, ആരുടെയെങ്കിലും അനുഭവവിവരണങ്ങളിൽ നിന്ന് കേൾക്കാനോ അവസരം ലഭിച്ചിട്ടില്ല.

വീട്ടിൽ സ്വന്തം കിടക്കയിൽ ഉറക്കവസ്ത്രവും ധരിച്ച് കിടക്കുന്ന എന്റെ രൂപം സങ്കൽപ്പിച്ചു നോക്കൂ. സിന്നമൻ കലർത്തിയ ചൂടുപാൽ കുടിക്കാനായി അരികത്തുതന്നെ കൊണ്ടുവച്ചിട്ടുണ്ടാകും. എന്തൊക്കെയാണോ വേണ്ടത് അതെല്ലാം കൈയകലത്തിലുണ്ടാകും. വീട്ടിൽ ഉമ്മയ്ക്ക് ഒപ്പവും മുഹമ്മദിനൊപ്പവും കഴിഞ്ഞ നാളുകളിൽ എനിക്ക് കൊതിച്ചതെല്ലാം സ്വന്തമായിരുന്നു.

പിന്നീട് കാണുന്നത് തലകീഴായി കെട്ടിത്തൂക്കിയിരിക്കുന്നതാണ്. ശേഷം നിലത്തേക്ക് അഴിച്ചിടുന്നു. ചാട്ടവാർ കൊണ്ട് ദേഹമാസകലം അടിച്ചു പൊട്ടിക്കുന്നു. ആർത്തവരക്തം ഒഴുകിയിറങ്ങുകയാണല്ലോ എന്ന് മനസ്സിലായതും കരച്ചിലടക്കാനായില്ല. എല്ലാം മറന്നുപോയല്ലോ. പെണ്ണാണെന്ന് കാര്യം മറക്കാൻ തന്നെ മറന്നുപോയല്ലോ. മുമ്പൊരിക്കലും

കരഞ്ഞിട്ടില്ലാത്ത വിധം തീവ്രമായി കരയാൻ തുടങ്ങി. അവർ ചാട്ടകൊണ്ട് അടിക്കാൻ തുടങ്ങിയപ്പോൾ ശക്തി സംഭരിച്ച് നേരിട്ടവളാണ് ഞാൻ. പക്ഷേ ആർത്തവരക്തം പുറത്തേക്ക് ഒഴുകാൻ തുടങ്ങിയതോടെ അനിവാര്യമായ ബലഹീനതയാണെന്ന് തിരിച്ചറിഞ്ഞ് പൊട്ടിക്കരയാനായിരുന്നു വിധി. എനിക്കെങ്ങനെ ഈ ഒഴുകിയിറങ്ങുന്ന രക്തത്തെ തടുത്തു നിർത്താനാകും?

അരീഫീ, സൽവ എന്ന തടവുകാരിയോട് അവർ ചെയ്ത ക്രൂരതകളെക്കുറിച്ച് പറയാൻ നിനക്ക് സാധിച്ചേക്കും. സൽവയ്ക്ക് സംഭവിച്ചത് വിവരിക്കാൻ കഴിയും. എന്നാൽ അവളുടെ ശബ്ദത്തിന്റെ വിശദാംശങ്ങളിലേക്ക് കടക്കണമെങ്കിൽ നിനക്ക് സൽവയായിത്തന്നെ മാറേണ്ടി വരും. കാരണം ചാട്ടവാറടിയും ഇലക്ട്രിക് ഷോക്കും ഇഞ്ചിഞ്ചായ മറ്റ് പീഡനങ്ങളൊക്കെയും സ്ത്രീയും പുരുഷനുമൊക്കെ പങ്കിടുന്നുണ്ടാകും. പക്ഷേ ആർത്തവ രക്തത്തിന്റെ കാര്യം ഞങ്ങൾ സ്ത്രീകൾക്ക് മാത്രമല്ലേ അറിയൂ, അരീഫീ.

രക്തത്തിൽ കുളിച്ച് നഗ്നയായ സ്ത്രീ... ലബനീസ് ചിത്രകാരനായ പോൾ ഗിറഗോസിയാന്റെ കാര്യം ഓർത്തുപോയി. അയാൾ അരികിലേക്ക് വരുമ്പോൾ ഞാൻ വിതുമ്പുകയായിരുന്നു. ബ്രഷ് ചായത്തിൽ മുക്കി മികവോടെ ചിത്രം വര നടത്തുകയാണ് അയാൾ. ഓരോരോ പെയ്ന്റിംഗുകൾ മാറിമാറി വരുമ്പോൾ അയാൾ വളർന്നു വലുതാകുന്നത് പോലെ. സുഹൃത്തായ നബീൽ ഖുസഹ് ലബനോണിൽ നിന്ന് വന്നപ്പോൾ ചില പെയിന്റിംഗുകൾ കൊണ്ടുവന്നില്ലായിരുന്നെങ്കിൽ ഗിറഗോസിയാനെക്കുറിച്ച് ഞാൻ അറിയുകയേ ഇല്ലായിരുന്നു. അരക്കെട്ട് മുതൽ ശിരസ്സു വരെയുള്ള ഭാഗത്തേക്കാൾ അരക്കെട്ടിന് കീഴിലുള്ള കാലുകൾക്ക് നീളമേറിയ രൂപങ്ങളാണ് അയാളുടെ പെയിന്റിംഗുകളിൽ എന്നത് അവ ആദ്യം കണ്ട സമയത്ത് തന്നെ അതിശയിപ്പിച്ചിട്ടുണ്ട്. എന്നാൽ കൂടുതൽ ശ്രദ്ധിച്ചതോടെയാണ് അവയിലേറെ ഇഷ്ടപ്പെട്ട സംഗതികൾ വ്യക്തമായത്. അതെ, ഭൂമിക്കടിയിലേക്ക് ആണ്ടു നിൽക്കണമെങ്കിൽ അരയ്ക്ക് കീഴ്പോട്ടുള്ള ഭാഗത്തിന് നീളക്കൂടുതലുണ്ടായേ തീരൂ. കടലിനപ്പുറത്തുനിന്നും വന്ന ഗിറഗോസിയാന്റെ ചിത്രങ്ങൾ മറ്റുള്ളവയെക്കാളേറെ തലയെടുപ്പോടെ നിൽക്കുകയാണ്. ഹൃദയ രക്തത്തിൽ മുക്കിയ ബ്രഷ് കൊണ്ടാണ് അയാൾ നഗ്നമായ ശരീരങ്ങളെ വരയ്ക്കുന്നത്. ഞങ്ങൾ ഒരിക്കലും നടന്നിട്ടില്ലാത്ത പാതയോളം ഉയരമേറിയ ശരീരങ്ങളുടെ രൂപങ്ങൾ. ബൈറൂത്തിന്റെ ദുഃഖം തുളുമ്പി നിൽക്കുന്ന ചിത്രങ്ങൾ.

മനുഷ്യന്റെ മൃഗീയതയ്ക്കെതിരെ ഗിറഗോസിയാൻ പ്രയോഗിക്കുന്നത് മനുഷ്യന്റെ തന്നെ ഹിംസയായിരിക്കും. പീഡകന്മാരുടെ മൃഗീയത ഞങ്ങളുടെ ശരീരങ്ങളിൽ നിന്നും വസ്ത്രങ്ങൾ കീറിയെറിയുന്നതിന് മുമ്പ് തന്നെ ഇംപ്രഷനിസ്റ്റിക് അലിവോടുകൂടി ഗിറഗോസിയാന്റെ ബ്രഷ് ഞങ്ങളുടെ ദേഹങ്ങളിൽ നിന്നും വസ്ത്രങ്ങളെ അന്യമാക്കിയിരുന്നു. അതെ, മനുഷ്യന്റെ മൃഗീയതയ്ക്കെതിരെ പ്രയോഗിച്ച മനുഷ്യ ഹിംസ തന്നെയായിരുന്നു ഗിറഗോസിയാൻ.

സഅദിയയുടെ കാര്യവും മനസ്സിൽ ഓടിയെത്തി. രാജ്യത്തിന്റെ തെക്കുഭാഗത്തുനിന്നെത്തിയ തവിട്ടു നിറമുള്ള പെൺകുട്ടി. മുത്തശ്ശിയുടെ സ്വത്തുക്കളുടെ അവകാശികളായി മാറിയ കുടുംബമായിരുന്നു അവളുടേത്. ജമീലയും ഹയാത്തും ഞാനും ബാച്ചിലർ എക്സാമിനേഷനായി തയ്യാറെടുത്തുകൊണ്ടിരുന്നപ്പോഴായിരുന്നു സഅദിയ ചായ നിറച്ച ട്രേയുമായി കടന്നുവരുന്നത്. ഞങ്ങളുടെ അടുത്തിരിക്കാൻ പറഞ്ഞപ്പോൾ അവൾ അനുസരിച്ചു. ആർത്തവ വേളകളിൽ തനിക്ക് ഉണ്ടാകാറുള്ള ശരീരവേദനകളെയും സന്ധിവലിവുകളെയും കുറിച്ച് ഹയാത്ത് സംസാരിക്കാൻ തുടങ്ങി. എല്ലാമാസവും രണ്ടാമത്തെ ആഴ്ച അവസാനമാണത്രേ ഇതുണ്ടാകാറുള്ളത്. അതായത് പതിന്നാലാം തീയതി. എന്നാൽ തനിക്ക് ഉണ്ടാകാറുള്ള അസ്വസ്ഥത കടുത്ത തലവേദനയും തലയ്ക്ക് പിന്നിലും നെറ്റിയിലും വരുന്ന തരിപ്പുമാണെന്നാണ് ജമീല പറഞ്ഞത്. എല്ലാമാസവും ഇരുപത്തിയാറിനും ഇരുപത്തിയെട്ടിനും ഇടയ്ക്ക് തീയതികളിൽ ആണത്രേ ഇതുണ്ടാകുന്നത്. അപ്പോൾ ഇതിനർത്ഥം ഇവർ രണ്ടുപേരുടെയും ആർത്തവചക്രങ്ങൾ 'റെഗുലർ' ആണെന്നാണ്. തനിക്കും നന്നായറിയാവുന്ന വിഷയത്തിൽ നിശ്ശബ്ദയായിരിക്കാൻ സഅദിയയ്ക്കും സാധിച്ചില്ല. സ്വന്തം അഭിപ്രായം രേഖപ്പെടുത്തണമെന്ന് അവൾക്കും നിർബന്ധമായിരുന്നു. തനിക്ക് സന്ധിവേദനകൾ ഒന്നും ഉണ്ടാകാറില്ലെന്നും ആർത്തവം ഉണ്ടാകുന്നത് എല്ലാ മാസവും മുപ്പത്തിയാറിനും നാൽപതിനും ഇടയിലെ ദിവസങ്ങളിലാണെന്നും സഅദിയ പറഞ്ഞതും ഞങ്ങൾ പൊട്ടിച്ചിരിച്ചു. മുപ്പത്തിയാറ് ദിവസമുള്ള മാസമുണ്ടോയെന്ന് തിരക്കുകയും ചെയ്തു. ഞങ്ങൾ തുടർന്നും ചിരിച്ചപ്പോൾ ഇതുതന്റെ ആർത്തവചക്രത്തിലെ സവിശേഷമായ ഒരു ദിവസമാണെന്ന് ആവർത്തിക്കുകയാണ് സഅദിയ ചെയ്തത്. അതായിരുന്നു സഅദിയ. എന്തെങ്കിലും പറഞ്ഞുപോയാൽ പിന്നെ അതിലൊരു വിട്ടുവീഴ്ചയും കാണിക്കില്ല. അതോടെ മുപ്പത്തിയാറ് ദിവസമുള്ള മാസമെന്നത് ഞങ്ങളുടെ നിഘണ്ടുവിന്റെ ഭാഗമായി. സെക്കൻഡറി സ്കൂളിന്റെ മുറ്റത്ത് വെച്ച് തമ്മിൽ കാണുമ്പോഴൊക്കെ ഞങ്ങൾ ഇക്കാര്യം പറഞ്ഞ് പൊട്ടിച്ചിരിക്കുമായിരുന്നു.

എഴുത്തും വായനയും അറിയാത്തവളായിരുന്നു സഅദിയ. എന്നാൽ സാഹിത്യഭാഷയിലെ കുറെയേറെ പ്രയോഗങ്ങളും മറ്റും മനസ്സിലാക്കിയെടുക്കാനുള്ള ശേഷി അവൾക്കുണ്ടായിരുന്നു. ടിവി വാർത്തകളിൽനിന്നും പരസ്യങ്ങളിൽനിന്നും പിന്നെ പരീക്ഷയ്ക്ക് തയ്യാറെടുക്കുന്നതിനിടയിൽ ഞങ്ങൾ പറയുന്നത് കേട്ടുമൊക്കെയാണ് സഅദിയ അതൊക്കെ മനസ്സിലാക്കിയിട്ടുണ്ടാകുക. ഞങ്ങളുടെ വീട്ടിലെത്തി അധികകാലം കഴിയുന്നതിനുമുമ്പുതന്നെ അവൾ അറബി സാഹിത്യകാരനായ ത്വാഹാ ഹുസൈൻ, അബ്ബാസ് മഹമൂദ് അഖാദ്, ബദർ ഷാകിർ സയ്യാബ് തുടങ്ങിയവരെക്കുറിച്ചൊക്കെ മനസ്സിലാക്കി. കാപ്പിക്കുരു അഥവാ 'ബുന്ന്' കയറ്റുമതി ചെയ്യുന്ന രാജ്യമാണ് ബ്രസീൽ എന്നും അവൾക്കറിയാം.

കാപ്പിയുടെ അറബി വാക്കായ 'കഹ്‌വ'യുടെ പര്യായപദമാണ് 'ബുന്ന്' എന്നും മനസ്സിലാക്കി.

ഒരു ദിവസം പോസ്റ്റുമാൻ കൊണ്ടുവന്ന കത്ത് എനിക്ക് കൈമാറിയപ്പോൾ ഞാൻ സഅദിയയ്ക്ക് നന്ദി പറഞ്ഞു. അതിനു മറുപടിയായി അവൾ പറഞ്ഞു:

"ഓഹ്... നന്ദി പറയേണ്ട ആവശ്യമെന്നുമില്ല."

"ഇറ്റ്സ് ഓകെ എന്നു പറഞ്ഞാൽ മതി. അതാണ് പറയാൻ എളുപ്പം."

"പക്ഷേ എനിക്ക് അറബിയിലാണ് മറുപടി പറയാനിഷ്ടം. വിദേശികളുടെ രീതിയിലല്ല."

ഇത്തരത്തിൽ രക്തം കിനിയുന്ന ശരീരത്തെക്കുറിച്ച് ചിന്തിക്കുമ്പോഴൊക്കെ പഴയ ഓർമ്മകൾ ഇരച്ചെത്തും. പുറത്തേക്ക് നോക്കിയേ തീരൂ എന്ന് നിർബന്ധിക്കുന്ന ജാലകമായിരിക്കും ആ ഓർമ്മകൾ. വളരെ വിരസവും നിസ്സാരവുമായ സംഗതികളെ ഓർത്തുപോലും ഞാൻ ചിരിച്ചുപോകാറുണ്ട്. ചിരി വരാത്ത വിഷയങ്ങളെക്കുറിച്ചോർത്ത് കരയാറുമുണ്ട്.

പക്ഷേ തടങ്കൽ പാളയത്തിൽ അകപ്പെട്ട കാലത്തെ സംബന്ധിച്ച ഓർമ്മകൾ കഷ്ടിച്ച് തലകടത്താവുന്ന, വേദനകൾ മാത്രം സമ്മാനിക്കുന്നൊരു ജാലകമായിരിക്കും. ഈ രണ്ടു ഘട്ടങ്ങളെയും ഒന്നായി കണ്ട് കഥ പറയൂ എന്നാണ് അരീഫി ആവശ്യപ്പെടുന്നത്. ഇല്ല അരീഫീ, ഇത്തവണ കാര്യങ്ങൾക്ക് ഒന്നിലധികം അടരുകളുണ്ടായിരുന്നു. ഉപചാരവാക്കുകൾക്കൊന്നും നിൽക്കാതെ അവർ പ്രയോഗത്തിലേക്ക് കടന്നു. മുഖ്താറിന്റെ കേസുമായി ബന്ധപ്പെട്ട ചോദ്യങ്ങൾ ഒന്നിന് പുറകെ മറ്റൊന്നായി തൊടുത്തു വിട്ട് ശ്വാസം മുട്ടിച്ചുകൊണ്ടേയിരുന്നു. അസഹ്യമായ മനം പുരട്ടലായിരുന്നു ആ ദിനങ്ങളിൽ അനുഭവിക്കേണ്ടിവന്നത്.

നിലത്ത് മുട്ടുകുത്തി നിൽക്കുവാനും എന്തോ ഒരു വസ്തുവിൽ പിടിക്കാനുമാണ് രഹസ്യപ്പൊലീസുകാരായ മർദ്ദകന്മാർ എന്നോട് ആവശ്യപ്പെട്ടത്. അതെന്താണെന്ന് തിരിച്ചറിഞ്ഞതും വായ്ക്കകത്തുള്ള സർവ്വതും ഛർദ്ദിക്കാനാണ് തോന്നിയത്. അതെ, അവരിൽ ഒരാളുടെ ലിംഗത്തിൽ പിടിക്കുവാനാണ് അവർ എന്നെ നിർബന്ധിച്ചത്. കണ്ണുകൾ കെട്ടിയിരുന്നതിനാൽ എന്തോ പശിമയുള്ള വസ്തു കയ്യിൽ പുരളുന്നതായാണ് തോന്നിയത്. പെട്ടെന്ന് തന്നെ ഞാൻ കൈ പിൻവലിച്ചു കളഞ്ഞു. അതോടെ അവർ എന്നെ തൊഴിച്ചു. മുഖമിടിച്ച് നിലത്തേക്ക് വീണുപോയി. പിന്നെയും അവരെന്നെ മുട്ടുകുത്തി നിർത്തിച്ചു. കൈ നീട്ടുവാൻ വിസമ്മതിച്ചതോടെ അവരിൽ ഒരാൾ തന്റെ ലിംഗം കൊണ്ട് എന്റെ മുഖത്തും കഴുത്തിലുമൊക്കെ ഉരസാൻ തുടങ്ങി. പിന്നെയും ഛർദ്ദിക്കാൻ തോന്നി. അവരെന്റെ വാരിയെല്ലുകളിലും ശരീരത്തിന്റെ മറ്റു ഭാഗങ്ങളിലും മർദ്ദിക്കാൻ തുടങ്ങിയതോടെ നേരത്തെ അനുഭവപ്പെട്ട അപമാനം ഇരട്ടിയായതേയുള്ളൂ.

പക്ഷേ അതേസമയം തന്നെ നീ തടവറയിൽ അനുഭവിച്ച യാതനകളെക്കുറിച്ച് എനിക്ക് ഓർമ്മ വന്നു അരീഫീ. മുഖ്താറിന്റെ കേസിനെ

ക്കുറിച്ച് ചിന്തിച്ചു. സെൻട്രൽ ജയിലിലെ ഇരുളിൽ കഴിയുന്ന മൗലിനെയും സഖാക്കളെയും കുറിച്ചോർത്തു. ഇവയെക്കുറിച്ചെല്ലാം ഓർത്തപ്പോൾ ഞാൻ വളരെ ചെറുതായി പോകുന്നതു പോലെയാണ് തോന്നിയത്. എത്ര ഭീകരമായാണ് മർദ്ദകന്മാർ നിങ്ങളോട് പെരുമാറിയത്. അവയുമായി താരതമ്യം ചെയ്യുമ്പോൾ ഞാൻ അനുഭവിച്ചത് തുലോം തുച്ഛമാണ്.

മുഖ്താറിന്റെ കേസുമായി ബന്ധപ്പെട്ട അന്വേഷണം നടത്തി എന്ന കുറ്റം ചെയ്തതോടെ ദേശസുരക്ഷയ്ക്ക് ഭീഷണി സൃഷ്ടിക്കുംവിധത്തിൽ വിദേശ ശക്തികളുമായി ഗൂഢാലോചന നടത്തിയവളായി ഞാൻ. എന്നെക്കാളും വലിയ ആരോപണമായിരുന്നു അത്. എന്റെ ശരീരഭാരം അമ്പത്തിരണ്ട് കിലോയായി കുറഞ്ഞു. വെറുമൊരു ഉറുമ്പിനെതിരെ ആനയോളം വലിപ്പമുള്ള ആരോപണമുന്നയിക്കുന്നതിന് സമാനമായിരുന്നു എന്റെ അവസ്ഥ. ഞാൻ പ്രതിരോധിക്കാൻ നോക്കി. മുഖ്താറിന്റെ കേസിൽ അന്വേഷണം നടത്താൻ പ്രേരിപ്പിച്ച കാര്യം വിശദീകരിക്കാൻ ശ്രമിച്ചു. കഴിയുന്നത്ര ഒച്ചയിൽ എന്റെ വാദങ്ങൾ നിരത്തിയെങ്കിലും അവരുടെ ചാട്ടവാറുകൾക്ക് മുന്നിൽ അത് ഒന്നുമല്ലായിരുന്നു. പക്ഷേ ഇന്നുവരെയും മനസ്സിലാക്കാത്ത സംഗതി അവർ എന്തുകൊണ്ടായിരിക്കും എന്നെ കോടതിയിൽ വിചാരണയ്ക്കായി ഹാജരാക്കാത്തത് എന്നതായിരുന്നു.

മനപ്പൂർവം തയ്യാറാക്കിയ ആരോപണങ്ങൾ കൊണ്ട് എടുത്താൽ പൊങ്ങാത്ത ഭാരമായിരുന്നു എന്റെ കേസ് ഫയലിന്. ഓരോ തവണ കണ്ണുകൾ കെട്ടി ചോദ്യം ചെയ്യൽ മുറിയിലേക്ക് വലിച്ചിഴച്ചപ്പോഴും, ജൂലൈയിലെ തടവുദിനങ്ങളിൽ പരിചിതമല്ലാത്ത ടൈപ്പ്റൈറ്ററിന്റെ ശബ്ദം കേട്ടപ്പോഴുമൊക്കെ അവർക്ക് എന്നോട് ചോദിക്കാൻ ഉണ്ടായിരുന്നത് മൂന്നേ മൂന്ന് ചോദ്യങ്ങളെക്കുറിച്ചായിരുന്നു. അവയെല്ലാം തന്നെ പാർട്ടിയിൽ എന്തായിരുന്നു എനിക്ക് ലഭിച്ച പദവി, യുവജന വിഭാഗത്തിൽ എന്തെല്ലാം ഉത്തരവാദിത്തങ്ങളാണ് ഞാൻ വഹിച്ചിരുന്നത് എന്നീ വിഷയങ്ങളെ സംബന്ധിച്ചായിരുന്നു.

തടവിലായ ജൂലൈയിലെ ആദ്യദിനങ്ങളിൽ ഞാൻ ശരിക്കും അമ്പരന്ന നിലയിലായിരുന്നു. എന്താണ് സംഭവിക്കുന്നത് എന്നറിയാത്തതിനാൽ നിശ്ശബ്ദത പാലിച്ചതേയുള്ളൂ. പാർട്ടിയിൽ അംഗമല്ലാത്തതിനാൽ തന്നെ ആ നിശ്ശബ്ദതയ്ക്ക് ന്യായീകരണവുമുണ്ടായിരുന്നു. അവരെന്നെ ചാട്ടവാറടിക്ക് വിധേയമാക്കിയപ്പോഴും ഞാൻ നിശ്ശബ്ദയായിരുന്നതേയുള്ളൂ. ജൂലൈയിലെ ആ ദിനങ്ങളിൽ അവർ രണ്ടു നേരമാണ് എന്നെ ചോദ്യം ചെയ്യലിന് വിധേയമാക്കിയത്. ബാക്കി നേരങ്ങളിൽ പ്രത്യേകിച്ചൊന്നും ചോദിക്കാതെ തന്നെ ചാട്ടയ്ക്കടിക്കാനും ചിത്രവധം ചെയ്യാനും, മനസ്സിൽ ഭീതി നിറയ്ക്കാനുമായിരുന്നു മർദ്ദകന്മാരുടെ ശ്രമം. അതെല്ലാം കഴിഞ്ഞ് എണ്ണിയാൽ ഒടുങ്ങാത്ത ആരോപണങ്ങൾ കുത്തിനിറച്ച ചാക്ക് എന്റെ മുതുകിലേറ്റാനാണ് അവർ നോക്കുന്നത്.

ഞാൻ മുഖ്താറിനെ സന്ദർശിച്ച് വിവരങ്ങൾ ശേഖരിച്ചതിന്റെ പേരിൽ ആ ജയിലിലെ ഉദ്യോഗസ്ഥരെ അവിടെനിന്ന് സ്ഥലം മാറ്റിയെന്ന്

പിന്നീടറിഞ്ഞു. രാജ്യത്തിന്റെ തെക്കുഭാഗത്ത് സ്ഥിതിചെയ്യുന്ന വിവിധ ജയിലുകളിലേക്കാണ് അവരെ മാറ്റിയത്. രഹസ്യപ്പൊലീസുകാർ തട്ടിക്കൊണ്ടു പോകുന്നവരെ പാർപ്പിച്ചിരുന്ന ഈ തടങ്കൽ പാളയങ്ങളെക്കുറിച്ച് പറയാതിരിക്കുന്നതാകും ഭേദം! മുഖ്താറിനെ സന്ദർശിക്കാൻ അവസരം ഒരുക്കിയതിലൂടെ ഈ ഉദ്യോഗസ്ഥന്മാരും എനിക്കൊപ്പം കുറ്റവാളികളാണെന്നാണ് വിധിക്കപ്പെട്ടത്. സെൻട്രൽ ജയിലിന്റെ ഗെയ്റ്റിൽ സന്ദർശകരെ നിയന്ത്രിച്ചിരുന്ന ഗാർഡിന്റെ കാര്യത്തിലാണ് ഏറ്റവും വിഷമം തോന്നിയത്. രാജ്യത്തിന്റെ ഹൃദയഭാഗത്ത് ജോലി ചെയ്തിരുന്ന ഒരാളെ മുന്നറിയിപ്പില്ലാതെ വിദൂരത്തേക്ക് സ്ഥലം മാറ്റുന്ന അവസ്ഥ ആലോചിച്ചു നോക്കൂ.

ആംനസ്റ്റി ഇന്റർനാഷണലിന്റെ റിപ്പോർട്ടുകളിലൊന്നിൽ ഉൾപ്പെട്ടതോടെ മുഖ്താറിന്റെ കേസ് അന്തർദേശീയ തലത്തിൽ ശ്രദ്ധിക്കപ്പെടും എന്ന കാര്യം തീർച്ചയായിരുന്നു. ഗർബിയ്യ ജയിലിൽ വച്ച് ഞാൻ മുഖ്താറുമായി നടത്തിയ സംഭാഷണമായിരുന്നു ആ റിപ്പോർട്ടിന്റെ മുഖ്യ സ്രോതസ്സ്. ഈ വിഷയത്തിന് രണ്ട് വശങ്ങളുണ്ടായിരുന്നു. ഒന്ന് മുഖ്താറുമായി അഭിമുഖം നടത്തി എന്ന കുറ്റം ചുമത്തി താൽക്കാലികമായിട്ടെങ്കിലും എന്നെ കോടതിക്ക് മുമ്പിൽ വിചാരണയ്ക്കായി ഹാജരാക്കാനുള്ള അവരുടെ വിമുഖതയായിരുന്നു. മുഖ്താറിന്റെ കേസുമായി ബന്ധപ്പെട്ട് എന്നെ വിചാരണ ചെയ്താൽ ഉണ്ടാകാനിടയുള്ള കോലാഹലം ഒഴിവാക്കാനായി എനിക്കെതിരെ മറ്റെന്തെങ്കിലും വിഷയം കണ്ടെത്താനായിരിക്കും ഇനി അവരുടെ ശ്രമം. അക്കാര്യം തീർച്ചയാണെന്ന് പറയുന്നില്ല. പക്ഷേ വിചാരണയോ മോചനമോ ഉടനെയൊന്നും നടക്കുമെന്ന് യാതൊരു സൂചനയും നൽകാതെ എന്റെ രഹസ്യത്തടങ്കൽ കാലം നാല്പതു ദിവസം പിന്നിട്ടതോടെയാണ് ഇങ്ങനെയൊരു സാധ്യതയുണ്ടെന്ന് മനസ്സ് പറയാൻ തുടങ്ങിയത്.

സഹ്റയെ അവസാനമായി കാണാൻ പോയപ്പോൾ അവൾ ആകെ അസ്വസ്ഥയാണെന്ന് തോന്നി. എന്താണ് കാരണമെന്ന് മനസ്സിലായതുമില്ല. ശാരീരിക അസ്വസ്ഥതയോ ക്ഷീണമോ ആയിരിക്കുമെന്നാണ് കരുതിയത്. സന്ദർശനം കഴിഞ്ഞ്, ഇടനാഴിയിൽ നിന്ന് നടുമുറ്റത്തേക്ക് ഇറങ്ങുന്നതിനിടയിൽ ഗാർഡുകൾ എന്നെ സൂക്ഷിച്ചു നോക്കുന്നത് കണ്ടു. അത് ശ്രദ്ധിച്ചതും ഞാൻ ധൃതിയിൽ ഗെയ്റ്റിന് നേർക്ക് നടക്കാൻ തുടങ്ങി. അപ്പോഴേക്കും ഒരു രഹസ്യപ്പൊലീസുകാരൻ അടുത്തെത്തി എന്റെ വലതു കൈയിൽ പിടികൂടി. കക്ഷത്തിനടിയിലൂടെ കൈകടത്തിയാണ് അയാൾ എന്നെ പിടികൂടിയത്. പിന്നാലെ രണ്ടാമത് ഒരാൾ കൂടി വന്ന് മറ്റേ കയ്യിലും പിടിച്ചു. ആദ്യത്തെ ആളെ പോലെ മുറുകെയല്ലെങ്കിൽ പോലും എന്റെ ശരീരത്തോട് ഒട്ടിച്ചേർന്നാണ് അയാൾ നടന്നത്.

എന്താണ് സംഭവിക്കുന്നത്? ആരു കണ്ടാലും എന്നെ നല്ല പരിചയമുള്ള രണ്ടുപേരാണെന്ന് തോന്നും വിധത്തിലാണ് അവർ എന്നെ പിടികൂടി ഒപ്പം നടക്കുന്നത്. അതിനാൽതന്നെ ജയിൽ ഗെയ്റ്റിനു മുന്നിൽ

സന്ദർശനത്തിനായുള്ള ഊഴവും കാത്തു നിൽക്കുന്നവരൊന്നും തന്നെ എന്നെ പിടിച്ചു കൊണ്ടു പോകുന്നത് കാര്യമായി ശ്രദ്ധിച്ചതേയില്ല. സുരക്ഷിതമായ യാത്ര ഉറപ്പുവരുത്തുന്നു എന്ന് രാപ്പകൽ എന്ന ഭേദമില്ലാതെ നമ്മെ ബോധ്യപ്പെടുത്താനായി പരസ്യം ചെയ്തുകൊണ്ടിരിക്കുന്ന ഒരു റെനോ 4 കാർ ഞങ്ങളെയും കാത്ത് പുറത്ത് കിടക്കുന്നത് ഏതാനും ചുവടുകൾ വച്ചപ്പോൾ തന്നെ കണ്ടു. എന്നാൽ അതിനകത്ത് കയറി രണ്ട് ഏജന്റുമാർക്കിടയിൽ തിങ്ങി ഞെരുങ്ങി ഇരിക്കുമ്പോൾ നിങ്ങൾക്ക് സുരക്ഷിതത്വത്തിന് പകരം സമ്പൂർണ്ണ തകർച്ചയായിരിക്കും മനസ്സിൽ നിറയുക. അവരിലൊരാൾ എന്നെ കാറിനുള്ളിലേക്ക് തള്ളിക്കയറ്റി. പിറകിലെ സീറ്റിലേക്ക് കയറ്റുന്നതിനിടയിൽ കൂട്ടത്തിൽ ഒരാൾ പറഞ്ഞു:" തല തട്ടാതെ സൂക്ഷിച്ചോ." പിന്നാലെ കറുത്ത തുണികൊണ്ട് എന്റെ കണ്ണുകൾ കെട്ടി. കാർ സ്റ്റാർട്ട് ചെയ്തതും ഇടതുവശത്ത് ഇരുന്ന ഏജന്റ് പോകാനുള്ള വഴി പറഞ്ഞു കൊടുത്തു.

"ബൂയാ ഉമർ റോഡ് വഴി പൊയ്ക്കോ."

ആ രഹസ്യപ്പൊലീസുകാരെ സംബന്ധിച്ച് ആകെ ഓർമ്മ വരുന്നത് അവരെന്റെ കയ്യിൽ പിടിച്ചിരുന്ന രീതിയായിരുന്നു. രണ്ടും ഒരാളാണോ എന്ന് പോലും തോന്നിപ്പോയി. എന്തുകൊണ്ടായിരിക്കും ഇവരെല്ലാം ഒരു പോലെയാകുന്നത്? അവരുടെ നിറമാകട്ടെ മഞ്ഞയും അല്ല വെളുപ്പുമല്ല. തവിട്ട് നിറത്തോട് സാമ്യവുമില്ല. തല താഴേക്ക് കുനിച്ചു പിടിച്ചിരിക്കുകയാണ്. അങ്ങനെയൊരു പരിതാപകരമായ അവസ്ഥയിൽ ഇരിക്കുമ്പോഴും അവരുടെ നിറം എന്തായിരിക്കുമെന്ന് മനസ്സിലാക്കാനുള്ള ശ്രമത്തിലായിരുന്നു ഞാൻ. കുനിഞ്ഞിരിക്കുന്നത് കാരണം കഴുത്തിലും അരക്കെട്ടിലും വല്ലാത്ത തരിപ്പ് അനുഭവപ്പെടുകയാണ്. അവരുടെ മുഖത്തിൽ നിന്നും ആകെ ഓർമ്മ വരുന്നത് അതിന്റെ വൈകൃതം മാത്രമായിരുന്നു. അവരുടെ നിറം തന്നെ അഴുക്കിന്റേതായിരുന്നു. കുറ്റക്കാരനാണെന്ന് തെളിയുന്നത് വരെ ഓരോ രഹസ്യപ്പൊലീസുകാരനും മലിനമായിരിക്കും. ക്ഷമിക്കണം, നിരപരാധിയാണെന്ന് തെളിയുന്നത് വരെ എന്നാണ് പറയാൻ ഉദ്ദേശിച്ചത്. അപരാധത്തിന്റെ വിപരീതമായ നിരപരാധിത്വമാണല്ലോ അതിന്റെ എതിരാണ് കാര്യങ്ങളെന്ന് തെളിയിക്കാനുള്ള അടിസ്ഥാനമെന്നത്. ടാറിടാത്ത റോഡിലൂടെ മൂന്നു മണിക്കൂറിലധികം സഞ്ചരിച്ചാണ് റെനോ 4 കാർ തടങ്കൽ പാളയത്തിൽ എത്തിച്ചേർന്നത്. ഇതിനാൽ തന്നെ റെനോ 4 കാറിൽ സഞ്ചരിക്കുന്ന കാര്യം എനിക്ക് ഇപ്പോഴും വെറുപ്പാണ്. എന്തുകൊണ്ടാണെന്ന് അറിയില്ല. എനിക്ക് ഇതേ കാറിനെ തന്നെ രണ്ടു തവണ സഹിക്കേണ്ടി വന്നു. ഇവർക്ക് ഈ കാറല്ലാതെ വേറെ വാഹനം ഒന്നും കാണില്ലേ? ഈ രാജ്യത്തെ രഹസ്യത്തടവറകളിൽ കഴിഞ്ഞവർക്കെല്ലാം അവിടെ എത്തിച്ചേരാനായി റെനോ 4 കാറിൽ സഞ്ചരിക്കേണ്ടി വന്നിട്ടുണ്ടാവും എന്നാണ് തോന്നുന്നത്.

എന്നാൽ ഗർബിയ്യ ജയിലിൽ വച്ച് മൗലീൻ പറഞ്ഞത് അവനെ രഹസ്യപ്പൊലീസുകാർ പിടിച്ചു കൊണ്ടുപോയത് ഒരു ആഡംബര

മേഴ്സിഡസ് കാറിലായിരുന്നു എന്നാണ്. ഇടുങ്ങിയ തെരുവിലൂടെ ആ കാർ മൗലീനെയും കൂട്ടിക്കൊണ്ട് നീങ്ങിയപ്പോൾ അയൽക്കാരൊക്കെ അതിശയത്തോടെ എത്തിനോക്കിയത്രേ. സ്ത്രീകളായ ഞങ്ങൾക്ക് മാത്രം റെനോ 4 കാർ മതിയെന്ന് രഹസ്യപ്പൊലീസുകാർ തീരുമാനിച്ചു കാണു മെന്ന് ഞാൻ ചിരിച്ചുകൊണ്ട് പറഞ്ഞു.

അറിയുമോ അരീഫീ, തടവിലായപ്പോൾ എനിക്ക് സർവ്വ പെണ്ണുങ്ങ ളെയും കെട്ടിപ്പിടിക്കണം എന്ന് തോന്നിയിരുന്നു. ഉമ്മയെയും സഹോദ രിയെയും ഉമ്മു നജ്വയേയും ഉമ്മു വലീദിനേയും ലൈലയേയും സഹൂ റിനേയും നഈമയേയുമൊക്കെ. പരസ്പരം സ്നേഹിക്കുന്ന കാര്യത്തിൽ പിന്തുണ ലഭിച്ച ചരിത്രമില്ലാത്തവരാണ് ഞങ്ങൾ സ്ത്രീകൾ. ഗൂഢാലോ ചനയും വിദ്വേഷവും ഹിംസയും മാത്രമാണ് ഞങ്ങൾ കടന്നുപോകുന്ന പാതകളിൽ അവശേഷിച്ചിട്ടുള്ളത്. മധ്യകാല അറബ് ഭരണാധികാരി ഹാറൂൺ അൽ റഷീദിന്റെ തുറുങ്കുകളിലായിരുന്നാലും, പ്രവാചകന്റെ പത്നി ആയിശയുടെ സാന്നിധ്യമുണ്ടായിരുന്ന ഒട്ടക യുദ്ധത്തിലായിരു ന്നാലും ശരി തന്നെ സർവ്വതും ഞങ്ങൾക്ക് എതിരായേ ഭവിച്ചിട്ടുള്ളൂ. അരീഫീ, ഞങ്ങൾ സ്വന്തത്തെക്കുറിച്ച് അല്പം കൂടി ബോധവതികളാ വുകയും ചരിത്രത്തിന്റെ വിവിധ ദശകളിൽ സംഭവിച്ച പിഴവുകളെ വിലയി രുത്തുകയും ചെയ്തിരുന്നുവെങ്കിൽ, ഞങ്ങളുടെ ഹൃദയങ്ങളെ കെണി യിലകപ്പെടുത്തുവാൻ അരങ്ങേറുന്ന കളികളെ തിരിച്ചറിയുവാൻ സാധി ക്കുമായിരുന്നു. അരുതായ്മകളും വിലക്കുകളും മാത്രം ഞങ്ങൾക്ക് നേരെ ചൊരിയുന്ന കളികളായിരിക്കുമത്.

രഹസ്യത്തടവറയിൽ കിടന്നപ്പോൾ മാത്രമാണ് സ്വന്തം ശരീരത്തോട് അടുത്തിരിക്കുവാൻ എനിക്കാദ്യമായിട്ട് സാധിച്ചത്. രക്തം വാർന്നു പോകുന്ന ശരീരത്തെ ഏറെ നേരം നോക്കിയിരിക്കുവാൻ ശ്രമിച്ചപ്പോൾ എനിക്കതിനോട് ആദ്യമായി പ്രിയം തോന്നി. ഇതാദ്യമായിട്ടായിരിക്കും ശരീരത്തിന്റെ സർവവിശദാംശങ്ങളിലേക്കും നിമ്നോന്നതങ്ങളിലേക്കും എന്റെ കണ്ണുകൾ ശ്രദ്ധിക്കുന്നത്.

ഓഹ്, നാം ഓരോരുത്തരും ആവശ്യത്തിന് പരസ്പരം സ്നേഹിച്ചി രുന്നെങ്കിൽ! അപ്പോൾ കാര്യങ്ങൾ തികച്ചും വ്യത്യസ്തമായി മാറിയേനെ. വനിതാ വിമോചനപ്രസ്ഥാനങ്ങൾ തങ്ങളുടെ പ്രവർത്തനങ്ങൾ ഏകോ പിപ്പിക്കുന്നതിനായി ഒരു ഐക്യ വനിതാ പ്രസ്ഥാനത്തിന്റെ രൂപീകരണ ത്തിനായി ശ്രമിക്കുന്ന സാഹചര്യത്തിൽ, എനിക്ക് നേരത്തെ പറഞ്ഞ സ്നേഹം എത്രമാത്രം ഞങ്ങൾക്ക് നഷ്ടമായിപ്പോയെന്ന് തോന്നുകയും ഏതുവിധേനയും ആ സ്നേഹത്തെ പുനഃസ്ഥാപിച്ചേ തീരൂ എന്ന് മനസ്സ് പറയുകയും ചെയ്തു. എന്തായാലും വനിതാ വിമോചനപ്രസ്ഥാനം എന്ന ആശയത്തെ സംബന്ധിച്ച ചർച്ചകൾ ഒരു മാസത്തോളമാണ് നീണ്ടു നിന്നത്. അവസാന പോരാട്ട സ്വഭാവമുള്ള ഒരു വനിതാ പ്രസ്ഥാനം എന്ന ആശയത്തിനാണ് ഞങ്ങളുടെ കൂട്ടത്തിൽ മിക്കവരും പ്രാമുഖ്യം നൽകി യത്.

അക്കാലത്ത് രണ്ടു വനിതാപ്രസ്ഥാനങ്ങളാണ് രൂപീകൃതമായിരുന്നത്. എന്നാൽ പത്തുവർഷത്തോളം വ്യവസ്ഥാപിത രാഷ്ട്രീയ പ്രസ്ഥാനങ്ങൾക്ക് സമാന്തരമായ സംഘടനകളായാണ് ഇവ കരുതപ്പെട്ടിരുന്നത്. മറ്റുള്ള രാഷ്ട്രീയ പാർട്ടികളാകട്ടെ സ്ത്രീകളുടെ സാമൂഹിക അവസ്ഥ സംബന്ധിച്ച നിലപാടുകളിൽ സുസ്ഥിരമായ നിലപാട് സ്വീകരിക്കാനാകാത്ത അവസ്ഥയിലായിരുന്നു. ഈ വിഷയത്തിൽ നടത്തേണ്ട പ്രവർത്തനരീതിയെ സംബന്ധിച്ചും അവർക്ക് ഉറച്ച നിലപാട് സ്വീകരിക്കാനായില്ല. അതിനാൽ തന്നെ ഒരു സ്വതന്ത്ര വനിതാപ്രസ്ഥാനത്തിന്റെ രൂപീകരണം എന്ന ആശയം ഹിതകരമായ സംഗതി തന്നെയായിരിക്കും. വനിതാ വിമോചനപ്രസ്ഥാനം രൂപീകരിക്കുന്നത് സംബന്ധിച്ച ഏക അഭിപ്രായം രാജ്യത്തെ വനിതാവകാശപ്രവർത്തനങ്ങൾക്ക് പോരാട്ടഭാവം സമ്മാനിക്കുന്ന ഘടകമായി മാറുകയായിരുന്നു. പ്രസ്ഥാനത്തെ സംബന്ധിച്ച ചർച്ച പിന്നീട് പ്രാതിനിധ്യത്തെക്കുറിച്ച ചർച്ചകൾക്ക് വഴി മാറി. രാഷ്ട്രീയപ്രവർത്തനങ്ങൾക്കാണോ അതോ വികാരങ്ങൾക്ക് പ്രാമുഖ്യം നൽകുന്ന വനിതാവകാശപ്രവർത്തനങ്ങൾക്കാണോ മുൻതൂക്കം നൽകേണ്ടത്?

വസ്തുതകളെ വിശകലനം ചെയ്യുന്ന രീതി വച്ചോ, അല്ലെങ്കിൽ ഇക്കാര്യത്തിലെ പരാജയം വച്ചോ നോക്കിയാൽ മിക്ക സ്ത്രീകളുടെയും രാഷ്ട്രീയവും സംഘടനാപരവുമായ കാഴ്ചപ്പാടുകളെ തമ്മിൽ വേറിട്ട് കാണുവാൻ സാധിക്കുമെന്നത് എന്നെ ഏറെ ആവേശം കൊള്ളിച്ചിരുന്നു. എന്നാൽ സംഘടനയ്ക്ക് അകത്തെ സ്വതന്ത്രരാണ് എന്ന് അവകാശപ്പെടുന്ന സ്ത്രീകളുടെ രീതികളായിരുന്നു തീരെ മനസ്സിലാകാത്തത്.

അമീനയെ കാണുന്നത് ഇതിനിടയിലാണ്. പത്തുവർഷങ്ങൾക്ക് ശേഷമാണ് അവളെ വീണ്ടും കാണുന്നത്. ഒരേ വൃത്തത്തിൽ സഞ്ചരിക്കുന്നവരായിട്ടും അബ്ബാസിനെ വിവാഹം കഴിച്ചതോടെ രാഷ്ട്രീയപ്രവർത്തനമൊക്കെ അവസാനിപ്പിച്ച് അവളൊരു കുടുംബിനിയായി മാറിയിരുന്നു.

വനിതാപ്രസ്ഥാനങ്ങളെ സംബന്ധിച്ച് കഴിഞ്ഞ പത്തു വർഷമായി നടക്കുന്നൊരുചർച്ചയുണ്ട്. എന്തുകൊണ്ടാണ് ഇത്തരം പ്രസ്ഥാനങ്ങൾ രാഷ്ട്രീയപാർട്ടികളുടെ ഗർഭപാത്രത്തിൽ നിന്ന് തന്നെ ജനിക്കുന്നത്? ഈ വിഷയം ചർച്ച ചെയ്ത് ക്ഷീണിച്ചു എന്നതും കൃത്യമായ ഒരു ഉത്തരം ലഭിച്ചതേയില്ലെന്നതും നേരാണ്. എന്നാൽ ഇത്തരം ചോദ്യങ്ങൾ ഉന്നയിക്കാനുള്ള ഒരു അവബോധമുണ്ടാകുന്നു എന്നത് തന്നെ തീർത്തും പോസിറ്റീവായ ഒരു സംഗതിയാണ്. ഇത്തരം ചോദ്യങ്ങൾ വിവിധ തലങ്ങളിൽ നിന്നും ഉന്നയിക്കണമെന്നതും ശരിയാണ്. രാഷ്ട്രീയപാർട്ടികളുമായുള്ള ബന്ധത്തിനെ സംബന്ധിച്ച് വനിതാപ്രസ്ഥാനങ്ങളെ വിചാരണ ചെയ്യാത്തതെന്താണ്? രാഷ്ട്രീയ പാർട്ടികളോട് കിടപിടിക്കുന്നവയാണ് വനിതാപ്രസ്ഥാനങ്ങളെന്ന ചർച്ച പുരോഗമിക്കാത്തത് എന്തുകൊണ്ടാണ്? വനിതാവിമോചന പോരാളികളെ വാർത്തെടുക്കുവാൻ ഇത്തരം

പ്രസ്ഥാനങ്ങൾക്ക് എത്രമാത്രം കെൽപ്പുണ്ട് എന്നതും അടിസ്ഥാനപര മായ ചോദ്യമാണ്.

ഇത്തരം പ്രതിസന്ധികളുടെ ഒരു കാലത്ത് കൂടിയായിരുന്നു ഞങ്ങൾ കടന്നു പോയിരുന്നത്. എന്നാൽ എന്റെ ഉമ്മ റാബിഹയാകട്ടെ ഇത്തരം പ്രതിസന്ധികളെ ഒറ്റയടിക്ക് നേരിട്ടവളായിരുന്നു. അക്കാര്യം ഇപ്പോഴും എന്റെ മനസ്സിൽ പച്ചപിടിച്ചു തന്നെ നിൽപ്പുണ്ട്. ആലോചിക്കുമ്പോൾ ഇപ്പോഴും പുതുമ നഷ്ടപ്പെടാത്തൊരു സംഭവമാണത്. മത്സ്യം ടിന്നിൽ അടയ്ക്കുന്ന ജോലി ചെയ്യാനായി മറ്റുള്ള സ്ത്രീകൾക്കൊപ്പം വരിയായി നിൽക്കുന്നതേ അവരുടെ ദിനങ്ങൾക്ക് ഓർമ്മ കാണൂ. മെഹ്മദ് നിർബന്ധി ച്ചിട്ടാണ് ഉമ്മ പാർട്ടിയിൽ ചേർന്നത്. മറ്റ് സ്ത്രീകളെ കൂടി കൂട്ടിക്കൊണ്ട് വരാൻ മെഹ്മദ് സൂചിപ്പിച്ചിരുന്നുവെങ്കിലും ഉമ്മ ആരോടും പറഞ്ഞില്ല. അട്ടികളായി തടി അടുക്കിയത് പോലെ വാഹനത്തിൽ കുത്തിനിറച്ചു കൊണ്ടുവരികയായിരുന്നു സ്ത്രീകളെ. എല്ലാവരും തീർത്തും ക്ഷീണി തരായിരുന്നു. ഡ്രൈവറുടെ ശ്രദ്ധയാകർഷിക്കുന്നതിനായി ഉമ്മ പിറകി ലത്തെ കണ്ണാടിയിൽ മുട്ടി.

“പാർട്ടിയുടെ പരസ്യ പലക കാണുന്നതിന് അരികിലായി ഒന്ന് വണ്ടി നിർത്താമോ?”

“എന്തെങ്കിലും പ്രശ്നമുണ്ടോ? കുഴപ്പമൊന്നുമില്ലല്ലോ അല്ലേ?”

കൂടെയുണ്ടായിരുന്ന സ്ത്രീകൾ ചോദിച്ചു.

“ഒരു കുഴപ്പവുമില്ല. ശരിയെന്ന് തോന്നുന്നതാണ് ഞാൻ ചെയ്യുന്നത്. തലസ്ഥാനത്തുനിന്ന് ഏതോ പ്രൊഫസർ യോഗത്തിൽ പങ്കെടുക്കാൻ എത്തുന്നുണ്ടത്രേ. പങ്കെടുത്തേ പറ്റൂ എന്ന് മെഹ്മദ് നിർബന്ധിച്ചു. ഞാൻ വരുമോ എന്ന് മൂന്ന് തവണയാണ് തിരക്കിയത്.”

പൊതുജനങ്ങൾക്കും പ്രവേശനമുള്ള യോഗമായിരുന്നു അത്. എങ്കിലും പാർട്ടി പ്രവർത്തകരും, അനുഭാവികളും മാത്രമാണ് യോഗം നടക്കുന്ന ഹാളിൽ ഉണ്ടായിരുന്നത്. പതിഞ്ഞ കാലടി ശബ്ദം കേട്ടതും ഞങ്ങൾ തിരിഞ്ഞു നോക്കി. ഉമ്മയുടെ ദേഹത്തുനിന്ന് മത്സ്യത്തിന്റെ നല്ല മുശിട് അടിക്കുന്നുണ്ടായിരുന്നു. ക്ഷീണിച്ച മുഖഭാവങ്ങളായിരുന്നെ ങ്കിലും അഭിമാനബോധം തുളുമ്പുന്നതായിരുന്നു അവരുടെ നടത്തം. പ്രായ മേറിയെങ്കിലും എന്തോ ഒരു പ്രഭയുണ്ടായിരുന്നു അവർക്ക് ചുറ്റും. ഹാളിൽ ഇരിക്കുന്നവരെ ഒന്നു നോക്കിയ ശേഷം അവർ സ്വാഭാവിക മായി അഭിവാദ്യം ചെയ്തു. ഏറ്റവും അവസാനത്തേതിന് തൊട്ടുമുന്നി ലുള്ള വരിയിലാണ് അവർ ഇരുന്നത്. കയ്യിലിരുന്ന മീനുകളടങ്ങിയ കൂട ഒരു കസേരയിൽ വച്ചശേഷം മറ്റൊരു കസേരയിൽ ഇരുന്നു. കണ്ടാൽ തന്നെ അറിയാം അവർ തീർത്തും ക്ഷീണിതയാണെന്ന്. കണ്ണുകൾക്ക് താഴെ വീർത്ത പാടുകൾ കാണാം. കൈകൾ വിണ്ടു കീറിയിട്ടുണ്ട്. എങ്കിലും അവരുടെ കണ്ണുകളിലും മുഖത്തും എന്തോ ഒരു കെടാത്ത ശോഭ കാണാം.

പ്രഭാഷകൻ കടന്നുവന്നതും ഒരു നിരയ്ക്ക് അപ്പുറം ഇരിക്കുകയായിരുന്ന എന്റെ നേർക്ക് തിരിഞ്ഞ് ഉമ്മ ചോദിച്ചു :

"ഇതാണോ പ്രൊഫസർ?"

"അതെ."

"തലസ്ഥാനത്തുനിന്നാണോ വരുന്നത്?"

"അതേ."

"പാവം മനുഷ്യൻ! എത്ര സമയം ഇവിടെ ഇരിക്കേണ്ടി വരുമെന്നറിയാമോ?"

"പ്രോഗ്രാം നോട്ടീസ് അനുസരിച്ച് മൂന്നോ നാലോ മണിക്കൂർ നീളും യോഗം."

ചിരി കടിച്ചമർത്തിയാണ് ഞാൻ മറുപടി പറഞ്ഞത്.

"പടച്ചവനേ, ഈ മെഹ്മദ് എന്താണാവോ എന്നിൽനിന്ന് പ്രതീക്ഷിക്കുന്നത്? ജോലിക്ക് പോകാനായി രാവിലെ അഞ്ചുമണിക്ക് ഉറക്കം എഴുന്നേൽക്കേണ്ട ആളാണ് ഞാൻ."

പ്രഭാഷകൻ വേദിയിലിരുന്നതും വലതുഭാഗത്തായി പാർട്ടിയുടെ പ്രാദേശിക ഓഫീസ് അംഗങ്ങളും ഇരുപ്പുറപ്പിച്ചു. അക്കൂട്ടത്തിൽ ഒരാൾ പ്രഭാഷകനെ ശ്രോതാക്കൾക്ക് പരിചയപ്പെടുത്തി. ഇന്നത്തെ പ്രഭാഷണ വിഷയത്തിന്റെ പ്രാധാന്യത്തെ കുറിച്ച് സംസാരിക്കുന്നതിനിടയിൽ സാമൂഹിക ഇടപെടലുകൾ നടത്തുന്നതിൽ വിദ്യാസമ്പന്നരായ വ്യക്തികളുടെ പങ്കിനെ ഊന്നിപ്പറഞ്ഞശേഷം പ്രഭാഷകന്, ഉമ്മയുടെ വാക്കുകൾ കടമെടുത്താൽ പ്രൊഫസർക്ക്, മൈക്ക് കൈമാറി. മാർക്സിസ്റ്റ് സിദ്ധാന്തങ്ങളിൽ വിദ്യാസമ്പന്നരുടെ പങ്ക് വിവരിച്ചു കൊണ്ടാണ് പ്രഭാഷകൻ തന്റെ പ്രസംഗം ആരംഭിച്ചത്. ഗ്രാംഷിയുടെ ചിന്തകളെപ്പറ്റി ഏറെ നേരം വാചാലനായ ശേഷം അദ്ദേഹം ഈ രാജ്യത്തെ വിദ്യാസമ്പന്നരായ വ്യക്തികളുടെ സാമൂഹികവും രാഷ്ട്രീയവുമായ പങ്കിനെക്കുറിച്ച് സംസാരിക്കാൻ തുടങ്ങി. സാമൂഹിക പുരോഗതിയുടെ ഈ ദശയിൽ വിദ്യാസമ്പന്നരും രാഷ്ട്രീയപ്രവർത്തകരും തമ്മിൽ വലിയ വ്യത്യാസമില്ലെന്നായിരുന്നു അദ്ദേഹത്തിന്റെ വാദം. ഏതാണ്ട് ഒന്നരമണിക്കൂറോളമായിരുന്നു പ്രഭാഷണം നീണ്ടു നിന്നത്. ഇടയ്ക്കിടയ്ക്ക് ഞാൻ ഉമ്മയുടെ നേരത്തെ തിരിഞ്ഞുനോക്കുമ്പോൾ എല്ലാം അവർ വായ്ക്കു മുകളിലൂടെ കയ്യോടിക്കുന്നതും നെടുവീർപ്പിടുന്നതും തല പിന്നിലേക്ക് വളക്കുന്നതുമൊക്കെയാണ് കണ്ടത്. ക്ഷീണം കാരണം അവർ ഇടയ്ക്കിടയ്ക്ക് ഉറക്കം തൂങ്ങുന്നുണ്ടായിരുന്നു.

അവസാനം പ്രഭാഷണം കഴിഞ്ഞു. അപ്പോൾ തന്നെ ഉമ്മ സ്ഥലം വിടും എന്നാണ് കരുതിയത്. പക്ഷേ അവർ അവിടെ തന്നെ ഇരുന്നതേയുള്ളൂ. മറ്റുള്ളവർക്ക് മുമ്പ് താൻ പോയാൽ,എന്തിനാണോ തന്നോട് വരുവാൻ മെഹ്മദ് ആവശ്യപ്പെട്ടത് അക്കാര്യം നടക്കാതെ, പുള്ളിക്കാരൻ വിഷമിക്കുമെന്ന് ഉമ്മ കരുതിയിട്ടുണ്ടാകാം. അറിയില്ല.

അവശേഷിച്ച ചുരുക്കം പേർക്ക് മുന്നിൽ ചോദ്യങ്ങളും അഭിപ്രായങ്ങളും ഉണ്ടെങ്കിൽ ഉന്നയിക്കാനുള്ള അവസരമാണിതെന്ന അറിയിപ്പ് വന്നു. പിറകിൽ നിന്ന് ഒരാൾ കൈ ഉയർത്തിയിട്ടുണ്ടെന്ന് മെഹ്മദ് മോഡറേറ്ററോട് പറയുന്നത് കേട്ടു. ഞാൻ തിരിഞ്ഞു നോക്കിയതും കാണുന്നത് അഞ്ചു വിരലുകളും വിടർത്തി കൈ ഉയർത്തിപ്പിടിച്ചിരിക്കുന്ന ഉമ്മയെ ആയിരുന്നു. അവർ ചോദിച്ചതൊക്കെയും എന്റെ കാതുകളിൽ ഇപ്പോഴും മുഴങ്ങുന്നുണ്ട്:

"ഇത്രയൊക്കെ പറഞ്ഞ പ്രൊഫസറിന് നന്ദി. താങ്കൾ വിദ്യാസമ്പന്നരെക്കുറിച്ച് ഏറെ പറയുന്നത് കേട്ടു. പക്ഷേ എങ്ങനെയായിരിക്കും ഇവരുടെയൊക്കെ ഷണ്ഡത്വം ചികിത്സിച്ച് ഭേദമാക്കുന്നത്. ഡോക്ടർക്കായിരിക്കുമോ അതോ പണ്ഡിതനായിരിക്കുമോ അതിനുള്ള കഴിവുള്ളത്? പിന്നെ മറ്റൊരു ചോദ്യം. ഈ ഫ്രാൻസിൽ നിന്നുള്ള ഗ്രാംഷി എന്ന് പറഞ്ഞല്ലോ? നമ്മുടെ പണ്ഡിതനായ ഗർമാഷിയുമായി ഇയാൾക്ക് എന്തെങ്കിലും ബന്ധമുണ്ടോ? അതോ രണ്ടും ഒരു പേരു തന്നെയാണോ?"

ചോദ്യം കേട്ട് ഹാളിൽ ഉള്ളവരെല്ലാം അമ്പരന്നു പോയി. ഷണ്ഡത്വത്തെക്കുറിച്ച് എന്തോ പ്രഭാഷകൻ പറഞ്ഞെന്നായിരുന്നു ഉമ്മ കരുതിയിട്ടുണ്ടാവുക. പിന്നെ വിദേശി എന്ന് കേട്ടാൽ ഫ്രാൻസിൽ നിന്നുള്ള ആളായിരിക്കും എന്നാണ് അവരുടെ വാദം. ഇറ്റലിയും ഇംഗ്ലണ്ടുമൊക്കെ അവരെ സംബന്ധിച്ച് ഫ്രാൻസിലെ പട്ടണങ്ങളായിരിക്കും. ഇനി സാക്ഷാൽ ഗ്രാംഷിയുടെ കുടുംബവേരുകൾ തേടിപ്പോയാൽ നാട്ടിലെ പണ്ഡിതനായ ഗർമാഷിയുമായി എന്തെങ്കിലും ബന്ധം കാണാതിരിക്കില്ല. ഈ ഗർമാഷിയുടെ മരുന്ന് കഴിച്ചാലൊന്നുംതന്നെ ഷണ്ഡത്വം മാറില്ലത്രേ. ഉമ്മയുടെ അഭിപ്രായത്തിൽ ഷണ്ഡത്വം എന്നത് സർവ്വപുരുഷരുടെയും തലവിധിയാണ്. സ്ത്രീകളെയാകട്ടെ പടച്ചവനായിട്ട് അതിൽ നിന്ന് കാത്തു. ഇത്രയും പറഞ്ഞശേഷം ഉമ്മ ഹാളിൽ നിന്നും ഇറങ്ങിപ്പോയി.

ഈ കഥ അപൂർവ്വമായേ ഞാൻ പറയാറുള്ളൂ. ഒരു പ്രത്യേക വിഷയത്തെ സംബന്ധിച്ച ചർച്ച തീർത്തും അവ്യക്തമായ മറ്റെന്തെങ്കിലുമായി വഴിമാറിപ്പോകുന്ന സാഹചര്യങ്ങളിലെല്ലാം എനിക്ക് ഇക്കാര്യം ഓർമ്മ വരും. ഓർമ്മകളുടെ സമുദ്രത്തിൽ തുഴയെറിയുമ്പോളെല്ലാം ഉമ്മയുടെ കഥ മനോരഥത്തിലെത്തും. ഏറ്റവും മോശമായ സാഹചര്യത്തിലും മെച്ചപ്പെട്ട ഒരു സംഗതി സ്വന്തമാക്കാനാകുന്നത് എങ്ങനെയാണ്?

രഹസ്യപ്പൊലീസ് താവളത്തിലെ രണ്ടാഴ്ച കാലത്തെ താമസത്തോടും അവിടത്തെ വിവിധ പീഡനരീതികളോട് ഇണങ്ങിച്ചേരുകയും ചെയ്തതോടെ ഓരോ പ്രഭാതങ്ങളെയും നേരിടാൻ തുടങ്ങിയത് പീഡനങ്ങളുടെ പ്രഭാതമേ വന്നാലും എന്ന് പുലമ്പിക്കൊണ്ടായിരുന്നു. പിന്നീട് പീഡകന്മാർ വരുമ്പോൾ നിസംഗതയുടെ മുഖംമൂടിയെടുത്തണിയും. ശേഷം സ്വന്തം ദേഹത്തേക്ക് തിരിഞ്ഞ് സൂക്ഷ്മമായി പരിശോധിക്കും. ശരീരത്തെ കുറിച്ച് വേവലാതിപ്പെടാൻ തുടങ്ങിയ നാളുകളായിരുന്നു അത്. മാറിടങ്ങൾ ശ്രദ്ധിക്കും വിധത്തിൽ നീര് വന്ന് വീർക്കാൻ തുടങ്ങിയിരുന്നു.

അവയ്ക്കുള്ളിലെ ഞരമ്പുകൾ തെളിഞ്ഞു കാണാൻ തുടങ്ങി. ഇത്രയേറെ വീർത്ത നിലയിൽ അവയെ മുമ്പൊരിക്കലും കണ്ടിട്ടേയില്ല. പൊട്ടിത്തെറിക്കുമോ മാറിടങ്ങൾ എന്നുപോലും ഭയന്ന് പോയി.

എപ്പോഴൊക്കെ പീഡകന്മാർ അരികിലേക്ക് വന്നുവോ,അപ്പോഴെല്ലാം ഈ രാജ്യത്തെ സംബന്ധിച്ച സർവ്വ കാര്യങ്ങളും എനിക്കറിയാമെന്ന് എഴുതി ഒപ്പിട്ടു കൊടുക്കുവാൻ നിർബന്ധിക്കും. അപ്പോൾ ഞാൻ പറയുക എനിക്ക് കൂടുതൽ അറിയുക സ്വന്തം ശരീരത്തിലേറ്റ മുറിവുകളെ കുറിച്ചാണ് എന്നായിരിക്കും. നഗ്നമായ മുറിവുകളിലേക്ക് കണ്ണുനട്ടിരിക്കുമ്പോൾ ശരീരത്തിന്റെ പ്രഭ മുന്നിൽ തെളിയും. ദുഃഖത്തിന്റെ വൃക്ഷത്തിൽ നിന്നുള്ള പ്രഭയായിരുന്നു അത്.

സഹ്റയെ സന്ദർശിക്കാൻ ചെല്ലുമ്പോൾ അവളുടെ കണ്ണുകളിൽ കണ്ടതും ഇതേ ദുഃഖഭാവമായിരുന്നു. അവളെ സന്ദർശിക്കാൻ തീരുമാനിച്ചത് പാർട്ടി നിർദ്ദേശമനുസരിച്ചായിരുന്നില്ല. കാരണം ഞാൻ പാർട്ടിയുടെ ഭാഗമായിരുന്നില്ല. പാർട്ടിയിൽ നിന്ന് എന്തെങ്കിലും നിർദ്ദേശങ്ങളോ അവരുടെ തീരുമാനങ്ങളോ സ്വീകരിക്കുവാൻ ഞാൻ തയ്യാറായിരുന്നില്ല. പാർട്ടിയിലെ പല സഖാക്കളുമായുള്ള എന്റെ ബന്ധത്തിലും ധാരാളം പരിമിതികളുണ്ടായിരുന്നു.

എന്നാൽ സഹ്റയെ സന്ദർശിക്കാൻ എനിക്ക് പ്രത്യേക താല്പര്യമായിരുന്നു. പാർട്ടിയിലെ സഖാക്കൾ അവളെക്കുറിച്ച് അന്വേഷിക്കാറുണ്ടെന്നും അവർ ആവശ്യപ്പെട്ടിട്ടാണ് ഞാൻ സഹ്റയെ സന്ദർശിക്കുന്നതെന്നും ആരെങ്കിലും ചോദിച്ചാൽ വെറുതെ പറയും. അറസ്റ്റ് ചെയ്യപ്പെട്ട ശേഷം സഹ്റയെയും റെനോ 4 കാറിൽ കയറ്റി സർവ്വകലാശാല വിദ്യാർത്ഥികൾ താമസിക്കുന്ന സ്ഥലത്തിന് ചുറ്റും കറങ്ങി. സഹ്റയെ മുന്നിൽ നിർത്തിയ ശേഷം രഹസ്യപ്പൊലീസുകാർ വിദ്യാർത്ഥികൾ താമസിച്ചിരുന്ന സ്ഥലങ്ങളിൽ കടന്നുകയറി പരിശോധന നടത്താൻ തുടങ്ങി.

ശകാരിമിലെ മുനിസിപ്പൽ ജയിലിൽ രണ്ടു വർഷത്തിലധികമാണ് സഹ്റയക്ക് കഴിയേണ്ടി വന്നത്. അവിടെനിന്ന് മോചിതയായപ്പോൾ തനിക്ക് സകലതും നഷ്ടപ്പെട്ടതായാണ് അവൾക്ക് തോന്നിയത്. ആരോപണങ്ങളുടെ പെരുമഴയാണ് അവൾക്ക് മേൽ ചൊരിഞ്ഞത്. തങ്ങളുടെ താമസസ്ഥലത്തെ സംബന്ധിച്ച് രഹസ്യപ്പൊലീസുകാർക്ക് വിവരം നൽകിയത് സഹ്റയാണെന്നായിരുന്നു പല സഖാക്കളും പറഞ്ഞത്. അവളെ കരിവാരി തേക്കാനുള്ള പ്രചരണം വളരെ കരുതിക്കൂട്ടിയതായിരുന്നു. പല സഖാക്കളും ആ കെണിയിൽപ്പെടുകയും ചെയ്തു. എന്റെ സഖാക്കളുടെ പിന്തുണയുടെ ആവശ്യം സഹ്റയ്ക്കുണ്ടായിരുന്നു. അതിനാൽ തന്നെ കഴിയുന്ന രീതിയിൽ അവളെ സഹായിക്കാൻ ഞാൻ ശ്രമിക്കുകയും ചെയ്തു.

കണ്ണിലെ കറുത്ത കെട്ടഴിച്ച ശേഷം എന്നെ കൊണ്ടുവന്നു തള്ളിയ സ്ഥലത്ത് നല്ല തണുപ്പും ഈർപ്പവുമായിരുന്നു. മണ്ണിന്റെ മണമാണ് ആദ്യം മൂക്കിലെത്തിയത്. മറ്റേതെങ്കിലും തടങ്കൽ പാളയമോ ജയിലോ

ആണെന്ന് തോന്നുന്നില്ല. കണ്ണിലെ കെട്ടഴിച്ചതോടെ ശക്തമായ പ്രകാശം നേരിടാനാകാതെ പുളഞ്ഞുപോയി. എപ്പോഴൊക്കെ കണ്ണുകൾ തുറക്കാൻ നോക്കിയോ അപ്പോഴൊക്കെയും പെട്ടെന്ന് തന്നെ അടയ്ക്കേണ്ടി വന്നു. സൂചി പോലെയാണ് കണ്ണുകളിലേക്ക് പ്രകാശം തുളച്ചുകയറാൻ നോക്കിയത്. എന്നെ പുറത്തേക്ക് തള്ളിയ ശേഷം കാർ ദൂരേക്ക് ഓടിച്ചു പോയിട്ടും ഞാൻ അവിടെ തന്നെ ചുരുണ്ടു കൂടി കിടന്നതേയുള്ളൂ. പെട്ടെന്ന് ശിശു സഹജമായ ഒരാനന്ദം എന്നെ പിടികൂടാൻ തുടങ്ങി. പൊലീസുകാർ എനിക്ക് തിരിച്ചു തരാത്ത ഷൂസുകളെ കുറിച്ച് ആലോചിച്ചു പോയി. കണ്ണുകൾ കെട്ടിയിരുന്നതു കാരണം വിടാതെ പിന്തുടരുന്ന മൂടൽമഞ്ഞിനെ അകറ്റാനെന്നവണ്ണം കണ്ണുകൾ തിരുമ്മാൻ തുടങ്ങി.

ജൂലൈ മാസത്തിലെ ആ ദിവസങ്ങളിൽ ഒന്നിൽ അവരെന്നെ തെരുവിൽ കൊണ്ടുവന്ന് തള്ളുകയായിരുന്നു. കാലുകളിൽ ചെരുപ്പുകളൊന്നുമില്ലാതെ വീട്ടിലേക്ക് നടന്നു പോകേണ്ടി വരുമെനിക്ക്. ആ ജൂലൈ ദിനം ഓർമ്മയിൽ നിന്ന് മങ്ങിപ്പോകാൻ തുടങ്ങുകയാണ്. കയറി ചെല്ലുവാൻ ഏതെങ്കിലും ഒരു വിലാസം കിട്ടുമോ എന്ന് ഓർമ്മയിൽ തിരയണം. ദേഹത്തെ അഴുക്കുകൾ കഴുകിക്കളയണം. കൂടുതൽ ചോദ്യങ്ങളെ നേരിടേണ്ടി വരരുതെന്നേയുള്ളൂ. ഏതുവിധേനയും പിടിച്ചുനിന്നേ തീരൂ. കൂടുതൽ ആരോപണങ്ങൾക്കോ, പ്രസ്താവനകൾക്കോ ഐക്യദാർഢ്യം പ്രകടിപ്പിക്കലുകൾക്കോ ഒന്നും തന്നെ താല്പര്യമില്ല. തെരുവിന്റെ വിവിധ കോണുകളിലേക്ക് അവർ വലിച്ചെറിഞ്ഞ എന്റെ സ്വത്വത്തെ ഏതുവിധേനയും വാരിക്കൂട്ടണമെന്ന ചിന്തയേ ഇപ്പോൾ മനസ്സിലുള്ളൂ.

അന്നേരമാണ് കന്യാസ്ത്രീയായ ഫ്രഞ്ചുകാരി ലൂസിയുടെ കാര്യം ഓർമ്മ വന്നത്. അവർ എങ്ങനെയാണ് ഈ നാട്ടിൽ വന്നുപെട്ടത് എന്നറിയില്ല. നഴ്സായി ജോലി ചെയ്തിരുന്ന അവർ വിരമിച്ചശേഷം ഇവിടെത്തന്നെ കഴിയുകയാണ്. ഈ പട്ടണത്തിന്റെ സർവ്വകോണുകളിലും കയറിയിറങ്ങിയിട്ടുള്ള ആളാണ് ലൂസി, പട്ടണത്തെക്കുറിച്ചും ഇവിടത്തെ സ്ത്രീകളുടേയും കുട്ടികളുടെയും പ്രശ്നങ്ങളെക്കുറിച്ചും അവർക്ക് നന്നായറിയാം. പട്ടണത്തിലെ കുട്ടികളെ ഫ്രഞ്ച് ഭാഷ പഠിപ്പിച്ചു. സ്ത്രീകളെ തയ്യൽ പഠിപ്പിച്ചു. ശനി, ഞായർ ദിവസങ്ങളിൽ അവരുടെ വാസസ്ഥലത്ത് പുരോഹിതർ ഒരുമിച്ചു കൂടുകയും സംഘപ്രാർത്ഥനകളും യോഗങ്ങളും സംഘടിപ്പിക്കുകയും ചെയ്യും.

മനോഹരമായ ഒരു വീടായിരുന്നു അവരുടേത്. കണ്ടാലൊരു ചർച്ചാണെന്നേ തോന്നൂ. ലളിതവും പ്രശാന്തവുമായൊരിടം. വീടിന്റെ വാതിൽ തുറന്നുതരുമ്പോൾ അതിരാവിലെയുള്ള എന്റെ വരവ് കണ്ട് അവർ തീർത്തും അമ്പരന്നുപോയിരുന്നു. എന്റെ മുഖത്തെ വിളർച്ച കണ്ട് അവർ ശരിക്കും ഞെട്ടിപ്പോയി.

എന്റെ കയ്യിൽ പിടിച്ചുകൊണ്ട് അവർ ഉള്ളിലേക്ക് കയറി. ഇരിക്കാൻ അനുവദിച്ച മുറിയിൽ ഒരു കിടക്കയും നിലത്തെ വിരിപ്പിൽ നിരത്തിയിരിക്കുന്ന ഏതാനും തലയണകളും കിടക്കയ്ക്കരിലായി ഒരു മേശയും

കസേരയുമാണ് കാണാൻ സാധിച്ചത്. എന്തെങ്കിലും ആവശ്യമുണ്ടോ എന്ന് ചോദിച്ചതും ഒന്ന് ബാത്റൂമിൽ പോകണമെന്നാണ് ഞാൻ പറഞ്ഞത്.

"അതിനെന്താ?"

അവരുടെ മനസ്സിലിരിപ്പ് എന്തായിരിക്കുമെന്ന് എനിക്ക് അന്നേരം ഒന്നുംതന്നെ അറിയില്ലായിരുന്നു. പിന്നീട് ഒരു പകൽ മുഴുവൻ ഉറങ്ങി എഴുന്നേറ്റതും കഴിക്കാനായി അവരെനിക്ക് കുറച്ച് സൂപ്പ് നൽകി. ഈ സൂപ്പ് മാത്രം പോരെന്നുതന്നെ ഞാൻ അവരോട് തുറന്നുപറഞ്ഞു. വിശപ്പുകൊണ്ട് കത്തുകയാണ് വയറ്. നല്ലൊരു വിരുന്നുതന്നെ തയ്യാറാക്കിത്തന്നശേഷം ഞാൻ കഴിക്കുന്നതും നോക്കിക്കൊണ്ട് അവർ മുന്നിൽ വന്നിരുന്നു. ഒരു കുപ്പി മരുന്നു കൊണ്ടുവന്നുതന്ന ശേഷം അവർ പറഞ്ഞു:

"രക്തസ്രാവം നിലയ്ക്കാൻ ഈ മരുന്ന് നല്ലതാണ്. ഗർഭച്ഛിദ്രം നടത്തിക്കഴിഞ്ഞാൽ ഇത് പറ്റിയ മരുന്നാണ്."

ഗർഭച്ഛിദ്രം നടത്തിയാണ് ഞാൻ ഈ അവസ്ഥയിലെത്തിയത് എന്നായിരിക്കും ലൂസി കരുതിയിട്ടുണ്ടാവുക. എന്റെ മുഖത്ത് കാണുന്ന വിളർച്ചയും നിലയ്ക്കാത്ത രക്തസ്രാവവും ഗർഭചിദ്രത്തെ തുടർന്നുണ്ടായ സ്വാഭാവികഫലങ്ങളാണെന്നായിരിക്കും അവർ വിചാരിച്ചിരിക്കുക. വിവാഹയിതരബന്ധത്തിൽ നിന്നുണ്ടായ ഗർഭധാരണമാണെങ്കിൽ അത് സ്ത്രീയുടെ മാനസികാവസ്ഥയിൽ ഗണ്യമായ ഭീതിയും അസ്വസ്ഥതയുമായിരിക്കും സൃഷ്ടിക്കുക. എന്നാൽ അവരുടെ ധാരണകൾ തിരുത്താനൊട്ട് ഞാൻ ശ്രമിച്ചതുമില്ല. ആളുകൾ എന്തുവേണമെങ്കിലും കരുതിക്കോട്ടെ. എനിക്കിപ്പോൾ ആവശ്യം നന്നായൊന്ന് ഉറങ്ങുകയാണ്. മരുന്നുകുപ്പി കയ്യിൽ വാങ്ങിയശേഷം ഞാൻ ലൂസിക്ക് നന്ദി പറഞ്ഞു. കുപ്പിയുടെ പുറത്ത് എഴുതിയിരുന്ന പേര് വായിച്ചശേഷം പുഞ്ചിരിച്ചുകൊണ്ട് അത് അരികിൽ വെച്ചു. കഴിച്ചുകൊണ്ടിരുന്ന ഭക്ഷണം മുഴുവനാക്കിയശേഷം ഞാൻ കിടക്കയിൽ ചെന്ന് കിടന്നു. പക്ഷേ ഉറക്കം വരാതെ പലതരം ചിന്തകൾ വേട്ടയാടിയതേയുള്ളൂ. കുറേനേരം മേൽക്കൂരയിലേക്ക് കണ്ണുനട്ട് കിടന്നു. മുറിക്കുള്ളിലെ ലൈറ്റ് കെടുത്തിയ ശേഷം സ്വന്തം മുറിവുകൾക്കൊപ്പം മയങ്ങാൻ ശ്രമിച്ചപ്പോൾ, എന്നും ദുഃഖങ്ങളുടെ മാറാപ്പേറി കിടന്നുറങ്ങാൻ വിധിക്കപ്പെട്ട പെണ്ണുങ്ങളുടെ രൂപമായിരുന്നു മനസ്സിൽ നിറയെ.

പതിനഞ്ച്

ഏതാണ്ട് ഒരു മണിക്കൂറിലധികം നേരം കണ്ണുകൾ തുറക്കുകയും അടയ്ക്കുകയും ചെയ്തുകൊണ്ടിരുന്നതിനുശേഷമാണ് ശിരസ്സിനു മുകളിൽ തളം കെട്ടിനിന്ന വെളിച്ചത്തോട് പൊരുത്തപ്പെടുവാൻ കണ്ണുകൾക്ക് സാധിച്ചത്. തീർത്തും ആളൊഴിഞ്ഞ തരിശായ ഒരിടത്താണ് രഹസ്യപ്പൊലീസുകാർ എന്നെ ഉപേക്ഷിച്ച് കടന്നുകളഞ്ഞത്. കുറച്ചു മാറി എന്റെ ഷൂസുകൾ കിടക്കുന്നത് കണ്ടപ്പോൾ സന്തോഷമാണ് തോന്നിയത്. പക്ഷേ അവ കയ്യിലെടുത്ത് കാലിലിടാൻ നോക്കിയെങ്കിലും സാധിക്കുന്നില്ല. പാദങ്ങൾ നീര് വന്ന് വീർത്തിരിക്കുകയാണ്. ഷൂസ് കാലിനെ അപേക്ഷിച്ച് വളരെ ചെറുതായതുപോലെ. പാദത്തിന്റെ മുൻഭാഗം ഷൂസിനുള്ളിലേക്ക് കയറാൻ തന്നെ നന്നായി ബലംപ്രയോഗിക്കേണ്ടിവന്നു.

ഒരു ട്രെയിനിന്റെ ചൂളംവിളി കേട്ടതും എഴുന്നേൽക്കാൻ ശ്രമിച്ചു. അപ്പോഴാണ് ഞാൻ എവിടെയാണ് വന്നകപ്പെട്ടിരിക്കുന്നത് എന്ന് മനസ്സിലായത്. ഇവിടെനിന്ന് വീട്ടിലെത്തണമെങ്കിൽ കുറഞ്ഞത് രണ്ടര മണിക്കൂർ നേരം നടക്കേണ്ട ദൂരമുണ്ട്. വിവർത്തന ഇൻസ്റ്റിറ്റ്യൂട്ടിലെ ഒരു സഹപ്രവർത്തകയുടെ കൈവശം എന്റെ ബാഗ് ഏൽപ്പിച്ചിട്ട് ജയിലിൽ പോയപ്പോഴായിരുന്നു ഞാൻ തട്ടിക്കൊണ്ടു പോകപ്പെട്ടത്. അതിനർത്ഥം എന്റെ കയ്യിൽ ഇപ്പോൾ വീട്ടിലെത്തിച്ചേരാനുള്ള പണമോ, അവിടെ എത്തിയാൽ തന്നെ വാതിൽ തുറക്കാനുള്ള താക്കോലോ ഇല്ലെന്നാണ്. മുഹമ്മദ് ജോലിക്ക് പോയിക്കഴിഞ്ഞിട്ടുണ്ടെങ്കിൽ എങ്ങനെയാണ് അപ്പാർട്ടുമെന്റിനുള്ളിലേക്ക് കടക്കാനാകുക. വർത്തമാനകാലത്തിനും ഭാവിക്കും ഇടയിൽ ഒരു തിരഞ്ഞെടുപ്പ് നടത്താൻ ഇപ്പോൾ സ്വാതന്ത്ര്യം ലഭിച്ചാൽ ഭാവിയോട് ഞാൻ പറയുക ഗുഡ്ബൈ എന്നായിരിക്കും. ശരീരത്തിൽ നിന്നും പുറത്തുവരുന്ന അസഹനീയമായ ബന്ധങ്ങളിൽനിന്ന് രക്ഷപ്പെടണം. അതിനായി എനിക്കിപ്പോൾ വേണ്ടത് ചൂടുവെള്ളത്തിലൊന്ന് കുളിക്കുകയാണ്. പിന്നെ പല്ലു തേക്കാനായി ഒരു ടൂത്ത്ബ്രഷും ടൂത്ത് പേസ്റ്റും കൂടി വേണം.

രൂക്ഷമായ ഗന്ധവും പേറിക്കൊണ്ടുതന്നെയാണ് ഞാൻ അവസാനം അപ്പാർട്ടുമെന്റിന്റെ ഡോർ ബെല്ലിൽ വിരൽ അമർത്തുന്നത്. കൈ

ഉയർത്തിയതും പിറകിൽനിന്ന് ആരോ ഓടി വരുന്ന ശബ്ദം കേട്ടു. മുഹമ്മദിന്റെ ശബ്ദം കേൾക്കാം. എന്നെ കണ്ടതും വിശ്വസിക്കാനാകാതെ മുഹമ്മദ് കെട്ടിപ്പിടിച്ചു. ശരിക്കും ഒരു ആലിംഗനം കൊതിച്ചിരിക്കുകയായിരുന്നു ഞാൻ. ആ മാറിലേക്ക് ചാരി നിന്ന് കരയണമെന്ന് കൊതിച്ചുപോയി. പക്ഷേ ഞാൻ ആകെ ക്ഷീണിതയായിരുന്നു. നേരെ ചൊവ്വേ ശ്വാസം വലിച്ചുവിടുവാൻ തന്നെ സാധിക്കുന്നില്ല. മുഹമ്മദ് എന്നെ കെട്ടിപ്പുണരുകയും ചുംബിക്കുകയും ചെയ്തു. ഞാൻ പെട്ടെന്ന് തന്നെ ശിരസ്സ് ചരിച്ചുകളഞ്ഞു. കഴിഞ്ഞ ഒരു മാസത്തിലധികമായിട്ടുണ്ടാകും പല്ല് തേച്ചിട്ട്. കാലുകൊണ്ട് വാതിൽ തള്ളി തുറന്നശേഷം മുഹമ്മദ് എന്നെ അപ്പാർട്ടുമെന്റിനകത്തേക്ക് താങ്ങിപ്പിടിച്ചു കൊണ്ടുപോയി.

എന്റെ വേദനകളോടും മുറിവുകളോടും ഹൃദയത്തോടും ചേർന്നു നിന്നയാളാണ് മുഹമ്മദ്. ആരംഭം മുതൽ അല്ലെങ്കിൽ ആരംഭത്തിന്റെ അന്ത്യം മുതൽ എന്റെ ഹൃദയത്തിൽ അയാൾക്ക് സ്ഥാനമുണ്ടായിരുന്നു. ചരടുകൾകൊണ്ട് ബന്ധിക്കാതെ ഒപ്പം നിന്നിരുന്നെങ്കിൽ മുഹമ്മദ് ഇപ്പോഴും എന്റെ ജീവിതത്തിൽ ഉണ്ടാകേണ്ടതായിരുന്നു. അയാളുടെ സാന്നിധ്യം എനിക്ക് ഏറെ സുരക്ഷിതത്വ ബോധമാണ് സമ്മാനിച്ചത്. എന്നാൽ ഞാൻ പൊലീസ് തടങ്കലിലായെന്ന വാർത്ത അയാൾക്ക് വലിയ ഞെട്ടലാണ് ഉണ്ടാക്കിയത്. തന്റെ ഭാര്യ ദൂരെ എവിടെയോ ആയിരുന്നു ഇതുവരെ. അതും ഒന്നുരണ്ടു ദിവസമല്ല നല്പത്തിയഞ്ച് ദിവസക്കാലം. ആർക്കൊപ്പം ആയിരുന്നു? രഹസ്യപ്പൊലീസുകാർക്കൊപ്പം. ഇക്കാര്യം മനസ്സിൽ പറയാൻ തുടങ്ങിയ മുഹമ്മദ് പിന്നീട് പതിയെപ്പതിയെ അക്കാര്യം ഉറക്കെ പറയുവാനും തുടങ്ങി.

എന്റെ ഏറ്റവും വലിയ ആശ്രയമായിരുന്നു മുഹമ്മദ്. പക്ഷേ നാട്ടിലെ തടങ്കൽപാളയങ്ങളിൽ തള്ളപ്പെട്ടപ്പോൾ എനിക്കൊരു താങ്ങായി മാറുവാൻ അയാൾക്ക് സാധിച്ചില്ല. ഒന്ന് കാണാനായി ഏറെ നാളായി കാത്തിരിക്കുകയായിരുന്നു ഞങ്ങൾ ഇരുവരും. എന്നിട്ടും തിരിച്ചെത്തിയതിന്റെ രണ്ടാം നാൾ എന്റെ ശരീരത്തിൽ സ്പർശിച്ചപ്പോൾ മുഹമ്മദ് ആകെ അസ്വസ്ഥനായതുപോലെ തോന്നി. എന്തോ ഒരു ഭീതി പോലെ. ഒരു കാലത്ത് താൻ ഏറെ ആരാധനയോടെ കണ്ടിരുന്ന ഒരു ശരീരത്തിന് മുകളിൽ കയറി നിന്ന് രഹസ്യപ്പൊലീസുകാർ മൂത്രമൊഴിച്ചിട്ടുണ്ടാകുമെന്ന് ഓർത്തപ്പോൾ അയാൾക്ക് അറപ്പ് തോന്നാൻ തുടങ്ങിക്കാണും. രഹസ്യപ്പൊലീസുകാർ എന്നോട് ചെയ്ത ക്രൂരതകളെ കുറിച്ച് ഒന്നും തന്നെ ഞാൻ മുഹമ്മദിനോട് പറഞ്ഞില്ല. അതിനാൽ തന്നെ അയാൾ പലതും ഊഹിച്ചു കാണണം. പൊതുവേ ഏറ്റവും വികൃതമായ കാര്യങ്ങൾതന്നെ ഊഹിച്ചെടുക്കുന്നതാണ് മുഹമ്മദിന്റെ രീതി. പൊലീസുകാർ എന്നോട് എങ്ങനെ പെരുമാറിയിരിക്കും എന്ന് അയാൾ അത്ര സുഖകരമല്ലാത്ത രീതിയിലേ ഊഹിച്ചെടുക്കുവാൻ സാധ്യതയുള്ളൂ.

എന്താണെന്നറിയില്ല, അന്ന് രാത്രി ഭ്രാന്തമായ ആവേശത്തോടെ ആയിരുന്നു ഞാൻ മുഹമ്മദിനെ കെട്ടിപ്പുണർന്നത്. മുമ്പൊരിക്കലും ചെയ്യാത്ത

വിധമായിരുന്നു എന്റെ പെരുമാറ്റം. പരസ്പരം പുണരാനുള്ള വൈമനസ്യം മണക്കുമ്പോഴോ, നഷ്ടപ്പെടാൻ പോകുകയാണെന്ന് തോന്നുമ്പോഴോ ഒക്കെ നാം ആ സംഗതിയെ വന്യമായി തന്നെ പുണരാനായിരിക്കും ശ്രമിക്കുക. ഞാൻ ശരിക്കും മറ്റൊരാളായി മാറുകയായിരുന്നു. ഞങ്ങളുടെ ശരീരങ്ങൾ ഒന്നായി മാറി. അവസാനം മുതുകിൽ സൂചി കുത്തിക്കയറിയതുപോലെ മുഹമ്മദ് കിടക്കയിലേക്ക് തളർന്നുവീണു. ദൈവമേ, ഈ പ്രണയപാതയിലെത്തിച്ചേരുവാൻ ഞാൻ അല്പം വൈകിയോ? തെറ്റായ വീടിന്റെ വാതിലിലാണോ ഞാൻ മുട്ടി വിളിച്ചത്? ഉള്ളിന്റെയുള്ളിലെ ദുഃഖത്തിന്റെ വേരുകളെ കുനിഞ്ഞു ചെന്ന് ചുംബിക്കുവാൻ എനിക്ക് എങ്ങനെ സാധിക്കും? സ്വന്തം ചോരയിൽ നഷ്ടബോധത്തിന്റെ വേരുകൾ തേടിക്കണ്ടെത്താൻ എനിക്ക് എങ്ങനെയാണ് കഴിയുക?

ലോകത്തെ കുഞ്ഞുങ്ങളുടെ ആകെ പ്രതീക്ഷകളെ ഉൾക്കൊള്ളാൻ മനസ്സുള്ള ഒരു മാതൃഹൃദയമായി മാറുവാൻ ഞാൻ അന്ന് രാത്രി കൊതിച്ചുപോയെന്ന് പറഞ്ഞാൽ ആരെങ്കിലും വിശ്വസിക്കുമോ? ആജീവനാന്ത തടവിനു വിധിക്കപ്പെട്ട ഒരു തടവുകാരന്റെ അവസ്ഥയിലായിരുന്നു ഞാൻ ആ രാത്രി എന്ന കാര്യം ഒന്ന് സങ്കൽപ്പിച്ചു നോക്കൂ. തന്റെ ബീജത്തുള്ളി ഒരു സ്ത്രീയുടെ ഗർഭപാത്രത്തിനുള്ളിലെത്തിക്കുക. അത് വളർന്ന് തനിക്കൊരു കുഞ്ഞു ജനിക്കുക. ഇത്രമാത്രമാണ് അയാളുടെ സ്വപ്നം. പക്ഷേ സ്വപ്നത്തിൽ നിന്നുണരുമ്പോഴേക്കും അയാൾ തിരിച്ചറിയുന്ന സത്യം തന്റെ കുഞ്ഞിന്റെ മാതാവ് എന്ന് പറയുന്ന സ്ത്രീ തന്റെ ഭാര്യയേ അല്ല എന്നായിരിക്കും. അല്ലെങ്കിൽ സ്കൂളിലെ കുട്ടികൾക്കൊപ്പം നീണ്ട യാത്ര കഴിഞ്ഞ് മടങ്ങുകയാണ് എന്ന് കരുതുക. എങ്ങനെയെങ്കിലും വീട്ടിലെത്തി വാതിൽ തുറന്ന് കിടക്കയിൽ ചെന്ന് വീണ് ഉറങ്ങണമെന്ന ഒറ്റ മോഹമേയുള്ളൂ മനസ്സിൽ. അപ്പോഴാണ് ഓർക്കുന്നത് വീട്ടുവാതിലിന്റെ താക്കോൽ മറ്റൊരു കുട്ടിയുടെ പോക്കറ്റിൽ ഇട്ടുകളഞ്ഞല്ലോ എന്ന്. പക്ഷേ ആ കുട്ടി ആരാണെന്ന് ഓർമ്മയുമില്ല. ആണോ പെണ്ണോ എന്നുപോലുമറിയില്ല. ആ രാത്രി എന്റെ അവസ്ഥ അലറി വിളിക്കുന്ന ഒരു ആൾക്കൂട്ടത്തിനിടയിൽപ്പെട്ടതുപോലെയായിരുന്നു. നിന്റെ സഹോദരി ഒരു തേവിടിശ്ശിയാണെന്ന് അലറി വിളിക്കുന്ന ആൾക്കൂട്ടത്തെ കേട്ടു നിൽക്കുന്ന പുരുഷൻ സഹോദരിയുടെ നിരപരാധിത്വം തെളിയിക്കാൻ അല്ല ശ്രമിക്കുക, മറിച്ച് തനിക്ക് ഇങ്ങനെയൊരു സഹോദരിയേ ഇല്ലെന്ന് സ്ഥാപിക്കാനായിരിക്കും.

മുഹമ്മദിനെ എനിക്ക് നന്നായി അറിയാവുന്നതാണ്. ശരീരങ്ങൾ ഒന്നായി മാറുമ്പോൾ അയാളുടെ കഴിവുകൾ എന്തൊക്കെയാണെന്ന് വ്യക്തമായറിയാം. എന്നെ തളർത്തിക്കളയും. അതിനാൽ തന്നെ ശാരീരികബന്ധം പുലർത്തുന്ന കാര്യത്തിൽ ഒരു ക്രമമൊക്കെ വേണമെന്ന് പോലും എനിക്ക് പറയേണ്ടിവന്നിട്ടുണ്ട്. പക്ഷേ ഇത് എന്റെ അവകാശമാണെന്നും പാരമ്പര്യവും നിയമവും ഉറപ്പുവരുത്തിയ സംഗതിയാണെന്നും വാദിച്ചുകൊണ്ട് ചിരിയോടെ എന്നെ നിശ്ശബ്ദയാക്കാനായിരിക്കും അന്നേരം ഒക്കെ മുഹമ്മദ് ശ്രമിച്ചിരുന്നത്.

പക്ഷേ അന്ന് രാത്രി എനിക്ക് അനുഭവപ്പെട്ടത് ഇരട്ടി അപമാനമായിരുന്നു. കണ്ണുകളടയ്ക്കാതെ കിടക്കുമ്പോൾ ഞാൻ ശരിക്കും തടങ്കൽ പാളയത്തിൽ തന്നെയാണെന്ന് തോന്നിപ്പോയി. കിടക്കയിൽനിന്ന് എഴുന്നേറ്റ് സ്വീകരണമുറിയിലേക്ക് പോയാലോ എന്ന് പോലും ആലോചിച്ചു. പക്ഷേ പെട്ടെന്നുതന്നെ അത് വേണ്ടെന്നുവച്ചു. എന്തോ ഒരു പേടി പോലെ. പക്ഷേ എന്തിനെയാണ് ഞാൻ പേടിക്കുന്നത്? അറിയില്ല.

പിറ്റേന്ന് മുഹമ്മദ് ജോലി കഴിഞ്ഞ് അപ്പാർട്ടുമെന്റിൽ തിരികെ വരുമ്പോൾ കാണുന്നത് ബാൽക്കണിയിൽ കിടന്ന ഒരു സിംഗിൾ ബെഡ് ഞാൻ സ്വീകരണമുറിയിൽ കൊണ്ടുവന്ന് ഇട്ടിരിക്കുന്നതാണ്. വിവാഹത്തിനുമുമ്പ് മുഹമ്മദ് ആ ബെഡ്ഡിലായിരുന്നു കിടന്നിരുന്നത്. ഈ ബെഡ് ഇടാനുള്ള സ്ഥലം പരിഗണിച്ച് സ്വീകരണമുറിയിലെ മറ്റു വസ്തുക്കൾ ഒന്ന് ക്രമീകരിക്കേണ്ടിയും വന്നു.

അങ്ങനെയാണ് എനിക്കും മുഹമ്മദിനുമിടയിലെ ബന്ധങ്ങളുടെ കണ്ണികൾ മുറിയാൻ തുടങ്ങിയത്. രണ്ടു വ്യക്തികളായ ദമ്പതികളെ തമ്മിൽ കൂട്ടിയിണക്കുന്നത് ഒന്നിലധികം തലങ്ങളിലുള്ള പരസ്പരധാരണകളാണ്. എന്നാൽ അവർ തമ്മിലുള്ള ശാരീരികബന്ധമായിരിക്കും മറ്റെല്ലാ കണ്ണികളെയും കൂട്ടിയിണക്കുന്ന പൊക്കിൾകൊടിയായി മാറുന്നത്. ഒരു മൺപാത്രത്തിൽ വീണുപോയ വിടവിലൂടെ വെള്ളം പുറത്തേക്ക് ഒഴുകാൻ തുടങ്ങുന്നതുപോലെ ഞങ്ങൾക്കിടയിലെ ബന്ധവും തകരാൻ തുടങ്ങി. പിന്നീട് തൊലിപ്പുറത്ത് എന്തെല്ലാം വിടവ് നികത്തലുകൾ നടത്തിയാലും ഒന്നും പഴയതുപോലെ ആവുകയേയില്ല.

അവസാനം ഞാനും മുഹമ്മദും വേർപിരിയാൻതന്നെ തീരുമാനിച്ചു. തടങ്കലിൽനിന്ന് മോചിതയായി രണ്ടര മാസം കഴിഞ്ഞപ്പോഴായിരുന്നു വേറൊരു മാർഗ്ഗവുമില്ലാതെ ഞങ്ങൾ ആ തീരുമാനമെടുത്തത്. ദുഃഖം താങ്ങാനാകാത്ത അവസ്ഥയിലായിരുന്നെങ്കിലും കൂടുതൽ മുറിവുകൾ ഏറ്റുവാങ്ങാൻ പറ്റിയ നിലയിലായിരുന്നില്ല ഞാൻ.

വിവാഹമോചനം ആവശ്യപ്പെട്ടുകൊണ്ട് വ്യക്തിനിയമ കോടതിയിൽ എത്തിയപ്പോൾ അത് അനുവദിച്ചുതരാൻ ജഡ്ജി ഒരുക്കമായിരുന്നില്ല. ആദ്യപ്രണയ സമാഗമദിനത്തിൽ എന്നതുപോലെ പരസ്പരം നോക്കി മിണ്ടാതിരിക്കാനേ എനിക്കും മുഹമ്മദിനും സാധിച്ചുള്ളൂ.

വൈവാഹികബന്ധത്തിന്റെ പവിത്രതയെ സംബന്ധിച്ച ഖുർആൻ സൂക്തങ്ങൾ ജഡ്ജി ഞങ്ങളെ പാരായണം ചെയ്ത് കേൾപ്പിച്ചു. അതൊക്കെ കേട്ടിരുന്നതല്ലാതെ മറ്റൊന്നും ചെയ്യാനാകാത്ത അവസ്ഥയിലായിരുന്നു ഞങ്ങൾ ശരിക്കും. മനസ്സിനുള്ളിൽ അരങ്ങേറുന്ന വൈകാരിക പ്രക്ഷുബ്ധതയെ മനസ്സിലാക്കണമെങ്കിൽതന്നെ കുറച്ചു സമയം എടുത്തേ സാധിക്കൂ. മാനസികമായി തകർന്ന നിലയിലായിരുന്നു ഞങ്ങളിരുവരും. ഒരു നിമിഷം ഞാൻ അയാളുടെ മുഖത്തേക്ക് നോക്കി. മുഹമ്മദിന്റെ മുഖമാകെ വിളറിയിരിക്കുന്നു. ദൈവം അനുവദിച്ച കാര്യങ്ങളിൽ അവന് ഏറ്റവും വെറുപ്പുള്ള സംഗതിയാണ് വിവാഹമോചനം

എന്ന പ്രവാചക വാക്യം ജഡ്ജി ഉദ്ധരിച്ചത് ഒന്നുംതന്നെ ഞങ്ങൾ കേൾക്കുന്നുണ്ടായിരുന്നില്ല. മുഹമ്മദ് ഒന്നുംതന്നെ സംസാരിക്കാൻ പോകുന്നില്ലെന്ന് എനിക്ക് മനസ്സിലായി. ചിലപ്പോൾ അയാൾ ഇതൊന്നുംതന്നെ കേൾക്കുന്നില്ലായിരിക്കും. പങ്കാളിയുടെ ഹൃദയസ്പന്ദനങ്ങൾപോലും കേട്ടിരുന്നവരായിരുന്നു ഞങ്ങൾ. പക്ഷേ ഇപ്പോഴാകട്ടെ ഞങ്ങൾക്കിടയിൽ ആശയവിനിമയ ഉപാധികൾ ഒക്കെ വിച്ഛേദിക്കപ്പെട്ടിരിക്കുകയാണ്. അവസാനം ജഡ്ജി ചോദിക്കുന്നത് കേട്ടു:

“ഇനി പറയൂ, നിങ്ങളുടെ തീരുമാനം എന്താണ്?”

“ഞങ്ങൾ ആ തീരുമാനത്തിൽ തന്നെ ഉറച്ചു നിൽക്കുകയാണ്.”

മറുപടി പറഞ്ഞശേഷം നിലത്തേക്ക് നോക്കുന്നതിനിടയിൽ തകർന്ന കണ്ണുകളോടെ മുഹമ്മദ് എന്റെ നേർക്ക് നോക്കുന്നത് കാണാമായിരുന്നു. അവശേഷിക്കുന്ന സർവ്വശക്തിയും സംഭരിച്ചാണ് ഞാനത്രയും പറഞ്ഞത്. അല്ലെങ്കിൽ ഞാൻ തകർന്നുപോകും. യാചന നിറഞ്ഞ രൂപത്തിൽ നോക്കുന്ന മുഹമ്മദിന്റെ കണ്ണുകളെ നേരിടാൻ വയ്യ. ഞങ്ങൾക്കിടയിലെ മുറിവുകൾ ഉണങ്ങാനായി അല്പംകൂടി സമയം കാത്തിരിക്കണം എന്നാണ് അയാളുടെ അഭിപ്രായം. എന്നാൽ ഞാൻ പറഞ്ഞത് തീരെ ശ്രദ്ധിക്കാത്തതുപോലെ, ജഡ്ജി ചോദ്യം വീണ്ടും ഉന്നയിച്ചു. പക്ഷേ ഇത്തവണ മുഹമ്മദിന്റെ നേർക്ക് മാത്രം നോക്കിയായിരുന്നു ചോദ്യം.

“അതേ.”

മനസ്സില്ലാമനസ്സോടെ ആയിരുന്നു മുഹമ്മദിന്റെ മറുപടി. ജഡ്ജി ചോദ്യം വീണ്ടും ആവർത്തിച്ചപ്പോഴും ഒരു നെടുവീർപ്പോടെ തനിക്കും വിവാഹമോചനത്തിന് സമ്മതമാണെന്ന് മുഹമ്മദ് ആവർത്തിച്ചു. ശേഷം കസേരയിൽനിന്ന് എഴുന്നേറ്റ് കൈകൾ പാന്റ്സിന്റെ പോക്കറ്റുകൾക്കുള്ളിലേക്ക് തിരുകി. ജഡ്ജി നടപടിക്രമങ്ങൾ പെട്ടെന്ന് പൂർത്തിയാക്കിയാൽ തനിക്ക് പോകാമായിരുന്നു എന്ന് സൂചിപ്പിക്കുന്ന തരത്തിലായിരുന്നു മുഹമ്മദിന്റെ നിൽപ്പ്.

അങ്ങനെ ഞങ്ങൾ തമ്മിലുള്ള വിവാഹബന്ധം അവസാനിച്ചു. കോടതിയിൽ നിന്നിറങ്ങി ഒരുമിച്ച് നടക്കുമ്പോൾ എനിക്ക് പൊട്ടിക്കരയണമെന്നുണ്ടായിരുന്നു. ഹൃദയത്തെ കാർന്നുതിന്നുകയാണ് ദുഃഖം. മുഹമ്മദിന്റെയും മാനസികാവസ്ഥ ഇതുപോലെ തന്നെയായിരിക്കും.

നടന്നുനടന്ന് ഞങ്ങൾ മോണാലിസ കഫേയുടെ അരികിലെത്തി. മുഹമ്മദ് അകത്തേക്ക് ക്ഷണിച്ചപ്പോൾ ഞാൻ സ്വീകരിച്ചു. ഞങ്ങളുടെ വേർപിരിയലിനോട് ഐക്യദാർഢ്യം പ്രകടിപ്പിക്കുന്ന വിധം അവിടമാകെ നിശ്ശബ്ദത നിറഞ്ഞുനിൽക്കുകയായിരുന്നു. ഞാൻ കഴിച്ചത് ഒരു കട്ടൻ ചായയായിരുന്നു. ഞങ്ങളിരുവരും ഇടയ്ക്കിടയ്ക്ക് പരസ്പരം നോക്കുന്നുണ്ടായിരുന്നു. പ്രവൃത്തിദിനമായിരുന്നതുകൊണ്ടാണെന്ന് തോന്നുന്നു കഫേയിൽ അധികം ഇടപാടുകാർ ഇല്ലായിരുന്നു. എന്നിട്ടും പതിവില്ലാത്ത വിധത്തിൽ ഞങ്ങൾക്ക് വല്ലാതെ ശ്വാസംമുട്ടാൻ തുടങ്ങി.

ഞങ്ങൾ താമസിച്ചിരുന്ന അപ്പാർട്ടുമെന്റ് ഞാൻ കൈവശം വച്ചാൽ മതിയെന്നായിരുന്നു മുഹമ്മദ് പറഞ്ഞത്. താൻ തൽക്കാലം സുഹൃത്തുക്കളിൽ ആരുടെയെങ്കിലും ഒപ്പം താമസിച്ചുകൊള്ളാമെന്നും പറഞ്ഞു. വരച്ചുതീരാത്ത ചില പെയിന്റിങ്ങുകളും വസ്ത്രങ്ങളും തിരികെ എടുക്കാനായി രണ്ടുതവണകൂടി മുഹമ്മദ് പിന്നീട് അപ്പാർട്ടുമെന്റിലേക്ക് വരികയുണ്ടായി. പിന്നെ എന്നെന്നേക്കുമായി അയാൾ എന്റെ ജീവിതത്തിൽ നിന്നും അകന്നുപോയി. പക്ഷേ പുസ്തകങ്ങളും വീട്ടുസാമഗ്രികളും ആയി അയാളുടെ സർവ്വവസ്തുക്കളും വീട്ടിൽതന്നെ അവശേഷിച്ചു. അയാളുടെ ഓർമ്മകളായി അവ അപ്പാർട്ടുമെന്റിൽതന്നെ തുടരും.

ഞങ്ങളുടെ വിവാഹമോചനം കഴിഞ്ഞ് രണ്ടുമാസം പിന്നിട്ടപ്പോഴായിരുന്നു പൊലീസ് എന്നെ ഔദ്യോഗികമായി അറസ്റ്റ് ചെയ്യുന്നത്. നേരെ കോടതിയിൽ ഹാജരാക്കി. ഒരേസമയം തടിച്ചതും എന്നാൽ താളുകളിൽ കാര്യമായൊന്നും എഴുതിച്ചേർക്കാത്തതുമായ ഒരു കുറ്റപത്രമായിരുന്നു എനിക്കെതിരെ അവർ കോടതിയിൽ സമർപ്പിച്ചത്. എനിക്കെതിരെ ഉന്നയിച്ച ശരിക്കുള്ള കുറ്റാരോപണങ്ങളെന്തായിരുന്നുവെന്ന് ഇന്നും അറിയില്ല. അവസാനകാലത്ത് അരങ്ങേറിയ ജനകീയ പ്രക്ഷോഭങ്ങളുമായി ബന്ധമുള്ള ഒരു സംഘത്തിൽ കണ്ണിയായിരുന്നു ഞാനെന്നോ മറ്റോ ആയിരുന്നു ആകെ മനസ്സിലായ കാര്യം. ഈ കേസിൽ അന്വേഷണം തുടരുകയാണെന്നും ഇനിയും തെളിയിക്കപ്പെടാനുള്ള ഒട്ടേറെ പഴുതുകൾ ഇതിലുണ്ടെന്നും, അവ യഥാസമയങ്ങളിൽ കുറ്റപത്രത്തിൽ കൂട്ടിച്ചേർക്കുമെന്നോ മറ്റോ ആണ് അവർ വാദിച്ചിരുന്നത്.

കോടതി എനിക്കെതിരെ വിധിച്ച രണ്ടുവർഷത്തെ ജയിൽ വാസത്തിനിടയിൽ മുഹമ്മദ് ഒരിക്കൽ പോലും കാണാൻ വന്നതേയില്ല. അയാളുടെ വിവരങ്ങളൊന്നും എനിക്കും അറിയില്ലായിരുന്നു. എന്നാൽ എന്റെ സഹോദരി ഫരീദ ജയിലിൽ കാണാൻ വന്നപ്പോൾ ഞാൻ ഒരു കാര്യം ആവശ്യപ്പെട്ടു. ജയിൽ അധികൃതരുടെ കൈവശമുള്ള എന്റെ സാധനസാമഗ്രികളുടെ കൂട്ടത്തിൽ ഞങ്ങളുടെ അപ്പാർട്ടുമെന്റിന്റെ താക്കോലുമുണ്ട്. അത് വാങ്ങി മുഹമ്മദിന് കൈമാറണം എന്നും എന്റെ പേരിൽ അയാളോട് നന്ദി പറയണമെന്നും ഫരീദയോട് ആവശ്യപ്പെട്ടു.

ഞാൻ അറസ്റ്റ് ചെയ്യപ്പെട്ടതും രണ്ടു കൊല്ലത്തെ തടവിന് വിധിക്കപ്പെട്ടതുമൊക്കെ മുഹമ്മദ് അറിഞ്ഞിരുന്നു. അയാൾ ജോലി രാജിവെച്ച് ഫ്രാൻസിലേക്ക് കുടിയേറി എന്നാണ് ഫരീദ അറിയിച്ചത്. പിന്നെ അപ്പാർട്ടുമെന്റിന്റെ താക്കോൽ അവൾ തന്റെ ഹാൻഡ് ബാഗിനുള്ളിലേക്ക് തന്നെ തിരികെയിട്ടു.

മുഹമ്മദിനെക്കുറിച്ച് പിന്നീടൊന്നും കേട്ടതേയില്ല. ജയിലിൽ ഇടയ്ക്കിടയ്ക്ക് അയാളുടെ രൂപം എന്നിട്ടും എന്നെ പിന്തുടർന്നുകൊണ്ടേയിരുന്നു. അത് താങ്ങാനാകാതെ വന്നതും എന്നെന്നേക്കുമായി അയാളെ സംബന്ധിച്ച ഓർമ്മകൾ ഹൃദയത്തിൽനിന്നുതന്നെ പിഴുതുമാറ്റണമെന്ന് മനസ്സിലുറപ്പിച്ചു.

എന്റെ കുടുംബാംഗങ്ങൾ ജയിലിൽ സന്ദർശിക്കാനെത്തുമായിരുന്നു. മാസത്തിൽ നാലുതവണ. ശകാരിമിലെ മുൻസിപ്പൽ ജയിലിൽ കഴിഞ്ഞ രണ്ടു വർഷക്കാലവും അവർ എന്നെ കാണാൻ വന്നുകൊണ്ടിരുന്നു. എന്റെ അറസ്റ്റിനെക്കുറിച്ച് മറ്റാരേക്കാളും നന്നായി അറിയാവുന്ന സഹോദരിമാർ തന്നെയാണ് സ്ഥിരമായി കാണാൻ എത്തിയിരുന്നത്. എന്നാൽ ഞാൻ അറസ്റ്റിലായ വിവരം വാപ്പയെ വല്ലാതെ ഉലച്ചുകളഞ്ഞു. അതിനുശേഷം സഹോദരിമാരിൽ ഒരാൾ എപ്പോഴും അദ്ദേഹത്തിന്റെ കൂടെയുണ്ടാകും. അതേ അരീഫീ, ഞാനായിരുന്നു ഏറ്റവും ഇളയ കുട്ടി. 'അവസാനത്തെ കണ്മണി'.

എനിക്കെതിരെ കോടതിവിധി പുറപ്പെടുവിച്ചപ്പോൾ ഉമ്മ നിർത്താതെ കരയാൻ തുടങ്ങി. അവരെ ആശ്വസിപ്പിക്കാൻ ശ്രമിക്കുമ്പോഴും കണ്ണീരടക്കാൻ പാടുപെടുകയായിരുന്നു സഹോദരിമാർ. തന്റെ മനോഹരമായ, നിറഞ്ഞുതുളുമ്പിയ കണ്ണുകൾകൊണ്ട് എന്റെ നേർക്ക് നോക്കി ഫരീദ ചോദിച്ചു:

"ഈ കുഞ്ഞ് എങ്ങനെയാണ് ഇത്രവേഗം വളർന്നു വലുതായത്? എല്ലാവരുടെയും ചെല്ലക്കുട്ടി ആയിരുന്നവളല്ലേ ഇപ്പോൾ താങ്ങാനാകാത്ത പ്രശ്നങ്ങളിൽ ചെന്നുപെട്ടിരിക്കുന്നത്?"

ഇവയെല്ലാംതന്നെ സ്വന്തം രാജ്യത്ത് നിലനിൽക്കുന്ന അനീതിയോടുള്ള കടുത്ത വെറുപ്പായിരിക്കും അവരുടെ ഉള്ളിലും സൃഷ്ടിച്ചിട്ടുണ്ടാവുക.

എല്ലാവരും അവരുടെ ഇരട്ടി സ്നേഹംകൊണ്ടാണ് എന്നെ മൂടിയത്. വാപ്പയുടെ സഹോദരങ്ങളും അയൽവാസികളും കുടുംബാംഗങ്ങളും എല്ലാവരുംതന്നെ അവരുടെ സുഖാന്വേഷണങ്ങൾ അറിയിച്ചുകൊണ്ടിരുന്നു. താങ്ങിനിർത്തിയിരുന്ന വാത്സല്യത്തിന്റെ സിംഹാസനത്തിൽ കയറിയിരിക്കുകയായിരുന്നു ഞാനെന്നുതന്നെ പറയണം.

പക്ഷേ കുടുംബത്തിന് എന്നോട് ഇത്രയും സ്നേഹമുണ്ടായിരുന്നു എന്ന് ജയിലിൽ എത്തുന്നതുവരെ ഞാൻ ശ്രദ്ധിക്കാതെ പോയത് എന്തുകൊണ്ടായിരിക്കും? അവർ ജയിലിൽ സന്ദർശിക്കാൻ എത്തുമ്പോൾ നല്ല വസ്ത്രം ധരിച്ച് സെല്ലിൽനിന്നും ഇറങ്ങിച്ചെല്ലണമെന്ന് തോന്നും. പക്ഷേ ഉമ്മ കറുത്ത ജല്ലാബിയ കുപ്പായമായിരിക്കും ധരിക്കുക എന്ന് ഓർക്കുമ്പോൾ അത് വേണ്ടെന്നുവയ്ക്കും. ഉമ്മയ്ക്ക് നിറമുള്ള വസ്ത്രങ്ങൾ ഇഷ്ടമാണെന്നറിയാം. അതിനാൽതന്നെ അഴികൾക്കിടയിലൂടെ കൈനീട്ടി ഉമ്മയുടെ കൈകളിൽ പിടിച്ച് അവരെ സന്തോഷിപ്പിക്കാൻ ആയി ചോദിക്കും:

"എന്തിനാണുമ്മാ, ഇങ്ങനെ കറുത്ത വസ്ത്രം ധരിക്കുന്നത്? എവിടെപ്പോയി നിങ്ങളുടെ കണ്ണുകളിലെ സുറുമയൊക്കെ?"

കണ്ണീരടക്കാൻ പാടുപെട്ടുകൊണ്ട് ഉമ്മ ചിരിക്കും.

"മനസ്സിൽ ദുഃഖം നിറഞ്ഞിരിക്കുമ്പോൾ എങ്ങനെയാണ് മോളെ നിറമുള്ള വസ്ത്രങ്ങളൊക്കെ ഇടുന്നത്?"

തുളുമ്പിവന്ന കണ്ണുനീര് അവർ കൈകൊണ്ട് തുടച്ചുനീക്കും. പിന്നെ അഴികൾക്കിടയിലൂടെ എന്നെ ചുംബിക്കും. അവരുടെ ഉപ്പുരസമുള്ള കണ്ണീരിന്റെ രുചി ഇപ്പോഴും എന്റെ തൊണ്ടയ്ക്കുള്ളിൽ ഉണ്ടാകും. പക്ഷേ രണ്ടു വർഷക്കാലം നീണ്ട തടവുകാലത്ത് ഒരിക്കൽപോലും വാപ്പയുടെ ദുഃഖമകറ്റാൻ മാത്രം എനിക്ക് സാധിച്ചതേയില്ല. വാപ്പ സന്ദർശിക്കാൻ വന്നിട്ടുള്ളപ്പോൾ ഒരിക്കൽപോലും ഒരു നിമിഷത്തിലധികം നേരം അദ്ദേഹത്തിന്റെ കണ്ണുകളിലേക്ക് നോക്കാനുള്ള ധൈര്യം കിട്ടിയിരുന്നില്ല. എപ്പോഴും ഞാനായിരിക്കും നിലത്തേക്ക് കണ്ണുംനട്ട് നിൽക്കുക. അദ്ദേഹം ആകട്ടെ മറ്റെന്തോ തിരയുന്നതുപോലെ ചുറ്റും നോക്കുകയായിരിക്കും. അതെന്തായിരുന്നു എന്ന് മാത്രം മനസ്സിലായിട്ടേയില്ല.

എന്നെ കാണാൻ വന്നിട്ടുള്ളപ്പോഴൊക്കെ വലിയ ദുഃഖഭാരത്തോടെയാണ് വാപ്പയെ സദാ കണ്ടിട്ടുള്ളത്. വീട്ടിൽ നിന്ന് യാത്ര ചെയ്ത് വരുന്നതിനുള്ള ദൂരം വളരെയേറെ ആയതിനാൽ മൂന്നുമാസം കൂടുമ്പോഴോ മറ്റോ കാണാൻ വന്നാൽ മതിയെന്ന് വാപ്പയെ പറഞ്ഞ് ബോധ്യപ്പെടുത്തുവാൻ ഞാൻ ഫരീദയോട് പറഞ്ഞു. എന്നാൽ ശരിക്കും ഞാൻ ആഗ്രഹിച്ചത് അദ്ദേഹത്തിന്റെ ദുഃഖം കാണാതിരിക്കാനായിരുന്നു. എന്റെ മുന്നിൽ നിൽക്കുന്ന ഓരോ നിമിഷത്തിലും ഞങ്ങൾക്കിടയിൽ തളംകെട്ടി നിന്നത് ദുഃഖം മാത്രമായിരുന്നു. ഒന്നും സംസാരിക്കാതെ വാപ്പ എന്റെ നേർക്ക് വെറുതെ നോക്കിനിൽക്കുകയേയുള്ളൂ. ആ നോട്ടംതന്നെ ധാരാളമായിരുന്നു എന്നതാണ് വാസ്തവം. അവസാനമായി കാണുന്നതുപോലെ ഒരു നോട്ടമായിരിക്കും അത്. മുഹമ്മദിനെ വിവാഹം കഴിക്കുകയും ബിരുദം നേടുകയുമൊക്കെ ചെയ്ത വ്യക്തിയാണെങ്കിലും വാപ്പയുടെ കണ്ണിൽ ഞാൻ അന്നും ഇന്നും ഒരു കൊച്ചുകുട്ടി തന്നെയാണ്. തന്റെയോ മൂത്ത സഹോദരിമാരുടെയോ ശ്രദ്ധ സദാ ആവശ്യമുള്ള കുട്ടിയാണ് ഞാൻ എന്നായിരിക്കും വാപ്പ കരുതുന്നത്.

ഉത്തരവാദിത്തങ്ങളുടെ ലോകത്തേക്ക് വളരെ സ്വാഭാവികമായാണ് ഞാൻ പ്രവേശിച്ചിരുന്നത്. അവയെല്ലാം എന്നെ സംബന്ധിച്ച് സ്വയം കണ്ടെത്തലുകൾ തന്നെയായിരുന്നു. പക്ഷേ വേനലവധിക്കായി വീട്ടിലെത്തുമ്പോളാകട്ടെ ഞാൻ വെറുമൊരു വെള്ളക്കടലാസായി മാറും. ഒന്നുകിൽ ഞാൻ തന്നെ അല്ലെങ്കിൽ വീട്ടുകാർ രണ്ടായി മടക്കി വെക്കുന്നൊരു വെള്ളക്കടലാസ്. സ്കൂളിലായിരിക്കുമ്പോൾ ഞാൻ സ്വയമായിരിക്കും ആ കടലാസിൽ എഴുതുന്നതെങ്കിൽ, വേനലവധിക്ക് വീട്ടിലെത്തുമ്പോൾ വീട്ടുകാരായിരിക്കും അവർ ഇഷ്ടപ്പെടുന്നപോലെ ഞാനെന്ന കടലാസിൽ എഴുതുന്നത്.

എന്നാൽ കുടുംബത്തിന്റെ മനോഹരവും ശോഭനവുമായ മുഖം മനസ്സിന്റെ ഉള്ളിൽ കോറിയിട്ടത് ജയിൽജീവിതമായിരുന്നു. കുടുംബം എന്നത് എപ്പോഴും കൂടെയുണ്ടായിരുന്നിട്ടും അതിനെ ശ്രദ്ധിക്കുവാനുള്ള നേരം എനിക്ക് മുമ്പൊന്നും ലഭിച്ചിരുന്നില്ല. ശകാരിമിലെ മുൻസിപ്പൽ ജയിലിലേക്ക് എന്നെ കൊണ്ടുവന്നപ്പോൾ സഫിയ ആദ്യമായി ചോദിച്ച മൂന്നു കാര്യങ്ങളിൽ ഒന്ന് സ്വന്തം കുടുംബത്തെക്കുറിച്ചായിരുന്നു.

കൈവശമുണ്ടായിരുന്ന അല്പം പണവും ഐഡന്റിറ്റി കാർഡും മോതിരവും സ്റ്റോർ റൂമിൽ ഏൽപ്പിച്ചുകഴിഞ്ഞതും ജയിൽ അധികൃത രുടെ പക്കൽനിന്നും നീല യൂണിഫോം ധരിച്ച ഗാർഡ് എന്നെ കൂട്ടി ക്കൊണ്ടുപോയി. സെല്ലുകളിലേക്ക് നീളുന്ന ഇടനാഴിയിലേക്കാണ് അവർ എന്നെ കൂട്ടിക്കൊണ്ടുപോയത്. പക്ഷേ എന്നെ ആദ്യം കണ്ട തടവുകാരി തന്നെ ഉറക്കെ അലറി:

“പച്ചയിറച്ചി വന്നേ...”

ഇതുകേട്ട പാടെ വാർഡിൽനിന്നും തടവുകാരികൾ പുറത്തേക്ക് വന്നു. ഈ കേട്ട വാചകംകൊണ്ട് ശരിക്കും എന്താണ് ഉദ്ദേശിച്ചതെന്ന് മനസ്സി ലായില്ലെങ്കിലും എന്നെ ലക്ഷ്യമിട്ടാണെന്ന് വ്യക്തമായിരുന്നു. എന്റെ പട്ടണം മുതൽ മുനിസിപ്പൽ ജയിൽ വരെ നല്ല ദൂരം യാത്ര ചെയ്താണ് എത്തിയതെങ്കിൽപോലും ഞാൻ അപ്പോഴുമാകെ ആശയക്കുഴപ്പത്തിൽ തന്നെയായിരുന്നു. പൊലീസുകാർ തങ്ങളുടെ മുന്നിൽനിന്ന് എന്നെ അറസ്റ്റ് ചെയ്തു കൊണ്ടുപോയ നേരത്തെ വീട്ടുകാരുടെ പ്രതികരണം ഇപ്പോഴും കാതുകളിൽ മുഴങ്ങുന്നുണ്ട്. മുഹമ്മദുമായുള്ള വിവാഹബന്ധം ഞാൻ വേർപിരിഞ്ഞ വിവരം വീട്ടുകാർ അറിഞ്ഞിരുന്നില്ല.

മറ്റെങ്ങോ വലയുന്ന മനസ്സുമായി ഞാൻ ആ ഇടനാഴിയിലൂടെ വേച്ച് വേച്ച് നടന്നപ്പോൾ ആ സ്ത്രീ അലിവോടെ കൈനീട്ടി. സഫിയ എന്നാ യിരുന്നു അവരുടെ പേര്. നാല്പതു വയസ്സേ പ്രായം തോന്നിക്കുകയു ള്ളൂവെങ്കിലും മാതൃസഹജമായ പല ഭാവങ്ങൾക്കും ഉടമയായിരുന്നു അവർ. എന്താണ് എനിക്ക് എതിരെയുള്ള കുറ്റം, ഏതു പട്ടണത്തിലാണ് വീട്, പിന്നെ വീട്ടുകാരെക്കുറിച്ച് കൂടി ചോദിച്ചതോടെ സഫിയയുമായി എന്തോ ഒരു ആത്മബന്ധം സ്ഥാപിതമാകുകയായിരുന്നു. കുടുംബത്തെ സംബന്ധിച്ച അവസാന ചോദ്യം കേട്ടപ്പോൾ ആദ്യം അതിശയമാണ് തോന്നിയത്. പക്ഷേ പിന്നീട് ബന്ധങ്ങൾ കൂട്ടിയിണക്കപ്പെടുവാൻ തുടങ്ങിയതോടെയാണ് ഓരോ പുതിയ തടവുകാരിയോടും ചോദിക്കുന്ന ഏറ്റവും പ്രധാനപ്പെട്ട ചോദ്യമാണ് അവളുടെ കുടുംബത്തെ സംബന്ധി ച്ചുള്ളത് എന്ന കാര്യം ബോധ്യമാകുന്നത്. തടവുകാരിയായി എത്തുന്ന എന്നെക്കൊണ്ട് ഗ്യാങ്ങുകൾക്ക് എന്തെങ്കിലും ഗുണമുണ്ടാകുമോ, അതോ ഭാരമേ ആകുകയുള്ളോ എന്നറിയാനുള്ള പ്രധാന ചോദ്യമായി രിക്കും ഇത്.

ജയിലിലെ സ്ത്രീകളുടെ വാർഡ് നാലു ഗ്യാങ്ങുകൾ അടങ്ങിയതാണ്. ഓരോ ഗ്യാങ്ങിലും നൂറോളം തടവുകാരികളുണ്ടാകും. ഓരോ ഗ്യാങ്ങിനും ഒരു നേതാവുണ്ടാകും. ഗ്യാങ്ങിലെ അംഗങ്ങൾ തിരഞ്ഞെടുത്തിട്ടൊന്നു മാവില്ല ഒരാൾ നേതാവാകുന്നത്. മറിച്ച് ആ വ്യക്തി സ്വയം തന്റെ നേതൃത്വം ആ സംഘത്തിനുമേൽ അടിച്ചേൽപ്പിക്കുകയായിരിക്കും ചെയ്യുക. സാധാരണയായി ജീവപര്യന്തം അടക്കമുള്ള നീണ്ട തടവുശിക്ഷ അനു ഭവിക്കുന്നവരായിരിക്കും ഇത്തരത്തിൽ നേതാവാകുക. ഈ ഗ്യാങ് സമ്പ്രദായത്തിനുള്ളിൽ തന്നെ അധികാരശ്രേണികളും കാണും. ചില

ഗ്യാങ്ങുകളിലെ അംഗങ്ങൾ കലാപക്കൊടി ഉയർത്തി പുറത്തുപോയി തങ്ങളുടേതായ ചെറു ഗ്രൂപ്പുകൾ രൂപീകരിക്കാറുണ്ട്. പക്ഷേ ആ ഗ്രൂപ്പുകൾക്ക് അധികം ആയുസ്സുണ്ടാകാറില്ലെന്ന് മാത്രം. ഒന്നുകിൽ അവ സ്വയം ഇല്ലാതാകും. അല്ലെങ്കിൽ ഏതെങ്കിലും ഒരു ഗ്യാങ്ങിൽ ലയിക്കും. ഇത്തരം ഗ്രൂപ്പുകളുടെ മേൽ ചാടിവീഴാനോ, അവരെ വിഴുങ്ങാനോ ആയിരിക്കും ഗ്യാങ്ങുകൾക്ക് എപ്പോഴും താൽപര്യം. ഇത്തരം കുലംകുത്തികളായ ചെറുഗ്രൂപ്പുകൾക്ക് സ്വാതന്ത്ര്യം നൽകാൻ പാടില്ലെന്ന നിലപാടുകാരായിരിക്കും ഗ്യാങ്ങുകളുടെ നേതാക്കളായ തടവുകാരികൾ.

ജയിലിൽ എത്തിയതോടെ സ്ത്രീകളുടെ വാർഡിലെ പൊതുവായ അന്തരീക്ഷത്തോട് പൊരുത്തപ്പെടേണ്ടതുണ്ടായിരുന്നു എനിക്ക്. അതാകട്ടെ നിർബന്ധമായിരുന്നു താനും. സ്ത്രീകളുടെ വാർഡിലെ ലോകത്തേക്ക് ഇറങ്ങിച്ചെല്ലാനുള്ള ആഗ്രഹവും ആകാംക്ഷയും എനിക്കുണ്ടായിരുന്നു താനും. ജയിലിന് പുറത്തുള്ള സമൂഹത്തിന്റെ മറ്റൊരു പരിച്ഛേദം തന്നെയായിരുന്നു തടവറയിലേതും.

തങ്ങളുടെ ഗ്യാങ്ങിൽ ചേരുവാൻ സഫിയ എന്നോട് ആവശ്യപ്പെട്ടു. അവരുടെ പ്രകൃതവും ശാന്തമായ സ്വഭാവവും കാരണം ഞാൻ അത് അംഗീകരിക്കാനാണ് സാധ്യത. നാല്പത് വയസ്സ് പ്രായം. ഇടത്തരം പൊക്കം. മഞ്ഞുകട്ടപോലെ വെളുത്ത നിറം. കരിക്കട്ടപോലെ കറുത്ത തലമുടി. സംസാരിക്കാൻ വന്ന പകുതി കാര്യം പറയാതെ സൂക്ഷിക്കുന്ന കണ്ണുകൾ. ഗ്യാങ്ങുകളെ നിയന്ത്രിക്കാൻ അത്യാവശ്യം വേണ്ട കർക്കശ സ്വഭാവത്തിന് ഉടമയായിരുന്നെങ്കിൽപോലും മറ്റു ഗ്യാങ്ങ് നേതാക്കളിൽ നിന്നൊക്കെ വ്യത്യസ്തയായിരുന്നു സഫിയ. വാത്സല്യത്തിന്റെ കടൽ തന്നെയായിരുന്നു ആ സ്ത്രീ. ഞാനത് ഉപയോഗപ്പെടുത്തുകയും ചെയ്യും. എന്ത് കുറ്റത്തിനാണ് ജയിലിലേക്ക് വന്നതെന്ന് അവരോട് ചോദിക്കുവാനുള്ള ധൈര്യം കിട്ടുന്നതിനുമുമ്പ് ഞാൻ കരുതിയത് മറ്റു തടവുകാരികൾ ഇവിടെ എത്താനുണ്ടായ കാരണങ്ങളേ ആകില്ല സഫിയയുടേത് എന്നായിരുന്നു.

ഈ സ്ത്രീ ജയിലിൽ അടയ്ക്കപ്പെടുവാൻ കാരണം എന്തെങ്കിലും വ്യത്യസ്തമായ ഒരു സംഗതി തന്നെയായിരിക്കും എന്നത് തീർച്ചയായിരുന്നു. പക്ഷേ പിന്നീട് ഞാൻ ആ സത്യം മനസ്സിലാക്കി. ഇവിടെ ജയിലിൽ ഒരു ഗ്യാങ്ങിന്റെ നേതാവാണെന്നതുപോലെ കസാബ്ലാങ്കാ പട്ടണത്തിലെ ഒരു സ്വർണ്ണമോഷണസംഘത്തിന്റെ നേതാവായിരുന്നത്രെ സഫിയ. ഏഴുവർഷത്തെ ശിക്ഷയാണ് കോടതി വിധിച്ചത്. ഇതാകട്ടെ അവരുടെ ആദ്യത്തെ അറസ്റ്റായിരുന്നില്ലതാനും. ജയിലിൽനിന്ന് പുറത്തിറങ്ങിയാൽ വൈകാതെതന്നെ തിരിച്ചെത്തുകതന്നെ ചെയ്യും. മോഷണം എന്നത് അവരെ സംബന്ധിച്ച് തൊഴിൽപോലെയാണ്. പട്ടണത്തിന്റെ ഘടനയെ സംബന്ധിച്ചും മോഷണവുമായി ബന്ധപ്പെട്ട പ്ലാനിങ്, മോഷണവസ്തുക്കൾ ഒളിപ്പിക്കൽ തുടങ്ങിയ വിഷയങ്ങളിലെ വൈദഗ്ധ്യമാണ് സഫിയയെ ആ മോഷണസംഘത്തിന്റെ തലപ്പത്തെത്തിച്ചത്.

പക്ഷേ തന്റെ അവസാന തടവുകാലത്ത് സഫിയയ്ക്ക് ഏറെ ദുരിതങ്ങൾ നേരിടേണ്ടിവന്നു. അവരെ കാണാനായി ജയിലിലേക്ക് വരികയായിരുന്ന ഭർത്താവും മകനും ഒരു വാഹനാപകടത്തിൽ മരണപ്പെട്ടു. ഇതിന്റെ പേരിൽ അവരുടെ ശിക്ഷാകാലയളവിൽ അല്പം ഇളവു നൽകുവാൻ നീതിന്യായ മന്ത്രാലയം തയ്യാറാകാത്തത് എന്തുകൊണ്ടാണെന്ന് അറിയില്ല. പലപ്പോഴും പതിവുള്ള കാര്യമാണത്. എങ്ങനെയാണ് ജയിലിൽ വന്നുപെട്ടതെന്ന് അറിയാനായി ഞാൻ സഫിയയോട് ചോദിച്ചു:

"സഫിയാ, നിങ്ങൾ മോഷണം നടത്താറുണ്ടോ?"

"ജീവിച്ചു പോണ്ടേ?"

"ഒരു മോഷണസംഘത്തിന്റെ ലീഡറാണെന്ന് കേട്ടത് ശരിയാണോ?"

"ഒന്നല്ല രണ്ടു ഗ്രൂപ്പുകളുടെ ലീഡറാണ് ഞാൻ. ഞാൻ ജയിലിൽ ആയതോടെ അതിൽ ഒരു ഗ്രൂപ്പ് നിർജീവമായി. എന്നാൽ രണ്ടാമത്തേത് ഇപ്പോഴും സജീവമാണ്. ജയിലിൽ നിന്നിറങ്ങിയാൽ ഞാൻ തന്നെയാകും അവരുടെ നേതാവ്. അതുവരെ എന്റെ ഡെപ്യൂട്ടി ലീഡർ ആകും സംഘത്തെ നയിക്കുന്നത്."

വളരെ അപൂർവ്വമായി കാണുന്ന ലാളിത്യത്തിനുടമയായിരുന്നു സഫിയ. തന്റെ തൊഴിലിന്റെ രീതികളൊക്കെ അവർ എനിക്ക് വിസ്തരിച്ചു പറഞ്ഞുതന്നു. ശകാരിമിലെ മുൻസിപ്പൽ ജയിലിലെത്തുമ്പോൾ അവരുടെ തടവുകാലം അവസാനിക്കുവാൻ ഒരു വർഷം മാത്രമേ ബാക്കിയുണ്ടായിരുന്നുള്ളൂ. ഇവിടെ ഒരു വർഷംകൂടി പൂർത്തിയാക്കിയിട്ട് വേണം പുറത്തിറങ്ങി ജോലി തുടരുവാൻ എന്ന് കരുതിയിരിക്കുകയായിരുന്നു.

തന്റെ ഗ്യാങ്ങിനെ സംഘടിപ്പിക്കുന്നതിലും അതിലെ അംഗങ്ങൾക്കിടയിൽ ഒരു ആത്മബന്ധം സ്ഥാപിക്കുന്നതിലും അപൂർവ്വമായ ഒരു അഭിരുചിയുണ്ടായിരുന്ന തടവുകാരിയായിരുന്നു സഫിയ. ഇതെല്ലാം തന്നെ അഭിമാനകരമായി കാണുന്നയാളാണ് അവർ. തീർത്തും വ്യത്യസ്തയായ ഒരു തടവുകാരിയെ തങ്ങളുടെ ഗ്യാങ്ങിലേക്ക് ചേർക്കുന്നതിൽ ഇരട്ടി അഭിമാനമാണ് ഉള്ളതെന്ന് പറഞ്ഞുകൊണ്ട് സഫിയ എന്റെ നേരെ വിരൽ ചൂണ്ടി. പിന്നെ ഊഷ്മളമായി കയ്യിൽ പിടിച്ച് കുലുക്കി.

"നമ്മുടെ ഈ ഗ്യാങ്ങിന് എന്ത് പേരിടണമെന്ന് അറിയാമോ സഫിയ?"

"എന്ത് പേര്?"

"അൽബേനിയ."

"അൽബേനിയയ്ക്ക് നമ്മളുമായി എന്തെങ്കിലും സാമ്യതയുണ്ടോ?"

"ഗ്യാങ്ങിന്റെ ഒരു പ്രത്യേകദശയിലെ സ്ഥിരതയും പിന്നെ സംഘത്തിനകത്ത് സംഘട്ടനങ്ങളും ഇല്ല എന്നത് പരിഗണിക്കുമ്പോൾ, അതെ, അൽബേനിയയ്ക്ക് നാമുമായി നല്ല സാമ്യമുണ്ട്."

എന്റെ വാക്കുകൾ കേട്ടതും സഫിയയുടെ ഗ്യാങ്ങിലെ പെണ്ണുങ്ങൾ പാടാനും കുറവയിടാനും തുടങ്ങി.

“അൽബേനിയാ, പനിനീർ പൂവേ, മഞ്ഞുതുള്ളികൾ വർഷിക്കട്ടെ നിന്റെമേൽ...”

എപ്പോഴോ ഒച്ചയടങ്ങിയതും പുതിയതെന്തോ കണ്ടെത്തിയതുപോലെ അവർ വീണ്ടും ശബ്ദമുയർത്തി. ലൈറ എന്ന തടവുകാരിയുടെ നേതൃത്വത്തിലുള്ള ഗ്യാങ്ങിന് നേരെ വിരൽചൂണ്ടി അവർ ചിരിച്ചു: ‘ഇതാണ് ജപ്പാൻ ഗ്യാങ്’. അവർ പിന്നെയും പിന്നെയും ആ പേര് ആവർത്തിച്ചുകൊണ്ടേയിരുന്നു. പയറും ചായയും ഈ ഗ്യാങ്ങുകാർക്ക് വളരെ കൂടുതൽ ആവശ്യമുണ്ടത്രേ. ജപ്പാൻ എന്ന രാജ്യത്തെ സംബന്ധിച്ച് ഇങ്ങനെയൊരു ചിത്രം തടവുകാരികളുടെ മനസ്സിൽ ഉടലെടുത്തത് എങ്ങനെയാണെന്ന് മനസ്സിലായതേയില്ല.

ഇതിനിടയിലാണ് നഊമ ഒരു കഷ്ണം സോപ്പുമായി വാർഡിലേക്ക് കയറിവരുന്നത് കണ്ടത്. അതോടെ തടവുകാരികൾ ഉറക്കെ പറഞ്ഞു.

“നഊമാ, നിന്റെ ഗ്യാങ്ങിന് ഞങ്ങൾ പോരാളി ഗ്യാങ് എന്ന് വിളിക്കും കേട്ടോ.”

ജയിലിൽ ഏറെ പ്രശ്നങ്ങൾ സൃഷ്ടിക്കുന്ന ഗ്യാങ്ങിന്റെ ലീഡറായിരുന്നു നഊമ. കണ്ടാൽ ഒരു മുപ്പത്തിയഞ്ച് വയസ്സ് തോന്നും. നീളമേറിയ മുഖം. ഗോതമ്പിന്റെ നിറമുള്ള ചർമ്മവും. അങ്ങേയറ്റം മെലിഞ്ഞ ശരീരപ്രകൃതി. കാപ്പിയും സിഗരറ്റുമാണ് ബലഹീനതകൾ. അവളുടെ കണ്ണുകളിലേക്ക് നോക്കുന്ന മാത്രയിൽതന്നെ അസ്വാഭാവികമായി എന്തോ ഒന്ന് നിങ്ങൾക്കനുഭവപ്പെടും. പൈശാചികമായത് എന്നൊന്നും പറയാനാകില്ലെങ്കിലും നോക്കുന്ന മാത്രയിൽതന്നെ നിങ്ങളെ ചാമ്പലാക്കാൻ പോകുന്ന എന്തോ ഒന്ന് ആ സ്ത്രീയുടെ നോട്ടത്തിലുണ്ടെന്ന് തോന്നിപ്പോകും. അതിനാൽതന്നെ നിങ്ങൾ പിന്തിരിഞ്ഞുകളയും. അരികത്ത് കൂടെ പോകുന്ന സർവ്വരുടെയും മുകളിൽ പതിക്കുന്നൊരു ചാട്ടവാറായിരിക്കും അവളുടെ നാവ്. ഓക്കാനം ഉണ്ടാക്കും വിധത്തിൽ വൃത്തികെട്ട ഭാഷയേ ഉപയോഗിക്കൂ. ഏറ്റുമുട്ടാൻ നിൽക്കാതെ ഒഴിഞ്ഞുമാറാനേ സർവരും ശ്രമിക്കൂ. ജയിലിന്റെ നടുമുറ്റത്തിരിക്കുമ്പോൾ ഈ സ്ത്രീ കടന്നുവന്നാൽ കയ്യിലുള്ള പുസ്തകംകൊണ്ട് മുഖം പൊത്തുന്നതായിരുന്നു എന്റെ രീതി. ലോ കോളേജിൽ അഡ്മിഷൻ നൽകണമെന്ന എന്റെ അപേക്ഷ സ്വീകരിക്കപ്പെട്ടതോടെ പരീക്ഷയ്ക്ക് വേണ്ടിയുള്ള തയ്യാറെടുപ്പ് തുടങ്ങിയിരുന്നു ഞാൻ. കോടതിയിൽ വിചാരണ നേരിടുമ്പോഴാണ് നിയമം പഠിക്കണമെന്ന ഒരു തോന്നൽ മനസ്സിലുണ്ടാകുന്നത്. നിയമം അറിഞ്ഞാൽതന്നെ നമ്മെ വലയം ചെയ്യുന്ന അനീതികളെ തള്ളിയകറ്റാമെന്നോ മറ്റോ ആയിരുന്നു അന്നേരം മനസ്സ് പറഞ്ഞത്.

പതിനാറ്

ജയിലിന്റെ നടുമുറ്റത്ത് പുസ്തകം വായിച്ചുകൊണ്ട് കമിഴ്ന്നു കിടക്കുമ്പോഴാണ് ആരോ അരികിലേക്ക് വരുന്ന കാലടിയൊച്ച കേൾക്കുന്നത്. അത് നഊമയായിരുന്നു. അവഗണിക്കുന്നതായി ആദ്യം ഭാവിച്ചെങ്കിലും ഇടയ്ക്കൊന്ന് പാളി നോക്കി. അരികത്ത് വച്ചിരുന്ന നോട്ടുബുക്ക് കയ്യിലെടുത്ത്, അതിൽ നേരത്തെ എഴുതിവച്ചിരുന്ന കുറിപ്പുകൾ വായിക്കുന്നതുപോലെ മറിച്ച് നോക്കി. ഇതിനിടയിൽ തലയുയർത്തി നഊമയെ നോക്കി ചെറുതായൊന്ന് പുഞ്ചിരിച്ചു. അതു കണ്ടതും പ്രോത്സാഹനം ലഭിച്ച മട്ടിൽ നഊമ എന്റെ അരികിൽ വന്നിരുന്നു.

പിന്നെ ഞാൻ ഒന്നും ചോദിക്കാതെ തന്നെ ആ സ്ത്രീ തന്റെ കഥ പറയാൻ തുടങ്ങിയത് കേട്ട് ശരിക്കും അമ്പരന്നുപോയി. ഒമ്പതുമാസം ഗർഭിണിയായ ഒരു സ്ത്രീയെയും ആറു വയസ്സ് പ്രായമായ കുട്ടിയെയും കൊലപ്പെടുത്തിയ നഊമ തന്റെ കുറ്റങ്ങൾ കുമ്പസാരിക്കുകയായിരുന്നു എന്റെ മുന്നിൽ. പൊതുകുളിപ്പുരയായ ഹമ്മാമിൽ വച്ചാണ് ആ സ്ത്രീയെ നഊമ കാണുന്നത്. അവർ ധരിച്ചിരുന്ന സ്വർണാഭരണങ്ങൾ കണ്ടു മോഹിച്ചാണ് നഊമ അടുത്തെത്തിയത്. കുളിക്കാനെത്തിയ സ്ത്രീയെ സഹായിക്കാനായി വെള്ളവും എടുത്തുകൊണ്ട് അരികത്തേക്ക് ചെല്ലുകയും മുതുകും നിറവയറും ഒക്കെ തേച്ചുകഴുകുവാൻ സഹായിക്കുകയും ചെയ്തു. നഊമയും ആ സമയം നാലുമാസം ഗർഭിണിയായിരുന്നു.

"ഹമ്മാമിൽ നിന്നും പുറത്തിറങ്ങി വീട്ടിലേക്ക് മടങ്ങുന്നതിനിടയിൽ ഒരു കാപ്പി കുടിക്കാനായി ഞാൻ ആ സ്ത്രീയെ ഒരു കഫേയിലേക്ക് ക്ഷണിച്ചു. നിർബന്ധിച്ചപ്പോൾ അവൾ സമ്മതിച്ചു. അങ്ങനെയാണ് ആ സ്ത്രീയെയും വയറിനുള്ളിലെ കുഞ്ഞിനെയും അവളുടെ കുട്ടിയെയും ഞാൻ കൊലപ്പെടുത്തിയത്. കഴുത്തറുത്ത് കൊന്നശേഷം ശരീരം കഷ്ണങ്ങളായി വെട്ടി മുറിച്ചു. മാംസം പെട്ടെന്ന് ചീഞ്ഞു ദുർഗന്ധം ഉണ്ടാകാതിരിക്കാനായി ചുട്ടുകരിച്ചു."

"ഇതൊക്കെയും ഞാൻ ചെയ്തത് ഭർത്താവായ അയ്യാശിന്റെ സഹായത്തോടെയായിരുന്നു. കഷ്ണങ്ങളാക്കിയ ശരീരഭാഗങ്ങൾ ഇടത്തരം പെട്ടിക്കുള്ളിലാക്കി നല്ലതുപോലെ കെട്ടി. പിന്നെ കടലിൽ ഒഴുക്കാനായിരുന്നു

പദ്ധതി. പക്ഷേ ഇവിടെ കടലൊന്നുമില്ലാത്തതിനാൽ പണി പാളി. ദുർഗന്ധം വമിക്കാൻ തുടങ്ങി. അങ്ങനെ അവസാനം... ഈ അവസാന കുറ്റകൃത്യം ചെയ്യാൻ എന്നെ നിർബന്ധിച്ചത് ഭർത്താവായ അയ്യാശായിരുന്നു. ഇരയെ പരിചയപ്പെട്ടത് ഞാനാണെങ്കിലും കുറ്റകൃത്യവുമായി ബന്ധപ്പെട്ട സർവപദ്ധതികളും നടപ്പിലാക്കാൻ എന്നെ സഹായിച്ചത് അയാളായിരുന്നു. പൊലീസ് ഞങ്ങളെ അറസ്റ്റ് ചെയ്തപ്പോൾ താൻ നിരപരാധിയാണെന്ന് ഞാൻ പറയണമെന്ന് അയാളാവശ്യപ്പെട്ടു. ഞാൻ ഒറ്റയ്ക്കാണ് കുറ്റം ചെയ്തതെന്ന് സമ്മതിക്കണം. ഗർഭിണിയായതിനാൽ എന്നെ വെറുതെ വിടുമെന്നും ഇനി ജയിൽശിക്ഷ ലഭിച്ചാൽ തന്നെയും ഇക്കാരണംകൊണ്ട് അധികകാലം തടവുശിക്ഷ അനുഭവിക്കേണ്ടി വരില്ലെന്നും അയാൾ എന്നെ പറഞ്ഞു വിശ്വസിപ്പിച്ചു. അങ്ങനെ ഭർത്താവ് നിരപരാധിയാണെന്ന് ഞാൻ പൊലീസിനോട് പറഞ്ഞു. എന്നുമാത്രമല്ല എനിക്ക് അത്ര ഇഷ്ടമില്ലാതിരുന്ന സർവ്വരേയും ഞാൻ ഈ കേസിലേക്ക് വലിച്ചിഴയ്ക്കുകയും ചെയ്തു. പതിവായി വഴക്കിടുന്ന അയൽവാസികളായ സ്ത്രീകൾ, നാട്ടിലെ പലചരക്ക് കച്ചവടക്കാരൻ, ഹമ്മാമിലെ ജോലിക്കാരൻ, ഒരു ചെറിയ മേശ ഉണ്ടാക്കിത്തരാമെന്ന് ഏറ്റ ശേഷം മൂന്ന് മാസം ബുദ്ധിമുട്ടിച്ച തടിപ്പണിക്കാരൻ..."

പൈശാചികമായ ഒരു ചിരിയോടെയായിരുന്നു തന്റെ ഇരകളായവരുടെ പട്ടിക നളൗമ വിവരിക്കാൻ തുടങ്ങിയത്. ഒരു നിമിഷം നിർത്തിയശേഷം, കൈകൾ കൂട്ടി തിരുമ്മുന്നതിനിടയിൽ ചുറ്റുമൊന്നു പാളി നോക്കി കൊണ്ട് നളൗമ തുടർന്നു പറഞ്ഞു:

"കൂട്ടത്തിൽ മുഹമ്മദ് ഒരു പാവം പയ്യനായിരുന്നു. ഭ്രാന്തമായ രീതിയിൽ ഞാൻ അവനെ സ്നേഹിച്ചിരുന്നു. അയ്യാശിനെ പരിചയപ്പെടുന്നതിന് മുമ്പ് ഞങ്ങൾ തമ്മിൽ ശാരീരികമായി ബന്ധം പുലർത്തിയിരുന്നു. എന്നെ വിവാഹം കഴിക്കാൻ ആവശ്യപ്പെട്ടെങ്കിലും അവൻ സമ്മതിച്ചില്ല. അയ്യാശിനെ വിവാഹം ചെയ്തെങ്കിലും മുഹമ്മദിനെ മറക്കാൻ ഞാൻ ഒരുക്കമായിരുന്നില്ല. ഞാനെപ്പോഴും അവനെ സ്നേഹിച്ചുകൊണ്ടേയിരുന്നു. എന്നാൽ അവൻ പിന്നെയും തന്റെ നിരാസം തുടർന്നതേയുള്ളൂ. പൊലീസ് പിടിയിലായപ്പോഴും ഞാൻ അവനെക്കുറിച്ച് ഏറെ ചിന്തിച്ചു. ഉള്ളിന്റെയുള്ളിൽ അവനോട് ഇപ്പോഴും തോന്നുന്ന വികാരവും എന്നാൽ എന്നെ നിരന്തരം തള്ളിപ്പറയുന്ന അവന്റെ സമീപനത്തിനും ഇടയിൽ എന്റെ മനസ്സ് ഊഞ്ഞാലാടാൻ തുടങ്ങി. അവസാനം പിന്നാലെ നടന്നിട്ടും എന്നെ സ്വീകരിക്കാത്തവനോട് പ്രതികാരം ചെയ്യാൻ തന്നെ ഞാൻ ഉറച്ചു.

കൊലപാതകത്തിൽ മുഹമ്മദിന് പങ്കുണ്ടെന്ന് ഞാൻ പൊലീസിനോട് പറഞ്ഞു. ഇരയായ സ്ത്രീയുടെ വീടിനരികിലായിരുന്നു മുഹമ്മദ് താമസിച്ചിരുന്നത് എന്നത് കാര്യങ്ങൾ എളുപ്പമാക്കി. അവനാണ് ഈ സ്ത്രീയെ സംബന്ധിച്ച വിവരങ്ങൾ എനിക്ക് നൽകിയതെന്ന് ഞാൻ വാദിച്ചു. മൂന്നു വർഷക്കാലം നീണ്ട പൊലീസ് അന്വേഷണത്തിൽ ഉടനീളം മുഹമ്മദാണ്

എന്റെ പ്രധാന കൂട്ടാളി എന്ന വാദത്തിൽ ഞാൻ ഉറച്ചുതന്നെ നിന്നു. അവനിപ്പോൾ ഗർബിയ്യയിലെ മുനിസിപ്പൽ ജയിലിൽ എന്നെപ്പോലെ മരണശിക്ഷ വിധിക്കപ്പെട്ട് കഴിയുകയാണ്. എന്നെപ്പോലെ തന്നെ!"

ആ ചെറുപ്പക്കാരനും മരണശിക്ഷ വിധിക്കപ്പെട്ടു എന്ന വാചകം പറയുമ്പോൾ നഊമ പൊട്ടിച്ചിരിക്കുകയായിരുന്നു. മറ്റു തടവുകാരികൾ ചേരി തിരിഞ്ഞ് വഴക്ക് കൂടുകയും തലമുടിയിൽ പിടിച്ചുവലിക്കുകയും ആഘോഷിക്കുകയുമൊക്കെ ചെയ്യുമ്പോഴും അതൊക്കെ കണ്ട് രസിച്ച് ഒരു മൂലയിൽ മാറി നിന്ന് ചിരിക്കുന്ന നേരത്തും നഊമയ്ക്ക് ഇതേ ഭാവമായിരിക്കും. ഇതാണ് നഊമ. എല്ലാം തികഞ്ഞൊരു സാഡിസ്റ്റ്. അവൾ നേതൃത്വം നൽകിയിരുന്ന ഗ്യാങ്ങും നിരന്തരം പ്രശ്നങ്ങളിലും അവസാനമില്ലാത്ത കുഴപ്പങ്ങളിലുമാണ് ചെന്ന് ചാടിക്കൊണ്ടിരുന്നത്.

തന്റെ തടവുകാലം കഴിഞ്ഞ് സഫിയ ജയിൽ മോചിതയായതോടുകൂടി അൽബേനിയ ഗ്യാങ്ങിന്റെ നേതാവായി ഞാൻ മാറി. തങ്ങളെക്കാൾ ദൈർഘ്യം കുറഞ്ഞ ശിക്ഷാ കാലാവധി ആയിരുന്നു എന്റേത്. എന്നിട്ടും ഗ്യാങ്ങിന്റെ നേതൃത്വം ഞാൻ ഏറ്റെടുത്തേ തീരുവെന്ന് അതിലെ അംഗങ്ങൾ എന്നെ നിർബന്ധിക്കുകയായിരുന്നു.

ഞങ്ങളുടെ ഗ്യാങ്ങിനെ തന്റെ സാമ്രാജ്യത്തിന്റെ ഭാഗമാക്കി മാറ്റുവാൻ നഊമ പരമാവധി ശ്രമിച്ചതാണ്. ഒരുനാൾ വനിതാ വാർഡിലെ നാല് ഗ്യാങ്ങുകളുടെയും ഒരേയൊരു ലീഡറായി താൻ മാറുമെന്ന് പരസ്യമായി പറയാൻ മടിക്കാത്തവളായിരുന്നു നഊമ. ചിരിച്ചുകൊണ്ട് ആ സ്ത്രീ പറയും:

"നോക്കിക്കോളൂ, ഒരു ദിവസം നിങ്ങളൊക്കെ ഉറങ്ങി എഴുന്നേൽക്കുമ്പോൾ കാണുന്നത് നഊമയുടെ മുന്നിലേക്കായിരിക്കും. അതെ എന്റെ മുന്നിൽ! ഇപ്പോൾ കാണുന്ന സർവ്വതും നശിക്കുമായിരിക്കും. പക്ഷേ നഊമയുടെ സുന്ദരമായ മുഖം മാത്രം കെടുകയേ ഇല്ല. അതെ, ഒരു ദിവസം ഈ ഗ്യാങ്ങുകളുടെ എല്ലാം നേതൃത്വം ഞാൻ പിടിച്ചെടുക്കുക തന്നെ ചെയ്യും. നോക്കിക്കോളൂ!"

നഊമയെ ജയിൽ ജീവിതത്തിൽ ശാന്തയായി കണ്ടിട്ടുള്ളത് വളരെ കുറച്ച് അവസരങ്ങളിൽ മാത്രമാണ്. തന്റെ മനസ്സിനോട് തന്നെ അവൾ പൊരുത്തപ്പെടുകയോ, മനസ്സ് പറയുന്നത് കേൾക്കുന്നതോ ആയ സമയങ്ങൾ തന്നെ കുറവായിരിക്കും. അതിലൊന്ന് കാമുകനായ സിബാഇയെ ജയിലിനുള്ളിൽ വച്ച് കാണാൻ പോകുമ്പോഴോ അതുകഴിഞ്ഞ് തിരിച്ചെത്തുമ്പോഴോ ആയിരിക്കും. ജയിലിൽ വച്ചാണ് നഊമ സിബാഇയെ കണ്ടു മോഹിക്കുന്നത്. അയാൾക്കും തന്നെ ഇഷ്ടമാണെന്നാണ് അവൾ പറഞ്ഞു കേട്ടിട്ടുള്ളത്. ജീവപര്യന്തം ശിക്ഷ അനുഭവിക്കുന്ന തടവുകാരനാണ് സിബാഇ. ജയിൽ യൂണിഫോം ധരിക്കാൻ വിസമ്മതിക്കുന്ന നഊമ, മറ്റു തടവുകാരികളെ പോലെ ശിരോവസ്ത്രമായി സ്കാർഫ് ധരിക്കുകയുമില്ല. എപ്പോഴും അണിഞ്ഞൊരുങ്ങി നടക്കാനാണ് താല്പര്യം.

നഊമയും സിബാഇയും തമ്മിലുള്ള ബന്ധത്തിന് പിന്തുണ നൽകുന്നത് ജയിലിലിലുള്ളവർ തന്നെയാണ്. കാമുകനെ കാണാനുള്ള അവസരം അവർതന്നെ ഒരുക്കിക്കൊടുക്കും. പക്ഷേ എങ്ങനെയാണെന്ന് മാത്രം അറിയില്ല. ജയിലിലെ വനിതാഗാർഡുമാരുടെ കുടുംബാംഗങ്ങളുടെയൊക്കെ വസ്ത്രങ്ങൾ കഴുകാനെന്ന പേരിൽ നഊമ രാത്രികാലങ്ങൾ സമയം ചെലവിടാറുണ്ട്. എന്നാൽ അവളുടെ ഗ്യാങ്ങിലെ കടവുകാരികളായിരിക്കും ഈ തുണികളൊക്കെയും കഴുകുന്നത്. എന്നാൽ ഈ പേരിൽ കാമുകനുമായി സംഗമിക്കാനുള്ള അവസരമാണ് നഊമയ്ക്ക് ലഭിക്കുന്നത്. ഇതുപോലെ തന്നെ പുരുഷന്മാരുടെ വാർഡിൽ കഴിയുന്ന സിബാഇയാകട്ടെ അവിടത്തെ ഗാർഡുകൾക്കും പലവിധ സേവനങ്ങൾ ചെയ്തുകൊടുക്കുമത്രേ. പ്രണയലീലകൾ കഴിഞ്ഞ് നഊമ രാത്രിയിൽ തിരികെ വരുന്നത് അറബ് വാനമ്പാടി ഉമ്മു കുൽസൂമിന്റെ ഗാനശകലങ്ങൾ മൂളിക്കൊണ്ടായിരിക്കും. ഈ സ്ത്രീക്ക് മറ്റൊരു മുഖമുണ്ടെന്നും ചതിപ്രയോഗങ്ങൾ ഒഴിഞ്ഞ നേരങ്ങൾ ഉണ്ടെന്നും ഞങ്ങൾക്ക് മനസ്സിലാകുന്ന ചില അവസരങ്ങളിൽ ഒന്നായിരിക്കും ഇത്.

വിരിപ്പുകൾ നിർമ്മിക്കുന്നതിൽ വിദഗ്ധരായ ഗ്യാങ്ങിന്റെ നേതാവായ യാമിനയുമായി നഊമ വഴക്കിടുന്നത് ആ സ്ത്രീക്ക് തവിട്ടു നിറമാണെന്നും കുള്ളത്തിയാണെന്നും ജട പിടിച്ച തലമുടിയും കോങ്കണ്ണുള്ള ആളാണെന്നുമൊക്കെ പറഞ്ഞായിരുന്നു. തനിക്ക് ആ സ്ത്രീയെ ഇഷ്ടമില്ലാത്തതിനാലാണ് വഴക്കിടുന്നതെന്നാണ് നഊമ പറഞ്ഞിരുന്നത് എങ്കിലും കാര്യം അതിനേക്കാൾ വലുതായിരുന്നു. യാമിന ഒരു കിടറ്റ വിരിപ്പ് നിർമ്മാണ തൊഴിലാളിയാണെന്ന കാര്യത്തിൽ വനിതാഗാർഡിലെ തടവുകാരികളിലോ ഗാർഡുകളിലോ പെട്ട ഒറ്റയാൾക്ക് പോലും സംശയമുണ്ടായിരുന്നില്ല. വനിതാഗാർഡുകളിൽ ഒരാളുടെ ജോലിയായിരുന്നു വിരിപ്പുകൾ തയ്യാറാക്കുക എന്നത്. അവൾ ആ പണി യാമിനയെ ഏൽപ്പിച്ച ശേഷം ജയിൽ ഓഫീസിൽ ചെന്ന് സൊറ പറഞ്ഞിരിക്കും. എല്ലാത്തരത്തിലുള്ള വിരിപ്പുകളും നിർമ്മിക്കുന്നതിൽ വിദഗ്ധയായിരുന്ന യാമിന വനിതാഗാർഡിലെ പ്രധാന ലീഡറായി ഉയർന്നുവന്നു. ഇതാണ് നഊമയുടെ വെറുപ്പിന് കാരണം.

ഇരുപതു വർഷം തടവിന് വിധിക്കപ്പെട്ട വ്യക്തിയായിരുന്നു പാവം യാമിന. ഇഷ്ടപ്പെട്ട മറ്റേതെങ്കിലും ജയിലിലേക്ക് തന്നെ മാറ്റണമെന്ന് നിരന്തരം ആവശ്യപ്പെടുകയും ചെയ്യും. വിരിപ്പ് നിർമ്മാണത്തിന്റെ ചുമതലയുള്ള വനിതാഗാർഡ് ഇക്കാര്യം മണത്തറിയും. നഊമയായിരിക്കും വിവരം ആ സ്ത്രീയുടെ ചെവിയിലെത്തിക്കുക. യാമിനയുടെ അപേക്ഷ ജയിലറുടെ ഓഫീസിൽ എത്തുന്നതിനു മുമ്പുതന്നെ ഈ ഗാർഡ് രഹസ്യമായി കീറിപ്പറത്തിയിരിക്കും. യാമിന ജയിലിൽനിന്ന് മാറിയാൽ വിരിപ്പ് നിർമ്മാണത്തിൽ ഏർപ്പെടുന്ന തടവുകാരികളെ അക്കാര്യം പഠിപ്പിക്കുന്ന ഭാരം ദിവസവും തന്റെ തലയിലാകുമെന്ന് ഈ ഗാർഡിന് നന്നായി

അറിയാം. പക്ഷേ യാമിന ഇതിനേക്കാൾ ബുദ്ധിമതിയായിരുന്നു. ജയിലിൽ തന്നെ സന്ദർശിക്കാനെത്തിയ ഒരു ബന്ധുവഴി ജയിൽമാറ്റത്തിന് അപേക്ഷ നൽകി. ഒരുമാസം കഴിഞ്ഞതും ആ അപേക്ഷ സ്വീകരിക്കപ്പെട്ടു. ഈ വാർത്തയറിഞ്ഞതും ഗാർഡ് തലകറങ്ങി വീണില്ല എന്നേയുള്ളൂ.

ആ സ്ത്രീ ഉടനെ തന്നെ യാമിനയുടെ അരികിൽ ചെന്ന് ഭീഷണിപ്പെടുത്തി:

"അധികം സന്തോഷിക്കേണ്ട നീ. ഞാൻ നിന്നെ ഇവിടെ തന്നെ തിരികെ കൊണ്ടുവന്നിരിക്കും. അതിനായി ബലംപ്രയോഗിക്കേണ്ടി വന്നാലും ഞാൻ അത് ചെയ്തിരിക്കും, നോക്കിക്കോടീ.."

എന്തായാലും യാമിന ജയിലിൽ നിന്ന് മാറി. പക്ഷേ അപ്പോഴും ഗാർഡിന്റെ ഭീഷണി സൃഷ്ടിച്ച ഭീതി ആ സ്ത്രീയുടെ നിഷ്കളങ്കമായ ഹൃദയത്തെ അലട്ടിക്കൊണ്ടിരുന്നു. ഇതിനിടയിൽ തന്നെ പത്തു വർഷത്തെ തടവുകാലം യാമിന പിന്നിട്ടിരുന്നു. അവശേഷിക്കുന്ന പത്തുവർഷക്കാലം വിവിധ ജയിലുകളിലായി ചെലവിടാനായെങ്കിലെന്നാണ് അവൾ കൊതിക്കുന്നത്. ഇങ്ങനെയൊരു ആഗ്രഹമുള്ള കാര്യം മിക്കപ്പോഴും ഞങ്ങളോടൊക്കെ പറഞ്ഞിട്ടുണ്ട്.

"ജയിലുകൾ മാറിമാറി താമസിക്കുകയാണെങ്കിൽ അവശേഷിക്കുന്ന പത്തു വർഷങ്ങൾ വലിയ വേദന സമ്മാനിക്കാതെ കടന്നുപോകും."

യാമിനയുടെ വിശദീകരണം കേട്ടപ്പോൾ ഞങ്ങൾക്ക് ശരിക്കും ചിരിയാണ് വന്നത്. വടക്കേ ആഫ്രിക്കയിലെ നാടോടി വിഭാഗമായ ബെർബർ വിഭാഗത്തിൽപ്പെട്ട തടവുകാരികളെ മാത്രമാണ് യാമിന തന്റെ ഗ്യാങ്ങിൽ ഉൾപ്പെടുത്തിയിരുന്നത്. ആളൊരു 'വംശീയവാദി'യാണെന്ന് ആരോപിക്കുവാൻ ഇതിൽ കൂടുതൽ വല്ലതും വേണമോ? ഞങ്ങൾ ചിരിക്കുന്നത് കാണുമ്പോൾ ഈ യാമിനയും ഒപ്പം ചിരിക്കും. ശേഷം പറയും:

"നിങ്ങൾ പറഞ്ഞ വാക്കിന്റെ അർത്ഥമെന്തെന്ന് അറിയില്ലെങ്കിൽ പോലും സംഗതി എന്നെ പ്രശംസിച്ചതല്ലെന്ന് മനസ്സിലായി കേട്ടോ."

താൻ അറബി ഭാഷ നല്ലതുപോലെ പഠിക്കാത്തതുകൊണ്ടാണ് മനസ്സിലാകാത്തതെന്നും ഇനി പഠിക്കാനുള്ള മനസ്സില്ലെന്നുകൂടി അവൾ കൂട്ടിച്ചേർക്കും.

"അറബി പഠിക്കാൻ എനിക്ക് എവിടെ നിന്നാണ് നേരം?"

അങ്ങനെ യാമിന ഞങ്ങളുടെ ജയിൽ വിട്ടുപോയ ശേഷവും വിരിപ്പുകൾ തുന്നുന്ന പണിശാലയിൽനിന്നും ബർബറുകൾ ആയ അമാസീഗുകളുടെ പാട്ടുകളും ഉറക്കെയുള്ള കുരവയിടലുകളും ഒക്കെ കേട്ടുകൊണ്ടേയിരുന്നു.

ഒരു രാഷ്ട്രീയത്തടവുകാരനെ മനസ്സിലാക്കാൻ ജയിലുകളിലെ സാധാരണ തടവുകാർക്കും മറ്റും സാധിക്കാറില്ല. അധികാര വർഗ്ഗവുമായി എന്തൊക്കെയോ ബന്ധമുള്ളവരാണെന്നമട്ടിൽ സംശയത്തോടെ ആയിരിക്കും അവർ രാഷ്ട്രീയത്തടവുകാർക്ക് നേരെ നോക്കുക. ഉദാഹരണമായി എന്റെ കാര്യത്തിലാണെങ്കിൽ ഞാൻ ഭരണകൂടത്തിന് എതിരാണെന്നും സ്വന്തം അധികാരമുപയോഗിച്ച് നിലവിലെ അധികാരികളെ മാറ്റുവാൻ ശ്രമിച്ച ആളാണെന്നുമാണ് ജയിലിലുള്ള പലരും കരുതിയത്. രാജ്യത്തിന്റെ വിവിധ ജയിലുകളിൽ അടയ്ക്കപ്പെട്ടിരുന്ന രാഷ്ട്രീയത്തടവുകാരൊന്നുംതന്നെ പൊതുജനങ്ങളോടുള്ള ഇഷ്ടത്തിന് നൽകിയ കനത്തവിലയായാണ് ഇപ്പോൾ തടവ് ജീവിതം നയിക്കുന്നത് എന്ന് സാധാരണ തടവുകാർ കരുതുകയേയില്ല. അവരുടെ കണ്ണിൽ രാഷ്ട്രീയത്തടവുകാർ സ്വന്തത്തോട് മാത്രം ഇഷ്ടമുള്ളവരായിരിക്കും.

ഇടതുപക്ഷ, പ്രതിപക്ഷ രാഷ്ട്രീയ പ്രവർത്തകരെ സംബന്ധിച്ച പൊതുജനാഭിപ്രായത്തിന്റെ പ്രതിഫലനമാണിത്. സ്വന്തം വ്യക്തിത്വത്തെ പ്രതിരോധിക്കാനായി നിരന്തരമെന്നോണം ജയിലിൽ ജാഗരൂകയായി കഴിയേണ്ടിവരുമെന്ന് ഞാൻ കരുതിയതേയില്ലായിരുന്നു. രഹസ്യ തടങ്കലിൽ കഴിഞ്ഞ കാലത്തും പിന്നീട് വിചാരണ നടന്ന ദിനങ്ങളിലുമൊക്കെ നേരിട്ടിരുന്ന പീഡനങ്ങളുടെയും അഭിമുഖീകരിച്ചിരുന്ന ഭീമൻ ആരോപണങ്ങളുടെയുമൊക്കെ വെളിച്ചത്തിൽ, എന്തോ വലിയ കാര്യമാണ് ഞാൻ ചെയ്യുന്നതെന്നാണ് കരുതിയത്. എന്തോ വലിയ വിഷയത്തിലാണല്ലോ ഇടപെടുന്നത് എന്നാണ് തോന്നിയത്. എടുത്താൽ പൊങ്ങാത്ത ആരോപണങ്ങൾ എനിക്കെതിരെ കുറ്റപത്രത്തിൽ നിറഞ്ഞപ്പോഴാണ് അങ്ങനെയൊക്കെ തോന്നിയത്.

പക്ഷേ എനിക്കെതിരെ കോടതിവിധി പുറപ്പെടുവിച്ച ശകാരിമിലെ മുനിസിപ്പൽ ജയിലിൽ കാലുകുത്തിയതോടെ സ്വന്തം വ്യക്തിത്വം സംരക്ഷിക്കാനായി പെടാപാട് പെടേണ്ട അവസ്ഥയിലായി ഞാൻ. വനിതാ വാർഡിലെ ദിനേനയുള്ള ജീവിതമെന്നത് ബന്ധങ്ങൾ അങ്ങേയറ്റം വഷളാക്കും വിധത്തിൽ പ്രശ്നങ്ങൾ മാത്രം സൃഷ്ടിക്കുന്നവയായിരുന്നു. സഫിയയ്ക്കും മറ്റ് പത്തു തടവുകാരികൾക്കും വായിക്കുവാനും പഠിക്കുവാനുമായി ഞാനൊരു ക്ലാസ് തുടങ്ങിയപ്പോൾ കലാപം ഉണ്ടാക്കാനായി ജയിലിൽ രാഷ്ട്രീയ സെല്ല് രൂപീകരിച്ചു എന്നാണ് ജയിലറുടെ ചെവിയിൽ ഏഷണിക്കാർ വാർത്തയെത്തിച്ചത്.

അതോടെ ഉള്ള മനസ്സമാധാനം കൂടി നഷ്ടമായി. സ്വന്തമാണെന്ന് കരുതിയ സർവ്വതും ഉപയോഗിച്ച് ചെറുത്തുനിൽക്കുവാൻ ഞാൻ ശ്രമിച്ചു. അപ്പോഴാണ് മനസ്സിലായത് സ്വന്തം എന്ന് പറയാൻ എനിക്കൊന്നുമില്ലെന്ന്. അതാണ് ജയിൽ. തടവറയ്ക്കുള്ളിലേക്ക് വലിച്ചെറിയപ്പെട്ടു കഴിഞ്ഞാൽ വലിയൊരു കത്രികകൊണ്ട് നിങ്ങളുടെ അഭിമാനബോധത്തെ

ആകെ മുറിച്ച് മാറ്റുന്നതുപോലെയായിരിക്കും അനുഭവപ്പെടുക. അവ ശേഷിക്കുന്ന ജീവിതകാലം മുഴുവൻ നിങ്ങളെ നിരന്തരം അവഹേളിക്കുവാനായിരിക്കും ജയിൽസംവിധാനങ്ങൾ ശ്രമിക്കുക.

ഒരിക്കൽ ഞാൻ എന്നോടുതന്നെ ചോദിച്ചു പോയി: ഈ കാണുന്ന മനുഷ്യർക്ക് വേണ്ടി കൂടിയാണല്ലോ ഞാൻ എന്റെ ആയുസ്സിന്റെ നല്ല പങ്ക് പാഴാക്കിയത്? പൊതുജനത്തിന്റെ വിശുദ്ധിയെക്കുറിച്ച് മനസ്സിൽ കൊണ്ടുനടന്നതൊക്കെയും പൊള്ളയായിരുന്നുവെന്ന് ജയിലിൽ എത്തിയപ്പോഴാണ് മനസ്സിലായത്.

കഴിഞ്ഞദിവസം രാത്രി ഞാൻ എന്താണ് കണ്ടതെന്ന് അറിയണമെന്ന് ആവശ്യപ്പെട്ടുകൊണ്ട് കുറെ തടവുകാരികൾ ഒരു ദിവസം രാവിലെ എന്റെയരികിലേക്ക് വന്നു. സ്ത്രീകളുടെ വാർഡിനേയും നടുമുറ്റത്തെയും തമ്മിൽ വേർതിരിക്കുന്ന 'ഉമർപാത' എന്ന് വിളിക്കുന്ന ഇടനാഴിയിൽ കൂട്ടം കൂടി നിന്ന് പരസ്പരം കുശുകുശുക്കുകയായിരുന്നു തടവുകാരികൾ. കണ്ട കാര്യങ്ങൾ ഒന്നുംതന്നെ വിളിച്ചുപറയാൻ എനിക്ക് തീരെ താല്പര്യമില്ലായിരുന്നു. എന്നാൽ അക്കാര്യം വാർഡിലെ മറ്റു പല തടവുകാരികളും എനിക്ക് മുമ്പ് തന്നെ കണ്ടിട്ടുണ്ടാകും എന്നും അറിയാമായിരുന്നു. പക്ഷേ 'തടിച്ചി സുബൈദ'യെ പേടിച്ച് ആരും കണ്ടതായി ഭാവിക്കുന്നതേ ഇല്ല എന്നേയുള്ളൂ.

രാത്രിയിൽ കണ്ട രണ്ട് സ്ത്രീകളുടെ മുഖങ്ങൾ കൃത്യമായി തിരിച്ചറിയാൻ കഴിഞ്ഞിട്ടില്ല. മുഖം തിരിച്ചറിയാനായി ഞാൻ സൂക്ഷിച്ചു നോക്കിയിട്ടും വിജയിച്ചില്ല എന്നതാണ് നേര്. തൊട്ടരികിലെ കിടക്കയിൽ കഴിയുന്ന സ്ത്രീയുടെ ഞരക്കം കേട്ടാണ് അർദ്ധരാത്രിയിൽ ഞാൻ ഞെട്ടി ഉണരുന്നത്. ആദ്യം കരുതിയത് ഫാതിന ജീലാലിയായിരിക്കുമെന്നാണ്. പതിവുപോലെ ആ സ്ത്രീ വേദനകൊണ്ട് പുളയുന്നതോ മറ്റോ ആണെന്ന് കരുതി. തടവുകാരികളുടെ പ്രതിഷേധം വകവയ്ക്കാതെ വാർഡിലെ സർവ്വ കിടക്കകളിലും പോയി കിടക്കുന്ന പതിവുണ്ട് ഈ ഫാതിനയ്ക്ക്. എന്നാൽ അവളുമായി വഴക്കിടുവാൻ താല്പര്യമില്ലാത്തതിനാൽ തടവുകാരികൾ അവരുടെ കിടക്ക ഒഴിഞ്ഞുകൊടുക്കും.

ആദ്യം കണ്ണുകൾ തുറന്നെങ്കിലും പിന്നീട് അടച്ചുകളഞ്ഞു. രാത്രിയുടെ ഇരുളിനെ കീറിമുറിച്ചെത്തുന്ന ആ ഞരക്കം അപ്പോഴും കേൾക്കാമായിരുന്നു. അതോടെ കണ്ണുകൾ തുറന്ന് ശബ്ദം കേൾക്കുന്ന ഭാഗത്തേക്ക് സൂക്ഷിച്ചുനോക്കി. അപ്പോൾ ഒരു കാര്യം ഉറപ്പായി. ഇത് എന്തായാലും വേദനകൊണ്ട് പുളയുന്ന ഞരക്കമല്ല. അടുത്ത ബെഡ്ഡിൽ കിടക്കുന്നത് ഫാതിന ജീലാലിയുമല്ല. കേൾക്കുന്നത് കാമാസക്തിയോടെയുള്ള ഞരക്കമാണ്. പിന്നെ കിടക്കയുടെ മേലുള്ളത് ഒരു ശരീരമല്ല. നഗ്നമായ രണ്ട് ശരീരങ്ങളാണ്. തടിച്ച ശരീരമുള്ള ആളുടെ കീഴിൽ മെലിഞ്ഞൊരു ദേഹവുമുണ്ട്. തലയുയർത്തിപ്പിടിച്ച് ഞരങ്ങുന്ന മെലിഞ്ഞ ശരീരത്തിലൂടെ വീർത്ത വിരലുകളുള്ള കൈ കയറി ഇറങ്ങുന്നത് കാണാം. വീർത്ത

വിരലുകൾ ഉള്ള ആ തടിച്ച കയ്യിലേക്ക് തന്നെ ഉറ്റു നോക്കുകയായിരുന്നു എന്റെ കണ്ണുകൾ. മെലിഞ്ഞ ശരീരത്തിന്റെ തുടകൾക്കിടയിലേക്ക് നീങ്ങുകയാണ് തടിച്ച കൈയിലെ വിരലുകൾ. മെലിഞ്ഞ ശരീരം ഓരോ സ്പർശനത്തിനിടയിലും നിർത്താതെ വിറയ്ക്കുന്നത് കാണാം. തടിച്ച സ്ത്രീയുടെ തലമുടിക്കടിയിലേക്ക് അപ്രത്യക്ഷമാവുകയാണ് മെലിഞ്ഞ ആളുടെ ശിരസ്സ്.

കുറച്ചുകൂടി സൂക്ഷിച്ചു നോക്കാനായി ഞാൻ തലയണയിൽനിന്ന് തല അല്പം ഉയർത്തി നോക്കി. മന്ത്രിക്കുന്നതുപോലുള്ള ശബ്ദം കേൾക്കുന്നതിനൊപ്പം മെലിഞ്ഞ ശരീരം ഭോഗതൃഷ്ണയോടെ വിറയ്ക്കുന്നുണ്ട്. ശേഷം ശരീരങ്ങൾ പരസ്പരം ഉയർന്നു താഴുവാൻ തുടങ്ങി. കണ്ണുകൾ തിരുമ്മിക്കൊണ്ട് ഞാൻ പതിയെ കിടക്കയിൽ നിന്ന് എഴുന്നേറ്റു. ശേഷം അവ്യക്തമായ രൂപങ്ങൾക്ക് നേരെ നോക്കി കഴിയുന്നത്ര ഒച്ചയിൽ അലറി:

“ദയവുചെയ്ത് മനുഷ്യനെ കിടന്നുറങ്ങാൻ അനുവദിച്ചുകൂടേ. ചെവി കേൾക്കാൻ പറ്റുന്നില്ല ”

“പോയിക്കിടന്ന് ഉറങ്ങെടീ പോത്തേ.”

വനിതാ വാർഡിന്റെ പാതാളത്തിൽ നിന്നാണ് ആ ശബ്ദം കേട്ടതെന്നാണ് ഒരു നിമിഷം തോന്നിയത്. അതോടെ ചുമരിന്റെ ഭാഗത്തേക്ക് തിരിഞ്ഞുകിടന്ന് ഉറങ്ങാൻ നോക്കി. പക്ഷേ കഴിയുന്നില്ല. കണ്ണടയ്ക്കാൻ ശ്രമിക്കുമ്പോഴൊക്കെ മുന്നിൽ ആ ദൃശ്യംതന്നെ തെളിഞ്ഞു വരും. അതോടെ തിരിഞ്ഞുനോക്കി. അപ്പോഴേക്കും ആ ശരീരങ്ങൾ രണ്ടും അകന്നു മാറിക്കഴിഞ്ഞിരുന്നു. അവരുടെ ഭാവങ്ങളിൽ ആകെ ക്ഷീണവും തളർച്ചയും കാണാം. സുബൈദയാണ് തടിച്ച ശരീരത്തിന് ഉടമയെന്ന് സഫിയ പറഞ്ഞപ്പോഴാണ് അറിയുന്നത്. എന്നാൽ സുബൈദയുമായി ലൈംഗികവേഴ്ചയിൽ മുഴുകിയ മറ്റ് സ്ത്രീ ആരായിരുന്നു എന്ന് മാത്രം ആർക്കും പിടികിട്ടിയില്ല. നഊമയായിരിക്കാൻ സാധ്യതയുണ്ട് എന്ന് ചിലർ സംശയം പ്രകടിപ്പിച്ചു. പക്ഷേ എനിക്ക് അത് വിശ്വസിക്കാനായില്ല. കാരണം മെലിഞ്ഞ ശരീരത്തിന് ഉയരക്കുറവുണ്ടായിരുന്നു.

സുബൈദയെക്കുറിച്ച് ചോദിച്ചപ്പോൾ ചിരിച്ചുകൊണ്ട് സഫിയ പറഞ്ഞത് ആ സ്ത്രീ പുരുഷന്മാരുടെ അരികിലേ പോകില്ലെന്നായിരുന്നു. എന്താണ് അങ്ങനെ പറയാൻ കാരണമെന്നു ഞാൻ തിരക്കി. വിവാഹം കഴിഞ്ഞ് രണ്ടു വർഷത്തിനുള്ളിൽ തന്നെ ഭർത്താവ് സുബൈദയെ ഉപേക്ഷിച്ച് ഇറ്റലിയിലേക്ക് പോയത്രേ. പിന്നീട് ഭർതൃപിതാവിന്റെ വീട്ടിലാണ് അവൾ കഴിഞ്ഞത്. വൃദ്ധനായ ഭർതൃപിതാവ് രാത്രിയാകാൻ കാത്തിരിക്കും. ആ വലിയ വീട്ടിലെ ബഹളങ്ങൾ അടങ്ങുമ്പോൾ മകന്റെ ഭാര്യയായ സുബൈദയുടെ മുറിയിലേക്ക് അയാൾ കടന്നു കയറും. ഈ മനുഷ്യൻ ഭർത്താവിന്റെ പിതാവായതിനാൽ ഇക്കാര്യം പുറത്തറിഞ്ഞാൽ

അത് എത്ര വലിയ അപവാദമായിരിക്കുമെന്ന് സുബൈദയ്ക്ക് നന്നായറിയാം. അതിനാൽതന്നെ അലറി വിളിക്കുവാൻ സാധിക്കാത്ത അവസ്ഥയിലായിരുന്നു ആ സ്ത്രീ. രണ്ടാഴ്ചക്കാലം പിടിച്ചുനിന്ന ശേഷം സുബൈദ ഒരു തീരുമാനമെടുത്തു. ഒരു ദിവസം പുതിനപ്പാടത്ത് നിന്ന് ഒരു അരിവാൾ എടുത്തുകൊണ്ടുവന്ന് തലയണയുടെ അടിയിൽ ഒളിപ്പിച്ചു വെച്ചു. പതിവുള്ള എതിർപ്പൊന്നും സുബൈദ കാണിക്കുന്നില്ല എന്ന് കണ്ടതും വൃദ്ധൻ ധരിച്ചിരുന്ന കുപ്പായം അഴിച്ചുമാറ്റാൻ തുടങ്ങി. അപ്പോഴേക്കും അരിവാളുമായി ചാടി വീണ സുബൈദ അയാളുടെ ലിംഗം വെട്ടിവീഴ്ത്തി.

മുൻകൂട്ടി പദ്ധതിയിട്ട കൊലപാതകം എന്ന ആരോപണം പൊലീസ് ഉയർത്തുകയും കോടതി ജീവപര്യന്തം ശിക്ഷ സുബൈദയ്ക്ക് വിധിക്കുകയും ചെയ്തു. ഒപ്പം ഭർത്താവുമായുള്ള വിവാഹബന്ധവും വിച്ഛേദിച്ചു.

വൃദ്ധനായ ഭർതൃപിതാവിനോട് താൻ ചെയ്ത കാര്യം വലിയ അഭിമാനബോധത്തോടെയാണ് സുബൈദ പറയാറുള്ളത്. താൻ നിരപരാധിയാണെന്ന് വാദിക്കുകയും ഈ രാജ്യത്തെ നീതിന്യായ സമ്പ്രദായം എത്ര മാത്രം അക്രമപരമാണെന്ന് തരം കിട്ടുമ്പോഴൊക്കെ പറയുകയും ചെയ്യും. തീർത്തും വിരുദ്ധങ്ങളായ രണ്ടു വശങ്ങളാണ് സുബൈദയ്ക്ക് ഉണ്ടായിരുന്നത്. രാത്രി ഒരു പെണ്ണിനൊപ്പം കിടക്ക പങ്കിടുന്നവൾ, പകൽ മുഴുവൻ മറ്റൊരു സ്ത്രീയെ ഉപദ്രവിക്കുകയും അസഭ്യം പറയുകയും തലമുടിയിൽ ചുറ്റിപ്പിടിച്ച് വലിക്കുകയും ഒക്കെ ചെയ്യും. രാത്രിയിൽ തേടിച്ചെല്ലുന്ന പെണ്ണുങ്ങൾ ചിലപ്പോൾ പലരാകാൻ സാധ്യതയുണ്ട്. പക്ഷേ പകൽ ആ സ്ത്രീയുടെ ആക്രമണത്തിനിരയാകുന്നത് ഒരേയൊരു സ്ത്രീയാണ് മലീക. വാർഡിലൂടെ പ്ലാസ്റ്റിക് ചെരിപ്പ് ധരിച്ച് ശബ്ദം ഉണ്ടാക്കി നടക്കുന്നതാണ് മലീകയുടെ പതിവ്. ഇതു കേൾക്കുന്ന തടവുകാരികളൊക്കെയും അസ്വസ്ഥരാകും:

"നിനക്ക് മര്യാദയ്ക്ക് നടന്നുകൂടെ. എന്തിനാണ് ഇങ്ങനെ ചാടി കളിക്കുന്നത്?"

വനിതാ വാർഡിൽ എത്തുന്ന തടവുകാരികൾക്കെല്ലാംതന്നെ മലീകയുടെ ശരിക്കുള്ള പേര് മനസ്സിലാകുന്നതിന് മുമ്പുതന്നെ 'ചാട്ടക്കാരി' എന്ന പേര് കേട്ടിരിക്കും. എന്ന് മാത്രമല്ല കുറഞ്ഞ ശിക്ഷാ കാലാവധി മാത്രമായി ജയിലിൽ എത്തിയ പല തടവുകാരികൾക്കും മലീകയുടെ ശരിക്കുള്ള പേര് അറിയാനുള്ള അവസരം തന്നെ ലഭിച്ചിട്ടുണ്ടാകില്ല. അവർക്കൊക്കെ അവൾ 'ചാട്ടക്കാരി' മാത്രമായിരിക്കും. സുബൈദയും മലീകയും തമ്മിലുള്ള ശത്രുതയെക്കുറിച്ച് ഞാൻ ചിലപ്പോൾ ചിന്തിച്ചു നോക്കിയിട്ടുണ്ട്. അത് ജയിലിലെത്തിപ്പെടാൻ മലീക ചെയ്ത കുറ്റകൃത്യത്തെ സംബന്ധിച്ച അറപ്പാകാനാണ് സാധ്യത എന്നാണ് എനിക്ക് തോന്നിയിട്ടുള്ളത്.

മലീക ജയിലിൽ എത്തിച്ചേരുന്നതിന് മുമ്പുതന്നെ അവളുടെ കേസ് സംബന്ധിച്ച വിവരം ഗാർഡുമാർ വഴി വനിതാ വാർഡിൽ എങ്ങും പ്രചരിച്ചിരുന്നു. കേട്ട മാത്രയിൽതന്നെ സർവ്വരും പടച്ചവനേ എന്ന് ഞെട്ടൽ രേഖപ്പെടുത്തുകയും പിശാചിൽനിന്ന് ദൈവത്തോട് കാവൽ തേടുകയും ഇടത്തേക്കും വലത്തേക്കും തുപ്പുകയും ചെയ്തു. മലീക ജയിലിൽ എത്തുന്നത് വീർത്ത വയറും ആയിട്ടായിരുന്നു. പക്ഷേ പ്രശ്നം അതായിരുന്നില്ല. അവളുടെ ഗർഭത്തിന് ഉത്തരവാദി സ്വന്തം സഹോദരൻതന്നെയായിരുന്നു. വനിതാവാർഡിലുള്ളവർ കുറെക്കാലം ഒറ്റപ്പെടുത്തി നിർത്തിയെങ്കിലും പതിയെ മറ്റുള്ളവരുമായി ഇഴുകിച്ചേരുവാൻ അവൾക്ക് സാധിച്ചു. പക്ഷേ അപ്പോഴും സുബൈദയുടെ കണ്ണിലെ കരടായിരുന്നു മലീക. പല രാത്രികളിലും പ്രഭാതങ്ങളിലും സുബൈദ തന്റെ കഴുത്തിൽ പിടിമുറുക്കുമ്പോൾ രക്ഷിക്കണേ എന്ന് അലറിവിളിക്കുന്ന മലീകയെയാണ് കണ്ടിട്ടുള്ളത്. അങ്ങനെ ഏവരുടെയും കണ്ണിലെ കരടായി മാറാനായിരുന്നു മലീകയുടെ യോഗമെങ്കിലും അവളെ ഗർഭിണിയാക്കിയ സഹോദരൻ എന്ന് പറയുന്ന മനുഷ്യനോടായിരുന്നു ഏവർക്കും കൂടുതൽ അറപ്പ് തോന്നിയത്.

മാനഭംഗക്കുറ്റത്തിന് അറസ്റ്റിലായ സഹോദരൻ ജയിലിൽ എത്തിയപ്പോൾ അയാളെ തങ്ങളുടെ ഒപ്പം താമസിപ്പിക്കാൻ പറ്റില്ലെന്ന് പറഞ്ഞു പുരുഷ തടവുകാർ പ്രതിഷേധിച്ചു. അതിനെത്തുടർന്ന് അയാളെ മാത്രമായി ഒരു പ്രത്യേക സെല്ലിൽ പാർപ്പിക്കുവാൻ ജയിലധികൃതർ നിർബന്ധിതരായി. ആറുമാസം കഴിയുന്നതിനുമുമ്പുതന്നെ ക്ഷയരോഗം ബാധിച്ച് അയാൾ ജയിലിൽ കിടന്ന് മരിക്കുകയും ചെയ്തു. ഏതാണ്ട് ആ സമയത്ത് തന്നെയാണ് മലീകയിൽനിന്നും അവളുടെ കുഞ്ഞിനെ അകറ്റിയതും. ജയിലിൽനിന്നും കുഞ്ഞിനെ ഏൽപ്പിച്ചത് ഫ്രഞ്ച് കന്യാസ്ത്രീകളെ ആയിരുന്നു. അവർ ആ കുഞ്ഞിനെ എവിടേക്കായിരിക്കും കൊണ്ടുപോയിരിക്കുക എന്ന് ഞങ്ങൾക്കാർക്കും അറിയില്ലായിരുന്നു. പക്ഷേ തനിക്കിനി സ്വന്തം കുഞ്ഞിനെ ഒരിക്കലും കാണാനാകില്ലെന്ന് മലീകയ്ക്ക് തീർച്ചയായിരുന്നു.

എന്തായാലും ഇടയ്ക്കിടയ്ക്ക് സുബൈദ മലീകയെ ഉപദ്രവിച്ചുകൊണ്ടേയിരുന്നു. ഇതാകട്ടെ രണ്ട് ഗ്യാങ്ങുകളുടെ നേതാക്കൾ തമ്മിലുള്ള പോരിലേക്കാണ് നീണ്ടത്. നഊമയും ഖൈറയും തമ്മിൽ. എന്നാൽ തടവുകാരികൾ തമ്മിൽ പോര് കടുക്കുമ്പോൾ ഹഫീദ പാടാൻ തുടങ്ങും. മാത്രമല്ല മറ്റു തടവുകാരികളോട് തനിക്കൊപ്പം പാടാൻ നിർബന്ധിക്കുകയും ചെയ്യും.

"പടച്ചട്ടയണിഞ്ഞവൻ നാളെ പിറന്നുവീഴുക തന്നെ ചെയ്യും

അവൻ തന്നെയാകും തീയാളിക്കത്തിക്കുക

അവൻ തന്നെയാകും പ്രതികാരം ചെയ്യുക

അവൻ തന്നെയാകും അസംഭവ്യതയുടെ വാരിയെല്ലുകൾക്കിടയിൽ നിന്ന് സത്യത്തെ പുറത്തെടുക്കുക."

ഹഫീദയ്ക്കൊപ്പം ഈ വരികൾ ഉരുവിടുമ്പോഴേക്കും എനിക്കടക്കം സർവ്വർക്കും ചിരി വരും. പതിയെ സംഘർഷ സാഹചര്യം ഇല്ലാതാവുകയും ഹഫീദയുടെ പാട്ടിനൊപ്പം തടവുകാരികൾ നൃത്തം ചവിട്ടാനും തുടങ്ങും.

വനിതാ വാർഡിലെ തടവുകാരികൾക്ക് പാടാൻ മാത്രമേ അറിയൂ. ഒരു ദിവസം എന്നെയും അവർ പാട്ടുപാടാൻ നിർബന്ധിച്ചു. എന്നാൽ പാട്ടുകൾ അറിയില്ലെന്നും കവിത ചൊല്ലാനേ അറിയൂ എന്നും പറഞ്ഞു നോക്കി. പക്ഷേ പലർക്കും കവിതയും പാട്ടും തമ്മിലുള്ള വ്യത്യാസം എന്തെന്ന് തന്നെ അറിയില്ലായിരുന്നു.

“നീ തുടങ്ങിക്കോ... ബാക്കി ഞങ്ങൾ പാടിക്കോളാം.”

“പക്ഷേ കവിതയ്ക്ക് താളം ഒന്നുമുണ്ടാകില്ല.”

“താളമൊക്കെ ഞങ്ങൾ കൊടുത്തോളാം. നീ അതിനെക്കുറിച്ചൊന്നും ആലോചിച്ച് വേവലാതിപ്പെടേണ്ട.”

ഈജിപ്ഷ്യൻ കവി അമൽ ദുൻഖലിന്റെ ‘വഴങ്ങിക്കൊടുക്കരുത്’ എന്ന കവിതയിൽ നിന്നുള്ള ഒരു ഭാഗമാണ് ഞാൻ അവർക്ക് മുന്നിൽ അവതരിപ്പിച്ചത്. പക്ഷേ തടവുകാരികൾ ആ വരികൾ ആറിലധികം തവണയാണ് ആവർത്തിച്ച് ഒറ്റ സ്വരത്തിൽ ആലപിച്ചത്. ശേഷം ബക്കറ്റുകളും പ്ലെയ്റ്റും കയ്യിലെടുത്ത് കൂട്ടിമുട്ടി ശബ്ദമുണ്ടാക്കി പാടാൻ തുടങ്ങി. ഒരു പ്രത്യേക ഈണത്തിൽ ഒന്നും ഒതുക്കുകയോ മറ്റുള്ളവരുടെ അഭിപ്രായം അറിയാനായി പരസ്പരം നോക്കുകയോ ഒന്നും ചെയ്യാതെയായിരുന്നു അവർ പാടിയത്. എന്നിട്ട് പോലും അതൊരു ഏക താളം ആയേ തോന്നിയുള്ളൂ. കവിതയുടെ ആശയതലം അവർ താളത്തോടുകൂടി പാടിയത് ഏറെ നേരം റിഹേഴ്സൽ ചെയ്ത്, സംഗീതം നൽകിയതുപോലെയായിരുന്നു. പതിവുപോലെ ഇടയ്ക്ക് ഇടർച്ചയുണ്ടായത് എനിക്ക് മാത്രമായിരുന്നു. ബക്കറ്റുകൾ കൂട്ടിമുട്ടുന്ന ശബ്ദത്തിന് യോജിക്കുന്ന വിധത്തിൽ വാക്കുകൾ കൂട്ടിച്ചേർത്തും ഒഴിവാക്കിയും ഒക്കെ അവർ ഭംഗിയായി പാടാനും നൃത്തം ചവിട്ടാനും തുടങ്ങി.

“പടച്ചട്ടയണിഞ്ഞവൻ നാളെ പിറന്നു വീഴുക തന്നെ ചെയ്യും
അവൻ തന്നെയാകും അഗ്നിയാളിക്കത്തിക്കുക
അവൻ ചോദിച്ചോളും പ്രതികാരം
അസംഭവ്യതയുടെ വാരിയെല്ലുകളോട്...”

ആദ്യം പാടിയതിൽ നിന്നൊക്കെ കുറെ മാറ്റം വരുത്തിയതായിരുന്നു അവസാനം കേട്ടത്. പാട്ടിന്റെ അവസാന ഭാഗം എത്തിയതും ബക്കറ്റുകളിൽ മുട്ടുന്ന ഒച്ച മൂർദ്ധന്യത്തിൽ എത്തുകയും തടവുകാരികൾ “വാഹ്...വാഹ്...” എന്ന് പ്രോത്സാഹിപ്പിക്കുവാനും തുടങ്ങി. ചിരിച്ച് ചിരിച്ച് എന്റെ കണ്ണുകളിൽ കണ്ണീർ നിറഞ്ഞുതുളുമ്പി. പതിയെ ദേഹം

കുലുക്കുന്ന നാഊമയെ കാണാം. ഷർട്ടിന്റെ അരികുകൾ അരപ്പട്ടയ്ക്കുള്ളിലേക്ക് തിരുകി കയറ്റിയപ്പോൾ സഫിയയുടെ തലമുടി കാണാൻ നല്ല ചേലായിരുന്നു. അപ്പോഴും മറ്റു തടവുകാരികൾ ബക്കറ്റുകൾ കൂട്ടിമുട്ടിച്ച് ശബ്ദം ഉണ്ടാക്കുന്നതും വാഹ്...വാഹ്... എന്ന് ഉരുവിടുന്നതും തുടർന്നുകൊണ്ടേയിരുന്നു.

ഇത്തരത്തിൽ എപ്പോഴൊക്കെ സംഘർഷവും വഴക്കും അതിർ കടക്കുന്നുവോ അപ്പോഴൊക്കെ രംഗം തണുപ്പിക്കുന്നതിനായി അവർ പാടാനും ആടാനും തുടങ്ങും. ഞാൻ ചൊല്ലിയ കവിതാശകലവുമായി അവർ പലതവണ പിന്നാലെ കൂടിയിട്ടുണ്ട്. നടുമുറ്റത്തിലോ, ജയിലിന്റെ ഏതെങ്കിലും കോണിലോ ഞാൻ തനിച്ചിരിക്കുന്നത് കണ്ടാലുടൻ അമൽ ദുൻഖലിന്റെ ആ കവിതാശകലവുമായി അവർ ചാടി വീഴും. ശരിക്കും അത് ഏകാന്തതയിൽനിന്നും എന്നെ പുറത്തേക്ക് നയിച്ചിരുന്നു. തടവുകാരികളായ ഞങ്ങൾ ഈ ജയിലിൽ എത്താൻ പല കാരണങ്ങളുണ്ടെങ്കിലും ബന്ധങ്ങൾക്ക് മുറിവേൽക്കുന്ന തരത്തിൽ പല പ്രഹരങ്ങൾ ഏറ്റിട്ടുണ്ടെങ്കിൽ തന്നെയും എന്തോ ഒരു ഊഷ്മളത വനിതാ വാർഡിലെ തടവുകാരികൾ തമ്മിലുള്ള ബന്ധത്തിലുണ്ടായിരുന്നു. ഉള്ളിലെ എന്തോ ഒന്ന് ഞങ്ങളെ ഓരോരുത്തരെയും പരസ്പരം ബന്ധിപ്പിച്ചിരുന്നതുപോലെ. ചില മുഹൂർത്തങ്ങൾ ഇരുണ്ടതായിരുന്നെങ്കിൽ പോലും ഞങ്ങളുടെ ഉള്ളിലെ ശോഭയെ കെടാതെ നിലനിർത്തിയിരുന്ന ഒട്ടേറെ അവസരങ്ങൾ ഉണ്ടായിട്ടുണ്ട്. ആ ശോഭയെ ഒരു മാത്ര സ്പർശിക്കാനായാൽതന്നെ നല്ല കാര്യങ്ങൾ തുടർന്നു വരും.

ഞങ്ങൾക്കിടയിൽ ഉരുവംകൊണ്ട ഈ ബന്ധം ഇല്ലാതാകരുതേ എന്നായിരുന്നു എന്റെ പ്രാർത്ഥന. ആ ബന്ധങ്ങൾ അവയുടെ നൈസർഗികഭാവത്തിൽതന്നെ തുടരട്ടെ എന്നായിരുന്നു എന്റെ നിലപാട്. ഇടയ്ക്ക് എപ്പോഴോ അവയ്ക്കൊരു ഇടവേള കൊടുക്കാം എന്ന് കരുതിയപ്പോൾ തികഞ്ഞ ശൂന്യതയാണ് തോന്നിയത്. തടവുകാരികളുടെ പാട്ടുകളും കഥകളും കേൾക്കാനായെങ്കിലെന്ന് അന്നേ മനസ്സ് കേണു പോയി.

ജയിലിന് പുറത്തുള്ള ബന്ധുക്കൾക്കായി കത്തുകൾ എഴുതി അയയ്ക്കുക എന്ന പദ്ധതി നടപ്പിൽവരുത്തിയതോടെ, കുടുംബാംഗങ്ങൾ തിരിച്ചും തടവുകാരികൾക്ക് കത്തുകൾ അയയ്ക്കാൻ തുടങ്ങി. അതോടെ ദിവസവും ചുരുങ്ങിയത് രണ്ടുപേർക്കുവേണ്ടിയെങ്കിലും കത്തുകൾ എഴുതി കൊടുക്കുന്ന പണി എനിക്ക് ചെയ്യേണ്ടിവന്നു. 'സമൂഹസഭ' എന്നായിരുന്നു കുടുംബങ്ങളെ ഞങ്ങൾ പേരിട്ട് വിളിച്ചിരുന്നത്. വനിതാ വാർഡിലെ സാധനസാമഗ്രികൾ തീരാൻ തുടങ്ങിയാൽ ഉടൻ ആവശ്യമുള്ള സംഗതികളുടെ പട്ടിക തയ്യാറാക്കി ഈ 'സമൂഹസഭ'യ്ക്ക് അയച്ചു കൊടുക്കും. ഉപയോഗിച്ചശേഷം ബാക്കിവരുന്ന റൊട്ടിയും മറ്റും വലിയൊരു പ്ലാസ്റ്റിക് കണ്ടെയ്നറിൽ സൂക്ഷിച്ചുവയ്ക്കും. പിന്നീട് ആവശ്യത്തിന് വിഭവങ്ങൾ കിട്ടാതാകുന്ന അവസരങ്ങളിൽ പയറും ബീൻസുമൊക്കെ ശേഖരത്തിൽ നിന്നും പുറത്തെടുക്കും. റൊട്ടിക്കഷണങ്ങൾ

കഴുകി വെയിലിൽ ഉണക്കിയെടുക്കും. ശേഷം പയറും ബീൻസും ചേർത്ത് സൂപ്പ് തയ്യാറാക്കും. റൊട്ടി ചെറിയ കഷ്ണങ്ങളാക്കി നുറുക്കിയ ശേഷം സൂപ്പിൽ മുക്കിയാൽ 'തർദ' എന്ന വിഭവമായി. വിഭവങ്ങൾ കുറയുന്ന സമയത്ത് ഞങ്ങൾക്ക് തീർത്തും ആശ്വാസമായിരുന്നു അത്. കൂടെ ഒരു ജഗ്ഗ് ചായ കൂടിയുണ്ടെങ്കിലേ കാര്യമുള്ളൂ. തർദ്ദ ഉണ്ടാക്കുന്നതിൽ സഫിയക്ക് നല്ല കൈപ്പുണ്യം ഉണ്ടായിരുന്നു. അവരിൽ നിന്നാണ് ഞാൻ അത് പഠിച്ചത്. എന്നാൽ ഇതൊക്കെ കഴിക്കാൻ തുടങ്ങിയതോടെ ഞാൻ വണ്ണം വയ്ക്കാൻ തുടങ്ങി. പ്രത്യേകിച്ച് അരക്കെട്ടിന്റെ ഭാഗം. മറ്റു തടവുകാരികൾ ഇക്കാര്യം പറഞ്ഞ് കളിയാക്കാനും തുടങ്ങി.

ഞാൻ മുനിസിപ്പൽ ജയിലിൽ കഴിയുന്ന കാലത്ത് പതിമ്മൂന്ന് തവണയാണ് ഹഫീദ തടവിൽ കഴിഞ്ഞിട്ടുള്ളത്. സാധാരണയായി രണ്ടുമാസത്തിൽ കൂടാത്ത തടവുശിക്ഷയായിരിക്കും അവൾക്ക് ലഭിക്കുക. അല്ലെങ്കിൽ ജയിലിൽ എത്തിയാലും വൈകാതെ ജാമ്യം കിട്ടി പുറത്തുപോകും. കഥ പറയുന്നതിൽ അസാമാന്യകഴിവുണ്ടായിരുന്നു ഹഫീദയ്ക്ക്. രാത്രികാലങ്ങളിൽ പ്രത്യേകിച്ച് നല്ല ആനന്ദമാണ് അവൾ ഞങ്ങൾക്ക് സമ്മാനിച്ചിരുന്നത്. വിദേശികളുടെ ടൂറിസ്റ്റ് ഗൈഡ് ആയി പ്രവർത്തിച്ചിരുന്നയാളായിരുന്നു. എന്നാൽ ലൈസൻസ് ഉള്ള ഗൈഡായിരുന്നില്ല താനും. ആധുനിക രാജ്യത്ത് ഏതെങ്കിലും സ്ഥലത്തെ സംബന്ധിച്ച വിവരങ്ങൾ കൈമാറുക എന്ന് പറയുന്നത് ഒരു തൊഴിലായി മാറിയ കാലമാണിത്. അതാകട്ടെ പ്രത്യേക ഐഡി കാർഡ് ഉള്ളവർ ചെയ്യേണ്ട പണിയുമാണ്. അതിനാൽ തന്നെ പെർമിറ്റില്ലാതെ ഗൈഡായി പ്രവർത്തിക്കുന്നതിനിടയിൽ ഇടയ്ക്കിടയ്ക്ക് പോലീസിന്റെ പിടിയിലാകും. എന്നാൽ ജയിലിൽ നിന്ന് പുറത്തിറങ്ങിയാൽ ഉടൻ വീണ്ടും പഴയ പണി തുടരുകയും പിന്നാലെ അറസ്റ്റിലായി ഞങ്ങളുടെ അരികിലേക്ക് തന്നെ തിരിച്ചുവരികയും ചെയ്യും. തിരിച്ചുവരുമ്പോൾ തങ്ങൾക്കായി സുറുമയും ടൂത്ത് ബ്രഷും കുളിപ്പുരയിലേക്ക് വേണ്ട സാമഗ്രികളുമെക്കെ കൊണ്ടുവരണമെന്ന് തടവുകാരികൾ ആവശ്യപ്പെടും. ഹഫീദ പെട്ടെന്നുതന്നെ തിരികെ വരുമെന്ന ഉറച്ച വിശ്വാസത്തോടുകൂടിയുള്ള ഈ ആവശ്യങ്ങൾ കേൾക്കുമ്പോൾതന്നെ എനിക്ക് ചിരിയാണ് വരിക.

ഹഫീദ ഒപ്പമുണ്ടെങ്കിൽ ഐശ ലഅ്ബൂവിന്റെ കഥ കേൾക്കാതെ ഒറ്റയൊരാൾക്കും ഉറങ്ങാനാകില്ല. അസാമാന്യശേഷിയുള്ള കഥ പറച്ചിലുകാരിയാണ് ഹഫീദ. എന്നാൽ ഞങ്ങൾ ആരെങ്കിലും കഥ കേട്ടുകൊണ്ടിരിക്കുന്നതിനിടയിൽ ഉറക്കം തൂങ്ങുകയാണെങ്കിൽ അവൾ ഉറക്കെ തൊണ്ടയനക്കും. പിന്നെ വാർഡിൽ എങ്ങും കേൾക്കാനാകുന്ന ഒച്ചയിൽ പറയും.

"അങ്ങനെ ഐശ ലഅ്ബൂ മരിച്ചു!"

പൊട്ടിച്ചിരിയോടു കൂടിയ ഈ വാചകം കേൾക്കുന്നതോടെ ഞങ്ങൾ ഉറക്കം തൂങ്ങുന്നത് നിർത്തി ജാഗരൂകരാകും.

"അപ്പോൾ ഞാനോ, എന്നെയാര് ഉറക്കുമെടീ പോത്തുകളെ."

തടവുകാരികളെ ആരെയും തന്നെ പേര് ചൊല്ലി വിളിക്കുന്ന ശീലം ഹഫീദയ്ക്കില്ല. ഞങ്ങൾ എല്ലാവരും അവൾക്ക് ഒരുപോലെതന്നെയാണത്രേ. പ്രായാധിക്യം, നരച്ച മുടിയുടെ ആനുകൂല്യം... ഇതൊന്നുംതന്നെ അവൾ കാര്യമാക്കുകയേയില്ല.

ജയിൽ ഓഫീസിൽ ചെന്ന് ഡോക്ടറെ കാണുന്നതിനുള്ള അപ്പോയിന്മെന്റ് എടുക്കുന്ന വിഷയത്തിൽ വിസമ്മതം അറിയിച്ചപ്പോൾ ബിൻത്മഅതി എന്നൊരു തടവുകാരി കലഹിച്ച ദിവസം ഓർമ്മ വരുന്നു. സാധാരണയായി തടവുകാരികൾക്ക് ഡോക്ടറെ കാണാനും മരുന്നുകൾ കൈപ്പറ്റാനും ഒക്കെ സഹായിക്കുന്നയാളാണ് ഞാൻ. നല്ല വയറുവേദനയുണ്ടാക്കുന്ന കിഡ്നികളിൽ ഒന്ന് നീക്കം ചെയ്യണമെന്ന് ആവശ്യപ്പെട്ട് ഡോക്ടറെ കാണണമെന്ന് വാശിപിടിക്കാറുള്ള ബിൻത്മഅതിയെ ഞാൻ ചിലപ്പോഴൊക്കെ കളിയാക്കാറുണ്ട്. ചികിത്സ ലഭിക്കുക എന്ന തന്റെ അവകാശം നേടിയെടുക്കാനായി അങ്ങേയറ്റം വരെ പോകാൻ തയ്യാറെടുത്തേ പറ്റൂ എന്ന് പറഞ്ഞ് ഞാൻ ദേഷ്യം പിടിപ്പിക്കും. എന്നാൽ ആവശ്യം നേടാനായി നിരാഹാര സത്യഗ്രഹം കിടക്കണമെന്നാണ് ഞാൻ ഉദ്ദേശിച്ചത് എന്നായിരിക്കും അവൾ കരുതുക. തന്നെ പട്ടിണി കിടത്തുകയാണ് എന്റെ മനസ്സിലിരിപ്പ് എന്ന് കരുതി ബിൻത്മഅതി ദേഷ്യപ്പെടും:

"പടച്ചവൻ കാക്കട്ടെ! നിരാഹാരസമരത്തിന് പുറപ്പെടണമെങ്കിൽ അതിനുമുമ്പ് കഴിക്കാനുള്ള ഭക്ഷണം പോലും നമുക്ക് ആവശ്യത്തിന് കിട്ടുന്നില്ലല്ലോ?"

അസഭ്യവും ശാപവാക്കുകളും ചൊരിയുന്ന ബിൻത്മഅതി, ഉത്തരവാദിത്തബോധമില്ലാത്തവരുടെ കൈകളിലേക്ക് തന്റെ ആരോഗ്യത്തെ എറിഞ്ഞു കൊടുത്ത വിധിയുടെ ക്രൂരതയെ പഴിക്കുകയും ചെയ്യും. എന്നെയാണോ അതോ മറ്റാരെയെങ്കിലുമാണോ അവൾ ഉദ്ദേശിച്ചതെന്ന് മനസ്സിലായില്ല. പേര് രജിസ്റ്റർ ചെയ്യാനായി ജയിലിലെ ക്ലിനിക്കിലെ നഴ്സിനെ കണ്ട ശേഷം പുറത്തേക്ക് ഇറങ്ങുന്നതിനിടയിലാണ് ബിൻത്മഅതി ക്ലിനിക്കിനുള്ളിലേക്ക് കയറിവരുന്നത്. പക്ഷേ എന്നെ കണ്ട ഭാവം നടിച്ചതേയില്ല. എന്നാൽ ഞാൻ ചിരിച്ചുകൊണ്ട് അവളെ കെട്ടിപ്പിടിക്കുകയും ഡോക്ടർ നാളെ വരും എന്ന് അറിയിക്കുകയും ചെയ്തു. ഇത്തരത്തിൽ തടവുകാരികളെ പരിശോധിക്കാനായി ഡോക്ടർ വന്നേ തീരൂ എന്ന് സമ്മർദ്ദം ചെലുത്തിയപ്പോഴൊന്നും തന്നെ ജയിലിൽ എത്തിയതിന്റെ രണ്ടാം വർഷം ഞാൻ ക്ലിനിക്കിലെ സ്ഥിരം സന്ദർശകയായി മാറുമെന്ന് സങ്കൽപ്പിക്കുകകൂടി ചെയ്തിരുന്നില്ല. കൈകാലുകളുടെ അസ്ഥികളിൽ തുടങ്ങിയ വേദന പതിയെ കടുത്ത നടുവേദനയായി മാറുകയായിരുന്നു. പരിശോധനകൾ നടത്തിയപ്പോൾ മനസ്സിലായത് വലത്തെ വൃക്കയുടെ പ്രവർത്തനം നിലച്ചു എന്നാണ്.

ജയിൽവാർഡൻ എന്നെ വിളിച്ച് ചികിത്സയ്ക്കായുള്ള മരുന്നുകൾ ലഭ്യമാക്കാൻ സാധിക്കില്ലെന്ന് അറിയിച്ചു. ഈ മരുന്നുകൾക്ക് വലിയ

വിലയാണെന്നും പട്ടണത്തിലെ മരുന്ന് വിതരണ സ്ഥാപനത്തിന് നില വിൽതന്നെ വലിയൊരു തുകയുടെ കടബാധ്യതയിലാണ് ജയിൽ എന്നു മാണ് അയാൾ അറിയിച്ചത്. തടവുകാരുടെ ക്ഷേമത്തിനായുള്ള സർക്കാർ ധനസഹായത്തെക്കുറിച്ചോ, ആ പണം പോകുന്ന വഴികളെക്കുറിച്ചോ ഒന്നും ചോദിച്ച് ഞാൻ അയാളെ ബുദ്ധിമുട്ടിച്ചില്ല. കാരണം അങ്ങനെ ശ്രമിച്ചാൽ ഗുണത്തേക്കാളേറെ ദോഷമേ ചെയ്യൂ എന്ന് അറിയാമായി രുന്നു. പകരം തലകുനിച്ചുനിന്ന ശേഷം ഞാൻ ഇത്രമാത്രം പറഞ്ഞു:

“ഓക്കെ. എന്റെ ചികിത്സയ്ക്ക് വേണ്ട മരുന്ന് ഞാൻതന്നെ വില കൊടുത്തു വാങ്ങിക്കോളാം.”

ഇതുകേട്ടതും ജയിലറുടെ മുഖത്ത് സന്തോഷം വിടരാൻ തുടങ്ങി. എന്നാൽ അതിന് അധികം ആയുസ്സ് നൽകാതെ ഞാൻ ഇതുകൂടി പറഞ്ഞു:

“പക്ഷേ ചികിത്സയ്ക്ക് ആധാരമായ രോഗം ഞാൻ ജയിലിലെത്തു ന്നതിന് മുമ്പേ ബാധിച്ചതാകണം. അതായത് ജയിലിൽ എത്തിയശേഷം പിടികൂടിയ രോഗങ്ങളുടെ ചികിത്സയ്ക്ക് ആവശ്യമായ ചെലവ് വഹി ക്കേണ്ട ബാധ്യതയില്ലല്ലോ എനിക്ക്?”

ഇത്രയും പറയുന്നതിനിടയിൽ തന്നെ തൊണ്ട നന്നായി വേദനിക്കുന്നു ണ്ടായിരുന്നു. ജയിലിലെ തണുത്തുറഞ്ഞ നിലത്ത് കിടന്നുറങ്ങുന്നതാണ് എന്റെ രോഗങ്ങൾക്ക് കാരണം എന്ന് അയാൾക്കറിയാം, എനിക്കുമറിയാം. പോരാത്തതിന് രഹസ്യത്തടവറയിൽ ഒരു മാസക്കാലം കഴിഞ്ഞ സമ യത്തെ പ്രശ്നങ്ങളുമുണ്ട്. നടുവ് കൂനിയ നിലയിലാണ് ഞാൻ നടക്കു ന്നത് തന്നെ. എന്റെ നേർക്ക് സൂക്ഷിച്ചുനോക്കി പതിയെ പുഞ്ചിരിക്കുക മാത്രമാണ് ജയിലർ ചെയ്തത്. അതോടെ ഞാൻ പുറത്തേക്ക് ഇറങ്ങു കയും ചെയ്തു. വനിതാവാർഡ്, പൊള്ളയായ വർത്തമാനങ്ങൾ, ഹഫീദ യുടെ കഥകൾ, മലീകയുടെ പ്ലാസ്റ്റിക് ചെരിപ്പുകളുടെ കടകട ശബ്ദം എന്നിവയൊക്കെ പോലെ തന്നെ എന്റെ ഈ അസുഖവും തീർത്തും പുതിയ രോഗം തന്നെയാണെന്ന് നന്നായി അറിയാവുന്നത് ജയിലർക്ക് തന്നെയായിരിക്കും.

പതിനേഴ്

സർവ്വകലാശാലയിലെ സയൻസ് കോളേജിലെ വിദ്യാർത്ഥി സംഘടനാ നേതാക്കളിൽപ്പെട്ട ഏഴു തടവുകാർ മുനിസിപ്പൽ ജയിലിലെതന്നെ പുരുഷന്മാരുടെ വാർഡിലുണ്ടെന്നു കേട്ടു. അവരുടെ വിപ്ലവഗാനങ്ങൾ ഇടയ്ക്കിടയ്ക്ക് കേൾക്കാറുള്ളതിനാൽ എനിക്കും ഇക്കാര്യം ഏതാണ്ട് തീർച്ചയായിരുന്നു. വനിതാ വാർഡിലെ നടുമുറ്റത്തു നിന്നാൽ നമുക്ക് അത് കേൾക്കാമായിരുന്നു. ഗാർഡുകളുമായി നല്ല ബന്ധമുള്ള സഫിയയോട് ഈ തടവുകാരെക്കുറിച്ച് ഒന്ന് അന്വേഷിക്കാമോ എന്ന് ഞാൻ ആവശ്യപ്പെട്ടു. ജയിൽ ഓഫീസിൽ ഗാർഡുമാരെ കാണാൻ പോയ സഫിയ അല്പം വൈകിയാണ് തിരികെ വന്നത്. കക്ഷത്തിൽ രണ്ട് പത്രങ്ങളും തിരുകിക്കൊണ്ടായിരുന്നു വരവ്. എന്റെ മുന്നിലേക്ക് ആ പത്രങ്ങൾ ഇട്ടുതന്ന ശേഷം സഫിയ പറഞ്ഞു:

"നിന്റെ സുഹൃത്തുക്കളെക്കുറിച്ച് സർവ്വതും ഇതിലുണ്ട്."

ഒരുതരത്തിലും കയ്യിൽ കിട്ടാനിടയില്ലാത്ത എന്തോ നിരോധിത വസ്തു എന്നത് പോലെയാണ് എനിക്ക് ആ പത്രങ്ങൾ കിട്ടിയപ്പോൾ തോന്നിയത്.

മൂന്നാമത്തെ പേജിൽ മുകൾഭാഗത്തായി ചില വിവരങ്ങൾ കണ്ടു. അതിലൊന്ന് ഈ ജയിലുമായി ബന്ധപ്പെട്ടത് തന്നെയായിരുന്നു. ഞങ്ങളുടെ ജയിലിന്റെ പേരും ഏഴു തടവുകാരുടെ ഒപ്പുകളും കാണാം. എന്നാൽ അവരുടെ പേരുകൾ വായിച്ചപ്പോൾ പരിചയമുള്ളതായി തോന്നിയില്ല. പക്ഷേ തടവറയുടെ ഇരുളിൽനിന്നും പുറപ്പെടുന്ന അവരുടെ ശബ്ദം എന്റെ ചാരെ, ഇങ്ങ് ഹൃദയത്തിനുള്ളിൽ തന്നെ, മുഴങ്ങിക്കേൾക്കാം. കൈകളിൽ നിന്നും വഴുതിപ്പോയ കുറേ ജീവിതങ്ങളെക്കുറിച്ചാണ് എനിക്ക് ആ പത്രത്താളുകളിൽ വായിക്കാനായത്. എനിക്ക് അവയിൽ ജീവിതത്തെ തന്നെ സ്പർശിക്കാൻ സാധിച്ചു. സ്പർശിച്ചപ്പോൾ ജീവിതത്തിന്റെ കറുത്ത മഷി വിരലുകളിൽ പുരളുന്നതുപോലെ . ആ പുറത്തിന്റെ താഴത്തെ ഭാഗത്ത് റിയൽ എസ്റ്റേറ്റ് പരസ്യങ്ങൾക്കിടയിൽ ഒരു രക്തസാക്ഷിയുടെ ഓർമ്മയ്ക്കായുള്ള സ്മരണികയും കണ്ടു.

ഇതിനിടയിലാണ് ചീട്ടുകളിക്കാൻ നിർബന്ധിച്ചുകൊണ്ട് തടവുകാരികളിലൊരാൾ അടുത്ത് വന്നത്. പതിവിന് വിരുദ്ധമായി ഞാൻ പറ്റില്ലെന്ന്

പറഞ്ഞു. പുതപ്പ് ദേഹത്ത് മൂടിക്കൊണ്ട് ഞാൻ ആ പത്രത്താളുകളി ലേക്കുതന്നെ നോക്കിക്കൊണ്ടിരുന്നു. അപ്പോഴാണ് സഫിയ തിരികെ വരുന്നത്. വാർഡന്റെ ഓഫീസിൽനിന്നും ഗാർഡുകൾ എടുത്തു നൽകിയ പത്രങ്ങൾ പെട്ടെന്ന് തന്നെ തിരിച്ചുകൊടുക്കണം. ഞാനവ തിരിച്ചുനൽകി. പത്രവുമായി പോകുന്ന സഫിയയെ തന്നെ കുറെ നേരം നോക്കി നിന്നു.

ദാരിദ്ര്യവും ദുരിതവും മോഷണ തൊഴിലിലേക്ക് വലിച്ചെറിഞ്ഞില്ലായിരുന്നെങ്കിൽ സഫിയ എന്തായിത്തീരുമായിരുന്നു. മാന്യമായ ഒരു ജീവിതം അവൾക്ക് ലഭിക്കുമായിരുന്നോ? ദേശീയ ദിനാചരണവുമായി ബന്ധപ്പെട്ട ദിവസങ്ങളിൽ തടവുകാരികളെ നടുമുറ്റത്തേക്ക് കൊണ്ടുവരും. അവിടെ സ്ഥാപിച്ചിരിക്കുന്ന ടെലിവിഷനിൽ ഔദ്യോഗിക പ്രഭാഷണങ്ങൾ കേൾക്കാനായിരിക്കും ഇങ്ങനെ ചെയ്യുക. എന്നാൽ സഫിയ മാത്രം വാർഡിൽനിന്നും പുറത്തിറങ്ങുകയേ ഇല്ല. രാജാവിന്റെ ജന്മദിനം, സിംഹാസനാരോഹണ ദിനം, പിന്നെ ഇതുപോലുള്ള അതിവിശേഷ ദിനങ്ങൾ തുടങ്ങിയവയിലൊക്കെ ആയിരിക്കും ഇത്തരത്തിൽ ഔദ്യോഗിക പ്രഭാഷണങ്ങളുണ്ടാവുക. ആ ദിവസങ്ങളിലായിരിക്കും ഞങ്ങൾക്ക് ടെലിവിഷൻ കാണുവാൻ അവസരം ലഭിക്കുക. വാർഡിനുള്ളിൽ ഞങ്ങൾക്ക് റേഡിയോയും ലഭിച്ചിരുന്നില്ല. ദീർഘകാലവും അതുപോലെ ഇടത്തരം ദൈർഘ്യവും ഉള്ള തടവുകാലവുമൊക്കെ ലഭിച്ച തടവുകാരികൾ തങ്ങളുടെ ഈ രണ്ടു വർഷത്തെ ജയിൽ ജീവിതം മികച്ച കാലമായിട്ടായിരിക്കും കരുതുക.

സുബൈദയുടെ കാര്യം പറയുകയാണെങ്കിൽ ഇതിനിടയിൽ ഒമ്പതു തവണ ടിവി കാണുവാൻ അവസരം ലഭിച്ചത്രേ. വിരലെണ്ണുന്നതിനിടയിൽ കുറെ സിനിമകൾ കണ്ടതായി കൂടി അവൾ പറഞ്ഞു. അതെങ്ങനെയാണ് നടക്കുന്നത്? ആദ്യം എനിക്കൊന്നും മനസ്സിലായില്ല. സർക്കാർ പ്രഭാഷണങ്ങൾ കേൾക്കാൻ തയ്യാറാകണമെങ്കിൽ അതിനോടൊപ്പം ടിവിയിൽ വരുന്ന സിനിമകൾകൂടി കാണാൻ തങ്ങളെ അനുവദിക്കണമെന്ന് തടവുകാരികൾ വാദിക്കും. പ്രധാന വാർത്തകൾക്കിടയിൽ ഔദ്യോഗിക പ്രഭാഷണങ്ങൾ കേട്ട് കഴിയുമ്പോഴേക്കും തടവുകാരികൾ പ്രാർത്ഥിക്കുന്നത് അടുത്തതായി ടിവിയിൽ പ്രക്ഷേപണം ചെയ്യപ്പെടാൻ പോകുന്നത് ഏതെങ്കിലും ഈജിപ്ഷ്യൻ സിനിമയായിരിക്കണേ എന്നായിരിക്കും.

കുടുംബാംഗങ്ങളോ അയൽവാസികളോ സുഖാന്വേഷണം നടത്തിയാൽ അറിയിക്കുന്നതല്ലാതെ പുറംലോകവുമായി ബന്ധപ്പെട്ട വിവരങ്ങളൊന്നുംതന്നെ വീട്ടുകാർ എന്നെ അറിയിക്കില്ലായിരുന്നു. തെരുവിലും നിരത്തിലും ഗ്രാമത്തിലും പട്ടണത്തിലും പിന്നെ രാജ്യത്തെങ്ങുമായി അരങ്ങേറുന്ന സംഭവങ്ങളെക്കുറിച്ചൊന്നും അറിയാനാകാത്ത അവസ്ഥയിലായിരുന്നു ഞാൻ അക്കാലത്ത്. അതിനാൽതന്നെ ഈ ഔദ്യോഗിക പ്രഭാഷണങ്ങൾക്ക് ചെവികൊടുത്തേ മതിയാകുമായിരുന്നുള്ളൂ. ആ പ്രസംഗങ്ങൾ വിശദമായി പഠിക്കുകയും പല ഭാഗങ്ങളും മനപ്പാഠമാക്കുകയും ചെയ്തു. അവ അടിമുടി വിലയിരുത്തലിന് വിധേയമാക്കുന്നതിലൂടെ

പുറംലോകത്ത് അരങ്ങേറുന്ന സംഭവങ്ങളിലേക്ക് എനിക്ക് ചെറിയൊരു വാതിലെങ്കിലും തുറന്നു കിട്ടും.

വനിതാ ജയിലിൽ ചെലവിട്ട 730 ദിവസങ്ങൾക്കിടയിൽ എന്നെ ആകെ സന്ദർശിച്ചത് സ്വന്തം വീട്ടുകാരും അയൽപക്കത്തെ പെൺകുട്ടികളിൽപ്പെട്ട ചില സുഹൃത്തുക്കളും മാത്രമായിരുന്നു. മുഹമ്മദിന്റെ രൂപം മനസ്സിൽനിന്ന് പതിയെ മായാൻ തുടങ്ങിയിരുന്നു. മനസ്സ് അങ്ങേയറ്റം നിർവികാരത്തിനടിമയാണെന്ന് പറഞ്ഞാൽ ആരെങ്കിലും വിശ്വസിക്കുമോ? മനസ്സിനുള്ളിലെ വിള്ളലുകളെക്കുറിച്ച് ആരോട് പറയാനാണ്? യാഫയിലെ ഓറഞ്ച് പോലെയാണ് എന്റെ ഹൃദയമെന്നും അതിനുള്ളിൽ അങ്ങേയറ്റത്തെ പ്രതിഷേധമുണ്ടെന്നും പറഞ്ഞാൽ ആരെങ്കിലും വിശ്വസിക്കുമോ?

വാർഡിന്റെ മേൽക്കൂരയിലേക്ക് കണ്ണുനട്ട് കിടക്കുകയാണ് ഞാൻ. ഈയടുത്തകാലത്തായി ഒന്നിലും ശ്രദ്ധിക്കാതിരിക്കുന്നതാണ് എന്റെ ശീലം. മേൽക്കൂരയിലേക്ക് നോക്കുന്നുണ്ടെങ്കിലും ചിന്തകൾ എവിടെയൊക്കെയോ ചിതറിപ്പോയിരിക്കുകയാണ്. അന്നേരമാണ് പത്രത്തിൽ കണ്ട രക്തസാക്ഷിയുടെ ഓർമ്മ തലയ്ക്കു മുകളിൽ വട്ടമിട്ട് പറക്കാൻ തുടങ്ങിയത്. അത് വാർഡിന്റെ മൂലയിലേക്ക് ഉയർന്നശേഷം മഞ്ഞ് ചൊരിയാൻ തുടങ്ങി. ഓർമ്മകൾ മനസ്സിൽ നിറയാൻ തുടങ്ങുമെന്ന് കണ്ടതോടെ ഞാൻ കണ്ണുകൾ അടച്ചുപിടിച്ചു. കാര്യങ്ങൾ കൂടുതൽ ശ്രദ്ധിക്കുന്നപക്ഷം ലഭിക്കുന്നത് കടുത്ത വേദന മാത്രമായിരിക്കും. ജീവിതത്തിന്റെ ചഷകം സദാ നുകരുന്ന ആളാണ് ഞാൻ. എന്നിട്ടും എന്തുകൊണ്ടായിരിക്കും ആ ചഷകം എപ്പോഴും നിറഞ്ഞു തന്നെയിരിക്കുന്നത്?

നെറ്റിയിൽനിന്നും ശരീരത്തിൽ നിന്നാകെ വിയർപ്പ് പൊടിയുന്നതുപോലെ തോന്നി. മുഖത്ത് പറ്റിപ്പിടിച്ച വിയർപ്പുതുള്ളികൾ കഴുകിക്കളയാനായി അന്നൊരു നാൾ മൗലീന്റെ അപ്പാർട്ടുമെന്റിലെ ബാത്റൂമിൽ പോയത് ഓർത്തുപോയി. അത് പക്ഷേ എന്റെ സ്വന്തം വിയർപ്പായിരുന്നില്ല. കിടക്കയിൽ മൗലീന്റെ ദേഹത്തിന് കീഴിൽ നിന്ന് വഴുതി മാറി ബാത്റൂമിലേക്ക് കയറി ചെല്ലുമ്പോൾ കാണുന്നത് കുറെയേറെ ടൂത്ത് ബ്രഷുകളാണ്. എനിക്ക് മുമ്പ് സ്ത്രീകളുടെ ഒരു സാമ്രാജ്യംതന്നെ ഈ ബാത്റൂമിലൂടെ കടന്നുപോയിട്ടുണ്ടാകും എന്ന് അപ്പോഴാണ് മനസ്സിലായത്. അത്തറുകളും ടൂത്ത്ബ്രഷുകളും സൺഗ്ലാസുകളും സിഗരറ്റ് കുറ്റികളും അലങ്കോലമായ കിടക്കയുമൊക്കെ അവശേഷിപ്പിച്ച ശേഷമായിരിക്കും ആ പെണ്ണുങ്ങൾ പോയിട്ടുണ്ടാവുക. അതായിരുന്നു മൗലീൻ.

കിടക്കയിൽനിന്ന് എഴുന്നേറ്റു നേരെ ബാത്റൂമിലേക്ക് കയറിയാൽ അന്നത്തെ ദിവസം ഒപ്പം ഉണ്ടായിരുന്ന പെണ്ണിന്റെ ഓർമ്മകളെ കഴുകിക്കളയാം. പിന്നെ അടുത്ത ദിവസം പുതിയൊരു പെണ്ണിനെ അതേ കിടക്കയിലേക്ക് സ്വാഗതം ചെയ്യാം. രാവിലെ ജോലിക്ക് പോകാൻ നേരം തലേ ദിവസത്തെ പെണ്ണ് അപ്പാർട്ടുമെന്റിൽനിന്ന് പോയിട്ടുണ്ടാവില്ല. താക്കോൽ അവളെ ഏൽപ്പിച്ചശേഷം പുറത്തിറങ്ങുമ്പോൾ അത് എവിടെയാണ് വെക്കേണ്ടതെന്ന് നിർദ്ദേശിക്കും.

ആ താക്കോൽ കയ്യിൽ വാങ്ങിയപ്പോൾ ശ്വാസംമുട്ടിപ്പോയി. സകല മാനഭാവങ്ങളുള്ള സ്ത്രീകളെയും നിന്നിൽ വായിച്ചെടുക്കാമല്ലോ മൗലീൻ? നിന്റെ അപ്പാർട്ടുമെന്റിന്റെ താക്കോലിൽ ആ സ്ത്രീകളുടെ വിരൽപ്പാടുകൾ പതിഞ്ഞിട്ടുണ്ടാകും. മൃദുലമായ വിരലുകളായിരുന്നു സ്പർശിച്ചിരുന്നതെങ്കിലും ആ താക്കോലിന്റെ തിളക്കമൊക്കെ നഷ്ടമായിരിക്കുന്നു. ചായമിളകി ഏതാണ്ട് തുരുമ്പ് പിടിക്കാറായിരിക്കുന്നു. നിന്റെ പെണ്ണുങ്ങളുടെ വിരൽപ്പാടുകളൊന്നും താക്കോലിന്മേൽ ബലം പ്രയോഗിച്ച് മായ്ച്ചുകളയാനൊന്നും ഞാൻ ശ്രമിക്കുന്നില്ല മൗലീനേ. അതുപോലെതന്നെ എന്റെ അടയാളമൊന്നും അവശേഷിപ്പിക്കാനും ആഗ്രഹിക്കുന്നില്ല.

എന്തായാലും വാതിൽ പൂട്ടിയ ശേഷം ഞാൻ അപ്പാർട്ടുമെന്റിന്റെ പടിക്കെട്ടുകളിലൂടെ താഴേക്ക് ഇറങ്ങാൻ തുടങ്ങി. അപ്പോഴാണ് ആ കെട്ടിടത്തിലെ ശുചീകരണത്തൊഴിലാളിയായ സ്ത്രീയെ കാണുന്നത്. ഞാൻ ഏത് അപ്പാർട്ടുമെന്റിൽനിന്നാണ് ഇറങ്ങിവന്നത് എന്ന് അറിയാനുള്ള ശ്രമത്തിലായിരുന്നു ആ സ്ത്രീ. എന്നിട്ടും ഞാൻ താക്കോൽ നിന്റെ തപാൽ പെട്ടിക്കുള്ളിലേക്കിട്ടു. അങ്ങനെ ചെയ്താൽ മതിയെന്നാണല്ലോ നീ പറഞ്ഞിരിക്കുന്നതും. അപ്പോഴും ജോലിക്കാരി അമേച്ചർ ഡിറ്റക്ടീവിനെപ്പോലെ പിന്നാലെ തന്നെയുണ്ടായിരുന്നു. അന്യരായ ആളുകളുടെ തുറിച്ചുനോട്ടം സഹിക്കവയ്യാതെ എത്രയെത്ര പെണ്ണുങ്ങൾക്കായിരിക്കും ഞാൻ ചെയ്തതുപോലെ താക്കോൽ വലിച്ചെറിയേണ്ടി വന്നിട്ടുണ്ടാവുക എന്ന് ഓർത്തുപോയി. കയ്യിൽ നിന്നും താക്കോൽ തടിപ്പെട്ടിക്കുള്ളിലേക്ക് ഇടുമ്പോൾ "ഒരല്പസമയംകൂടി കഴിഞ്ഞ് അപ്പാർട്ടുമെന്റിൽ നിന്നിറങ്ങിയിരുന്നെങ്കിൽ എത്ര നന്നായിരുന്നു" എന്ന് ആ പെണ്ണുങ്ങളിൽ എത്രയെത്ര പേർ സ്വയം പറഞ്ഞിട്ടുണ്ടാകും.

ഒട്ടനേകം സ്ത്രീകളുടെ ഗന്ധങ്ങൾക്കിടയിൽ നട്ടം തിരിഞ്ഞവനാണ് നീയെന്നറിയാം മൗലീനേ. അതിൽനിന്നും നിന്നെ രക്ഷിച്ചത് ഞാനല്ലേ? അത് പക്ഷേ എന്റെ ശരീരഗന്ധം കൊണ്ടോ, കാമലീലകൾ കൊണ്ടോ ശരീരപ്രദർശനങ്ങൾകൊണ്ടോ ഒന്നുമായിരുന്നില്ല. ഈ മൗലീന് സുഹൃത്തായ നബീൽ ഖുസഹിന്റെ പല സവിശേഷതകളുമുണ്ട്. പ്രത്യേകിച്ച് അയാളുടെ നിശ്ശബ്ദതയും സമാധാനവും. നബീലിനോട് സാമ്യമുള്ള സംഗതികളിലാണോ, അതല്ല വൈജാത്യമുള്ള സംഗതികളിലാണോ ഞാൻ മൗലീനെ തിരഞ്ഞിരുന്നത് എന്നറിയില്ല. പക്ഷേ തൊട്ടാൽ പൊള്ളുന്ന തീയായിരുന്നു രണ്ടുപേരും. അതിനാൽതന്നെ ആ ജ്വാലയിൽ കയറിപ്പിടിക്കാതെ താഴേക്ക് ഇറങ്ങിയശേഷം കുതറി ഓടാനായിരിക്കും നിങ്ങൾ ശ്രമിക്കുക. അങ്ങനെയാണ് ലെബനോണിലെ യുദ്ധം നബീലിനെ നഷ്ടപ്പെടുത്തിയത്. പിന്നെ ഞാൻ അയാളെക്കുറിച്ച് ഒന്നും കേട്ടിട്ടേയില്ല. നബീൽ എന്നെ വിളിക്കുകയോ അയാളുടെ വിശേഷങ്ങൾ ഒന്നുമറിയാനോ സാധിച്ചില്ല. ഏതു വഴിയാണ് നബീൽ പോയിമറഞ്ഞതെന്ന് ഇന്നുമറിയില്ല. ബോംബുകൾ അയാളെ മരണത്തിന്റെ പാതയിലേക്ക്

കൂട്ടിക്കൊണ്ടുപോയിരിക്കുമോ? അതോ മറ്റെവിടേക്കെങ്കിലും കുടിയേറാൻ നിർബന്ധിതനായിരിക്കുമോ പാവം?

നബീലിന്റേതായി എന്റെ കയ്യിൽ ആകെ അവശേഷിച്ചിരുന്നത് അയാൾ സ്വന്തം കൈകൊണ്ട് വരച്ച ലെബനോണിന്റെ ഭൂപടം ആയിരുന്നു. യുദ്ധക്കൊതിയും സഹോദരങ്ങളായ മനുഷ്യർ ശത്രുക്കളാവുകയും ചെയ്തപ്പോൾ ചിതറിപ്പോയ നാടിന്റെ ഭൂപടം. ലെബനോണെ സംബന്ധിച്ച് നിസ്സാരമെന്ന് തോന്നാവുന്ന വിവരണങ്ങളും അതിർത്തികളും ഒന്നും തന്നെ നബീൽ തന്റെ ഭൂപടത്തിൽ രേഖപ്പെടുത്താതെ വിട്ടുകളഞ്ഞിരുന്നില്ല. പറയുന്നത് കേട്ടിരിക്കുന്നതിനിടയിൽ ഞാൻ അയാളുടെ മുഖത്തേക്ക് ഇടയ്ക്കിടയ്ക്ക് പാളി നോക്കുമായിരുന്നു. പൈൻ മരക്കാട് പോലെ തിങ്ങിയ പുരികങ്ങളും വീതിയേറിയ നെറ്റിത്തടവും ചുമലുകളും ഒക്കെ എന്റെ കണ്ണിൽപ്പെടും. എപ്പോഴും തിരക്കേറിയ എന്തെങ്കിലും കാര്യങ്ങളിൽ മുഴുകിയ ഭാവത്തിലേ നബീലിനെ കണ്ടിട്ടുള്ളൂ.

ഒരിക്കൽ ഞങ്ങളുടെ കുടുംബവീട്ടിൽ വന്നപ്പോൾ നബീലിനായി വിരിച്ച കിടക്ക താഴത്തെ നിലയിൽ നിന്ന് രണ്ടാംനിലയിലേക്ക് മാറ്റാമെന്ന് ഞാൻ പറഞ്ഞു.

“അതിന്റെ ആവശ്യമുണ്ടോ?”

“നാളെ ഞായറാഴ്ചയല്ലേ? കുട്ടികൾ നേരത്തെ ഉണരും. പിന്നെ ചെവി കേൾക്കാൻ പറ്റാത്ത ബഹളമായിരിക്കും.”

“അതിനെന്താ കുഴപ്പം?”

“രാത്രി താമസിച്ചാണല്ലോ ഉറങ്ങാനാകുന്നത്. അതിനാൽ രാവിലെ അല്പം ഉറങ്ങുന്നത് നന്നായിരിക്കും. അപ്പോഴായിരിക്കും കുട്ടികൾ ശല്യപ്പെടുത്താൻ വരിക.”

“മൗണ്ട് ലെബനോണിലെ യുദ്ധത്തിനിടയ്ക്ക് നിലയ്ക്കാത്ത വെടിയൊച്ചകൾക്കും സ്ഫോടനശബ്ദത്തിനും ഇടയിൽപ്പെട്ട് ആഴ്ചകളോളം ഒരുപോലെ കണ്ണടയ്ക്കാൻ കഴിയാതെ പോയ ഒരാളായ എനിക്ക് ഈ കുട്ടികളുടെയും പക്ഷികളുടെയുമൊക്കെ ശബ്ദം കേട്ടാൽ സ്വർഗ്ഗത്തിലാണെന്നേ തോന്നുകയുള്ളൂ ലൈലാ.”

നബീൽ ഖുസഹ് അവസാനമായി മൊറോക്കോയിൽ വന്നപ്പോൾ എനിക്ക് കാണാൻ സാധിച്ചില്ല. മുതുകിലും വലത്തെ കയ്യിലുമേറ്റ പരിക്കുകളിൽനിന്ന് സുഖം പ്രാപിക്കുന്നതിനിടയിലാണ് നബീൽ വന്നത്. പാരീസിൽ നിന്ന് ലെബനോണിലേക്ക് പോവുകയായിരുന്നു. രണ്ടുദിവസമേ മൊറോക്കോയിൽ ഉണ്ടായിരുന്നുള്ളൂ. ഹുർറിയ്യ സ്ട്രീറ്റിലെ മോണാലിസ കഫേയിൽ വച്ച് കാണാമെന്നാണ് ഞങ്ങൾ തീരുമാനിച്ചിരുന്നത്. പക്ഷേ സ്ഥലത്തെത്തിയപ്പോൾ പട്ടാളം സ്ട്രീറ്റിനെ രണ്ടായി പിളർത്തി ബാരിക്കേഡ് തീർത്തിരിക്കുന്ന കാഴ്ചയാണ് കാണുന്നത്. തുർക്കി പ്രസിഡണ്ടായിരുന്ന അഹ്മെദ് കെനാൻ എവ്റേൻ മൊറോക്കോ സന്ദർശിക്കുന്ന സമയമാണ് അതെന്ന് ശ്രദ്ധിച്ചിരുന്നില്ല. എന്നല്ല ഇങ്ങനെയൊരു

വിഷമസന്ധിയിൽ വന്നുപെട്ടില്ലായിരുന്നെങ്കിൽ ഈ തുർക്കി പ്രസിഡന്റിന്റെ പേര് എന്തായിരുന്നു എന്ന് പോലും ഞാൻ അറിയാൻ ശ്രമിക്കില്ലായിരുന്നു.

റോഡ് രണ്ടായി പകുത്ത് പ്രധാന തെരുവുകൾക്ക് ചുറ്റും ബാരിക്കേഡ് തീർത്തിരിക്കുകയാണ്. നബീൽ റോഡിന്റെ കിഴക്ക് ഭാഗത്തായിരുന്നെങ്കിൽ കഫേ മോണാലിസ സ്ഥിതി ചെയ്യുന്ന പടിഞ്ഞാറ് ഭാഗത്തായിരുന്നു ഞാൻ. അപ്പോൾ പിന്നെ ഈ ബാരിക്കേഡ് മറികടന്ന് തമ്മിൽ കാണുന്നതെങ്ങനെയാണ്? നാലു മണിക്കൂറിലധികം നേരമാണ് ഇത്തരത്തിൽ റോഡിൽ സഞ്ചാരസ്വാതന്ത്ര്യം തടഞ്ഞുവച്ചത്. അതിഥികൾക്കായി ഔദ്യോഗിക വരവേൽപ്പ് നൽകുന്നു എന്ന് വരുത്തിത്തീർക്കാനായി വലിയൊരു ആൾക്കൂട്ടത്തെ നിരത്തിൽ കാത്തുനിർത്താനായി അധികാരിവർഗ്ഗം കണ്ടുപിടിച്ച കുറുക്കുവഴി കൂടിയായിരുന്നു അത്.

ഞാനെന്തായാലും കഫേയ്ക്കുള്ളിൽ കയറി. കഫേയുടെ ഉടമ ലെബനോൺകാരനായ മാലിക്കാണ്. അയാളുടെ മുഖത്തേക്ക് നോക്കിയാൽ നബീലുമായി സാമ്യമുള്ള എന്തെങ്കിലും കണ്ടതിന്റെ ആശ്വാസം ലഭിക്കുമെന്ന് തോന്നി. പിന്നീട് ചാൾസ് ഡി ഗോൾ എയർപോർട്ടിൽനിന്ന് ലെബനോണിലേക്കുള്ള വിമാനം കയറുന്നതിനു മുമ്പ് നബീൽ ഫോൺ ചെയ്തപ്പോഴാണ് ആ ശബ്ദമൊന്ന് കേൾക്കാനെങ്കിലും സാധിച്ചത്. നബീലിന്റെ പൊട്ടിത്തെറിക്കുന്ന ശബ്ദം റിസീവറിലൂടെ എന്റെ ചെവിയിൽ എത്തുന്നുണ്ടായിരുന്നു. എല്ലാം കേട്ട് നിശ്ശബ്ദയായി റിസീവർ കഴുത്തിനും ചെവിക്കുമിടയിൽ ചേർത്തുപിടിച്ച് നിൽക്കുന്നതിനിടയിൽ കണ്ണുകളിൽ തുളുമ്പി വന്ന കണ്ണുനീർത്തുള്ളികൾ തുടച്ചുനീക്കാനേ എനിക്ക് സാധിച്ചുള്ളൂ. തന്റെ നാടായ ബൈറൂത്തിൽ എന്താണോ സംഭവിക്കുന്നത് അതുതന്നെ അറബ് ലോകത്തിന്റെ കിഴക്കും പടിഞ്ഞാറുമെന്ന ഭേദമില്ലാതെ സർവ്വയിടത്തും ആവർത്തിക്കുന്നതിൽ ശാപവാക്കുകൾ ചൊരിയുകയായിരുന്നു നബീൽ.

"എന്തു പറയാനാണ് ലൈല? ബൈറൂത്ത് നിന്റെ നാട്ടിൽ ഉണ്ടാകുമെന്ന് ഞാൻ കരുതിയതേയില്ല. ഒരേ റോഡിന്റെ ഇരുവശത്തുമായിരുന്നു ഞാനും നീയും. നീ പടിഞ്ഞാറൻ ബൈറൂത്തിലായിരുന്നെങ്കിൽ ഞാൻ കിഴക്കൻ ബൈറൂത്തിലായിരുന്നു എന്ന വ്യത്യാസം മാത്രമേയുള്ളൂ. ആ റോഡിന്റെ പേരെന്താണ്? ഹുർറിയ്യ സ്ട്രീറ്റ് അല്ലേ ? പേരിൽ മാത്രമല്ലേയുള്ളൂ സ്വാതന്ത്ര്യം? നമ്മുടെ പട്ടണങ്ങളൊക്കെ എല്ലാം ഒരുപോലെയാണ്. ചീട്ടുകളിക്കാരൻ കാർഡുകൾ ഇടകലർത്തുന്നതുപോലെ ചെയ്താൽ കെടുകാര്യസ്ഥതയിൽ അവയെല്ലാം തുല്യമാണ്."

നബീലിന്റെ ശബ്ദം പിന്നീട് ഇതുവരെ കേൾക്കാനേ സാധിച്ചിട്ടില്ല. അയാളെക്കുറിച്ച് പിന്നീട് ഒരു വിവരവും അറിയാനും കഴിഞ്ഞില്ല. ഒരുപക്ഷേ ലെബനോണിലെ ആഭ്യന്തരയുദ്ധത്തിൽ അയാൾ മരിച്ചിട്ടുണ്ടാകും എന്ന് ആരോ മനസ്സിലിരുന്ന് പറയാൻ തുടങ്ങി. പാരീസിലും ജോർദാനിലെ അമ്മാനിലുമുള്ള ചില ഫോൺ നമ്പറുകളിൽ ബന്ധപ്പെട്ട്

നോക്കി. പക്ഷേ അവർക്കൊന്നും തന്നെ നബീലിനെ സംബന്ധിച്ച് യാതൊരു വിവരവുമില്ലായിരുന്നു. അവരുടെ മാസികയുടെ പ്രസിദ്ധീകരണം നിലച്ചിരുന്നു. അതിന്റെ കോപ്പികളൊന്നും തന്നെ പിന്നീട് മൊറോക്കോയിൽ കണ്ടിട്ടേയില്ല.

ഈ മാസികയുടെ പ്രസാധനം ആരംഭിച്ചതിനെപ്പറ്റി നബീൽ എന്നോട് സംസാരിച്ചിട്ടുണ്ട്. അതൊക്കെ കേട്ടപ്പോൾ മാസിക വലിയൊരു സംഭവമാണെന്നാണ് തോന്നിയത്. എന്നാൽ തന്റെ പഴ്സ് തുറന്ന് മാസികയുടെ പ്രവർത്തനം നടക്കുന്ന സ്ഥലത്തിന്റെ ചിത്രം കാണിച്ചുതന്നപ്പോൾ ചിരിയാണ് വന്നത്. യുദ്ധം തുടങ്ങിയപ്പോൾ തകരാൻ തുടങ്ങിയ ഒരു വീടിനകത്തുള്ള ഒരു ചെറിയ മുറിയായിരുന്നു മാസികയുടെ 'ആസ്ഥാനം'. നബീലിനെയും പിന്നെ അയാൾ പേര് പറഞ്ഞ് പരിചയപ്പെടുത്തിയ നാല് സഹപ്രവർത്തകരുടെയും ചിത്രം കണ്ടപ്പോൾ ഇടുങ്ങിയ ഒരു നിലവറയിലെ പ്രതിമകൾ പോലെയാണ് തോന്നിയത്. കടലാസ് കൂനയ്ക്കിടയിൽ നിൽക്കുന്ന അവരുടെ ശിരസ്സുകൾ മാത്രമായിരുന്നു നേരെ ചൊവ്വേ കാണാമായിരുന്നത്.

അപ്പോഴും നബീലിന്റെ സാന്നിധ്യം എനിക്കൊപ്പമുണ്ടായിരുന്നു. ഹൃദയം പോലെ നൈർമല്യവും മുന്നറിയിപ്പ് നൽകാതെ കൈയിലിരുന്ന് പൊട്ടിത്തെറിക്കാൻ ഇടയുള്ള പടക്കംപോലെ തീക്ഷ്ണവും ആയിരുന്നു ആ സാന്നിധ്യം ഒരേസമയം. നബീൽ എന്നിൽതന്നെ കുടികൊള്ളുകയായിരുന്നു. എന്നാൽ അയാളുടെ മനസ്സിന്റെ സർവ്വ അറകളിലേക്കും കയറിച്ചെല്ലുവാൻ മാത്രം എനിക്ക് സാധിച്ചില്ല. എനിക്ക് അതിനൊന്നുമുള്ള നേരമുണ്ടായിരുന്നില്ല. നബീലാകട്ടെ കണ്ടിട്ടുള്ളപ്പോഴൊക്കെയും സംസാരിച്ചത് തന്റെ നാടിനെക്കുറിച്ച് മാത്രമായിരുന്നു. അയാൾ മുന്നിലിരിക്കുമ്പോൾ ഞാൻ കൺമുന്നിൽ കണ്ടത് ലെബനോണെ തന്നെയായിരുന്നു.

അവസാനമായി എനിക്കയച്ച ദുഃഖാർദ്രമായ കത്തിൽ തന്റെ സ്വപ്നത്തെക്കുറിച്ചായിരുന്നു നബീൽ എഴുതിയത്. ബോംബ് വർഷത്തിന്റെയോ, ബാരിക്കേഡുകളുടെയോ ഭീഷണിയില്ലാതെ തെക്കൻ ലെബനോണിലുള്ള ഉപ്പൂപ്പയുടെ വീട്ടിലേക്ക് എന്നെങ്കിലുമൊരുനാൾ മടങ്ങിച്ചെല്ലണം. മുറിവുകൾ കടലാസിലേക്ക് പകർന്നൊഴുകുന്നു എന്ന് മനസ്സിലാക്കിയാകണം അയാൾ തുടർന്ന് വിഷയം മാറ്റിക്കളഞ്ഞു. ഞാനെന്റെ ഗവേഷണ പ്രബന്ധം തയ്യാറാക്കുന്നതിന്റെ തിരക്കിലാണെന്ന് അറിയിച്ചപ്പോൾ നബീൽ പൊട്ടിച്ചിരിച്ചു:

"ലൈലാ നീ ഇത്തരം പണികൾ ചെയ്യാനായി പിറന്നവളല്ല. അല്ലെങ്കിൽതന്നെ ഈ വൈജ്ഞാനിക ഗവേഷണങ്ങൾക്ക് എന്താണ് പ്രസക്തി? രാജ്യം വളരെയേറെ മുന്നോട്ടുപോയിരിക്കുന്നു. അപ്പോഴാണ് നീ ഏതോ ഒരു വിഷയത്തെ സംബന്ധിച്ച് ഗവേഷണത്തിന് ഇറങ്ങിത്തിരിച്ചിരിക്കുന്നത്. അത് നിന്നെ കുരുക്കുകളിലേക്കേ നയിക്കൂ. കടലിലെ ഉപ്പുവെള്ളത്തിൽനിന്നും നദിയിലെ ശുദ്ധജലത്തിലേക്ക് എടുത്തെറിയപ്പെട്ട

മത്സ്യമാണ് നീ. അതേസമയം നദീജലത്തിന്റെ രുചിയെക്കാളേറെ കടൽ വെള്ളത്തിന്റെ ഉപ്പുരസത്തെയാണ് ആ മത്സ്യത്തിന്റെ ചർമം കൊതിക്കുന്നത്."

പിന്നീട് ഗവേഷണപ്രബന്ധം തയ്യാറാക്കുന്നത് ഞാൻ ഉപേക്ഷിക്കുകയുണ്ടായി. അത് പക്ഷേ നബീലിന്റെ ഉപദേശം കേട്ടിട്ടായിരുന്നില്ല എന്നത് നേരാണ്. മറിച്ച് വധശിക്ഷ കാത്തുകിടക്കുന്ന മുഖ്താറിന്റെ കേസ് ഫയൽ തയ്യാറാക്കാൻ വേണ്ടിയായിരുന്നു. അന്നേരവും നബീൽ എന്റെ മുന്നിൽ പ്രത്യക്ഷപ്പെട്ടു. ഒപ്പം ഞാൻ അയാൾ പറഞ്ഞ ഞാനെന്ന മത്സ്യത്തെയും കണ്ടു. കടലും നദിയും സംഗമിക്കുന്ന സ്ഥലത്തെത്തിയ ആ മത്സ്യം അവസാനം ജീവജലത്തിലേക്ക് തന്നെ തിരിച്ചു പോയി. ഉപ്പുവെള്ളത്തിലേക്ക്... കടലിലേക്ക്...

നാളെയുടെ സാഹസികതകളുമായാണ് നബീൽ എന്റെ മുന്നിൽ പ്രത്യക്ഷപ്പെട്ടതൊക്കെയും. അയാൾ ഇന്നിന്റെ ഉൽപ്പന്നമായി എനിക്ക് ഒരിക്കലും തോന്നിയിട്ടില്ല. മറിച്ച് നാളെയുടെ സൃഷ്ടിയായിരുന്നു. എന്നാൽ ഒരു പ്രത്യേക രൂപത്തിലാകണമെന്ന് നാം ആഗ്രഹിച്ചതോടുകൂടി ഈ നാളെ എന്നത് ഏറ്റവും വലിയ വഞ്ചനയായിരുന്നു എന്ന് വൈകിയാണ് ഞങ്ങൾക്ക് മനസ്സിലായത്. വളരാൻ തുടങ്ങിയതോടെ അത് ഞങ്ങളെ തീർത്തും വ്യത്യസ്തമായ രൂപത്തിൽ ആക്രമിക്കാൻ ആരംഭിച്ചു. അതാകട്ടെ ഞങ്ങൾ ഒരുനാളും പ്രതീക്ഷിച്ചിരുന്ന രൂപത്തിലേ ആയിരുന്നില്ല.

പതിനെട്ട്

രണ്ടുവർഷത്തെ തടവുശിക്ഷ കഴിഞ്ഞ് പുറത്തിറങ്ങുവാൻ മൂന്നുമാസം മാത്രം അവശേഷിക്കുമ്പോഴാണ് എന്തോ ഒരു വിഷാദം എന്നെ പിടികൂടിയത്. സദാസമയവും ഞാൻ അതിന്റെ പിടിയിലമർന്നുകൊണ്ടിരുന്നു. ഭാരമേറിയ ഒരു ദുഃഖം മനസ്സിനെയാകെ കാർന്നുതിന്നുന്നതുപോലെ. ജയിലിൽ കാണാനെത്തിയ കുടുംബാംഗങ്ങൾക്കും അക്കാര്യം പെട്ടെന്നുതന്നെ മനസ്സിലായി. എന്റെ തടവുകാലം അവസാനിക്കാൻ പോകുകയാണല്ലോ എന്ന ആശ്വാസത്തിലായിരുന്നു അവർ. എന്നാൽ നേരെ മറിച്ചായിരുന്നു എന്റെ മാനസികാവസ്ഥ. തടവുകാലം ആരംഭിച്ചിട്ടേയുള്ളൂ എന്നതുപോലെ ഒരു ഭാവം. വല്ലാത്തൊരു ശൂന്യതയാണ് മനസ്സിലാകെ. കുടുംബാംഗങ്ങൾക്കോ, വനിതാ വാർഡിലെ സഹതടവുകാർക്കോ, നബീലോ, മുഹമ്മദോ കാണാനെത്തിയാൽത്തന്നെ അവർക്കോ, ഒന്നുംതന്നെ നികത്താനാകാത്ത ഒരു ശൂന്യതയായിരുന്നു അത്. ഉള്ളിന്റെയുള്ളിൽ അത്തരം ശൂന്യതകൾ കൂടുകൂട്ടിക്കൊണ്ടേയിരിക്കുകയാണ്. ഒരു ന്യായീകരണവും കണ്ടെത്താനാകാത്ത എന്റെ രണ്ടുവർഷത്തെ തടവുകാലം സൃഷ്ടിച്ച ശൂന്യതകളെ എനിക്ക് എങ്ങനെയാണ് നികത്താൻ സാധിക്കുന്നത്.

പാർട്ടിയിലെ സഖാക്കളുമായുള്ള എന്റെ ബന്ധം ഇപ്പോൾ എന്തായാലും അല്ലെങ്കിൽ എനിക്കും അവർക്കും ഇടയിലെ ബന്ധങ്ങൾക്കിടയിൽ എത്രമാത്രം വലിയ ഗർത്തങ്ങളാണുള്ളതെങ്കിലും ആ വിശ്വാസത്തിന്റെ കഠാരി കൊണ്ട് മുതുകിൽതന്നെ കുത്തിയവരോട് എന്നെങ്കിലുമൊരുനാൾ ക്ഷമിക്കുവാൻ എനിക്ക് സാധിക്കുമോ? കടുത്ത വിഷാദത്തിന് അടിമയാകുമ്പോഴും മനസ്സിനുള്ളിൽ നിർബന്ധമായും ശ്രദ്ധിക്കേണ്ട എന്തോ ഒന്നുണ്ടെന്ന് എനിക്കുതന്നെ തോന്നിയിരുന്നു. എന്നാൽ ഞാൻ അകപ്പെട്ടിരുന്ന ആ നീർച്ചുഴിയെ വേണ്ടവിധം മനസ്സിലാക്കാൻ കഴിയുന്ന ആരും തന്നെ ചുറ്റുമുണ്ടായിരുന്നില്ല. അല്ലെങ്കിൽ തന്നെ ഞാൻ അടുക്കും ചിട്ടയും ഇല്ലാത്ത വ്യക്തി ആണെന്നാണ് സർവ്വരുടേയും അഭിപ്രായം.

തടവുകാലം അവസാനിക്കാറായപ്പോൾ ഇക്കഴിഞ്ഞ ജീവിതകാലത്തെ ഒരു വിലയിരുത്തലിന് വിധേയമാക്കണമെന്ന് തോന്നിയിരുന്നു. പക്ഷേ ഒരുകാലത്ത് പാർട്ടിയിലെ സഖാക്കളിൽ ഒരാളായിരുന്ന വ്യക്തി

പന്ത്രണ്ട് പേജുകളുള്ള ചെറിയ ഒരു നോട്ടുബുക്ക് കക്ഷത്ത് തിരുകിക്കൊണ്ട് എന്റെ വീട്ടിലേക്ക് കയറിവരുമെന്ന് തീരെ കരുതിയില്ല. വന്നയുടനെ അഭിവാദ്യം ചെയ്തശേഷം അയാൾ മുന്നിൽ വന്നിരുന്നു. കൊണ്ടുവന്ന നോട്ടുബുക്ക് എനിക്ക് തന്ന ശേഷം കൽപ്പിക്കുന്ന രീതിയിൽ അയാൾ പരുഷമായി ആവശ്യപ്പെട്ടത് തടവുകാലത്തെ അനുഭവങ്ങളെ സംബന്ധിച്ച ഒരു വിലയിരുത്തൽ ഞാൻ എഴുതി നൽകണമെന്നാണ്. ഇതുകേട്ടതും എനിക്ക് നിയന്ത്രിക്കാനായില്ല:

"താനാരാണ്? ഏതു സംഘടനക്കാരനാണ്? എന്താണ് നിങ്ങളുടെ പദവി? എനിക്ക് നിങ്ങളെ അറിയുകയേ ഇല്ലല്ലോ?"

രിദാ ഇൽമി ആകെ അമ്പരന്നുപോയി. മുഖത്തിരുന്ന കണ്ണട നേരെയാക്കിയ ശേഷം മേശപ്പുറത്ത് വച്ച നോട്ടുബുക്ക് തിരികെ എടുത്തുകൊണ്ട് അയാൾ പതിയെ എഴുന്നേറ്റു. അയാൾ വിറയ്ക്കുന്നതുപോലെ തോന്നി. മുള്ളൻ പന്നി അതിന്റെ മുള്ളുകൾക്കുള്ളിലേക്ക് ചുരുണ്ടുകൂടുന്നതുപോലുള്ള അയാളുടെ ഭാവം കണ്ടതും അന്തരീക്ഷം മയപ്പെടുത്താനെന്നവണ്ണം ഞാൻ പറഞ്ഞു:

"എന്നെ സംബന്ധിച്ച് പറയുകയാണെങ്കിൽ, ജയിലിൽ കഴിയുന്ന കാലത്ത് ആ അനുഭവങ്ങളെ ഞാൻ വിലയിരുത്തിയിട്ടുണ്ട്. അതാകട്ടെ ഞാനുമായി മാത്രം ബന്ധപ്പെട്ടവയാണ്. അതിൽ നിങ്ങൾക്കൊക്കെ എന്തെങ്കിലും താല്പര്യമുണ്ടാകേണ്ട കാര്യമേയില്ല."

പേരിനൊരു യാത്രയും പറഞ്ഞ് അയാൾ ഇറങ്ങിപ്പോയി. മുറിക്കുള്ളിലേക്ക് കയറി വാതിലടച്ചു കഴിഞ്ഞതും ദുഃഖമടക്കാനാകാതെ ഞാൻ പൊട്ടിക്കരഞ്ഞുപോയി. ഒരു വിലയിരുത്തൽ നടത്താൻ മാത്രമാണ് അവർക്ക് എന്നെ കാണാൻ തോന്നിയത്. അതുകൊണ്ട് എന്താണ് അവർ ഉദ്ദേശിക്കുന്നത് എന്ന് അറിയില്ല. ജയിലിലായിരുന്നപ്പോൾ പേരിനെങ്കിലും എന്നെക്കുറിച്ച് വീട്ടുകാരോടെങ്കിലും ഇവർ അന്വേഷിച്ചോ എന്നറിയില്ല. ഇക്കാര്യത്തെക്കുറിച്ച് സഹോദരനോടോ സഹോദരിമാരോടോ ചോദിക്കാനുള്ള ധൈര്യം കിട്ടിയില്ല. പാർട്ടി സഖാക്കൾ എന്നെക്കുറിച്ച് ഒന്നും അന്വേഷിച്ചിരുന്നില്ല എന്ന് പറയാൻതന്നെ അവർക്ക് വിഷമമുണ്ടാകും. ജയിലിൽ കഴിഞ്ഞപ്പോൾ ഒരിക്കൽപോലും എന്നെ അന്വേഷിക്കാത്തവരാണ് ഇപ്പോൾ അനുഭവവിവരണവും ആവശ്യപ്പെട്ടുകൊണ്ട് വന്നിരിക്കുന്നത്. അല്ലെങ്കിൽതന്നെ എന്റെ അനുഭവങ്ങൾക്കും എനിക്കും എന്ത് വിലയാണ് അവർ കൽപ്പിച്ചിട്ടുള്ളത്?

കാലത്തിന് നമ്മെ മാറ്റിമറിക്കാനുള്ള കഴിവുണ്ടെന്നറിയാം. ഞാൻ ആഗ്രഹിക്കുന്നതാകട്ടെ മനസ്സമാധാനത്തോടെ കഴിയാനാവണമെന്ന് മാത്രമാണ്. അസ്വസ്ഥയോ ആവേശഭരിതയോ ആകേണ്ട. പക്ഷേ ജയിൽ മോചിതയായശേഷം മനസ്സിലായ ഒരു കാര്യമുണ്ട്. എന്റെ ഏറ്റവും വലിയ പ്രത്യേകതയായി പലരും കരുതിയിരുന്ന ഒരു സംഗതി കൈമോശം വരാൻ തുടങ്ങിയിരിക്കുന്നു. എന്റെ ശാന്തഭാവം. കത്തിജ്ജ്വലിക്കാൻ പോകുന്ന ഒരു തീക്കൊള്ളിപോലെയായിത്തീരുകയാണ് ഞാൻ. എന്തു

കൊണ്ടായിരിക്കും അങ്ങനെ? എങ്ങനെയാണ് അങ്ങനെ സംഭവിച്ചത്? അറിയില്ല. എനിക്ക് ഇങ്ങനെ ആകേണ്ട കാര്യമേയില്ലായിരുന്നു. പക്ഷേ ഇതാണ് യാഥാർത്ഥ്യം.

രണ്ടു വർഷത്തെ തടവുകാലം കഴിഞ്ഞ് തിരിഞ്ഞുനോക്കുമ്പോൾ പുതുതായി എന്ന് പറയാൻ ഒന്നുമില്ല. അല്ലെങ്കിൽ അങ്ങനെയാണ് തോന്നിയിട്ടുള്ളത്. ഈ കഴിഞ്ഞ വർഷങ്ങൾ അവശേഷിപ്പിച്ചുപോയ വിടവുകളും ശൂന്യതകളും നികത്താൻ സഹായിക്കുകയോ കൈപിടിക്കുകയോ ചെയ്യുന്ന ആരെയും കണ്ടെത്താനേ കഴിയുന്നില്ല.

ജയിലിൽനിന്നും പുറത്തിറങ്ങിയശേഷം ഒരു മാസത്തോളം കുടുംബവീട്ടിലാണ് ഞാൻ താമസിച്ചത്. ശേഷം സ്വന്തം പെട്ടി പാക്ക് ചെയ്ത് ഞാൻ അവരോട് യാത്ര പറയാൻ തയ്യാറെടുത്തു. എനിക്ക് സ്വന്തം അപ്പാർട്ടുമെന്റിലേക്ക് പോയാൽ മതി. അങ്ങനെയൊരു സംഗതി അവിടെ ഉണ്ടോ എന്നൊന്നും അറിയില്ല. കെട്ടിടത്തിന്റെ നമ്പറും അതിനുള്ളിലെ അപ്പാർട്ടുമെന്റ് നമ്പറും മറന്നിട്ടില്ലല്ലോ എന്നോർത്തപ്പോൾ ചെറിയൊരു പുഞ്ചിരി വിടർന്നു. ജയിലിലെ എന്റെ നമ്പറിനൊപ്പം മറ്റൊരു നമ്പർ കൂടി ചേർത്താൽ അപ്പാർട്ടുമെന്റിന്റെ നമ്പർ കിട്ടുമല്ലോ എന്ന കാര്യം അപ്പോഴാണ് ഓർത്തത്. ട്രെയിൻ ടിക്കറ്റ് കയ്യിലെടുക്കുമ്പോൾ പിന്നെയും പുഞ്ചിരിച്ചു. യാത്ര പറയുമ്പോൾ ഫരീദയും ഉമ്മയും റെയിൽവേ സ്റ്റേഷൻ വരെ കൂടെ വരാമെന്ന് നിർബന്ധം പിടിച്ചു. ആദ്യമായി തെരുവ് മുറിച്ചു കടക്കാൻ ശ്രമിക്കുന്ന ഒരു കുട്ടിയുടെ മാനസികാവസ്ഥയിലായിരുന്നു ഞാനന്നേരം. ഇരുവശത്തേക്കും തിരിഞ്ഞുനോക്കി വാഹനങ്ങൾ ഒന്നുംതന്നെ വരുന്നില്ല എന്ന് ഉറപ്പുവരുത്തി മറുവശത്ത് എത്തിച്ചേരുന്നതുവരെ ആ കുട്ടിയുടെ മാതാവ് ഒപ്പംതന്നെയുണ്ടാകും. എന്നെ കെട്ടിപ്പിടിക്കുമ്പോൾ കൈകളിൽ അമർത്തിപ്പിടിക്കുകയായിരുന്നു ഉമ്മ. ഞാൻ കണ്ണിൽനിന്നും മറയുന്നതുവരെ കണ്ണുകളിലെ കണ്ണീര് താഴേക്കൊഴുകാതെ പിടിച്ചുനിർത്തുവാൻ പാടുപെടുകയായിരുന്നു അവർ.

പ്രഭാതത്തിലെ മഞ്ഞുതുള്ളികളേറ്റ് വിടരുന്നൊരു പൂപോലെ തോന്നി സഹോദരി ഫരീദയെ കണ്ടപ്പോൾ. അവളുടെ മുഖം വല്ലാതെ ശോഭിക്കുന്നുണ്ടായിരുന്നു. ആ മുഖത്തേക്ക് സൂക്ഷിച്ചു നോക്കിയപ്പോഴാണ് ഫരീദ എത്ര സുന്ദരിയാണെന്ന് ഇതാദ്യമായി എനിക്ക് മനസ്സിലാകുന്നത്. നിങ്ങളോട് സംസാരിക്കുമ്പോൾ ആശയവിനിമയത്തിനു വേണ്ട സർവ്വതും ഫരീദ ഉപയോഗപ്പെടുത്തും. കണ്ണുകളും പുരികങ്ങളും തലയുടെ ചലനവും പിന്നെ കൈകളുമൊക്കെ. വിഷയം എത്ര അരോചകവും വിരസവുമാണെങ്കിലും തന്നെ ഫരീദയ്ക്ക് അത് വളരെ ഊഷ്മളതയോടെ അവതരിപ്പിക്കാൻ കഴിയും. അപ്പാർട്ടുമെന്റിൽ എത്തിയാലുടൻ തങ്ങളെ വിളിച്ച് വിവരമറിയിക്കണമെന്ന് അവൾ ആവശ്യപ്പെട്ടു. താമസസ്ഥലം എങ്ങനെയുണ്ടെന്ന് അറിയണം. ജോലിയുമായി ബന്ധപ്പെട്ട പുതിയ വിവരങ്ങളുണ്ടെങ്കിൽ അതും അറിയിക്കണം. വിവർത്തന ഇൻസ്റ്റിറ്റ്യൂട്ടിലെ

ജോലിയിൽ തുടരാൻ ബന്ധപ്പെട്ടവർ എന്നെ ഇനി അനുവദിക്കുമോ എന്ന റിയില്ല. അതോ എന്റെ ക്രിമിനൽ റെക്കോർഡ് സർവ്വതിനുമൊരു പ്രതി ബന്ധമാകുമോ എന്നുമറിയില്ല.

റെയിൽവേ സ്റ്റേഷനിൽ ട്രെയിനിൽ നിന്നിറങ്ങുമ്പോൾ ഏതു ബസ്സിൽ കയറണമെന്ന് ആദ്യം സംശയം തോന്നി. അപ്പോഴാണ് നാല്പത്തിമൂന്നാം നമ്പർ ബസ് കാണുന്നത്. അത് എവിടെ നിന്ന് വരുന്നതെന്നോ എങ്ങോ ട്ടാണ് പോകുന്നതെന്നോ അറിയില്ലായിരുന്നു. അതിനാൽ ബസ്സ്റ്റാന്റിൽ നിൽക്കുകയായിരുന്ന ഒരാളോട് തിരക്കി. അയാൾ ബസ് പോകുന്ന ദിക്ക് പറഞ്ഞുതന്നു. അതോടെ എന്റെ അപ്പാർട്ടുമെന്റ് സ്ഥിതിചെയ്യുന്ന പ്രദേ ശത്തിലൂടെ തന്നെയാണ് ആ ബസ് കടന്നുപോകുന്നതെന്ന് മനസ്സിലായി. അപ്പാർട്ടുമെന്റ് സ്ഥിതി ചെയ്തിരുന്നത് എന്ന് പറയുന്നതാകും ശരി. സ്ഥല ത്തെത്തുമ്പോൾ ഇപ്പോഴവിടെ ആ അപ്പാർട്ടുമെന്റ് ഉണ്ടാകുമോ ഇല്ലയോ എന്നറിയില്ലല്ലോ. ആകെ കയ്യിലുള്ളത് താക്കോൽ മാത്രമാണ്. ഒപ്പം വരാൻ വീട്ടുകാരെ സമ്മതിക്കാത്തത്, എന്താണ് അപ്പാർട്ടുമെന്റിൽ എത്തു മ്പോൾ കാത്തിരിക്കുന്നത് എന്ന് എനിക്കുതന്നെ അറിയാത്തതിനാലാ യിരുന്നു. മുഹമ്മദിന് തിരിച്ചുനൽകാനായി ഞാൻ സഹോദരി ഫരീദ യുടെ കയ്യിൽ കൊടുത്തുവിട്ടതാണ് ഈ താക്കോൽ. എന്നാൽ അയാൾ പാരീസിലേക്ക് പോയിക്കഴിഞ്ഞതിനാൽ താക്കോൽ എന്റെ കയ്യിലേക്ക് തന്നെ തിരികെ എത്തി.

ആ ബസ് അപ്പാർട്ടുമെന്റ് സ്ഥിതിചെയ്യുന്ന കോളനിക്കരികിലൂടെ യാണ് കടന്നുപോകുന്നതെന്ന് മനസ്സിലായെങ്കിലും അതിലേക്ക് കയറാ നുള്ള ധൈര്യം കിട്ടിയില്ല. പകരം ഒരു സാദാ ടാക്സി കാറിലേക്ക് കയറി. മെയിൻ റോഡിൽനിന്നും വലതുഭാഗത്തേക്ക് തിരിഞ്ഞ് തെൻ സിഫ്റ്റ് സ്ട്രീറ്റിലേക്ക് പോകുന്ന ഭാഗത്തായിരുന്നു എന്റെ അപ്പാർട്ടുമെന്റടക്ക മുള്ള കെട്ടിടസമുച്ചയം സ്ഥിതിചെയ്യുന്നത്. കോളനിയിൽ എത്തിച്ചേർ ന്നതും കാറിൽ നിന്നിറങ്ങി പതിഞ്ഞ ചുവടുകളോടെ കെട്ടിടത്തിനു നേർക്ക് നടന്നത് തേടിവന്ന സംഗതി കണ്ടുകിട്ടില്ലെന്നു കരുതി മടിച്ചു നിൽക്കുന്ന ആളിനെപ്പോലെയായിരുന്നു.

ഇവിടെയാണ് എന്റെ വീടെന്നോ എന്റെ എന്തൊക്കെയോ ഇവിടെ യുണ്ടെന്നോ വിശ്വസിക്കാൻപോലും കഴിയാത്ത അവസ്ഥയിലായിരുന്നു മനസ്സ്. കെട്ടിടത്തിനു നേർക്ക് നടക്കാൻ തുടങ്ങിയതോടെ ആദ്യം തോന്നിയ അപരിചിതത്വം ഇരട്ടിച്ചതേയുള്ളൂ. മുൻവശത്ത് കുറേ കുട്ടി കൾ കളിച്ചുകൊണ്ട് നിൽക്കുന്നത് കാണാം. കൂട്ടത്തിലൊരാൾ എന്നെ കണ്ടതും മറ്റുള്ളവരോട് പറഞ്ഞു. കുട്ടികളെല്ലാവരും എന്റെ നേർക്ക് നോക്കുകയും ചെയ്തു. എന്നാൽ കളി നിർത്തുകയോ എന്റെ നേർക്ക് നോക്കുന്നത് അവസാനിപ്പിക്കുകയോ ചെയ്യാതെ നിന്നയിടത്തുതന്നെ മുന്നോട്ടു പിന്നോട്ടും ആടിയാടി നിൽക്കുകയാണ് കുട്ടികൾ. അതോടെ ഞാൻ നടത്തത്തിന് വേഗത കുറച്ചുകൂടി കുറച്ചു. പ്രധാന കവാടം കടന്ന് കെട്ടിടത്തിനുള്ളിലേക്ക് കയറി.

അപ്പാർട്ടുമെന്റിനു മുന്നിലെത്തിയതും വിറയ്ക്കുന്ന കൈയോടെ താക്കോൽ വാതിലിലെ പഴുതിലേക്ക് കയറ്റി. പക്ഷേ വാതിൽ തുറന്നതേയില്ല. അതോടെ താക്കോൽ പുറത്തേക്കെടുത്തു. താക്കോൽ തല തിരിച്ചാണ് പഴുതിലേക്ക് കയറ്റിയതെന്നു മനസ്സിലായപ്പോൾ വീണ്ടും ശ്രമിച്ചു. ഇത്തവണ പൂട്ട് തുറക്കുകയും പിന്നാലെ വാതിലും തുറന്നു. അതെ, എന്റെ അപ്പാർട്ടുമെന്റിലെ വാതിൽ തുറക്കപ്പെട്ടിരുന്നു. അതോടെ അതുവരെ കയ്യിൽ മാത്രം അനുഭവപ്പെട്ടിരുന്ന വിറയൽ ദേഹത്താകമാനമായി മാറി.

വീട്ടിനുള്ളിലേക്ക് കാലെടുത്തുവച്ചശേഷം വാതിൽ തിരികെയടച്ചു. ഇതാണ് എന്റെ വീട്. അതെ. കിടപ്പുമുറിയും ഹാളും അടുക്കളയും മധ്യഭാഗത്തുള്ള ചതുരാകൃതിയിലുള്ള തുറന്നയിടവും കണ്ടപ്പോൾ, ജയിലിൽ നിന്നും പുറത്തിറങ്ങിയശേഷം കാണുന്ന ആദ്യത്തെ സ്ഥലമാണെന്ന മാനസികാവസ്ഥയിൽ, ഓരോ കോണുകളെയും കെട്ടിപ്പുണരാനാണ് തോന്നിയത്. ഒന്നിന്റേയും നിഴൽപറ്റിയല്ലാതെ ഞാൻ എന്റെ മുന്നിൽ തന്നെ വീണ്ടും എത്തിച്ചേർന്നിരിക്കുകയാണ്.

പക്ഷേ വീടാകെ പൊടിപിടിച്ച് കിടക്കുകയാണ്. സർവ്വകോണുകളിലും ചിലന്തിവലകളേ കാണാനുള്ളൂ. ജനാലകളിലെ കാപ്പിനിറത്തിലുള്ള കർട്ടനുകളുടെ മുകൾഭാഗത്തെ നിറവും താഴ്ഭാഗത്തെ നിറവും രണ്ടായി തീർന്നിരിക്കുന്നു. കർട്ടനുകളുടെയെല്ലാം നിറമാകെ മങ്ങിയിരിക്കുന്നു. കിടപ്പുമുറിയിൽ നിന്നും ഹാളിലേക്കും പിന്നെ അവിടെ നിന്നും തിരിച്ചും പലതവണ കറങ്ങി നടന്നു. ഇതിനിടയിലാണ് ഡോർ ബെല്ല് മുഴങ്ങുന്നത്. അതാരായിരിക്കും? നെഞ്ച് ഉഗ്രമായി മിടിക്കാൻ തുടങ്ങി. ഞാൻ വന്ന വിവരം ആരായിരിക്കും അറിഞ്ഞിട്ടുണ്ടാവുക? ഞാൻ തിരിച്ചുവരുന്നത് അവർ ആരെങ്കിലും കാത്തിരുന്നിട്ടുണ്ടാവുമോ?

വാതിൽ തുറന്നപ്പോൾ കാണുന്നത് ആ കെട്ടിടസമുച്ചയത്തിലെ വിവിധ അപ്പാർട്ടുമെന്റുകളിൽ താമസിക്കുന്ന ഏതാണ്ട് എല്ലാ സ്ത്രീകളെയുമായിരുന്നു. ചുംബനങ്ങളും കുരവയിടലുകളുമായാണ് അവർ എന്നെ വരവേറ്റത്. ഓർക്കാപ്പുറത്ത് തലയ്ക്ക് പ്രഹരം ഏറ്റതുപോലെ ശരിക്കും അമ്പരന്നുപോയി. അതിൽനിന്ന് മുക്തയായതും അവരെ ഉള്ളിലേക്ക് ക്ഷണിച്ചു. പുറത്ത് കളിച്ചുകൊണ്ടിരുന്ന കുട്ടികളായിരിക്കും ഞാൻ വന്ന വിവരം ഇവരുടെ ചെവികളിൽ എത്തിച്ചതെന്ന് മനസ്സിലായി. അതുപോലെ ഞാൻ ജയിലിലാണെന്ന വിവരവും കെട്ടിടഉടമയിൽനിന്നും അവർ നേരത്തെ അറിഞ്ഞിട്ടുണ്ടാകും.

എന്താണ് അവരോട് പറയേണ്ടത് എന്നറിയാതെ അമ്പരന്നു നിൽക്കുകയായിരുന്നു ഞാൻ. വളരെ ഊഷ്മളമായിരുന്നു സ്ത്രീകളുടെ പെരുമാറ്റം. സന്തോഷവതിയാണെന്ന് കാണിക്കാനായി ഞാനും പരമാവധി ശ്രമിച്ചു. പക്ഷേ നന്ദിസൂചകമായി ഏതാനും വാക്കുകളല്ലാതെ എനിക്ക് മറ്റൊന്നും തിരിച്ചുപറയാനായില്ല. അവർ പോകാനൊരുങ്ങിയപ്പോൾ

വാതിൽക്കൽവരെ ഒപ്പം ചെന്നു. കുടിക്കാൻ കൊടുക്കാനായി അടുക്കളയിൽ ഒന്നുമില്ലല്ലോ എന്ന് ക്ഷമാപണസ്വരത്തിൽ അറിയിക്കുകയും വീണ്ടും നന്ദി പറയുകയും ചെയ്തു.

തന്റെ നാട്ടിലെ വിദ്യാസമ്പന്നരും രാഷ്ട്രീയ പോരാളികളും പൊതുജനങ്ങളുമായി എങ്ങനെയാണ് ബന്ധം പുലർത്തുന്നതെന്ന് വിശദീകരിച്ച ശേഷം, ഇവിടെ എന്താണ് സാഹചര്യമെന്ന് പണ്ട് നബീൽ ഖുസഹ് ചോദിച്ചത് ഓർത്തുപോകുന്നു. എന്നാൽ നാട്ടിലെ അയൽവാസികളോടും മറ്റും ചേർന്ന് സാമൂഹിക ആഘോഷങ്ങളിൽ പങ്കെടുക്കാനൊക്കെ ഞങ്ങളുടെ തലമുറയിലെ വിപ്ലവകാരികൾക്ക് പൊതുവേ അലർജിയായിരിക്കും. പ്രാദേശിക കൂട്ടായ്മകൾ ഉണ്ടായാൽതന്നെ അതൊരു പ്രത്യേക പ്രദേശത്തെ പോരാളികൾ സംഘടിക്കുന്നതേ ആകൂ. അല്ലാതെ പ്രാദേശിക പ്രശ്നങ്ങൾ പരിഹരിക്കാനായി തദ്ദേശീയരായ മനുഷ്യർക്കൊപ്പം ചേർന്ന് പ്രവർത്തിക്കുക എന്നതിനൊന്നുംതന്നെ ഞങ്ങൾക്ക് നേരമില്ലായിരുന്നു.

പത്തൊമ്പത്

രാത്രിയായി. ആ വൈകുന്നേരം മുഴുവൻ അപ്പാർട്ടുമെന്റ് വൃത്തിയാക്കുന്നതിന്റെ തിരക്കായിരുന്നതിനാൽ നന്നേ ക്ഷീണിച്ചിരുന്നു. ഗ്യാസ് കുറ്റി ശൂന്യമായിരുന്നതിനാൽ വെള്ളം ചൂടാക്കാനാകില്ല. അതുകാരണം കുളിക്കുന്നത് നാളെയാകാമെന്ന് കരുതി തൽക്കാലത്തേക്ക് കൈകളും കാലുകളും മാത്രം കഴുകി വൃത്തിയാക്കി. കയ്യിലുണ്ടായിരുന്ന പൈജാമയും ധരിച്ച് കിടക്കയിൽ ചെന്ന് വീണു. എന്റെ ശരീരത്തേക്കാൾ തണുപ്പായിരുന്നു കിടക്കയ്ക്ക്. ഉച്ചഭക്ഷണം കഴിക്കാനായി ചില അയൽക്കാരികൾ ക്ഷണിച്ചതാണെങ്കിലും സ്നേഹത്തോടെ നിരസിക്കുകയായിരുന്നു. ബ്രെഡ്ഡും ഒലീവും പാൽക്കട്ടിയും ചേർത്തു കഴിച്ചു. പിന്നെ ചായയും ഉണ്ടായിരുന്നു. ഇതുതന്നെയാണ് ഉച്ചയ്ക്കും രാത്രി അത്താഴത്തിനും കഴിച്ചത്.

രാത്രി എപ്പോഴോ ഉറങ്ങിപ്പോയി. രാവിലെ എഴുന്നേറ്റപ്പോൾ താമസിച്ചുപോയി. അതും ഡോർബെല്ല് മുഴങ്ങുന്നത് കേട്ടപ്പോഴായിരുന്നു. ചിരിച്ചുകൊണ്ട് വാതിൽക്കൽ നിൽക്കുന്ന കെട്ടിട ഉടമയെ കണ്ടതും അമ്പരന്നുപോയി. വളരെ ഊഷ്മളമായി അയാൾ അഭിവാദ്യം ചെയ്തു. ഇറക്കം കുറഞ്ഞ ഏതാണ്ട് നേർത്ത ഉറക്കവസ്ത്രം ആയിരുന്നു ഞാൻ ധരിച്ചിരുന്നത്. അതിനാൽതന്നെ അയാളോട് ഒരു നിമിഷം കാത്തുനിൽക്കാൻ പറഞ്ഞശേഷം ഞാൻ കിടപ്പുമുറിയിലേക്ക് ചെന്ന് ഒരു നീളൻ കുപ്പായം കൂടി എടുത്തു ദേഹത്തിട്ടു. ശേഷം സ്വീകരണമുറിയിൽ കാത്തുനിൽക്കുന്ന വീട്ടുടമയുടെ അരികിലേക്ക് ചെല്ലുമ്പോൾ എന്ത് പറഞ്ഞുതുടങ്ങണമെന്ന് അറിയില്ലായിരുന്നു. കഴിഞ്ഞ രണ്ടു വർഷക്കാലത്തെ വാടക കുന്നുകൂടിയിട്ടുണ്ടാകുമെന്ന് തീർച്ചയാണ്. അയാൾ ഈ അപ്പാർട്ടുമെന്റ് മറ്റാർക്കും വാടകയ്ക്ക് കൊടുത്തതുമില്ലല്ലോ? പക്ഷേ വീട്ടുടമ വന്നത് വാടക ആവശ്യപ്പെട്ടല്ല. മറിച്ച് എന്റെ മോചനത്തിൽ ആശംസ അറിയിക്കാനും അപ്പാർട്ടുമെന്റിലേക്ക് വീണ്ടും സ്വാഗതം ചെയ്യാനുമായിരുന്നു. എന്തായിരിക്കും സംഭവിച്ചിട്ടുണ്ടാവുക? ഞാൻ ഇല്ലാത്ത കാലത്ത് സ്വകാര്യ വ്യക്തികളുടെ സ്വത്തുക്കളൊക്കെ സർക്കാർ ദേശസൽക്കരിച്ചു കാണുമോ? അങ്ങനെ ഈ വീട് ഇവിടെ മുമ്പ് താമസിച്ചിരുന്ന എന്റെ തന്നെ സ്വന്തമായി കാണാൻ വല്ല സാധ്യതയുമുണ്ടോ?

അയാളുടെ കൈവശം ചെറിയൊരു പാക്കറ്റ് ഉണ്ടായിരുന്നു. എന്തുകൊണ്ടോ ഞാനിപ്പോൾ മാത്രമാണ് അക്കാര്യം ശ്രദ്ധിച്ചത്. ഇരിക്കുന്ന സോഫയിൽ തൊട്ടരികത്തായാണ് അയാൾ ആ പാക്കറ്റ് വെച്ചിരുന്നത്. ധരിച്ചിരുന്ന ജല്ലാബിയ കുപ്പായത്തിന് അടിയിൽ ഉണ്ടായിരുന്ന പാന്റ്സിന്റെ പോക്കറ്റിൽനിന്നും ഒരു കവർ പുറത്തെടുത്ത് എന്റെ നേരെ വച്ച് നീട്ടിക്കൊണ്ട് വീട്ടുടമ പറഞ്ഞു:

"ഇത് നിങ്ങളെ ഏൽപ്പിക്കാനായി മുഹമ്മദ് എന്റെ കയ്യിൽ തന്നതാണ്."

മുഹമ്മദ് ഇപ്പോൾ എവിടെയാണെന്ന് എനിക്കറിയില്ല. ജയിലിലായിരുന്നപ്പോൾ ഫരീദ പറഞ്ഞത് അയാൾ ഫ്രാൻസിലേക്ക് പോയെന്നാണ്. മുഹമ്മദിനെക്കുറിച്ച് ഈ മനുഷ്യനോട് ചോദിക്കണമെന്നുണ്ട്. പക്ഷേ എങ്ങനെ ചോദിക്കുമെന്നോർത്തപ്പോൾ എന്തോ മടി തോന്നി. എനിക്ക് മുഹമ്മദിനെക്കുറിച്ച് ഒന്നുമറിയില്ലെന്ന് ഇദ്ദേഹം കരുതില്ലേ? അല്ലെങ്കിൽ തന്നെ എനിക്ക് എന്താണ് അറിയേണ്ടത്? നെഞ്ചിനുള്ളിൽ ഭാരമായി കയറിയിരിക്കുകയാണ് ആ ചോദ്യങ്ങൾ. എന്നാൽ വീട്ടുടമ എല്ലാ കാര്യങ്ങളും ചോദിക്കാതെതന്നെ പറഞ്ഞു.

അയാൾ കൈമാറിയ കവർ പൊട്ടിച്ചുനോക്കിയപ്പോൾ ഉള്ളിൽ ഉണ്ടായിരുന്നത് കത്തുകളൊന്നുമായിരുന്നില്ല. മറിച്ച് അപ്പാർട്ടുമെന്റിന്റെ വാടക റെസീപ്റ്റുകളായിരുന്നു. ഞാനവ ഓരോന്നായി മറിച്ചുനോക്കി. കഴിഞ്ഞ രണ്ടു വർഷത്തെ വീട്ടുവാടക അടച്ച റെസീപ്റ്റുകളായിരുന്നു അവ. നേരത്തെ അടച്ചുകൊണ്ടിരുന്നതിനേക്കാൾ നൂറ് മൊറോക്കൻ ദിർഹം അധികം വാടകയാണ് ഓരോ മാസവും നൽകിയിരിക്കുന്നത്. എന്താണിത്? എനിക്കൊന്നും മനസ്സിലായതേയില്ല. അതു കണ്ടതും 'വളരെ മാന്യനായ മനുഷ്യൻ' എന്ന് വിശേഷിപ്പിച്ചുകൊണ്ട് വീട്ടുടമ മുഹമ്മദിനെക്കുറിച്ച് സംസാരിക്കാൻ തുടങ്ങി.

ഞാൻ അറസ്റ്റിലായപ്പോൾ മുഹമ്മദ് വീട്ടുടമയെ വിളിച്ചിരുന്നു. രണ്ടു വർഷം മുമ്പായിരുന്നു അത്.

"വളരെ അസ്വസ്ഥതയോടെ മുഹമ്മദാണ് നിങ്ങൾ തടവിലായ വിവരം എന്നെ അറിയിച്ചത്. അയാളുടെ പേരിലായിരുന്ന ഈ അപ്പാർട്ടുമെന്റിന്റെ വാടക കരാർ നിങ്ങളുടെ പേരിലേക്ക് മാറ്റുവാൻ ആവശ്യപ്പെട്ടു. എല്ലാ മാസത്തേയും വാടക താൻ അടയ്ക്കാമെന്നും പറഞ്ഞു. പടച്ചോനെ സാക്ഷ്യപ്പെടുത്തി പറയണമല്ലോ ഓരോ മാസവും അവസാനിക്കുന്നതിന് ഒരാഴ്ച മുമ്പെങ്കിലും വാടകത്തുക എനിക്ക് കിട്ടിയിരിക്കും. പിന്നെ പഴയതിലും കൂടുതൽ തുക വാടകയായി നൽകണമെന്ന് അയാൾ തന്നെ നിർബന്ധിച്ചതാണ്. ഞാനായിട്ട് ഒന്നും ആവശ്യപ്പെട്ടിട്ടേയില്ല. എന്നാൽ നിങ്ങൾ ജയിലിൽനിന്ന് പുറത്തുവരുമ്പോഴും ഈ സ്ഥലം മറ്റാർക്കും നൽകാൻ പാടില്ലെന്ന് അയാൾക്ക് നിർബന്ധമുണ്ടായിരുന്നു. വാടക റസീറ്റുകളൊക്കെ സൂക്ഷിച്ചുവയ്ക്കണമെന്നും നിങ്ങൾ വരുമ്പോൾ ഏൽപ്പിക്കണമെന്നുമാണ് മുഹമ്മദ് എന്നോട് ആവശ്യപ്പെട്ടിരുന്നത്."

മുഹമ്മദ്, എടെയാണ് നിങ്ങളിപ്പോൾ? എന്തിനാണ് എന്നെ ഇങ്ങനെ നിസ്സഹായയാക്കി മാറ്റിയത്?

പുറത്തേക്ക് പോകുന്നതിനുമുമ്പ് കയ്യിൽ കരുതിയിരുന്ന പാക്കറ്റ് എനിക്ക് വെച്ചുനീട്ടിയശേഷം വീട്ടുടമ പറഞ്ഞു:

"ഫ്രാൻസിലേക്ക് പോകുന്നതിനുമുമ്പ് നിങ്ങൾക്ക് നൽകണമെന്ന് പറഞ്ഞ് മുഹമ്മദ് എന്നെ ഏൽപ്പിച്ചതാണിത്."

അപ്പോൾ മുഹമ്മദ് ഫ്രാൻസിലേക്ക് തന്നെയാണ് പോയത്. കുടിയേറ്റമെന്ന ആശയം അയാൾക്ക് എങ്ങനെയായിരിക്കും കിട്ടിയതെന്ന് അറിയില്ല. ഈ നാടിന്റെ ഗന്ധം ഇല്ലാതെ ജീവിക്കാൻ ആകാത്ത മനുഷ്യനായിരുന്നു മുഹമ്മദ്. അല്ലെങ്കിൽ അങ്ങനെയാണ് എനിക്ക് തോന്നിയിട്ടുള്ളത്. ഞാനാ പാക്കറ്റ് പൊട്ടിച്ചുനോക്കിയതും കണ്ടത് എന്റെ ഒരു പെയിന്റിങ് ആയിരുന്നു. പുഞ്ചിരിക്കുമ്പോഴും ദുഃഖം നിറഞ്ഞ ഭാവമായിരുന്നു ആ ചിത്രത്തിലെ എന്റെ മുഖത്തിന്. ഒപ്പം ജയിലഴികളും കാണാം. പക്ഷേ അവ എന്റെ പിന്നിലായിരുന്നു എന്നതാണ് എടുത്തുപറയേണ്ടത്. തനിക്ക് ഏറെ ഇഷ്ടമുള്ള ആകാശനീലിമയുള്ള പൈജാമയാണ് ഞാൻ ധരിച്ചിരുന്നതായി മുഹമ്മദ് വരച്ചിരിക്കുന്നത് എന്ന് കണ്ടതും എന്റെ മുഖത്ത് ഒരു പുഞ്ചിരി വിടർന്നു. ആഴ്ച അവസാനം കഴുകാനുള്ള വസ്ത്രം ഇട്ടുവയ്ക്കുന്ന ബാസ്ക്കറ്റിൽ ഞാൻ ഈ നിറത്തിലുള്ള പൈജാമ ഇട്ടിരിക്കുന്നത് കണ്ടാൽ ഉടൻ മുഹമ്മദ് അത് കഴുകി വെയിലത്തിട്ട് ഉണക്കി കിടക്കയിൽ മടക്കിവെക്കും. പിന്നെ ആ പൈജാമ ധരിക്കണമെന്ന് നിർബന്ധം പിടിക്കുമ്പോൾ എനിക്ക് ചിരി വരുമായിരുന്നു. അതായിരുന്നു മുഹമ്മദ് .

തീരെ ചെറുതെന്ന് നമുക്ക് തോന്നുന്ന കാര്യങ്ങൾക്ക് അയാളുടെ ജീവിതത്തിൽ ചിലപ്പോൾ വലിയ സ്ഥാനമുണ്ടാകും. ഉദാഹരണം പറഞ്ഞാൽ എന്റെ അരക്കെട്ടിൽ നാല് കറുത്ത മറുകുകൾ ഉണ്ടെന്ന് കണ്ടുപിടിച്ച മുഹമ്മദ് അതിയായി സന്തോഷിച്ച നാൾ. പലതവണ അവർ എണ്ണിനോക്കാനും വിരലുകൾ വച്ച് അവ തമ്മിലുള്ള അകലം അളന്നു നോക്കാനും ശ്രമിക്കുന്നുണ്ടായിരുന്നു. അരക്കെട്ടിലെ മാംസത്തിൽ അമർത്തിപ്പിടിച്ചപ്പോൾ മറുകുകൾ തമ്മിലുള്ള അകലം കുറഞ്ഞു. പിടിവിട്ടതോടെ അവ പഴയ പടി അകന്നു മാറി.

മുഹമ്മദ് പിന്നീടും അപ്പാർട്ടുമെന്റിന്റെ വാടക അയയ്ക്കുന്നത് നിർത്തിയതേയില്ല. ഇന്നുവരെയും ആ തുക കൃത്യമായി വീട്ടുടമയ്ക്ക് നേരിട്ട് അയച്ചുകൊടുത്തുകൊണ്ടിരിക്കുകയാണ്. എന്റെ താമസസൗകര്യം ഉറപ്പുവരുത്തുന്നത് മുഹമ്മദ് തന്നെയാണ് ഇപ്പോഴും. ഒന്ന് നന്ദി പറയാനും ഇങ്ങനെ ഔദാര്യം കാണിക്കുന്നത് അവസാനിപ്പിക്കണമെന്നും ആവശ്യപ്പെടണമെന്നുണ്ടായിരുന്നു. പക്ഷേ അയാളെ എങ്ങനെ കോൺടാക്ട് ചെയ്യണം എന്ന് അറിയില്ലായിരുന്നു. ക്രിമിനൽ റെക്കോർഡ് ഉള്ള ആളായതിനാൽ വിവർത്തന ഇൻസ്റ്റിറ്റ്യൂട്ടിലെ ജോലി തിരിച്ചുകിട്ടാൻ ഒരു സാധ്യതയും ഇനിയില്ല. അപ്പോൾ പിന്നെ മറ്റൊരു ജോലി കണ്ടെത്തിയേ

തീരൂ. അക്കാര്യം അത്ര ദുഷ്കരം ഒന്നുമല്ലെങ്കിലും അത്ര സുഖകരമാകണമെന്നില്ല. ചില പ്രസിദ്ധീകരണങ്ങൾ പുതിയ മുഖം സ്വീകരിക്കുന്നതിന്റെ ഭാഗമായി പുതിയ ജീവനക്കാരെ നിയമിക്കുന്ന സമയമായിരുന്നു അത്. അക്കൂട്ടത്തിൽ ഒരു ദേശീയ ദിനപത്രത്തിൽ എനിക്കും ജോലി ലഭിച്ചു. വലിയ ദേശീയ പാരമ്പര്യമുള്ള ഒരു രാഷ്ട്രീയ പാർട്ടിയുടെ പത്രമായിരുന്നു അത്. മറ്റ് പല രാഷ്ട്രീയ പാർട്ടികളും ഭരിക്കുന്ന സർക്കാരിന്റെ ഭാഗമാവുകയും പിന്നീട് അവ മാറി മറ്റു പലതും ആ ഇടം കയ്യടക്കുന്നതിനും സാക്ഷിയായ പാർട്ടിയുടെ പത്രം.

പത്രത്തിന്റെ നിലപാടുകളുമായി എനിക്ക് വലിയ ബന്ധമൊന്നുമുണ്ടായിരുന്നില്ല. അത് പാർട്ടിയുടെ നിലപാട് തന്നെയായിരുന്നു. തെറ്റുകൾ തിരുത്തുക എന്ന ഏൽപ്പിച്ച പണി മാത്രം ചെയ്യുന്നതിലായിരുന്നു എന്റെ ആകെയുള്ള ശ്രദ്ധ. എന്നോ ഒരുകാലത്ത് ഫ്രഞ്ച് കോളനി വാഴ്ചയെ എതിർത്തവരാണ് ഈ പാർട്ടിയും ഞാനും തമ്മിലുള്ള ആകെ കണ്ട സാമ്യം. അപ്പോൾ പിന്നെ തെറ്റ് തിരുത്തുന്നതിനേക്കാൾ പറ്റിയ മറ്റൊരു തൊഴിലുമുണ്ടാകില്ല. ഇനി എന്റെ കാര്യം എടുക്കുകയാണെങ്കിൽ കോളനി വാഴ്ചയ്ക്കെതിരായ എന്റെ പോരാട്ടം എന്ന് പറയുന്നത് അഞ്ചാം ക്ലാസിലെ ചരിത്രപാഠപുസ്തകത്തിൽ മൊറോക്കോയിലെ ഫ്രഞ്ച് കോളനി വാഴ്ചയെക്കുറിച്ച് ഏതാനും പാഠങ്ങൾ പഠിച്ചു എന്നത് മാത്രമായിരുന്നു.

ഇത്തരത്തിലാണ് ഈ രാജ്യത്ത് ഭരണകൂടം എന്നും അധികാരക്കസേരയിൽ അള്ളിപ്പിടിച്ചിരിക്കുന്നത്. സുഖകരമല്ലാത്ത ചോദ്യങ്ങൾ ഉന്നയിക്കാനായി ഇവിടെ പ്രതിപക്ഷവും ഉണ്ട്. പക്ഷേ ഭരണകൂടത്തെ മുറിവേൽപ്പിക്കാൻ കെല്പുള്ള പല്ലോ നഖമോ ഒന്നുമില്ലെന്നു മാത്രം. അത്ര മാത്രം സ്വേച്ഛാധിപത്യപരമാണ് അന്തരീക്ഷം. പ്രതിപക്ഷത്തിന് നിശ്ചയിച്ചുകൊടുത്തിരിക്കുന്ന ഒരു അതിർത്തിയുണ്ട്. അതിനുള്ളിൽ കിടന്നേ അവർ കളിക്കാൻ പാടുള്ളൂ. രാജ്യത്തെ അധികാരിവർഗ്ഗം പ്രതിപക്ഷത്തെ വിളിച്ചുവരുത്തും. ഒരു മേശയ്ക്ക് അപ്പുറവും ഇപ്പുറവും ആയിരിക്കുമ്പോൾ അധികാരിവർഗ്ഗം ആവശ്യപ്പെടും:

"അടുത്തൊരു മൂന്നു വർഷത്തേക്കുകൂടി നിങ്ങൾ കാര്യങ്ങൾ ശാന്തമായി നീക്കണം."

ഇനി ഇക്കൂട്ടത്തിൽ ഒരാൾ തന്റെ ഗ്രാമത്തിലെ വേരുകളെയോ, സമൂഹത്തെയോ ഗൃഹാതുരത്വത്തോടെ ഓർത്തുകൊണ്ട്, അധികമൊക്കെയും ഇപ്പോൾ തൊഴിലാളി യൂണിയനുകളുടെയും ബഹുജനസംഘടനകളുടെയും കൈകളിൽ മാത്രമാണെന്ന് പരിതപിച്ചാൽ, ഒപ്പമുള്ളവരാകെ പൊട്ടിത്തെറിക്കും. ഇത്തരമൊരു ഉന്നതതല യോഗത്തിൽ ഈ 'പഴഞ്ചൻ' എങ്ങനെയാണ് കയറിക്കൂടിയതെന്ന് അവർ അതിശയം കൂറുകയും ചെയ്യും.

എന്റെ അപ്പാർട്ടുമെന്റിനോട് ചേർന്ന മറ്റു വീടുകളിൽ താമസിക്കുന്നവരുമായുള്ള ബന്ധം എങ്ങനെയാണ് ബലപ്പെട്ടതെന്ന് ഓർമ്മയില്ല.

തൊട്ടടുത്ത അപ്പാർട്ടുമെന്റിലെ ബുഷ്റയും ഭർത്താവ് യൂസുഫ് ദഹബിയും അവരുടെ മകനായ മുരീദിനെ പലതവണ എന്റെ അപ്പാർട്ട് മെന്റിൽ കൊണ്ടുവന്ന വിട്ടിട്ടുണ്ട്. പ്രത്യേകിച്ച് ഓഫീസ് ജോലികൾ ഞാൻ അപ്പാർട്ടുമെന്റിൽ വച്ച് തന്നെ ചെയ്തിരുന്ന നാളുകളിൽ. അങ്ങനെ യാണ് ഒന്നരവയസ്സുകാരനായ മുരീദ് എന്റെ ജീവിതത്തിലേക്ക് കടന്നു വരുന്നത്. ദിവസങ്ങൾ ഓരോന്നായി കടന്നുപോകുമ്പോൾ അവൻ എന്റെ മുന്നിലാണ് വളർന്നു വലുതായത്.

മൗലീൻ യസീദി ഗർബിയ്യയിലെ ജയിലിൽ കഴിയുകയാണ്. നബീൽ ഖുസഹ് ലെബനോണിലെ ആഭ്യന്തരയുദ്ധത്തിന് ഇരയായി മാറി. മുഹ മ്മദ് ബാസുവാകട്ടെ ഫ്രാൻസിൽ തന്റെ പെയിന്റിങ്ങുകൾ പ്രദർശിപ്പി ക്കുകയാകും. തൊട്ടരികത്ത് സ്വർണത്തലമുടിയുള്ള ഒരു ഫ്രഞ്ചുകാരി യുടെ ചിത്രവുമുണ്ടാകും. കലാപരവും വൈകാരികവുമായ പിന്തുണ നൽകുന്ന തന്റെ ഭാര്യ എന്ന അടിക്കുറിപ്പും ഉണ്ടാകും ആ പെയിന്റിംഗിന്.

എനിക്ക് തെറ്റ് തിരുത്താനായി നൽകുന്നൊരു പത്രലേഖനം. അതിൽ മുഹമ്മദിന്റെ ചിത്രം കണ്ട് അമ്പരന്നുപോകുന്ന ഞാൻ. പാരീസിലെ ആദ്യ ചിത്രപ്രദർശനം സംഘടിപ്പിച്ച മുഹമ്മദിന്റെ പേര് വലുതായി എഴുതി യിരിക്കുന്ന ലേഖനം. മുഹമ്മദിനെയും ഒപ്പമുള്ള സ്ത്രീയെയും സൂക്ഷിച്ചു നോക്കുകയും അയാളുടെ പേര് വീണ്ടും വായിക്കുകയും ചെയ്യുമ്പോൾ എനിക്ക് തല ചുറ്റുന്നതുപോലെ തോന്നും. സഹപ്രവർത്തകനായ അബ്ദുൽ ഹമീദ് ദാവൂദിയോട് ഈ ലേഖനം എനിക്ക് പകരം തിരുത്തി ക്കൊടുക്കുമോ എന്ന് ആവശ്യപ്പെട്ടശേഷം ഞാൻ ഓഫീസിൽ നിന്ന് വീട്ടി ലേക്ക് പോകും.

മൗലീനെ ഞാൻ ജയിലിൽ പോയി കാണാൻ തുടങ്ങി. എങ്കിലും മുഹമ്മദിനെ സംബന്ധിച്ച വാർത്ത മനസ്സിൽ എവിടെയോ ഉടക്കിയത് പോലെ തോന്നുന്നു. ഒരു പ്രണയത്തിൽനിന്നും മറ്റൊന്നിലേക്ക് ചുവടു മാറാൻ എങ്ങനെയാണ് എനിക്ക് സാധിക്കുക? പ്രണയം എഴുതുന്നത് വേർപാട് മായ്ച്ചുകളയുന്നതുപോലെ.

ശരിക്കും മൗലീനെ സന്ദർശിക്കാനുള്ള ദിവസമായിരുന്നില്ല അത്. പക്ഷേ മുഹമ്മദിനെക്കുറിച്ചുള്ള ഓർമ്മകളിൽനിന്നും എനിക്ക് ഓടിയൊളി ക്കണമായിരുന്നു

മൗലീനെ ജയിലിൽ കാണാൻ പോയശേഷം ക്ഷീണതയായാണ് തിരിച്ച് താമസസ്ഥലത്തെത്തിയത്. നേരെ കുളിമുറിയിലേക്കാണ് കയറി യത്. അല്പം കഴിഞ്ഞതും വാതിലിൽ മുട്ടുന്ന ശബ്ദം കേട്ടു. പിന്നാലെ ഡോർബെല്ലും മുഴങ്ങി. മുരീദാണ് വാതിലിൽ മുട്ടിയതെന്ന് ആ ശബ്ദം കേട്ടപ്പോൾതന്നെ മനസ്സിലായി. ഇടവിട്ട് ബെല്ലിൽ അമർത്തുന്നതും അവന്റെ രീതിയാണ്. അവൻ വളരാൻ തുടങ്ങിയിരിക്കുന്നു. കാൽവിരലു കളിൽ ഊന്നിനിന്നാൽ അവന് ഡോർബെല്ലിൽ കൈ എത്തി അമർത്താ നാകും. ഒന്ന് ബെല്ലടിക്കുമ്പോഴേക്കും കാൽവിരലുകൾ വേദനിക്കും. അപ്പോൾ താഴ്ന്ന് നേരെ നിന്നശേഷം വിരലുകളിൽ എത്തിനിന്ന്

പിന്നെയും ബെല്ലിൽ അമർത്തും. അപ്പാർട്ടുമെന്റിനു മുന്നിലെ പടിക്കെട്ടിൽ നിൽക്കുന്നതിനിടയിൽ ഒരു ദിവസം ഈ കാഴ്ച ഞാൻ നേരിട്ട് കണ്ടിട്ടുമുണ്ട്. ഞാൻ തിരികെ എത്തിയതുതന്നെ വൈകിയാണ്. പക്ഷേ ഉറങ്ങുന്നതിനുമുമ്പ് എന്നെ കണ്ടേ തീരൂ എന്ന് മുരീദിന് വാശിയായിരുന്നു.

കുളി കഴിഞ്ഞതും വലിയൊരു ടവൽ ദേഹത്ത് ചുറ്റികൊണ്ട് ഞാൻ വാതിൽ തുറന്നു.

“കയറി വാ മുരീദേ. ഇതാണോ വരാൻ പറ്റിയ സമയം? എന്തിനാ ഇപ്പോൾ വന്നത്? സാധാരണ നീ രാവിലെയോ വൈകുന്നേരമോ അല്ലേ വരാറുള്ളത്?”

“സൂര്യൻ ഇന്ന് എന്നെ കാണാൻ വന്നു. എന്നിട്ടും ഇരുട്ടു പരക്കുന്നതുപോലെ തോന്നുന്നു.”

“ലോകം മുഴുവൻ പാട്ടുകൾകൊണ്ട് നിറയ്ക്കുന്ന കുട്ടികളോ? അവരൊക്കെ എവിടെപ്പോയി?”

താൻ വലിച്ചുകൊണ്ടുവന്ന പ്ലാസ്റ്റിക് ലോറിയിലേക്ക് ചൂണ്ടിയാണ് മുരീദ് മറുപടി പറഞ്ഞത്.

“അവരൊക്കെ ഈ വണ്ടിയിൽ കയറിയിരിക്കുകയാണ്. തെരുവിലുള്ളവരെ എല്ലാം കുരവയിടാൻ വിളിക്കുകയാണവർ. വൈകുന്നേരമാണ് ആഘോഷം.”

“കയറി വാ മുരീദേ...”

അവൻ അപ്പാർട്ടുമെന്റിനകത്തേക്ക് കയറി വന്നു. ആൾ വളർന്ന് വലുതായിരിക്കുന്നു. ഇട്ടിരുന്ന പ്ലാസ്റ്റിക് ചെരുപ്പ് ഊരിമാറ്റിയശേഷം പൂച്ചയെപ്പോലെ എന്റെ കിടക്കയിലേക്ക് അവൻ ചാടിക്കയറി.

“ഒരു കഥ കേൾക്കാനാണ് ഞാൻ വന്നത്.”

അവന്റെ ആവശ്യം കേട്ടതും ഏത് കഥ പറയണമെന്നറിയാതെ ഞാൻ അമ്പരന്നുപോയി. അത് ശ്രദ്ധിച്ചതും അവൻ പറഞ്ഞു.

“എനിക്കു വേണ്ടത് ഇന്നത്തെയോ നാളത്തെയോ കഥയാണ്. ഇന്നലത്തേതല്ല.”

“കഴിഞ്ഞ കാലത്തെ കഥ വേണ്ടെന്നാണോ നീ പറയുന്നത്? അതോ വർത്തമാനത്തെയും ഭാവിയെയും സംബന്ധിച്ചതാണെങ്കിലും ഭൂതകാലത്തിന്റെ പൊടിയില്ലാണ്ട് കിടക്കുന്ന ഒരു കഥയാണോ? ഈ മുറിയിൽ കാണുന്ന മെഴുകുതിരികളൊക്കെയും ഇന്നത്തെ രാത്രിക്ക് വേണ്ടിയുള്ളതുതന്നെയായിരിക്കും. പക്ഷേ അവ കത്തിക്കാനായി ഒരാളെ കണ്ടു കിട്ടില്ലെന്ന് മാത്രമേയുള്ളൂ.”

“ലൈലയുണ്ടല്ലോ?”

ഞാനോ? വരുംകാല ദിനങ്ങളുടെ സ്നേഹം സമ്പാദിക്കുവാൻ എനിക്ക് എങ്ങനെയാണ് സാധിക്കുന്നത്? സ്വന്തം കണ്ണിലെ മരവിച്ച കാമനകളാലോ അതോ വരാനിടയുള്ള ശൈത്യകാലങ്ങളുടെ വാഗ്ദാനങ്ങൾ വിശ്വസിച്ചോ?

ഉള്ളിലെ ഭീതിയെ എങ്ങനെ തുരത്തുമെന്ന് മാത്രം പറഞ്ഞുതരാമോ? സൂര്യനിലേക്ക് നോക്കിയാൽ മതിയോ അതോ ഇനിയും ചെയ്യാത്ത അതിക്രമം ആവർത്തിക്കുന്നതിലൂടെയോ? കേൾക്കൂ മുരീദേ. നീ വലിയ കുട്ടിയായിരിക്കുന്നു. ഞാനൊരു കഥാപാത്രത്തെ നിനക്കു മുന്നിൽ അവതരിപ്പിക്കാം. വിശദാംശങ്ങൾ കൂട്ടിച്ചേർക്കുന്നത് നിന്റെ ജോലിയായിരിക്കും.

എന്തായാലും ഉറങ്ങാൻ കിടക്കുമ്പോൾ കേൾക്കാൻ പറ്റിയ ഒരു കഥ ഉണ്ടാക്കിയെടുക്കുവാൻതന്നെ ഞങ്ങൾ തീരുമാനിച്ചു. ആരാണ് കഥയിലെ നായകൻ എന്ന് ചോദിച്ചപ്പോൾ അവനെപ്പോലൊരാളാണെന്ന് ഞാൻ പറഞ്ഞു. മാലാഖയല്ല. പക്ഷേ മനുഷ്യനെക്കാൾ നല്ലവനാകണം.

“എങ്കിലയാൾ കള്ളം പറയില്ല.” മുരീദ് ഇടയ്ക്ക് കയറി അഭിപ്രായം പറഞ്ഞു.

“അയാൾക്ക് ഭയം ഉണ്ടാകില്ല ഏതായാലും.”

“ധീരനായിരിക്കുമല്ലേ?”

വെള്ളം കുടിക്കാൻ വേണമെന്ന് പറഞ്ഞപ്പോൾ ഞാൻ അവന് ഒരു ഗ്ലാസ് വെള്ളം നൽകി. അന്നേരം ഞാൻ അവന്റെ കണ്ണുകളിലേക്ക് ഉറ്റുനോക്കി. അവയിലെ നിഷ്കളങ്കത വായിച്ചെടുക്കാനായപ്പോൾ എനിക്ക് അവനോട് പറയണമെന്ന് തോന്നി: നിർണായകനിമിഷങ്ങളിൽ മാലാഖമാരെപ്പോലും ചങ്ങലകൊണ്ട് ബന്ധിക്കുന്നത് സുഹൃത്തുക്കൾ തന്നെയായിരിക്കുമെന്ന്.

നായകന്റെ ശത്രുക്കൾ ആരൊക്കെ ആയിരിക്കുമെന്ന് മുരീദ് ചോദിക്കുന്നത് കേട്ടപ്പോഴാണ് ഞാൻ ചിന്തകളിൽ നിന്നുണർന്നത്. ആരുടെ പേരുകളാണ് ഞാൻ ഈ കുഞ്ഞിനോട് പറയേണ്ടത്? ജയിലിലെ നൈറ്റ് ഗാർഡുകളുടെ പേരാണോ? അതോ ജയിലറായ കമാൻഡറുടേതോ? അവസാനം ഞാൻ അവനോട് പറഞ്ഞു:

“ആദ്യം നീ വെള്ളം കുടിക്ക്. അതിനുശേഷം നമുക്ക് കഥ മുഴുവനാക്കാം.”

■

www.ingramcontent.com/pod-product-compliance
Lightning Source LLC
LaVergne TN
LVHW090321051026
849518LV00005B/1844
* 9 7 8 8 1 9 7 9 4 2 0 8 2 *